NGÔ ĐÌNH DIỆM VÀ TÔI

NGÔ ĐÌNH DIỆM VÀ TÔI

Hồi Ký của Bùi Công Văn

Vũ Tường biên tập và giới thiệu

Bìa: Uyên Nguyên Trần Triết
Dàn trang: Đỗ Huỳnh Đăng Ngọc
TRUNG TÂM NGHIÊN CỨU VIỆT-MỸ
ĐẠI HỌC OREGON, 2025
ISBN: 979-8-3496-4643-0

NGÔ ĐÌNH DIỆM
và
TÔI

Hồi ký của Bùi Công Văn
Vũ Tường biên tập và giới thiệu

TRUNG TÂM NGHIÊN CỨU VIỆT-MỸ
ĐẠI HỌC OREGON
2025

Dành riêng cho:
Người vợ yêu dấu của tôi,
NGUYỄN THỊ TRƯƠNG

(Một lời hứa đã hứa từ lâu,
Cuối cùng cũng được thực hiện.)
B.C.V.

MỤC LỤC

LỜI NÓI ĐẦU

Trung tâm Nghiên cứu Mỹ-Việt hân hạnh xuất bản quyển hồi ký của cố tác giả Bùi Công Văn được viết trước khi ông qua đời vào năm 1999. Chúng tôi xin gửi lời cảm ơn sâu sắc tới ông bà Nguyễn Đức Cường đã cho phép công bố hồi ký và hết lòng ủng hộ Trung tâm ngay từ những ngày đầu. Phu nhân ông Nguyễn Đức Cường, tên khai sinh là Marie Bùi Mỹ Dung, là con gái lớn của ông bà Bùi Công Văn. Bà đã tận mắt chứng kiến phần lớn những câu chuyện mà ông Văn kể lại trong quyển hồi ký này. Chúng tôi cũng xin được bày tỏ lòng biết ơn tới bà Lucie Bùi Mỹ Châu, con gái thứ hai của ông Bùi Công Văn, cũng là người đã đánh máy lại toàn bộ bản thảo viết tay của ông và cung cấp những bức ảnh gia đình quý giá cho quyển sách này.

***

Ông Văn sinh ra tại Cần Thơ vào năm 1919, là một trong những người Việt Nam đầu tiên được tuyển làm phát thanh viên kiêm phiên dịch cho Ban tiếng Việt của

Đài Tiếng nói Hoa Kỳ (VOA) vào năm 1951, khi trụ sở vẫn còn đặt tại New York. Nhờ sống ở New York, ông Văn và gia đình có cơ hội làm quen với ông Ngô Đình Diệm, khi đó đang ở Chủng viện Maryknoll tại Ossining (phía bắc thành phố New York) và Lakewood, New Jersey. Kể từ đó, sự nghiệp và cuộc đời của ông Văn cùng gia đình ông chịu ảnh hưởng sâu sắc bởi mối quan hệ tình bạn với ông Diệm — người đã đến ở với gia đình ông Văn tại New York trong nhiều tuần liền mỗi lần trong 9 tháng từ năm 1952 đến 1953.

Ông Văn là một người yêu nước: ông căm ghét thực dân Pháp và mong đất nước Việt Nam được hoàn toàn độc lập. Không giống như nhiều người Việt khác ở New York hoặc những vị khách đến thăm nhà ông chỉ vì tò mò về chính trị hay có những tính toán riêng, ông Văn hoàn toàn không quan tâm đến chính trị. Như ông viết:

> "Chúng tôi không giàu có — ngược lại, chúng tôi nợ nần chồng chất — nhưng hạnh phúc không nhất thiết phải cần nhiều tiền, ít nhất là trong trường hợp của chúng tôi. Ở bên ông Diệm, chúng tôi đã tìm thấy ý nghĩa của cuộc sống và biết rằng mình đang làm những điều tốt đẹp cho ông ấy. Dù tôi không thích chính trị (hoặc chính vì vậy), tôi không coi ông Ngô Đình Diệm là một nhà lãnh đạo tương lai của Việt Nam. Tôi nghĩ số phận ông cũng sẽ như những nhà cách mạng thất bại trước đó: Cường Để, Phan Bội Châu, Phan Châu Trinh, Nguyễn Thái Học, v.v. Những người có lý tưởng và can đảm, sẵn sàng hy sinh hơn là thỏa hiệp với thực dân Pháp, từ chối thứ độc lập nửa vời mà Pháp mang lại cho Việt

> Nam. Toàn bộ quá khứ của ông Ngô Đình Diệm cho thấy điều này, và chính vì vậy, vợ chồng tôi rất kính trọng ông ấy. Chúng tôi tin rằng ông sẽ không nhân nhượng với người Pháp mà sẽ kiên định giữ lập trường: Độc lập thật sự, Tự do đích thực cho Việt Nam. Và dĩ nhiên, chúng tôi biết ông sẽ không bao giờ có cơ hội đó. Chính sách của Mỹ ở Đông Dương khi ấy chẳng có gì khiến chúng tôi có thể nghĩ khác hơn."

Đối với gia đình ông Văn, ông Ngô Đình Diệm không chỉ là một người bạn:

> "Với gia đình tôi, việc có ông ở cùng là một niềm vui lớn. Giữa đất khách quê người, chúng tôi coi ông như người thân ruột thịt, như một người cha nuôi. Thực tế là con cái chúng tôi tự nhiên gọi ông là 'Ông nội Maryknoll' mà chẳng có ai bảo chúng thế hay vì có *ý đồ riêng* nào, đủ cho thấy sự gắn bó thật lòng của chúng tôi với ông... Tình cảm của chúng tôi dành cho ông cũng tự nhiên như tình cảm của con cái dành cho cha mẹ. Và ông Ngô Đình Diệm cũng rất trân trọng chúng tôi."

Nhờ quan hệ gần gũi như người nhà, ông Diệm sống thoải mái bên gia đình ông Văn, và gia đình ông Văn cũng kể lại nhiều câu chuyện về vị tổng thống tương lai này — người mà những suy nghĩ riêng tư lúc bấy giờ và tính cách thật sự chưa ai bên ngoài biết rõ. Ông Ngô Đình Diệm thật sự là người thế nào? Ông ấy có thói quen độc thoại hàng giờ mà nhiều người (nhất là người Mỹ) vẫn cảm thấy ngán ngại không? [1] Ông ấy có phải là một tín hữu Công giáo sùng đạo không? Ông ấy có thực là người ghét phụ nữ không?

Hóa ra, những câu chuyện về thói quen độc thoại của ông Diệm còn tệ hơn những gì người ta đồn đoán. Ông Diệm thường thức suốt đêm trò chuyện với ông Văn, đêm này qua đêm khác, tay không rời điếu thuốc. Ông Văn viết:

> "Ngô Đình Diệm nói chuyện hàng giờ liền. Ông ấy bàn về đủ thứ chuyện trên đời, chỉ tạm dừng để nhấp ngụm trà, hoặc hiếm hoi lắm mới dừng lại để nghe tôi chen vào một hai câu hỏi. Vợ tôi thì hay lui vào bếp — như những người phụ nữ Việt Nam vẫn thường làm — nhưng lâu lâu lại trở ra để châm thêm trà rồi lại lặng lẽ đi vào. Mỗi lần bà ấy mở cửa, bà thường phải dừng lại một lúc, vì khói thuốc đầy căn phòng đến nỗi khó mà nhìn rõ bên trong. Hai người đàn ông cứ thế chuyện trò mê mải, không mảy may bận tâm đến khói thuốc và cũng chẳng khi nào ngừng hút. Mùa đông thì còn tệ hơn, chúng tôi đóng kín cửa sổ để tránh rét, vợ tôi thường phải hé cửa để đón chút không khí tươi mới khi mang trà vào."

Gia đình ông Văn làm thế nào để chịu đựng những cuộc trò chuyện thâu đêm ấy suốt nhiều tháng?

> "Lúc đầu cũng thật khó chịu vì ông Diệm gần như chẳng bao giờ ngủ, càng về khuya ông ấy lại

1 Stanley Karnow, *Vietnam: A History* (New York: Penguin, 1997 [1983]), 230.

càng tỉnh táo. Nhưng lâu dần, chúng tôi cũng quen. Tôi thường thức cùng ông ấy cho tới phút cuối trước khi đi làm ca đêm, thậm chí tôi còn thấy thích nghe ông ấy nói."

Và không chỉ đối với gia đình ông Văn, ông Diệm cũng đối xử như vậy đối với nhiều vị khách xa lạ.

"Nhiều vị khách vội vã ghé căn hộ của tôi để được gặp ông Diệm lần đầu hoặc hàn huyên với người quen cũ, chẳng ai ngờ mình sẽ phải ngồi suốt nhiều giờ, thậm chí cả đêm, để nghe ông ấy nói chuyện. Họ thường đến lúc sáu giờ chiều, vừa đặt chân xuống tàu sau mấy giờ bay, hoặc mấy ngày lênh đênh trên biển, hoặc mệt rã rời sau cả ngày mua sắm, tham quan. Nhiều người chưa kịp ăn uống gì, định bụng sẽ có thời giờ thưởng thức vài món Mỹ rồi còn đi dạo tiếp New York buổi tối. Một số khác thì chỉ định ghé một lát rồi về khách sạn nghỉ chân, coi như khép lại một ngày dài.

Nhưng với ông Ngô Đình Diệm, bất kể khách đói hay no, sáu giờ tối hay nửa đêm, ông vẫn tỉnh như sáo và nếu không ai giục ăn, ông cứ nói mãi không dứt. Ông không để ý đến chuyện người đối diện có đói hay mệt, bởi với ông, họ đã vượt nửa vòng trái đất để gặp mình thì ông phải dành cho họ một cuộc trò chuyện rõ dài."

Có thể vài người khách thích nghe ông Diệm độc thoại thâu đêm, nhưng chắc nhiều người cũng thấy khổ sở vì điều đó. Thật thú vị là ông Diệm luôn tin rằng mình nợ các vị khách một cuộc nói chuyện dài và ông ấy luôn cố gắng trao đổi một cách chỉn chu, cẩn trọng. Cũng dễ thấy rằng ông không giỏi giao tiếp và thường không hiểu được ý tứ hay thái độ của người đang nói chuyện với mình. Thậm chí chúng ta có thể phỏng đoán rằng những cuộc độc thoại ấy là dấu hiệu của một dạng tự kỷ nhẹ.[2]

Những gì phần nào bù đắp cho những giờ dài khách phải ngồi nghe ông Diệm nói chính là ông rất am hiểu chính trị và "có vô số thông tin cá nhân cùng những hiểu biết đặc biệt về các nhân vật Việt Nam đương thời và trước kia. Ông rất hài hước và đặc biệt giỏi bắt chước những người mà ông không ưa." Ông Văn kể lại:

> "Khi tôi ngồi viết những dòng này, tôi vẫn còn thấy rõ trong đầu hình ảnh buồn cười khi ông Diệm bắt chước Lý Chánh Đức. Ông đứng chắp tay, miệng méo xệch, rồi tiếp tục uốn lưng, vừa làm vừa bình luận: "Đức giống như một diễn viên trên sân khấu, múa theo tiếng castanets. Thân mình ông ta co giật, còn tay giật lên giật xuống như bị dây rối giật vậy."

Việc ông Diệm có tính hài hước có thể khiến nhiều người bất ngờ, nhất là nếu chỉ đọc những gì đã được viết về ông. Tuy vậy, hồi ký này còn tiết lộ nhiều điều khác về con người ông. Theo ông Văn, ông Diệm không phải là người "hay tránh những câu chuyện đồn thổi, tán gẫu, hay ngại nói đến những chuyện không thanh nhã [vulgar] liên quan đến phụ nữ." Ông Văn kể:

> "Chẳng hạn, có lần tôi kể cho ông Diệm nghe về bà vợ ông Hoàng Xuân Hãn, người mà hôm đó tôi

2 Xem https://www.autism-help.org/index.htm.

thấy đang đi dạo tay trong tay với một người đàn ông gần ngân hàng của tôi... trên đường 57, gần văn phòng VOA. Ông Diệm cười lớn rồi giải thích với tôi rằng bà Hãn là người song tính, và dù bà tỏ ra thân mật — ngay cả giữa chốn công cộng! — với người đàn ông đó, thì ông ta cũng không thể làm được gì cả.[3] Theo ông Diệm, tất cả chỉ là màn "đấm bốc trong bóng tối". Có nhiều chi tiết ít người biết về bà Hãn, vợ của một học giả nổi tiếng ở Hà Nội, và ông Diệm biết rõ, đã kể lại cho chúng tôi.[4] Tôi cảm thấy nhẹ nhõm khi thấy ông là một con người hoàn toàn bình thường dù có những tiếng xấu như "kẻ ghét phụ nữ", "suốt đời không quan hệ với phụ nữ" [eternal virgin], hay những điều tương tự người ta gán cho ông."

Nhiều nhà báo nước ngoài đã mô tả ông Diệm là người

3 Xét theo bối cảnh câu chuyện, Ngô Đình Diệm có vẻ muốn nói "đồng tính (nữ)" chứ không phải "song tính". Có thể ông nói bằng tiếng Việt hoặc tiếng Pháp vào năm 1952, và các thuật ngữ đương đại trong nghiên cứu về tình dục và giới tính hoặc ý nghĩa đương đại của các từ cụ thể có thể chưa được sử dụng hoặc biết đến vào thời điểm đó.

4 Hoàng Xuân Hãn (1908–1996) là một kỹ sư, nhà sử học và từng là Bộ trưởng Bộ Giáo dục trong chính phủ Trần Trọng Kim (tháng 3–8 năm 1945). Chúng tôi không thể kiểm chứng được những thông tin trong hồi ký này về bà Hãn, người có tên khai sinh là Nguyễn Thị Bính. Để tham khảo một bài viết ca ngợi cuộc đời của bà cùng Hoàng Xuân Hãn được đăng trên báo *Công an Nhân dân* mà chúng tôi cũng không thể xác minh, xin xem Kiều Mai Sơn, "Dược sĩ Nguyễn Thị Bính, Madame Hoàng Xuân Hãn: Một trí thức, một thiên hương", ngày 18 tháng 10 năm 2018. Có thể đọc tại: https://antgct.cand.com.vn/Nhan-vat/Duoc-si-Nguyen-Thi-Binh-Madame-Hoang-Xuan-Han-Mot-tri-thuc-mot-thien-huong-i495522/

"ghét phụ nữ"[5], nhưng thực tế có thể phức tạp hơn. Một quan niệm phổ biến khác về ông Diệm là ông rất sùng đạo,[6] nhưng ông Văn cho rằng điều này không đúng. Trong nhiều buổi sáng Chủ Nhật đi lễ nhà thờ cùng ông Diệm và quan sát cách ông sinh hoạt ngoài xã hội cũng như ở nhà, ông Văn kể lại:

> "Trái với lời đồn rằng ông Diệm là "linh mục mặc thường phục" hay cực kỳ sùng đạo như một nhà tu, tôi chưa bao giờ thấy ông rước lễ hay cư xử khác gì so với chúng tôi — những tín hữu Công giáo bình thường và cũng không quá sùng đạo. Thực ra, ông Diệm không mang theo sách lễ hay tràng hạt, và ông cũng không ở lại nhà thờ lâu hơn gia đình tôi. Chúng tôi cũng chưa bao giờ thấy ông cầu nguyện hay thực hiện nghi lễ tôn giáo nào ở nhà. Nếu ông thực sự là một tín hữu Công giáo đặc biệt mộ đạo thì ông đã phải kín đáo đến mức không ai nhận ra, và tôi không hiểu những lời gán cho ông biệt danh "thầy tu" bắt nguồn từ đâu. Tôi sẽ không ngạc nhiên nếu phát hiện ra đó chỉ là những lời lăng mạ từ các đối thủ chính trị muốn biến ông thành một *nhà tu xuất* để hạ thấp uy tín chính trị của ông."

Dù chúng ta không nhất thiết phải tin hoàn toàn những gì ông Văn kể về ông Diệm, nhưng cũng không có lý do

5 Ví dụ, xem Karnow, *Việt Nam*, 282. Karnow cũng đề cập rằng khi còn là một thiếu niên, Diệm "đã có một mối tình thoáng qua với một cô gái nhưng cô ấy đã bỏ ông để vào tu viện." Ibid., 231.

6 Theo Karnow, Diệm là "một tín hữu Công giáo khổ hạnh." *Việt Nam*, 229.

gì để phủ nhận, kể cả những nhận xét dưới đây về việc vào cuối năm 1952, ông Diệm dường như vẫn chưa có kế hoạch hành động lớn nào cho tương lai.

> "Về tương lai, ông Diệm không chắc chắn. Ông không biết — và cũng không muốn liều mình dự đoán — điều gì sẽ xảy ra với đất nước chúng ta. Về các hoạt động cá nhân, ông khá thành thật khi nói rằng ông không có, cũng không dự định có, bất cứ điều gì quan trọng để thực hiện và cũng không thật sự định hành động gì. Từ ông Diệm hay dùng nhất là "học hỏi." Ông sang Mỹ chủ yếu để phục vụ và để "học hỏi", như ông nói."

Tuy nhiên, cũng có thể ông Diệm vẫn đang chờ đợi lịch sử xoay chuyển theo hướng có lợi cho mình, và không muốn đoán trước tương lai, nhất là với một người như ông Văn — người không phải là cộng sự thân tín của ông. Có lẽ chúng ta sẽ không bao giờ biết được.

Mặc dù ông Văn không kỳ vọng nhiều ở ông Diệm, nhưng sau khi ông Diệm trở thành tổng thống, ông đã đáp lại ân tình và bổ nhiệm ông Văn làm đại diện của Việt Nam Cộng hòa tại Hồng Kông vào năm 1956. Là Lãnh sự Hồng Kông và là một viên chức phục vụ dưới quyền ông Diệm, ông Văn tin vào sứ mệnh và sự liêm chính của vị tổng thống này, nhưng ông cũng đã gặp phải nhiều vấn đề mà người ta nói nhiều về chính quyền Ngô Đình Diệm: từ các quan chức tham nhũng, những người thân trong gia đình tổng thống vừa bất trung vừa kiêu ngạo với quyền lực quá lớn, cho đến việc tổng thống bị bao quanh bởi những kẻ nịnh bợ và khó tiếp cận đối với những người có thể nói thẳng cho ông biết sự thật. Một lần nữa, chúng ta cũng không chắc ông Văn hiểu rõ chính sự Sài Gòn đến mức nào khi ông sống và làm việc ở Hồng Kông xa Sài Gòn. Tuy vậy, ông cũng không ngại chỉ trích nặng nề gia đình Tổng thống Diệm, từ các anh em trai như Ngô Đình Nhu, Ngô Đình Thục, Ngô Đình Cẩn, Ngô Đình Luyện, cho đến bà Nhu, cha mẹ bà là Trần Văn Chương và Thân Thị Nam Trân, cùng nhiều quan chức khác.

Đến năm 1960, ông Văn trở nên vô cùng thất vọng khi về Sài Gòn dự hội nghị kéo dài một tuần dành cho người đứng đầu các cơ quan ngoại giao ở nước ngoài. Mục đích của hội nghị là để phô trương những gì mà chính phủ gọi là "thành tựu" của Khu Trù Mật, với các chuyến đi tham quan những địa điểm được xây dựng vội vàng, dang dở. Trong hồi ký, ông đã mô tả rất chi tiết cảm xúc và quan sát của mình:

> "Hội nghị bắt đầu rầm rộ nhưng kết thúc trong sự thất vọng. Tổng thống Diệm nghĩ rằng việc cho các đại sứ tận mắt thấy những 'thành tựu' này sẽ củng cố phần nào niềm tin vốn đang suy giảm của họ đối với nỗ lực của chính phủ, nhưng thực tế lại ngược lại. Không một trưởng phái đoàn nào bị đánh lừa bởi những gì họ chứng kiến, và khi quay về nhiệm sở của mình, tất cả có lẽ đều hy vọng sẽ không bao giờ bị triệu tập về lại nữa."

Sau khi vợ ông bị một người đàn ông — được cho là do Ngô Đình Nhu cử sang Hồng Kông làm nhiệm vụ chính trị bí mật — yêu cầu đưa tiền, ông Văn đã quay về Sài Gòn để đích thân trình bày vụ "tống tiền" này với ông Diệm. Ông đã có một cuộc gặp gỡ khá căng thẳng với tổng thống, người sau đó đã yêu cầu ông gặp ông Nhu để giải quyết. Toàn bộ sự việc này khiến ông Văn muốn từ chức, dù trong lòng ông vẫn giữ niềm tin vào ông Diệm:

> "Một cảm giác chán nản và mệt mỏi với tất cả chuyện này tràn ngập trong tôi: Việt Nam dưới chiếc ô che của Mỹ, chính quyền và chính trị kiểu Sài Gòn, Võ Văn Hải và Cố vấn chính trị Ngô Đình Nhu. Cái bóng cứu rỗi duy nhất, dù đã mờ nhạt và mệt mỏi, vẫn là ông Diệm — nhưng ông đã bị cô lập sau những bức tường của Dinh Độc Lập. Tôi đã không ngờ những suy nghĩ của mình lại gần với sự thật đến vậy."

Cuối cùng, ông quyết định ở lại. Ông giải thích: "Nhìn ông lần cuối trước khi rời Dinh, tôi cảm thấy: Đây vẫn là ông Diệm mà tôi từng quen biết. Ông ấy có thể đã thay đổi, nhưng sâu thẳm bên trong, ông vẫn là bạn của tôi. Tôi sẽ tiếp tục ở lại vì ông." Ông Văn theo dõi từ xa những biến động vào những năm cuối của Đệ nhất Cộng hòa trước khi ông Diệm bị lật đổ. Ông nghi ngờ rằng tổng thống đang bị em trai Ngô Đình Nhu gạt ra bên lề. Hai vợ chồng ông ước rằng ông Diệm từ chức và sang Mỹ sống lưu vong với họ như những ngày xưa để lại được làm "ông nội" của các con mình. Nhưng lịch sử đã không diễn ra theo cách đó như chúng ta đều đã biết.

***

Mặc dù quyển tiểu sử tập trung chủ yếu vào Ngô Đình Diệm, nó vẫn chứa đựng nhiều chi tiết hấp dẫn về công việc của ông Văn tại đài VOA và cuộc sống, hoạt động của ông cùng các đồng nghiệp, bạn bè ở Hoa Kỳ vào những năm 1950. Trong đó có những mẩu chuyện nhỏ về các chính trị gia và học giả nổi tiếng như Đỗ Vạn Lý, Phan Huy Đán và Huỳnh Sanh Thông, cũng như nhiều nhân vật giờ đã bị lãng quên. Vì tất cả những người liên quan, bao gồm cả ông Văn, đều đã mất từ lâu nên chúng tôi không thể kiểm chứng bất kỳ chi tiết nào và những câu chuyện cá nhân này cần được đón nhận với sự thận trọng.

Ông Văn không chỉ đơn thuần kể chuyện mà còn lồng ghép vào đó những suy tư sâu sắc, đôi khi điểm xuyết vài câu thơ. Đoạn trích dưới đây cho thấy triết lý của ông trong cách trình bày câu chuyện:

> "Tôi đã tự cho mình quyền... hợp nhất hoặc pha lẫn hiện tại và tương lai [trong câu chuyện], không phải vì thiếu kiên nhẫn hay thiếu phương pháp kể chuyện bài bản, mà bởi một cảm giác thôi thúc về sự tiếp nối không ngừng, ngay cả sau khi người ta đã chết. Vì vậy, hiện tại – quá khứ – tương lai chẳng qua chỉ là sự vĩnh cửu được gói gọn trong một cái lọ nhỏ, sẵn sàng và rực rỡ cho bất kỳ ai đủ tinh tường để chiêm nghiệm."

Người đọc sẽ trân trọng sự trung thực và sự khiêm nhường của ông Văn khi nói về bản thân và những người xung quanh:

> "Chúng tôi chắc chắn không phải là những nhà cách mạng. Chúng tôi chỉ là một nhóm thanh niên mộng mơ, ngây thơ, cố gắng chống lại thực dân Pháp và bọn tay sai của họ ở Việt Nam một cách vụng về và kém hiệu quả. Một số trong chúng tôi tham vọng hơn, nhưng cơ bản chúng tôi chỉ là lũ trẻ con — non nớt, buồn cười và chưa trưởng thành,

> dù khi ấy ai cũng đã ngấp nghé tuổi trung niên."

Hơn hết, độc giả sẽ cảm nhận được trí nhớ tuyệt vời của ông Văn cùng tài kể chuyện duyên dáng, dí dỏm của ông. Quyển hồi ký của ông đầy ắp những chi tiết sống động về con người, sự việc, được kể bằng lối hài hước nhẹ nhàng. Một ví dụ là đoạn ông tả căn hộ của một nữ nghiên cứu sinh tại Đại học Cornell:

> "Tôi chưa từng thấy căn hộ nào bẩn hơn, nhất là cái bồn rửa với đống bát đĩa chưa rửa chất đống, bốc mùi như xác thối. Sàn nhà trông như một lớp đất dày ba inch đóng thành tấm thảm nhầy nhụa, bốc mùi khó ngửi. Còn những chiếc giường trên tấm thảm ẩm ướt hôi hám ấy thì như một khu rừng gối, ga, mền chất chồng. Một bãi chiến trường ngay sau một trận đụng độ đẫm máu chưa kịp dọn dẹp có lẽ cũng không thể trông kinh tởm hơn thế.
>
> Và chủ nhân của căn hộ ấy, Marjorie Weiner[7], vốn là một cô gái không hề xấu, nhưng lôi thôi từ đầu đến chân. Đôi mắt xanh nhạt của cô không được rửa sạch, thật tiếc khi thấy chúng đục ngầu như phủ một màn sương mỏng, khóe mắt còn đóng cặn thành những cục bẩn li ti. Vậy mà chỉ vài năm sau, chúng tôi lại gặp lại cô ở Sài Gòn, đã hóa thành một "trái chín" hoàn toàn khác — một cô gái quyến rũ đến mức hình ảnh Lọ Lem hóa thân hiện lên ngay trong đầu tôi. Má hồng, cử chỉ duyên dáng,

7 Luận văn thạc sĩ của Marjorie Weiner vẫn là một nghiên cứu có giá trị về hai năm đầu tiên của chính quyền Ngô Đình Diệm. Xem "Chính quyền và chính trị ở Nam Việt Nam, 1954-1956," luận văn thạc sĩ (Ithaca: Đại học Cornell, 1960).

mái tóc xoăn buông lượn sóng vàng óng trên vai, Marjorie trông chẳng khác nào Madame Récamier trong salon của bà, nhất là khi cô tiếp khách vào mỗi chiều thứ Tư và thứ Năm tại căn hộ được bài trí tinh tế trên đường Bà Huyện Thanh Quan."

***

Mặc dù câu chuyện trong quyển hồi ký này chỉ được kể lại bởi một cá nhân nhiều thập kỷ sau sự kiện, nhưng nó sẽ rất thú vị đối với các nhà sử học và sinh viên ngành lịch sử Việt Nam. Ông Ngô Đình Diệm chắc chắn là một trong những nhân vật quan trọng nhất trong lịch sử hiện đại của Việt Nam, nhưng người ta vẫn chưa biết nhiều về ông với tư cách là một con người, và những gì biết được chủ yếu là do người nước ngoài kể lại. Chúng tôi hy vọng rằng quyển hồi ký này của một người Việt Nam đã sống gần chín tháng dưới cùng một mái nhà với ông Diệm tại một thời điểm quan trọng trong cuộc đời ông sẽ góp phần nâng cao hiểu biết của chúng ta về ông. Với tư cách là biên tập viên, tôi để tác giả tự nói về mình, ngoại trừ việc phân ra các chương và thêm vào tiêu đề để câu chuyện dễ theo dõi hơn. Tôi cũng biên tập để các từ tiếng Việt được viết đúng chính tả với các dấu thanh điệu và cung cấp một vài chú thích khi cần thiết. Những chú thích của tác giả được đánh dấu cụ thể bằng "(Au.)."

Vũ Tường
Giáo sư, Khoa Khoa học Chính trị
Giám đốc Trung tâm nghiên cứu Việt-Mỹ
Đại học Oregon

TIỂU SỬ TÁC GIẢ

Bùi Công Văn sinh ra tại Cần Thơ, miền Nam Việt Nam, năm 1919 và qua đời tại Dallas, Texas, năm 1999. Dù đã từng đi khắp nơi và sống nhiều năm xa quê hương, ông Văn vẫn giữ một tình yêu sâu đậm với đất nước – dù bản thân ông, rốt cuộc, không còn thuộc về nơi đó nữa.

Từ khi còn trẻ, ông Văn đã theo ông nội đi đến những ngôi làng lân cận. Những chuyến đi ấy đã khơi dậy niềm đam mê đi đây đi đó, và nó khiến ông quyết định làm tiếp viên cho hãng hàng không Air France để có cơ hội được đặt chân tới các nước như Campuchia, Lào, Thái Lan. Ông nhận ra mình có năng khiếu ngoại ngữ: học tiếng Pháp ở trường trung học thời Pháp thuộc, tự học thêm tiếng Anh, tiếng Quảng Đông và một ít tiếng Nhật. Trình độ tiếng Anh của ông Văn đủ giỏi để sau một thời gian ngắn làm việc ở Hội đồng Anh tại Sài Gòn, ông nộp đơn xin làm phát thanh viên tiếng Việt cho Đài Tiếng nói Hoa Kỳ (VOA) tại Mỹ. Khi VOA đồng ý nhận ông vào làm việc, gia đình ông trở thành gia đình đầu tiên trong họ hàng và trong cả ngôi làng ấy ở Cần Thơ được ra nước ngoài — một điều rất xa vời với nhiều người Việt thời đó.

Ngay sau khi đặt chân đến New York vào tháng 4/1951, ông Văn có cơ hội gặp ông Ngô Đình Diệm lần đầu tiên. Về sau, ông Diệm trở thành người dìu dắt, đồng thời là 'ông nội danh dự' của gia đình, vì ông thường xuyên ở trong căn hộ nhỏ của ông Văn, hút thuốc liên tục và trò chuyện thâu đêm về tình hình Việt Nam với ông Văn cùng các vị khách. Ông Văn trở thành cầu nối quan trọng tại Mỹ giữa ông Diệm và những người ủng hộ ông trước khi ông về nước làm Tổng thống.

Năm 1956, ông Văn được bổ nhiệm làm Trưởng Phái bộ Việt Nam tại Hồng Kông dưới thời Tổng thống Diệm, và giữ chức vụ này suốt những năm biến động chính trị sâu sắc ở Việt Nam – một giai đoạn kết thúc đột ngột bằng vụ ám sát ông Diệm vào tháng 11 năm 1963. Khi tất cả các nhà ngoại giao được gọi về nước, ông Văn cảm thấy sẽ khôn ngoan hơn nếu tránh việc ông và gia đình bị bắt giam hoặc thủ tiêu bởi mối quan hệ thân thiết của ông với Tổng thống Diệm, nên ông đã tập trung lo việc tái định cư cho gia đình ở nước ngoài. Cả gia đình sống một năm tại Pháp, rồi lên tàu SS Rotterdam vượt đại dương sang Hoa Kỳ, cập bến cảng New York, tại đường số 54, vào cuối năm 1964. Vòng tròn đã khép lại – ông Văn trở lại thành phố nơi mà cuộc đời cả gia đình ông đã thay đổi mãi mãi nhờ cuộc gặp gỡ định mệnh với ông Ngô Đình Diệm.

Ông Văn vẫn luôn nói với gia đình rằng ông là một nhà văn, nhưng phải mất rất nhiều năm sau ông mới có thể bắt tay viết lại câu chuyện của đời mình. Trong lòng, ông chưa bao giờ nguôi nỗi đau về cái chết của Tổng thống Diệm.

Cuối cùng, ông cũng đã giữ lời hứa với vợ, viết xong ba tập hồi ký, trong đó có hai tập nói về mối quan hệ của ông với ông Ngô Đình Diệm.

Quyển sách này kể lại lần gặp gỡ với ông Diệm – một bước ngoặt đã làm thay đổi cuộc đời ông.

Bùi Công Văn và vợ Nguyễn Thị Trương (1996)

1. LỜI MỞ ĐẦU

Tiếng chuông Nhà thờ St. Paul ngân vang báo giờ bằng những hồi dài vang vọng trong đêm tĩnh lặng. Đây là một nhà thờ cổ đã xuống cấp từ thế kỷ 12, nổi bật giữa Phố cổ Hyères, Pháp.

Tôi đến đây vào mùa xuân, như một người hành hương, cố gắng lần tìm dấu chân xưa. Nhưng không phải đi tìm quá khứ của chính ngôi nhà thờ ấy — giờ đã bị bỏ hoang, còn sót lại như chứng tích của bao thế kỷ trên vùng Côte d'Azur.

Tôi cũng không đi tìm những kỷ vật của một viên đội trưởng pháo binh – Napoleon Bonaparte – người từng sống trong chính ngôi nhà mà hiện nay người bạn thân của chúng tôi, anh Bùi Kiến Thành, đang ở, và nơi mà tôi cũng từng sống cùng anh, từng bước chân qua những căn phòng nhuốm màu lịch sử ấy.

Hồi ký này của tôi gắn với một con người khiêm nhường hơn, người con của một đất nước khiêm nhường hơn. Thế nhưng, cả Con người lẫn Đất nước ấy đã chiến đấu anh dũng vì độc lập, tự do — và về mặt này, không ai sánh nổi.

Người đàn ông ấy là NGÔ ĐÌNH DIỆM. Đất nước của ông là Việt Nam. Những người bạn, những đồng chí thuở ban đầu của ông, ông Bùi Kiến Thành, tôi và nhiều người khác. Và thế là tôi đến đây, nhờ sự giúp đỡ của ông Thành, để góp nhặt lại những ngày đầu trong quãng đời của NGÔ ĐÌNH DIỆM mà tôi may mắn được chia sẻ – quãng đời ấy đã dẫn đến một giai đoạn tuy ngắn ngủi nhưng đầy biến động, và cuối cùng là bi kịch, trong lịch sử Việt Nam trước năm 1975.

Câu chuyện bắt đầu khi gia đình tôi rời Việt Nam thời Pháp thuộc để sang Mỹ vào mùa xuân năm 1951….

2. KHỞI HÀNH

NGÀY 19 THÁNG 4 NĂM 1951, CHÚNG TÔI RỜI VIỆT NAM SANG MỸ. Tôi, cùng với cô Bài, anh Lâm Chấn Quan và anh Trịnh Văn Chẩn, được tuyển làm biên dịch và phát thanh viên cho Đài Tiếng nói Hoa Kỳ có văn phòng và phòng thu âm đặt tại thành phố New York.

Những gia đình Việt cũng như nhiều gia đình Á Đông khác, vốn đông thành viên và gắn bó khăng khít nhau. Và gia đình tôi cũng không phải là một ngoại lệ. Vào lúc đó, chúng tôi đang sống tại Gia Định – một vùng ngoại ô yên bình của Sài Gòn – trong một mái nhà đông đúc gồm ba thế hệ: ông bà nội, vợ chồng tôi cùng ba con nhỏ – Marie (10 tuổi), Dominic (3 tuổi) và bé Mỹ Châu (mới 8 tháng tuổi); ba người anh ruột của tôi là anh Minh, anh Hiến và anh Lập; một người anh họ là anh Xuân; và chị dâu tôi, mà cả nhà vẫn quen gọi là Dì Tám. Tổng cộng mười hai người cùng sinh hoạt và ăn ở dưới một mái nhà.

Lúc này, một phần trong đại gia đình ấy – vợ chồng tôi cùng ba đứa con – chuẩn bị rời xa người thân của mình để bắt đầu một hành trình dài đến một đất nước xa lạ, mà không biết sẽ ở lại nơi đó đến bao giờ. Theo hợp đồng lao động, chúng tôi có thể trở về sau hai năm, nhưng cũng có thể lựa chọn ở lại Mỹ. Khả năng thứ hai xem ra thực tế hơn bởi vì tình hình ở Việt Nam khi ấy vô cùng bất ổn.

Cuộc Chiến tranh Đông Dương lần thứ nhất bùng nổ tại Sài Gòn và lan rộng khắp miền Nam từ tháng 9 năm 1945, vẫn đang diễn ra vô cùng dữ dội. Quân đoàn Viễn chinh Pháp đã chiếm lại các thành phố và thị trấn trên khắp Đông Dương, nhưng các vùng nông thôn thì vẫn nằm trong tay Việt Minh. Hồi kết của cuộc chiến vẫn còn là điều xa vời.

Gia đình chúng tôi là gia đình "đông nhất" được đi Mỹ vào thời đó, và trong số những phát thanh viên, gia đình chúng tôi là gia đình đầu tiên được Chính phủ Mỹ tuyển dụng từ Việt Nam. "Gia đình" duy nhất khác trong đoàn là cô Bài và mẹ cô. Còn anh Quan và anh Chẩn là những người độc thân nên không được tính là "gia đình".

Vào lúc 5 giờ sáng hôm đó, chúng tôi rời khỏi ngôi nhà nhỏ của mình ở Gia Định. Khi lệnh giới nghiêm ban đêm vừa được dỡ bỏ, là lúc cả nhà chia tay nhau trong nỗi lo lắng khôn nguôi. Trong bầu không khí ngột ngạt lúc ấy, chuyện người Pháp cho tay chân chặn đường hay bắt người không phải là điều gì quá bất ngờ.

TẠI SÂN BAY TÂN SƠN NHỨT, cả đại gia đình đều có mặt tiễn chúng tôi, chỉ thiếu ông nội. Ngoài ra, ba tôi, ba vợ tôi và chị gái của vợ tôi – tức Dì Ba – cũng từ Cần Thơ lên để tiễn đưa. Chúng tôi bước vào phòng chờ như một đoàn quân nhỏ. Margaret, cô gái Mỹ cao lớn làm việc tại Tòa Đại sứ – người mà chúng tôi vẫn đùa gọi là "Half-Track" vì vóc dáng to lớn – đón chúng tôi bằng những tràng cười rôm rả. Một lần nữa, chúng tôi nói lời từ biệt với những người thân yêu. Nước mắt rưng rưng trong mắt, và rồi giờ khởi hành cũng điểm.

Bùi Công Văn trên chiếc xe đạp ở Sài Gòn (2/14/1951)

Bùi Công Văn bên con đường Sài Gòn đông đúc (1951)

Gia đình Bùi Công Văn ở Gia Định trước khi đi Mỹ (1951)

Gia đình Bùi Công Văn đến New York ngày 4/25/51
(Ảnh do Air France cung cấp)

Chiếc Super Constellation của hãng Air France cất cánh lúc bình minh. Qua cửa sổ máy bay, chúng tôi ngoái nhìn lại Sài Gòn lần cuối. Những mái nhà nhỏ bé, hàng cây me già, các đại lộ rộng lớn đan xen cùng những con hẻm ngoằn ngoèo hiện ra rồi dần lùi xa. Máy bay lướt qua vùng ven với vô số mái nhà tạm bợ, những bụi cây thấp, những nhà thờ nhỏ nép mình giữa hàng dừa, rồi tiến dần ra vùng đồng quê trải rộng với những dòng sông uốn khúc mềm mại. Chặng bay đầu tiên đưa chúng tôi đến Paris, quá cảnh tại Pakistan, Ấn Độ, Liban và Thổ Nhĩ Kỳ, trước khi tiếp tục hành trình dài đến thành phố New York. Tôi chưa bao giờ vượt khỏi ranh giới Đông Dương. Phương Tây – mà tiêu biểu là Paris và nước Pháp, miền đất mơ ước của bao thế hệ người Việt được giáo dục theo kiểu Pháp như tôi – luôn mang một sức quyến rũ âm thầm nhưng vô cùng mãnh liệt.

Chúng tôi tràn ngập háo hức, mang theo niềm vui và cảm giác sắp chạm đến giấc mộng thuở thanh xuân: được tận mắt thấy Paris – và với riêng chúng tôi, còn được đặt chân đến cả New York. Đó là một thế giới khác biệt hoàn toàn, không chỉ đối với người Việt, mà ngay cả với những người Pháp đang sống ở Sài Gòn lúc bấy giờ. Ba tôi kể rằng, khi ông xin ông chủ người Pháp tại chi nhánh Ngân hàng Đông Dương ở Cần Thơ nghỉ làm để lên Sài Gòn tiễn gia đình, ông chủ ấy vừa sửng sốt vừa trầm trồ đầy thán phục: "Con ông sắp sang tận New York sao?!!"

Trên chuyến bay, chúng tôi tình cờ đồng hành cùng một số nhân vật nổi tiếng như Công chúa Yukanthor của Campuchia và hai ông Trần Thiện Vàng, Trương Quốc Định – cả ba đều là thành viên Hội đồng Liên hiệp Pháp, đang trên đường đến Paris để dự một trong những phiên họp định kỳ. Công chúa và ông Vàng ngồi cạnh Dominic, con trai tôi, và tỏ ra rất thân thiện với thằng bé. Nó cứ vô tư ca vang những bài hát yêu nước thịnh hành thời bấy giờ – nào là "Lên Đàng," nào là "Quyết Tiến" – khiến cả hai vị đại biểu, cả Campuchia lẫn Việt Nam, đều bật cười thích thú.

Marie ngồi cạnh cửa sổ, chăm chú ngắm nhìn phong cảnh và những đám mây bay lững lờ bên dưới. Bé Mỹ Châu thì ngủ say trong chiếc võng nhỏ treo trên đầu chúng tôi. Có một đêm, con bé bất ngờ rơi khỏi võng, ngã nhào xuống người cha và chị nó. Chúng tôi lật đật lặng lẽ bế bé con dậy. Vậy mà nó vẫn ngủ say mê. Nhưng khi chúng tôi đặt bình sữa vào miệng, nó mỉm cười và tiếp tục ngủ ngon lành như chưa hề có chuyện gì xảy ra. Chỉ riêng vợ tôi – ngồi cạnh mẹ của cô Bài – là người không mấy dễ chịu trong chuyến bay. Cô bị say máy bay như thường lệ (thậm chí đi xe hơi thôi cũng khiến cô mệt mỏi) và suốt chuyến đi cứ nhắm nghiền mắt, không nói một lời. Tôi liếc nhìn mẹ cô Bài, thấy bà đang mang đôi vớ nylon. Bất chợt, tôi thấy lòng chùng xuống. Vì vô tình, và có lẽ cũng vì hoàn cảnh kinh tế eo hẹp nên tôi đã không chuẩn bị cho vợ một bộ trang phục thật tươm tất. Điều đó khiến tôi day dứt mãi.

Chúng tôi đến Paris vào đầu mùa xuân trong trang phục từ xứ nhiệt đới. Vợ và các con tôi mặc váy lụa vải cotton mỏng manh. Tôi mặc bộ vest gabardine xanh, bộ vest duy nhất tôi có từ những ngày bay với Air France như một tiếp viên hàng không. Riêng Dominic thì được Dì Ba may cho một chiếc áo safari trắng, và đội thêm chiếc mũ vải trắng trông như một cậu bé tinh nghịch đang đóng vai thám hiểm. Chúng tôi thật chẳng khác gì những người quê lần đầu lên tỉnh! Ngay cả hành lý cũng là những chiếc va-li da cũ kỹ, đã mối mọt, lỗi thời đến mức trông chúng tôi chẳng khác gì một gia đình nông dân lần đầu lên Sài Gòn, huống hồ gì đang bay đến tận Paris trên một chiếc Super Constellation, và lại đi cùng những nhân vật tầm cỡ như một công chúa hoàng gia hay các bậc "ngài" danh giá! Thế nhưng chúng tôi không hề cảm thấy xấu hổ hay e ngại gì cả. Nhất là bọn trẻ. Chúng như được bước vào một thế giới kỳ diệu và những tuần lễ sau đó, đúng thật là những ngày hội của riêng chúng.

Ở Paris, Đại sứ quán Hoa Kỳ đã đặt phòng tại khách sạn Castiglione sang trọng ở Faubourg de St. Honoré ngay gần Quảng trường Concorde, gần đại sứ quán. Chúng tôi có ba ngày mua sắm và tham quan ở đó. Paris, tôi đến đây! Paris của thời thơ ấu của tôi, ngay từ ngày đầu tiên khi tôi được dạy rằng "Tổ tiên của chúng ta là người Gaulois", Paris không gì khác hơn là Thiên đường. Về sau, trong những năm tháng thiếu niên, tôi vẫn thường mơ về Paris như trong những giai điệu quyến rũ và không thể nào quên của Josephine Baker: "*Et sous les grands arbres noirs, chaque soir vers elle s'en va tout mon espoir*" (Dưới những hàng cây đen thẫm, mỗi tối, tất cả hy vọng của tôi đều hướng về nàng.)

Ngay trước khi đến trung tâm Paris, nơi khách sạn Castiglione tọa lạc, chúng tôi đã có cuộc gặp gỡ đầu tiên với một đồng hương – Long, con trai ông Hunt, một người bạn của ba tôi. Long đã biết tin chúng tôi sắp đến Paris, và với tư cách là một du học sinh đang sống tại đây, cậu xem việc đón tiếp và dẫn chúng tôi tham quan "thành phố ánh sáng" là một bổn phận đầy vinh dự. Thế nhưng, khi cùng chúng tôi bước vào khách sạn, đến lượt Long sững sờ. Trong suốt quãng đời sinh viên của mình, cậu chưa bao giờ đặt chân vào một khách sạn tráng lệ đến thế. Cậu không ngừng xuýt xoa khen ngợi sự may mắn của chúng tôi. Gia đình tôi được bố trí một phòng suite rộng lớn với hai phòng ngủ, một phòng khách và phòng ăn được bài trí sang trọng. Mỗi phòng đều có chuông gọi người phục vụ và đầu bếp. Long thì thích thú nhảy nhót khắp nơi, tận hưởng không khí xa hoa còn hơn cả chúng tôi – những người thực ra đang phải lo nghĩ về tiền ăn và chi phí sinh hoạt!

Đêm đầu tiên ở Paris, chúng tôi rong ruổi dọc theo những đại lộ lớn. Bất chợt nhìn thấy một nhà hàng nhỏ trông có vẻ giản dị, cả nhà rụt rè bước vào. Chúng tôi gọi món đơn giản như trứng tráng kiểu Pháp, bánh mì và một chút rượu vang. Bọn trẻ ăn uống rất ngon lành, có lẽ là vì bị cuốn hút bởi sự mới mẻ, phần vì thời tiết mát mẻ khiến chúng đói bụng hơn thường lệ. Ở bàn bên cạnh, một ông lão dáng vẻ hiền hậu ngồi quan sát chúng tôi với nụ cười độ lượng như một người ông đang nhìn cháu. Tôi quay sang nói với ông bằng tiếng Pháp: Comme vous voyez, Monsieur, nous venons de loin." (Như ông thấy đấy, chúng tôi đến từ một nơi rất xa.) Tôi đặc biệt cảm thấy ái ngại vì vẻ ngoài có phần kỳ cục của cả nhà với những bộ đồ vải mỏng manh, chiếc mũ trắng tự may và tất cả những gì mang theo. Ông cụ mỉm cười đáp: «Je m'en suis douté." (Tôi đã đoán được rồi.) Và từ khoảnh khắc ấy, chúng tôi cảm thấy thật nhẹ nhõm, như thể Paris đã mở rộng vòng tay đón mình.

Trở về khách sạn, chúng tôi gọi một bữa tối thịnh soạn mang lên tận phòng như một cách để ăn mừng, và cũng là phần bù đắp lại cho những ngày phải thắt lưng buộc bụng từ đầu hành trình. Tôi đã phải vay nợ cho chuyến đi này, vì mức lương của tôi chẳng thể đủ trang trải khoản tiền khoảng 400 đô la Mỹ cần có trước khi rời Việt Nam. Một người bạn người Việt gốc Hoa của tôi tên là Hứa Xiêu đã giới thiệu tôi đến với dân buôn "chợ đen". Họ đồng ý trả gấp đôi số tiền bằng đồng bạc Đông Dương (piastre), để tôi có thể dùng số tiền ấy mua được đô la tại Sở Ngoại hối. Chỉ nhờ vào số tiền chênh lệch từ giao dịch đó, tôi mới đủ khả năng mua số ngoại tệ cần thiết cho chuyến đi. Ngoài ra, theo quy định lúc bấy giờ của Pháp, mỗi người xuất cảnh được phép chuyển đổi một khoản tiền franc theo tỷ giá chính thức: một đồng piastre đổi được 17 franc. Kiểu chuyển tiền này đã làm giàu cho không ít người Pháp và cả một số người Việt. Dẫu đã xoay xở đủ cách như thế, tôi vẫn còn thiếu một nửa số tiền đô la đã mua. Phần còn lại – 200 đô la – tôi hứa thanh toán cho một người Hoa sau khi đặt chân đến New York. Nhưng lúc ấy, chúng tôi tạm quên nợ nần và hết mình tận hưởng những ngày ngắn ngủi dừng chân tại Paris. Tôi khi đó mới 32 tuổi, độ tuổi tràn đầy sinh lực và hoàn toàn bị cuốn theo sự phấn khích, háo hức của lần đầu tiên bước ra thế giới bên ngoài. Từ thời đi học, tôi đã luôn ấp ủ ước mơ được ra nước ngoài. Lúc 17 tuổi, tôi cùng một người bạn học từng chạy lên chạy xuống các con tàu Pháp neo tại bến cảng Sài Gòn, ngây thơ hy vọng tìm được cách trốn đi: hoặc giấu mình dưới khoang hàng, hoặc hối lộ được một chú phụ tàu nào đó để lén đưa tôi sang Pháp. Tôi mang trong mình một tinh thần phiêu lưu, một khát khao mãnh liệt được đặt chân đến những chân trời xa lạ, được sống hoặc chí ít là được tận mắt nhìn thấy thế giới phương Tây. Và tôi muốn Marie, đứa con đầu lòng đi cùng chúng tôi chuyến này, ít nhất phải cảm nhận và tận hưởng trọn vẹn "giấc mơ thành hiện thực" của cuộc sống ở nước Mỹ.

Tôi bắt đầu học tiếng Anh khá muộn – muộn hơn nhiều so với tiếng Pháp vốn đã được học ngay từ những ngày đầu tiểu học – và phần lớn là tự học, học bằng cách nghe và bắt chước là chính. Dù sau này đã có vài năm kinh nghiệm làm việc cho cả Cơ quan Thông tin Anh lẫn Mỹ tại Sài Gòn, tôi vẫn thường phải đoán mò những từ tiếng Anh do người khác nói với tôi. Vì thế, chẳng có gì lạ khi tôi phải rơi vào tình huống bối rối một cách khôi hài trong một lần trao đổi qua điện thoại với Tòa Đại sứ Hoa Kỳ tại Paris. Chẳng hạn, họ phát âm từ "Embassy" (Đại sứ quán) như là "M.C." – và tôi mất đến vài phút mới kịp nhận ra họ đang muốn tôi đến Đại sứ quán chứ không phải một nơi bí ẩn nào có tên là M.C. Kể từ lúc hiểu ra, cứ mỗi lần phải nhắc đến từ "Embassy" sau đó, tôi đều phát âm là "M.C." – một phần để chắc chắn rằng họ hiểu tôi đang nói gì, và một phần để họ khỏi nghi ngờ rằng tôi lúc đầu... chẳng hiểu gì cả!

3. CUỘC GẶP GỠ ĐỊNH MỆNH Ở NEW YORK

VÀO NGÀY 25 THÁNG 4 NĂM 1951, gia đình tôi đã đi chuyến bay sáng sớm của Air France đến New York. Lại là một loại máy bay Super Constellation, với cung cách phục vụ quen thuộc và hầu như là cùng một tổ bay như chuyến đi từ Sài Gòn. Nhưng đó là một chuyến bay hoàn toàn khác vì chúng tôi đang lần đầu tiên băng qua Đại Tây Dương. Trên máy bay không có hành khách người Việt nào ngoại trừ chúng tôi, và khi máy bay đến gần New York vào cuối buổi sáng (New York chậm hơn Paris 6 giờ), các tiếp viên đã tặng cô Bài, mẹ cô ấy, vợ tôi và Marie một bó hoa lan tươi nhỏ. Điều đó thật đặc biệt đối với nhóm chúng tôi vì không có hành khách nữ nào khác được tặng hoa.

Chúng tôi hạ cánh tại Sân bay Idlewild. Đài Tiếng nói Hoa Kỳ đã cử nhiếp ảnh gia đến chụp ảnh chúng tôi. Chúng tôi vẫn còn giữ một bức ảnh gia đình mình đang đi xuống cầu thang máy bay: Tôi, vợ tôi bế Mỹ Châu quấn trong chiếc khăn choàng len mua ở Marché aux Puces tại

Paris, Marie quàng khăn nhiều màu quanh cổ, và Dominic mỉm cười hạnh phúc khi đội chiếc mũ cotton trắng do Dì nó tự may lấy.

Một đại diện của đài VOA đã gặp và lo thủ tục nhập cảnh cho chúng tôi, sau đó chúng tôi lên xe buýt để vào thành phố New York. Chúng tôi được đưa đến khách sạn Henry Hudson trên đường West 57, khá gần các phòng thu và văn phòng, chỉ cách đó một dãy nhà bên kia đường. Phòng của chúng tôi ở tầng 12 và đó là một trải nghiệm vô cùng mới mẻ đối với chúng tôi: chúng tôi chưa bao giờ sống ở một nơi cao hơn mặt đất đến vậy! Từ tầng cao, bọn trẻ và tôi đã dành hàng giờ dõi mắt xuống những con phố xa tít phía dưới ngắm nhìn những dòng người và xe cộ nhỏ xíu lặng lẽ nối nhau qua lại. Sau đó, chúng tôi đã có trải nghiệm đầu tiên với loại máy phát thanh bỏ tiền – cho những đồng 25 xu vào máy rồi lắng nghe lần đầu tiên những bản nhạc Mỹ đúng chất. Đêm đó ở khách sạn quả là một đêm đáng nhớ, vì chúng tôi không biết rằng trẻ con ở Mỹ được cho uống sữa tươi. Chúng tôi gọi sữa đặc và nước nóng, rồi lúng túng pha sữa bằng chai và nồi – trong khi cậu nhân viên trực tầng đứng nhìn chúng tôi, miệng há hốc, vẻ ngỡ ngàng hiện rõ.

Sáng hôm sau cùng với cô Bài, Chẩn và Quan, tôi có mặt ở ban tiếng Việt của Đài VOA. Đơn vị này nằm trong Tòa nhà Argonaut trên đường West 57. Trưởng ban là Alfred W. Pruett, một cựu mục sư Tin lành đã từng ở Việt Nam. Chỉ có ba người Việt Nam là nhân viên toàn thời gian của ban trước khi nhóm bốn người mới của chúng tôi gia nhập. Họ là Nguyễn Đức Thanh, Lý Đức Lâm và

Nguyễn Đình Hòa.[8] Thanh và Lâm là thủy thủ trên tàu Pháp Messageries Maritimes, còn Hoà là sinh viên Đại học New York. Sau đó trong ngày, mẹ cô Bài và vợ tôi lên chào ông Pruett, và tôi vẫn nhớ vợ tôi đã loay hoay mãi mới tháo được đôi găng tay mới để bắt tay ông ấy.

Đêm thứ hai ở New York được đánh dấu bằng một loạt các cuộc viếng thăm từ số ít người Việt đang sinh sống tại đây. Họ chỉ khoảng năm, sáu người, phần lớn là cựu thủy thủ—thậm chí có một hai người từng trốn tàu hay 'nhảy tàu'. Tất cả đều háo hức trước tin tức rằng, lần đầu tiên, có phụ nữ Việt Nam đặt chân đến New York. Một số người trong họ đã xa quê hương từ trước cả thời chiến, thậm chí hàng thập kỷ. Như một ông Cụ Tư, người đã sống ở châu Âu và châu Mỹ hơn hai mươi năm, nay đã ở vào độ tuổi gần bảy mươi.

Chẳng bao lâu sau, chúng tôi đã chuyển sang ở những khách sạn rẻ hơn, và cuối cùng cả gia đình quyết định ở lại tại khách sạn Whitehall trên đường 100 và đại lộ Broadway. Khách sạn này vẫn còn tồn tại cho đến ngày nay và là một tòa nhà căn hộ mang tên The Whitehall. Ở đó, tôi thuê một chiếc tivi với giá một đô la một ngày, và lần đầu tiên chúng tôi được xem truyền hình. Tổng thống Truman xuất hiện trên màn hình với cử chỉ quen thuộc: Ông liên tục vung mạnh cả hai tay xuống bên cạnh chiếc micro đặt trước mặt. Chúng tôi ở khách sạn ấy đến hết tháng Tư, rồi kéo dài sang tận tháng Năm. Mỗi ngày, trên đường đi làm về, tôi ghé các cửa hàng bán thực phẩm

---

8 Nguyễn Đình Hoà (1924-2000), một nhà ngôn ngữ học nổi tiếng, giáo sư đại học và là tác giả của nhiều cuốn sách về tiếng Việt cùng với hồi ký, *Từ Thành Phố Bên Trong Sông Hồng: Hồi Ký Văn Hóa Của Việt Nam Giữa Thế Kỷ* (Jefferson, NC: McFarland & Co, 1999).

dọc theo đường Broadway mua một ít giăm bông, cá hoặc xúc xích Ý nấu chín cho bữa tối cả nhà. Một hôm, một người bán hàng gốc Do Thái lầm tôi là người Triều Tiên—vì chiến tranh Triều Tiên đang diễn ra lúc ấy—và ông ta mắng tôi một câu đầy định kiến: 'Người Triều Tiên đang chết đói bên kia nhưng bọn bay lại qua đây ăn thức ăn của bọn tao!' Tôi tức giận lắm, nhưng cũng chẳng buồn giải thích với một kẻ ngu xuẩn như vậy, vì lúc ấy hầu như chẳng ai ngoài đường phố New York từng nghe đến cái tên Việt Nam. Hễ khi chúng tôi giải thích rằng mình đến từ Việt Nam, họ thường thốt lên: 'Vâng, chúng tôi có biết Vienna!'"

Trong thời gian tôi đi làm, hẳn gia đình tôi rất cô đơn và lo lắng. Họ bị khép kín trong một căn phòng trên tầng 14, không biết tiếng Anh, và còn quá lạ lẫm với New York để dám bước xuống phố đi dạo. Hầu hết các buổi tối, chúng tôi đều có "giờ họp mặt gia đình" — tôi cố gắng dạy vợ tôi và Marie một vài từ tiếng Anh cơ bản và giới thiệu sơ qua địa lý thành phố. Sau đó, khi vợ tôi và lũ trẻ đã ngủ, tôi thường thức khuya, đôi lúc còn đưa Marie xuống phố uống trà với tôi ở quán cà phê gần đó. Những khoảnh khắc ấy khiến tôi bồi hồi nhớ lại đầu những năm 1940, khi Marie mới chào đời và vợ chồng tôi sống ở Cần Thơ, trong nhà của Ba tôi.

Khi ấy, nhiều đêm tôi bế Marie đi bộ tới các tiệm trà người Hoa trong thị trấn để xin sữa nóng cho con, vì ở nhà không có sẵn. Marie sẽ khóc mãi không thôi nếu không được cho uống sữa.

Mỹ Châu thì thường xuyên tè ra giường. Vợ tôi phải lén giặt ga trải giường vì sợ nhân viên khách sạn phát hiện rồi trách mắng hay làm khó dễ. Chúng tôi lúc ấy có rất nhiều thứ phải lo sợ.

Một đêm đầu tháng Năm, khi cả nhà còn đang ở khách sạn Whitehall, tôi và vợ để Dominic và Michael nằm cùng giường và bảo Marie trông chừng hai em để chúng tôi đi gặp ông Ngô Đình Diệm.

Trước khi rời Sài Gòn, ông Dư Phước Long — một thông dịch viên làm việc tại USIS[9]—trao cho tôi một bức thư, nhờ chuyển tận tay đến ông Ngô Đình Diệm. Vào thời điểm đó tại Hoa Kỳ, ông Diệm là một nhân vật chính trị được đông đảo người Việt kính trọng, nổi tiếng về sự liêm khiết và phẩm hạnh. Ông từng giữ chức Bộ trưởng Bộ Nội vụ trong chính phủ của Hoàng đế Bảo Đại, nhưng đã từ chức khi người Pháp không chấp thuận những cải cách mà ông chủ trương. Vào thời điểm quân đội Pháp đã trở lại Việt Nam với đoàn quân viễn chinh để thiết lập lại chế độ thuộc địa bất chấp nguyện vọng độc lập của người dân Việt Nam, ông Ngô Đình Diệm đang nổi lên như một nhà lãnh đạo quốc gia tiềm năng được nhiều người kính phục ở phía "bên này" của cuộc kháng chiến. Phía "bên kia", dĩ nhiên, là Hồ Chí Minh.

Chính vì lý tưởng độc lập dân tộc và lập trường chống Pháp rõ rệt, ông Ngô Đình Diệm bị Phòng Nhì theo dõi sát sao.[10] Tuy nhiên, ông đã tìm được cơ hội thoát khỏi sự kiểm soát ấy bằng cách xin thị thực đi Rome để hành

9 Cơ quan Thông tin Hoa Kỳ (USIS) là chi nhánh ở nước ngoài của Cơ quan Thông tin Hoa Kỳ (USIA), nơi điều hành các chương trình ngoại giao với công chúng và trao đổi trên toàn thế giới.

10 "Phòng Nhì" là bộ phận tình báo của quân đội Pháp.

hương dịp Năm Thánh 1950.[11] Từ đó, ông rời sang Hoa Kỳ sinh sống. Ở Sài Gòn, mọi thư từ gửi cho ông đều bị kiểm duyệt hoặc tịch thu, vì vậy ông Dư Phước Long đã nhờ tôi làm người chuyển thư. Tôi nhét lá thư vào túi mà không nghĩ ngợi gì nhiều — đơn giản chỉ xem đó là một việc nhỏ, làm giúp một người quen. Tôi cho rằng nhiệm vụ của mình chỉ là trao tận tay ông Diệm lá thư ấy là xong.

Vài tuần sau, khi gia đình tôi vẫn đang tạm trú ở khách sạn Whitehall, tôi gọi điện cho Đức Thanh hỏi ông có biết địa chỉ của ông Diệm tại New Jersey không. Ông Thanh đề nghị nên chờ đến khi ông Diệm ghé New York thì gặp trực tiếp. Theo lời ông, mỗi lần ông Diệm vào thành phố đều báo cho ông biết trước. Dù ông Thanh không nói thẳng, nhưng tôi hiểu qua cách ông ấy chia sẻ rằng ông đang đóng vai trò như một người đại diện không chính thức của ông Diệm tại New York — nếu không nói là trên toàn nước Mỹ. Vì muốn trao thư tận tay nên tôi không hỏi địa chỉ mà kiên nhẫn chờ cơ hội được gặp ông Diệm trực tiếp.

ĐẾN NGÀY HẸN, Ông Thanh gọi điện báo rằng ông Diệm đang ở khách sạn Tudor và đã được thông báo trước về cuộc gặp. Khoảng bảy giờ tối, hai vợ chồng tôi rời khách sạn, bắt tàu điện ngầm đến Quảng trường Thời đại, rồi đi bộ về phía đông dọc đường West 42 để tới khách sạn. Vừa bước qua cửa xoay, chúng tôi đã thấy ông Thanh đứng đợi sẵn để đón chúng tôi.

Ông Thanh là một trong ba thông dịch viên kiêm phát thanh viên đã có mặt trong Ban biên tập tiếng Việt của Đài

11 Năm 1950 được Đức Giáo Hoàng Piô VII tuyên bố là năm thánh dịp kỷ niệm 100 năm tín điều Đức Mẹ hồn xác lên trời. Năm thánh thông thường của Giáo Hội Công giáo có chu kỳ là 25 năm.

Tiếng nói Hoa Kỳ trước khi nhóm bốn người chúng tôi từ Sài Gòn sang gia nhập. Ông là người lớn tuổi nhất trong ban, trừ ông Pruett — trưởng ban. Ông Thanh, cùng với Lý Đức Lâm và Bùi Văn Thinh, từng là thủy thủ trên tàu khách Messageries Maritimes của Pháp. Họ bị kẹt lại ở Philippines vào năm 1945, khi quân Đồng Minh mở cuộc tấn công vào Nhật Bản. Trước tình hình đó, hải quân Hoa Kỳ đã đưa ra lựa chọn: hoặc ở lại tàu Pháp, hoặc chuyển sang tàu Mỹ. Cả ba người đều chọn đi theo tàu Mỹ và được đưa đến Hoa Kỳ. Ngay sau đó, Đài Tiếng nói Hoa Kỳ bắt đầu phát sóng chương trình tiếng Việt, và họ được tuyển chọn làm những phát thanh viên đầu tiên nói tiếng Việt trên đất Mỹ. Khi Thế chiến thứ hai kết thúc và bắt đầu có một số sinh viên Việt Nam sang Hoa Kỳ vào cuối những năm 1940, đầu 1950, một số nhân sự cũ bị cho nghỉ việc. Tuy nhiên, Thanh và Lâm vẫn tiếp tục được giữ lại. Vài năm sau, Nguyễn Đình Hòa gia nhập ban biên tập — ngay trước khi nhóm của chúng tôi từ Việt Nam sang.

Dù không có học vấn cao, Đức Thanh lại là một người lanh lợi. Trước kia, ông từng là phó giám đốc một khách sạn Pháp ở Việt Nam, và rõ ràng có "máu" kinh doanh – một tay cơ hội chính hiệu. Vào thời điểm ấy, ông đang chơi một lúc hai ván cờ. Một mặt, ông đặt cược vào Ngô Đình Diệm như một ứng viên sáng giá cho chức Thủ tướng — một người có thể sẽ kế nhiệm ông Trần Văn Hữu,[12] người đang đứng đầu chính phủ Việt Nam do Pháp bảo hộ. Mặt khác, ông ra sức thể hiện "kiến thức" (phần lớn là tự phong) của mình về tình hình Đông Dương, và như thường lệ, bằng

12 Trần Văn Hữu (1895-1984) là Thủ tướng của Quốc Gia Việt Nam dưới quyền Quốc Trưởng Bảo Đại từ tháng 5 năm 1950 đến tháng 6 năm 1952.

phong cách phô trương, ông tìm cách gây ấn tượng với các doanh nhân Hoa Kỳ quan tâm đến khu vực Đông Nam Á. Chính nhờ chiến thuật đó, ông đã thành công trong việc mở được một nơi gọi là "Phòng Đông Dương" tại một công ty xuất nhập khẩu của Mỹ, do một người Mỹ gốc Đức làm chủ. Mỗi ngày, ông ngồi tại bàn làm việc, rít tẩu thuốc, giữa một căn phòng có treo biển đồng sáng choang đề dòng chữ trang trọng: "Phòng Đông Dương." Dù công ty chẳng có mối liên hệ nào với Đông Dương, cũng chẳng trả lương cho ông Thanh, nhưng bất kỳ vị khách nào bước vào căn phòng đó đều không khỏi ấn tượng. Giống như một thợ săn dày dạn bày ra những thiết bị bắt mắt nhất và kiên nhẫn chờ mồi, ông Thanh ngồi đó ngày qua ngày, đợi cơ hội bắt được những "con mồi lớn." Ông chỉ làm vài giờ vào ban đêm cho Đài Tiếng nói Hoa Kỳ, nên vẫn hưởng lương toàn thời gian và cả ban ngày thì hoàn toàn rảnh rỗi.

Trong vai trò khác của mình là "người thả câu chính trị," ("angler in politics") Đức Thanh đã giăng lưới quanh Ngô Đình Diệm — người mà ông xem là con cá lớn đầy triển vọng. Dù không được ủy nhiệm chính thức, ông tự cho mình vai trò trung gian của ông Diệm, khiến bất kỳ ai muốn gặp hay liên lạc với ông Ngô Đình Diệm đều buộc phải đi qua ông mới có thể tiếp cận được. Với kinh nghiệm môi giới và buôn bán quy mô nhỏ, ông Thanh cung cấp "dịch vụ" hoàn toàn miễn phí, nhưng bằng cách đó, ông tự biến mình thành người trung gian không thể thiếu. Ông tỉ mỉ ghi chép danh sách những vị khách quan trọng và không quan trọng đến từ Sài Gòn, đón họ tại khách sạn, đưa họ đi dạo phố, đi mua sắm, và kết nối họ với những người họ cần gặp.

Vì lúc đó ông Diệm đang sống ẩn dật tại Chủng viện Maryknoll ở Lakewood, New Jersey, nên ông gần như chỉ liên hệ với thế giới bên ngoài thông qua Đức Thanh. Và cũng chính ông Thanh là người đón vợ chồng tôi tại cửa xoay của khách sạn Tudor tối hôm đó. Ông đưa chúng tôi đến một góc yên tĩnh trong sảnh — nơi ông Ngô Đình Diệm đang ngồi một mình, tránh xa đám đông ồn ào — và giới thiệu chúng tôi bằng phong cách khoa trương quen thuộc.

Cái tên Ngô Đình Diệm, chúng tôi đã nghe nhắc đến rất nhiều lần, nhưng đây là lần đầu tiên được gặp ông. Trước mắt chúng tôi là một người đàn ông trạc ngoài năm mươi, vóc dáng thấp, tóc đen nhánh, làn da sạm nắng và khuôn mặt sáng rỡ. Ông mặc một bộ vest nâu sẫm với chiếc cà vạt giản dị — phong thái khiêm tốn, ăn mặc xuề xòa. Dù không đứng dậy đón tiếp, nhưng ông giơ nhẹ hai tay, nở nụ cười hiền hậu và thân tình — một cử chỉ giống như từ một người cha — khiến chúng tôi lập tức có cảm giác gần gũi. Ông ra hiệu mời chúng tôi ngồi xuống đối diện, trong khi Đức Thanh đứng cạnh với tư thế của một người trợ lý bận rộn và nhiệt tình.

Tôi mở đầu câu chuyện bằng cách giải thích cho ông Diệm hoàn cảnh gia đình tôi và ông Dư Phước Long đã gửi gắm một bức thư nhờ tôi chuyển tận tay như thế nào. Ông không hỏi nhiều về lá thư hay người gửi, mà chỉ chú tâm hỏi về tình hình quê nhà vào thời điểm chúng tôi rời đi. Ông lắng nghe chăm chú, châm một điếu thuốc rồi gạt tàn ngay sau một hơi rít ngắn — bằng cách vê đầu điếu thuốc vào gạt tàn. Đó là một thói quen rất đặc trưng của ông. Suốt nhiều năm sau, chúng tôi vẫn thường quan sát ông làm động tác ấy — châm thuốc, rít một hơi, nhẹ nhàng cọ điếu thuốc vào mép ly hay gạt tàn — lặp đi lặp lại như một phản xạ, trong khi ông độc thoại hàng giờ liền. Cách ấy khiến ông bận rộn với đôi tay, mắt thì dán vào điếu thuốc, thay vì nhìn thẳng vào người đối diện. Khi ông nhìn ai, ánh mắt ông dường như xuyên qua họ, như thể đang chăm chú vào một điểm vô hình phía sau.

Một lúc sau, ông mời vợ chồng tôi lên phòng riêng trên lầu, nhưng không mời Đức Thanh đi cùng. Thanh liền khéo léo cáo lui và biến mất.

Phòng của ông bài trí đơn sơ: hai chiếc ghế cứng và một chiếc bàn đầu giường phủ vải đỏ. Ông ngồi trên giường, còn chúng tôi ngồi ghế. Chỉ đến lúc ấy ông mới hỏi xin lá thư tôi mang đến. Tôi trao tận tay, ông đọc trong im lặng rồi gấp lại, cho vào túi áo khoác. Sau đó, ông bắt đầu một cuộc trò chuyện thân mật — khác hẳn với thái độ dè dặt và có phần xa cách lúc nãy khi Đức Thanh còn ở đó.

Ông Diệm hỏi thăm về cha mẹ chúng tôi — họ là ai, quê quán ở đâu, chúng tôi sinh ra ở vùng nào của Việt Nam. Ông thậm chí còn hỏi xem công việc phát thanh viên hiện tại của tôi có đủ trang trải cuộc sống cho một gia đình ba con giữa lòng thành phố New York hay không. Trước khi câu chuyện chuyển sang những đề tài đời thường hơn, tôi cảm thấy cần phải hỏi ông một điều: "Thưa ông, xin phép cho gia đình chúng tôi được gọi ông là 'Ông' thay vì 'Cụ' — cách gọi mà tôi nghe nhiều người sử dụng. Trong tiếng Việt, 'Cụ' thường được dùng ở miền Trung và miền Bắc để tỏ lòng kính trọng với bậc trưởng lão. Nhưng ở miền Nam, người ta thể hiện sự kính trọng bằng cách gọi là 'Ông'. Chúng tôi gọi ông nội mình là 'Ông', và chúng tôi xin phép được dùng cách gọi ấy với ông." Ông Diệm đáp: "Tôi hoàn toàn đồng ý. Tôi đã sống ở miền Nam một thời gian dài và tôi hiểu rõ phong tục ở đó." Từ đó trở đi, vấn đề xưng hô đã được giải quyết êm đẹp. Không ai trong gia đình tôi gọi ông là 'Cụ', mặc dù tất cả những người khác vẫn gọi như vậy. Với chúng tôi, ông mãi mãi là 'Ông' – một cách gọi đầy kính trọng, mộc mạc và gần gũi của người miền Nam.

Sau phần chuyện trò ban đầu, tôi chuyển sang nói rõ quan điểm của mình về chính trị — cả quan điểm chung lẫn kỳ vọng chính trị mà ông Diệm có thể đang ấp ủ. Tôi nói thẳng rằng tôi không quan tâm đến chính trị, và việc chuyển lá thư này đơn giản chỉ là một nghĩa cử đối với người bạn cũ, ông Dư Phước Long. Tôi cũng không có ý định tham gia vào bất cứ hoạt động chính trị nào, dù là nhỏ nhất. Trên thực tế, tôi còn cảm thấy sợ — sợ những phiền phức mà bản thân và gia đình có thể phải gánh nếu chẳng may vướng vào chuyện chính trị. Trong đại gia đình tôi cũng như trong cách tôi được nuôi dạy, chưa bao giờ có truyền thống quan tâm đến chuyện chính trị. Cơ quan mật vụ Pháp (Sûreté)[13] từ lâu đã là một mối đe dọa — ngay cả với những sinh hoạt hằng ngày tưởng chừng vô hại — đến mức chúng tôi không hề muốn rước thêm rắc rối nào, dù là ở quê nhà hay nơi đất khách. Một lần bị bắt giam vì bị nghi là Việt Minh cũng đã quá đủ đối với tôi."

Ông Diệm mỉm cười, đáp: "Tôi cũng vậy. Tôi đã có quá đủ rắc rối với người Pháp rồi, và giờ tôi không còn theo đuổi bất kỳ mục tiêu chính trị nào nữa." Rồi ông kết lại, giọng vẫn nhẹ nhàng: "Ồ, ngay cả nếu tôi muốn làm gì, tôi

13 Sûreté là cảnh sát mật của Pháp ở Đông Dương.

cũng chẳng có điều kiện. Có lẽ Đức Thanh nghĩ tôi sang Hoa Kỳ để tìm kiếm sự ủng hộ chính trị. Nhưng ông ấy đã hiểu lầm. Với tôi, điều tôi muốn là kết nối với những cư dân và sinh viên Việt Nam đang sống tại Mỹ. Anh tôi — Giám mục Ngô Đình Thục — có thể giúp tôi về tài chính bằng cách gửi tiền Đông dương cho những gia đình Việt Nam ở hải ngoại, và họ sẽ trả tôi bằng đô la ở đây. Không có tiền, làm sao tôi có thể đi lại, chứ đừng nói tới chuyện làm chính trị? Khi tôi trình bày ý này với Đức Thanh, ông ấy lại hiểu sai và thậm chí còn yêu cầu tôi đưa tiền trước thì mới giúp được!"

Sau câu chuyện đó, vợ chồng tôi từ giã và rời khách sạn, khép lại cuộc gặp đầu tiên với ông Ngô Đình Diệm. Trời đã khuya, và chúng tôi vội vã trở về khách sạn nơi những đứa con nhỏ đang ngủ mà không có người lớn trông nom. May mắn thay, tất cả đều đang yên giấc. Nhiều ngày sau đó, chúng tôi gần như không nhắc lại cuộc gặp ấy. Nhưng như những gì xảy ra về sau sẽ chứng minh, đó là một cuộc gặp gỡ định mệnh. Và chúng tôi không thể không nhớ đến một chân lý sâu sắc từ Phật giáo lẫn Đạo giáo: "Ngay cả một miếng ăn hay một ngụm nước cũng đã được định trước — và những gì phải đến, sẽ đến, từ một khởi đầu không ai hay biết."

4. CÔNG VIỆC, CUỘC SỐNG VÀ GIA ĐÌNH

GIA ĐÌNH CHÚNG TÔI CHUYỂN ĐẾN một căn hộ nằm ở giao lộ đại lộ số 8 và đường số 15 vào khoảng cuối tháng 5 năm 1951. Ở khách sạn cả một tháng trời là đủ lắm đối với chúng tôi rồi, vậy nên chúng tôi rất mong chờ được sống ở một nơi của riêng mình. Tôi nhớ những buổi tối đầu xuân khi thời tiết vẫn còn khá mát mẻ, chúng tôi đưa các con đi dạo từ đường Broadway đến Công viên Riverside. Mỹ Châu quấn mình trong chiếc khăn len trắng, một sinh vật bé nhỏ, và nhìn xung quanh với đôi mắt to tròn trong khi được mẹ bế trên vai. Marie và Dominic cũng thích những chuyến đi dạo này vì đó là những chuyến đi chơi duy nhất mà chúng được hưởng trong tháng đầu tiên đặt chân đến nước Mỹ. Chúng tôi còn quá mới mẻ ở nước Mỹ để có thể tự tin ra ngoài. Tôi làm việc từ chín giờ sáng đến sáu giờ chiều, nên cả ngày vắng nhà, vợ con phải đợi tôi về mới giải quyết được hầu hết mọi việc. Thỉnh thoảng, Marie được bảo đi làm vài việc lặt vặt, nhưng con bé không thể đi xa vì chưa nói được tiếng Anh, cũng chưa rành đường xá. Dù sao đi nữa, cả gia đình chúng tôi đều nóng lòng được chuyển ra khỏi khách sạn Whitehall về đây.

Căn hộ của chúng tôi nằm ở tầng hai, ngay cạnh căn hộ của cô Bài và mẹ cô ấy. Thực ra, tôi không phải là người chọn căn hộ này. Chính Bài đã thuê căn hộ của mình từ trước — mà không hề hỏi qua ý kiến chúng tôi xem có muốn sống bên cạnh, trong khu phố ấy, hay trong một kiểu căn hộ như vậy hay không. Cô ấy ký hợp đồng, chuyển đến trước, rồi thuyết phục tôi thuê luôn căn hộ sát vách. Tôi miễn cưỡng chấp nhận, dù tiền thuê thật sự quá cao: 120 đô la mỗi tháng cho một căn hộ một phòng ngủ tồi tàn — dành cho cả một gia đình năm người. Nhưng vì vợ tôi, cũng như vì mẹ của cô Bài, tôi đã ký. Tôi nghĩ, để hai người phụ nữ xa quê sống gần nhau trong khi tôi phải đi làm suốt ngày cũng là điều nên làm.

Tuy vậy, chúng tôi vẫn cảm thấy rất vui trong ngôi nhà mới của mình. Dần dần, Marie bắt đầu học thêm tiếng Anh và ra ngoài cùng mẹ ngày càng thường xuyên hơn. Tôi đưa con bé đến Phố Tàu và gửi gắm nó cho Cha Smith, linh mục một giáo xứ Công giáo tại đó. Marie chưa đi học trường nào, nhưng chơi với trẻ em người Mỹ và người Hoa, và học tiếng Anh bằng tai. Mỗi sáng, tôi và Marie cùng nhau đi tàu điện ngầm đến trạm dừng "Canal Street" ở Phố Tàu. Tôi để con bé ở đó cả ngày, rồi đón về sau sáu giờ tối. Đó là sự chuẩn bị duy nhất của Marie cho việc nhập học trường tiểu học vào tháng Chín.

Sau tháng đầu tiên sống trong căn hộ mới, Bài và mẹ cô ấy… dọn đi! Nhờ sự giúp đỡ của vài người quen Mỹ, cô Bài đã thoát được hợp đồng thuê nhà khi chưa hết hạn và rời khỏi đó mà chẳng buồn đề nghị giúp đỡ hay nói gì với chúng tôi. Thế là chúng tôi chia tay họ và đành phải tiếp tục ở lại, chịu đựng ông chủ nhà khó ưa tên King cho đến khi hợp đồng thuê nhà của chúng tôi hết hạn.

MÙA HÈ NĂM ĐÓ, chúng tôi bận rộn với những vị khách từ Việt Nam — các đồng nghiệp cũ ở USIS như anh Bích và anh Ngoan — được chính phủ tài trợ sang tham quan nước Mỹ. Họ trở thành những vị khách không mời mà đến nhà chúng tôi, đúng theo kiểu ứng xử của người Việt sống ở nước ngoài khi ấy, và có lẽ đến tận bây giờ vẫn vậy. Tội nghiệp vợ tôi và cả Marie phải lo đi chợ, nấu nướng và chạy vặt cho họ, khiến khối lượng việc nhà tăng lên gấp đôi, thậm chí gấp ba. Chúng tôi còn quá trẻ, lại thiếu kinh nghiệm, và vẫn còn nặng lòng với quê hương để có thể tưởng tượng đến chuyện mời khách ra khỏi nhà.

Dần dần, chúng tôi bắt đầu khám phá thành phố New York và thích nghi với lối sống mới của người Mỹ. Tôi còn nhớ rất rõ một đêm đi mua sắm ở Quảng trường Thời Đại: vợ tôi muốn mua một chiếc thắt lưng, nhưng tôi không biết từ tiếng Anh cho món đồ đó là gì. Tôi bèn hỏi cô bán hàng xem cô có món mà người Pháp gọi là *gaine* không. Tất nhiên là cô ấy không hiểu. Hai vợ chồng phải dùng đủ kiểu cử chỉ, diễn tả bằng tay chân, đến khi cô ấy đoán ra chúng tôi đang tìm một chiếc thắt lưng.

Chúng tôi cũng đi tàu điện ngầm đến đảo Coney, thỉnh thoảng ăn tối ở tiệm Trung Hoa, và qua đó học thêm một chút tiếng Anh, cũng như hiểu thêm về đời sống Mỹ. Một đêm nọ, bé Mỹ Châu lên cơn sốt cao. Tôi gọi điện cho bác sĩ Mazzia — người Puerto Rico mà tôi quen biết. Anh là em trai của một nhân viên Caltex từng làm việc với tôi ở Sài Gòn. Vị bác sĩ tốt bụng ấy đến ngay, chăm sóc cho con bé rất chu đáo và không nhận một đồng tiền thù lao nào cả. Lễ Giáng sinh năm đó, chúng tôi đã gửi cho anh ấy một món quà như một cách cảm ơn. Còn Dominic, bé ở nhà với mẹ cả ngày trừ khi chúng tôi cùng nhau đi dạo hoặc đến công viên. Bé ăn uống đầy đủ và cao lớn hơn, nhưng vẫn gầy.

TRONG SỐ NHỮNG NGƯỜI BẠN VIỆT NAM CỦA CHÚNG TÔI lúc ấy có anh Bùi Văn Thinh. Anh từng là thủy thủ và từng làm việc cho Đài Tiếng nói Hoa Kỳ, nhưng đã bị cho nghỉ việc trước khi nhóm chúng tôi đến. Thinh là một người rất tốt bụng. Vì còn độc thân, có chút tiền và rảnh rỗi, anh thường xuyên ghé thăm nhà chúng tôi và đưa lũ trẻ đi ăn quà. Anh mua tặng chúng đồ chơi — như một bộ đồ chơi cao bồi đầy đủ súng và mũ cho Dominic. Cậu bé chơi với món đó suốt ngày, chạy quanh căn hộ, thậm chí đôi khi còn trèo ra ngoài bằng lối thoát hiểm ngay bên cửa sổ nhà chúng tôi. Căn hộ bên cạnh là gia đình Mahoney. Con trai họ, Mike, trạc tuổi Dominic, đã dạy cho cậu bé những từ tiếng Anh đầu tiên. Hai đứa thường trèo ra cầu thang thoát hiểm nối liền hai cửa sổ để chơi trò cao bồi hoặc cảnh sát bắt cướp. Suốt một thời gian dài, chúng tôi vẫn còn giữ bức ảnh chụp Dominic trong bộ đồ cao bồi, đang rút súng ra. Tấm ảnh ấy được chụp ngay trên vỉa hè phía dưới cầu thang thoát hiểm, tại căn hộ của chúng tôi trên đường 15.

Ban đêm, cảnh sát cưỡi ngựa đi tuần quanh khu phố. Gần đó có một nhà máy của Nabisco, nên suốt ngày đêm, khứu giác chúng tôi bị bao trùm bởi mùi bánh quy và caramel. Nhất là trong mùa hè đầu tiên, khi nhiệt độ lên đến hơn 80 độ F, hương ngọt lan khắp căn hộ khiến người ta lúc nào cũng thấy đói bụng. Đó là một khu phố ồn ào, bụi bặm và nhếch nhác — ngay ngã tư đường 14 và đại lộ số 8 — nhưng chúng tôi vẫn cảm thấy nhẹ nhõm vì được rời xa Gia Định để nghỉ ngơi và hồi phục. Trong trí nhớ của chúng tôi là những cảnh tượng người bị bắt cóc vào ban đêm, những vụ ám sát đẫm máu, các trận đánh và tiếng súng máy; chưa kể đến những đợt lũ mùa mưa tràn vào căn nhà nhỏ của chúng tôi khi mực nước sông dâng cao. So với tất cả những điều đó, nước Mỹ là thiên đường. Và chúng tôi không bận tâm lắm đến mức lương khiêm tốn của mình — 400 đô la một tháng, trong đó 120 đô la đã dành cho việc trả tiền thuê nhà. Các con tôi, nhất là Marie và Dominic, tuy còn nhỏ nhưng đã đủ lớn để nhớ những kinh hoàng của chiến tranh ở Việt Nam. Giờ đây, các cháu lớn lên khỏe mạnh trong một môi trường mới — dù có phần ồn ào và hỗn độn — của nước Mỹ. Dù vậy, Marie vẫn có chút thất vọng. Một hôm, con bé nói với tôi: "Ba ơi, trước khi sang Mỹ, con tưởng tượng đó là một xứ sở bằng vàng, nơi vàng rải đầy trên đường phố. Nhưng bây giờ đến đây rồi, con thất vọng vì chỉ thấy bụi bẩn, người ta buồn bã, ồn ào và những tòa nhà cao tầng." Giấc mơ của Marie về nước Mỹ cũng giống rất nhiều người Việt Nam khi ấy.

Mùa hè trôi qua nhanh chóng, và mùa thu đến với những chuẩn bị bận rộn cho việc nhập học của Marie. Kiến thức tiếng Anh của cô bé học được với sự giúp đỡ của Cha Smith và những người bạn chơi của cô ở Phố Tàu, cộng với tiếng Pháp mà cô được các nữ tu tại Trường Ste. Thérèse ở Tân Định, Sài Gòn dạy, đã đủ để cô vào học một ngôi trường thuộc Giáo xứ Saint Patrick trên đường số 14. Marie đã nghỉ học vào tháng 4 năm ngoái, vì vậy cô rất vui khi được bắt đầu lại. Ở ngôi trường mới, cô đã học tiếng Anh trong thời gian ngắn và kết bạn với một số người bạn tốt như Catherine và con gái của người hàng xóm Mahoney của chúng tôi, cũng tên là Mary. Liệu Marie có nhớ những ngày đi học của mình ở Sài Gòn khi cha đưa đón đi học hai lần một ngày bằng xe Velosolex từ Gia Định đến Tân Định không?[14] Có nhớ cái ngày mà Ba vừa mua chiếc Velosolex và đặt con và Dominic lên ghế sau rồi lái xe đi vòng quanh không? Dominic tội nghiệp đã để chân vào căm xe đang quay của bánh xe và bị thương, còn Marie thì bị đổ lỗi vì không trông chừng đứa em trai vốn cũng chẳng biết gì. Chuyến đi một vòng đó bị cắt ngắn và bà cố nội của Dominic đã phải chăm sóc chân cậu ấy trong nhiều ngày.

MÙA THU ĐẾN, cái lạnh đầu tiên ùa về, và chúng tôi bắt đầu sắm sửa áo len mới cho bọn trẻ. Rồi tháng Mười Một đến, báo hiệu mùa Giáng sinh đang đến gần — và đồng thời cũng là lần đầu tiên gia đình chúng tôi đón Noel nơi đất khách. Một tối khoảng bảy giờ, nhóm bạn nhỏ của Marie hớn hở ùa vào căn hộ chúng tôi, đầy phấn khích. Chúng năn nỉ Marie mặc áo dài và đi "Trick-or-Treat" nhân dịp Halloween — một điều mà cả tôi lẫn Marie đều chưa từng nghe đến. Marie ngoan ngoãn làm theo, dù vẫn thắc mắc tại sao các bạn lại ăn mặc kỳ lạ như vậy, mặt thì bôi đầy bồ hóng hay hóa trang đủ kiểu. Chúng vội vã đi, để lại hai vợ chồng tôi bối rối và lo lắng, sợ con có thể gặp chuyện gì. Một lúc sau, lũ trẻ trở về an toàn, cười khúc khích, chia kẹo cho nhau và tuyên bố rằng Marie đã gây ấn tượng mạnh với chiếc *áo dài* Việt Nam màu xanh nhạt. Đó

14 Khu Gia Định thời những năm 50 thuộc vùng ven Sài Gòn. Khu Tân Định thì ở gần sát nội đô Sài Gòn.

là lần đầu tiên chúng tôi hiểu phần nào về lễ hội hóa trang này — vừa lạ lẫm vừa thú vị.

Cũng vào thời điểm ấy, vợ tôi báo tin mừng: nàng đã có bầu. Tin vui ấy đi kèm không ít nỗi lo. Đồng lương của tôi lúc đó vốn đã không đủ thoải mái cho một gia đình năm người, huống hồ thêm một miệng ăn. Chúng tôi cũng không biết gì về chế độ chăm sóc thai sản hay chi phí bệnh viện ở Mỹ. Sau khi tìm hiểu, chúng tôi bắt đầu đến Bệnh viện Phụ Sản ở trung tâm New York hai lần mỗi tuần để khám thai. Chúng tôi đăng ký một chương trình trả góp hàng tháng, bao gồm cả chăm sóc trước sinh lẫn chi phí sinh nở. Nhờ vậy, vợ chồng tôi phần nào yên tâm và bắt đầu chuẩn bị cho Giáng sinh đầu tiên trên đất Mỹ.

Chúng tôi đặc biệt háo hức vào thời điểm này, vì Giáng sinh luôn là dịp lễ lớn nhất đối với gia đình tôi — chỉ sau Tết Nguyên đán, mà chúng tôi biết sẽ khó có thể tổ chức như ở quê nhà. Nhiều tuần trước lễ, chúng tôi đã mua cây thông Noel đầu tiên trong đời. Ở Việt Nam, chúng tôi chưa bao giờ có cây thông; Giáng sinh ở đó thường là dịp của người ngoại đạo, với những chiếc đèn lồng sặc sỡ và dòng người đổ ra đường vào đêm 24 để đi xem đèn. Chúng tôi cũng không thể quên những cuộc rước kiệu Chúa Hài Đồng ở nhiều vùng quê Việt Nam, mang đậm màu sắc dân gian. Có nơi rước kiệu giống như một nghi lễ Phật giáo hay Đạo giáo, với những chiếc lọng cao kiểu Trung Hoa, cờ hiệu, và cả người mặc áo mũ như các vị quan xưa. Mọi thứ hòa quyện vào nhau tạo thành một lễ hội mà đôi khi khó phân biệt rạch ròi giữa nghi lễ tôn giáo và tập quán làng xã.

VÀO ĐÊM GIÁNG SINH, Emily tổ chức một bữa tiệc

lớn với sự tham dự của rất nhiều người Việt. Không chỉ có cư dân New York, mà còn có cả sinh viên từ các tiểu bang khác — như cô Nguyễn Minh Đẩu từ Ohio, Lý Chánh Đức từ đâu đó ở vùng tây bắc New York, v.v. Anh Bùi Văn Thinh trở thành MC không chính thức của buổi tiệc, vì chính anh là người đã bỏ công sức và tiền bạc để chuẩn bị, trang trí mọi thứ — và bọn trẻ nhà tôi thì vô cùng phấn khích! Chúng tôi cùng nhau thưởng thức một bữa tối với gà tây. Trước khi bữa tiệc kết thúc, có ai đó đã chụp một tấm ảnh màu của cả nhóm — một bức ảnh mà đến nay tôi vẫn còn giữ. Trong ảnh, Thinh nằm ngửa dưới chân cây thông Noel, trông giống như một "vị Phật lười" đầy mãn nguyện và rạng rỡ. Cô Đẩu và Nguyễn Thanh Vân — một sinh viên đến từ Đại học Seton Hall ở New Jersey — chen chúc giữa đám đông quanh họ, dường như đang ôm nhau thắm thiết khiến ai nấy đều phá lên cười.

Nhân dịp này, tôi đã gửi thiệp mời ông Ngô Đình Diệm, nhưng ông từ chối và không liên lạc lại với chúng tôi trong suốt một thời gian dài sau đó. Tuy nhiên, ông đã cử một linh mục Việt Nam đến với chúng tôi, Cha Trần Văn Kiệm, người đang học ngành vật lý học tại Đại học Fordham.[15] Cha Kiệm đến từ Giáo phận Phát Diệm cách Hà Nội khoảng 100 km về phía nam và được Hội đồng Giám mục Việt Nam gửi đi du học tại Mỹ cùng với một số linh mục khác từ Giáo phận Bùi Chu hoặc Giáo Phận Sài

15 Linh mục Trần Văn Kiệm (1920–2012), quê ở Phát Diệm, Ninh Bình, thụ phong linh mục năm 1946 và sau đó sang Hoa Kỳ du học ngành Vật lý. Ông là tác giả của cuốn *Từ điển Văn học Việt Nam* (không nơi xuất bản, tự xuất bản năm 2007). Ông cũng để lại một bản hồi ký được xuất bản sau khi qua đời với nhan đề *Sự Thực Có Sức Giải Phóng* (tựa phụ: *Chân lý giải phóng con người*), do Trịnh Kim Dung biên soạn và phát hành (tự xuất bản, 2013).

Gòn. Đại diện cho các Giám mục Việt Nam là Cha Jacques Houssa, một nhà truyền giáo thuộc Dòng Trợ Tá Linh Mục tại Bruxelles, Bỉ *(L'Ordre Auxiliaire des Prêtres)*. Cha Jacques từng giảng dạy tại Collège de la Providence ở Huế và được Hội đồng Giám mục tín nhiệm, vì ngài hết lòng tận tụy với cả Việt Nam và Giáo hội Công giáo toàn cầu. Cha Kiệm trở thành một vị khách thường xuyên của gia đình chúng tôi, và trong những năm sau đó, trở thành người bạn thân thiết và ân nhân tận tụy nhất đối với cả nhà. Ngài thay phiên cùng anh Bùi Văn Thinh đến thăm chúng tôi gần như mỗi ngày, thường đưa các con tôi đi chơi. Lũ trẻ gắn bó với hai người bạn Việt Nam này một cách tự nhiên — và điều đó có ý nghĩa rất lớn đối với chúng tôi. Họ mang đến cho các con tôi, và cả cho vợ chồng tôi, không chỉ là hỗ trợ vật chất lúc cần, mà còn là cảm giác ấm áp và thân thuộc của mối quan hệ giữa người với người — thứ mà chúng tôi từng có, và rất nhớ, khi còn ở Việt Nam.

Rồi cuối cùng, năm 1951 cũng khép lại — năm đầu tiên của chúng tôi trên đất Mỹ. Tết Nguyên Đán sẽ đến muộn hơn Tết Tây, nên vào đêm giao thừa Tết Tây, chúng tôi không ăn mừng gì đặc biệt. Gia đình tôi còn quá nghèo để mua một chiếc tivi, và bên cạnh đó, chúng tôi cũng không biết người Mỹ đón năm mới như thế nào. Khi vợ tôi và các con đã đi ngủ, tôi cùng vài người bạn lên đường, định hoà mình vào dòng người ở Quảng trường Thời Đại. Đầu tiên, chúng tôi ghé căn hộ ở quận Bronx của Bùi Văn Thinh và Lý Đức Lâm — hai thủy thủ từng phục vụ trên một tàu khách Pháp bị mắc kẹt ở Philippines trong đợt không kích của quân Đồng Minh năm 1945 và sau đó được đưa sang Mỹ trên một tàu hải quân Hoa Kỳ. Chúng tôi ăn tối ở đó, rồi lái xe xuống Quảng trường Thời Đại. Trên đường đi, tôi vẫn nhớ mình đã ngớ ngẩn như thế nào khi vắt chiếc khăn quàng cổ ra ngoài cửa xe, để nó bay phần phật trong gió như một lá cờ ăn mừng. Tất nhiên, gió lớn đã cuốn phăng chiếc khăn. Tôi thì quá ngượng và nhút nhát để dừng xe quay lại nhặt. Nhiều năm sau, tôi vẫn nghĩ đến chuyện đó mà buồn cười: ai mà nhặt được chiếc khăn ấy vào đêm giao thừa năm 1952, hẳn sẽ thấy ngỡ ngàng khi thấy nó từ trên trời bay xuống giữa dòng xe tấp nập ở Bronx! Một "chiến công" khác trong đêm hôm ấy thuộc về Nguyễn Tư Bân — một sinh viên trẻ đến từ đâu đó mà tôi không nhớ rõ, đang nghỉ lễ tại New York trong vai "khách danh dự" của ông già Noel Thinh. Giữa đám đông chen chúc, tiếng còi rền vang và hàng loạt trò vui diễn ra khắp Quảng trường Thời Đại, Bân long trọng tuyên bố rằng: "Khi đồng hồ điểm đúng nửa đêm, bạn có thể hôn bất kỳ cô gái nào bên cạnh, và không ai phản đối cả!" Và đúng như lời cậu ta nói. Khi giai điệu của "Auld Lang Syne" vang lên, bản nhạc lớn trên tòa nhà Thời Đại điểm 12 giờ, Bân quay sang cô gái đứng bên cạnh — đang đi cùng một anh chàng thủy thủ — và trước khi cô kịp phản ứng, Bân đã ôm và hôn cô ấy một cách hết sức tự nhiên. Chỉ khi cậu ta buông ra, cô gái mới kêu lên: "Trời ơi! Anh này ở đâu rơi xuống vậy?" Tôi thoáng lo lắng là chàng thủy thủ kia sẽ nổi giận mà đánh Bân vì nụ hôn kéo dài ấy.

Bùi Công Văn và Lê Thị Bài cùng các đồng nghiệp tại Đài Tiếng nói Hoa Kỳ (ảnh quảng bá của Đài Tiếng nói Hoa Kỳ, New York, năm 1952)

Linh mục Trần Đình Kiệm cùng gia đình họ Bùi tại số 306, đường 15, New York (1951)

Khách Đinh Lê Ngoạn tại căn hộ của gia đình Bùi Công Văn, số 306, đường 15, New York (1951)

Khi nhìn lại tám tháng đầu tiên — từ tháng Tư đến tháng Mười Hai năm 1951 — đánh dấu một sự thay đổi đột ngột và toàn diện trong cuộc sống của chúng tôi, tôi thường tự hỏi liệu nếu ở lại Việt Nam, cuộc đời chúng tôi và các con có thể tốt đẹp hơn không. Ít nhất, đó sẽ là một cuộc sống mà chúng tôi, những người Việt, đã quen thuộc và trân quý, dù là trong hoàn cảnh thuận lợi hay không. Thế nhưng, trong hoàn cảnh hỗn loạn thời ấy, con người ta thường buộc phải chấp nhận bất kỳ ngã rẽ nào mà thời cuộc mang lại. Quả thật, chúng tôi có thể chọn ở lại Việt Nam. Nhưng cuộc sống mới mà chúng tôi bắt đầu nơi đất khách — cho bản thân mình và cho những đứa con còn nhỏ dại — dường như hứa hẹn một tương lai tốt đẹp hơn. Và chúng tôi không có lý do gì để hối tiếc. Nhiều năm sau, một trong số nhiều du khách từ Sài Gòn đến thăm tôi đã hỏi một câu nghe chừng xa vời vào lúc ấy: "Anh không sợ đến một ngày nào đó, con cái anh sẽ trở thành những người hoàn toàn xa lạ với chính anh và với quê hương của anh sao?" Quả thật, tôi biết ngày đó sẽ đến — nhưng nó vẫn còn ở tương lai xa, rất xa. Còn hậu quả thế nào thì... để ngày mai lo liệu. Mỗi ngày trôi qua đã đủ đầy những nỗi lo và gánh nặng để phải bận tâm thêm về những điều chưa đến.

Tôi thật sự mừng vì được sống ở Mỹ. Tôi đã để lại ông bà, cha, mẹ kế, và tất cả anh chị em ruột ở quê nhà — và vợ tôi cũng làm vậy — để lại phía sau chúng tôi những bất ổn triền miên, nghèo đói và đủ thứ hiểm nguy có thể xảy ra bất kỳ lúc nào, kể cả cái chết đột ngột. Và trên tất cả, lần đầu tiên trong đời, tôi cảm thấy mình thật sự là một con người. Ở Việt Nam, dưới chế độ thực dân Pháp, người Việt bị xem như công dân hạng ba. Làm sao chúng tôi có thể cảm thấy tự hào khi mang quốc tịch Việt Nam trong bối cảnh đó? Ít nhất, ở New York, tôi không bị cảnh sát chặn lại và lục soát trên đường phố như một tên tội phạm — điều từng xảy ra với tôi ở quê nhà. Và ít nhất, các con tôi có một cơ hội công bằng để lớn lên mà không bị đè nén bởi chính quyền thực dân; có cơ hội được hưởng một nền giáo dục mà ở Việt Nam, chỉ những gia đình giàu có và có thế lực mới dám mơ tới cho con cái họ.

Đó là lý do tại sao tôi nhìn lại với niềm hân hoan trong những tháng đầu tiên chúng tôi sống ở New York. Chúng tôi không giàu có, nhưng bạn không cần phải giàu có để được hạnh phúc. Sự hài lòng là vấn đề của trái tim và tâm hồn. Ngay cả chế độ nô lệ cũng có thể có những khoảnh khắc hạnh phúc. Chỉ khi chúng ta từ chối và bắt đầu thấy chán ghét nó thì «thân phận con người» hay sự phức tạp của số phận chúng ta mới trở nên không thể chịu đựng nổi.[16]

Nếu tôi cam chịu thân phận thần dân thuộc địa của mình như trước kia và bằng lòng với vị thế mà một người Việt bình thường có được trong xã hội lúc bấy giờ, thì có lẽ đến cuối năm 1951, tôi vẫn còn ở lại Việt Nam. Nhưng thay vì thế, gia đình tôi và tôi lại đang sống ở New York. Và những chuyến đi tàu điện ngầm lúc ba giờ sáng, từ đường số 15 đến đường số 57 để tôi đến đài phát sóng buổi sáng sớm, không đến nỗi khó chịu như người ta tưởng — miễn là tôi không mơ mộng đến những giờ ngủ nướng ấm áp. Cũng tương tự như những giờ làm việc dài dằng dặc tại văn phòng, nơi ông Pruett — người có biệt danh

---

16 Cụm từ này ám chỉ đến cuốn sách năm 1933 của André Malraux *La Condition Humaine* (Số phận con người) và những tình huống tiến thoái lưỡng nan hiện sinh mà tất cả chúng ta đều phải đối mặt. (Au.)

"người quản lý nô lệ" vì phong thái truyền giáo nghiêm khắc và lòng tận tụy gần như cực đoan với công việc — bắt chúng tôi phải dịch không ngừng nghỉ như thể đang đốn củi hàng giờ đồng hồ.

CUỘC SỐNG Ở ĐƯỜNG SỐ 15, ngay trung tâm Manhattan, trong những tháng đầu — cho đến giữa năm 1952 — vẫn diễn ra khá đều đặn. Ngoại trừ việc vợ tôi ngày càng nặng nề hơn khi cái thai lớn dần. Lúc này, chúng tôi đã bắt đầu quen với lối sống mới. Ngay cả vợ tôi cũng bắt đầu trò chuyện với hàng xóm và thỉnh thoảng có thể tự đi mua sắm. Khu phố bên cạnh — đường số 14 — dần trở thành điểm thu hút đối với vợ tôi, với nhiều cửa hàng bách hóa nhỏ. Cô ấy thường đi bộ lên xuống các đại lộ lớn, chủ yếu là để ngắm các cửa hàng và tập thể dục. Không khí New York đã không còn xa lạ như những ngày đầu đặt chân tới nữa.

Một ngày cuối mùa xuân năm 1952, Bác sĩ Trần Đình Đệ từ trường học ở một nơi xa xôi đưa cô con gái năm tuổi đến ở với chúng tôi vài ngày vì vợ ông, cũng đang theo học khóa điều dưỡng ở New York, có việc phải ra khỏi thành phố.[17] Vào thời điểm đó, nhà tôi là gia đình Việt Nam duy nhất có trẻ em, và đó là lựa chọn tốt nhất và duy nhất để bác sĩ giao phó đứa con nhỏ của mình vì cô bé cũng là người mới đến và xa lạ ở Mỹ. Thế là, chúng tôi đã nhận giữ cô bé tên Dung ấy. Cô bé chơi với Dominic và Mỹ Châu, ăn cùng chúng và ngủ lại qua đêm như thể là người trong nhà, chẳng gây chút xáo trộn nào. Khi cha cô bé đến đón con, tôi còn nhớ ông tỏ vẻ rất mệt và cần

17 Trần Đình Đệ (1917-2003), tốt nghiệp Đại học Y khoa Hà Nội, sau này trở thành Bộ trưởng Bộ Y tế của Việt Nam Cộng hòa thời Đệ nhất Cộng hòa và là giáo sư tại Đại học Y khoa Sài Gòn.

nghỉ ngơi một chút, nhưng nhà chúng tôi quá nhỏ để có thể mời ông vào đâu đó để nghỉ đàng hoàng. Thế là người bác sĩ đáng thương ấy phải chợp mắt ngay tại bàn ăn, sau bữa trưa.

Chúng tôi bắt đầu tìm nơi khác để ở, và cuối cùng tìm được một căn hộ trên đường số 111, nằm giữa đại lộ Broadway và Amsterdam. Chúng tôi sẽ chuyển đến đó vào cuối tháng Năm. Tôi dự định để cho chủ nhà giữ lại tiền đặt cọc — tương đương một tháng tiền thuê — để thanh toán cho tháng cuối cùng. Thế nhưng chủ nhà đã kiện tôi vì không đóng khoản tiền thuê ấy, và tôi phải ra tòa. Vị thẩm phán — một ông già mặc áo choàng đen có viền lông trắng — cúi xuống, giọng từ tốn hỏi: "Tại sao con không trả tiền thuê nhà, con trai?" Tôi giải thích lý do của mình, ông gật đầu rồi tuyên bố: "Vụ kiện bị bác bỏ." Tôi phẫn nộ với ông chủ nhà tham lam ấy — một kẻ không biết thế nào là đủ, dù đã lấy của tôi 120 đô la mỗi tháng cho cái hộp bé tí mà ông ta dám gọi là "căn hộ", nay còn muốn moi thêm 120 đô nữa, hoặc ít nhất là một phần trong số đó. Tôi cũng không khỏi trách cô Bài — người đã đẩy tôi vào hoàn cảnh thuê nơi ở tồi tệ này, rồi lặng lẽ bỏ đi mà không một lời từ biệt. Mẹ con họ biến mất khỏi cuộc đời của chúng tôi như thể giữa chúng tôi chưa từng có liên hệ gì ở thành phố xa lạ này.

NGÀY 31 THÁNG 5 NĂM 1952, chúng tôi chuyển đến nơi ở mới. Cả nhà vui mừng vì căn hộ rộng gấp bốn lần nơi ở cũ, lại được trang bị nội thất khá tốt, với giá thuê không thay đổi. Chúng tôi phải trả một tháng tiền hoa hồng cho người môi giới để giữ chỗ, nhưng điều đó vẫn ổn. Rốt cuộc, như lời của một bài hát nổi tiếng lúc bấy giờ: "Ai tin rằng những điều đẹp đẽ trên đời lại là miễn phí?"

Nhưng vừa mới dọn vào "ngôi nhà sang trọng" ấy, bọn trẻ còn đang chạy quanh thử giường, ghế, khám phá các phòng, thì mẹ chúng bắt đầu cảm thấy những cơn đau chuyển dạ đầu tiên. Thời điểm đã đến! Các con tôi và tôi đưa mẹ chúng đến bệnh viện Phụ Sản rồi trở về nhà — đêm đầu tiên trong căn hộ mới, nhưng lại thiếu vắng mẹ chúng. Đó là một đêm dài, đầy lo lắng đối với tôi. Tôi cứ chờ điện thoại reo, mong được báo tin rằng vợ tôi đã sinh em bé. Nhưng suốt đêm, không có cuộc gọi nào.

Vợ chồng tôi đã kết hôn được mười ba năm — gần tròn đúng vào dịp đứa con thứ năm sắp chào đời. Marie Mỹ Dung chào đời tháng 2 năm 1941 ở Cần Thơ. Tuyên, đứa con thứ hai và cũng là con trai đầu lòng, sinh năm 1943 cũng tại Cần Thơ nhưng đã mất vào năm 1946 tại Gò Cát, Mỹ Tho — một vùng quê không hề có dịch vụ y tế, lúc ấy đã nằm trong tay Việt Minh, nơi chúng tôi tạm cư sau đợt sơ tán khỏi Sài Gòn. Dominic Nghiệp sinh tháng 1 năm 1948, còn Lucie Mỹ Châu ra đời tháng 8 năm 1950. Còn đứa bé thứ năm sắp chào đời — một công dân Mỹ theo giấy khai sinh — liệu là trai hay gái? Tối hôm đó, trong căn hộ mới, một người cha và ba đứa con ngồi chờ trong hồi hộp. Marie, với vai trò chị cả, cư xử như một người lớn đúng nghĩa, dù chỉ mới mười một tuổi. Con bé đã hành động như một "bà mẹ nhỏ" trong mọi khía cạnh. Đó cũng là nét đặc trưng trong các gia đình Việt Nam: con gái — đặc biệt là con cả — thường phải sớm gánh vác trách nhiệm, còn phụ nữ nói chung thì quán xuyến hầu hết công việc trong nhà, để đàn ông lo chuyện xã hội và kiếm tiền. Một cách bản năng — nếu không muốn nói là nhờ giáo dục — con cái trong gia đình giúp đỡ cha mẹ nhiều hơn là trở thành gánh nặng. Đó là điều tôi sẽ còn thấy lặp lại trong nhiều năm sau này — dù có lẽ điều đó sẽ không còn tồn tại lâu ở nước Mỹ hay bất kỳ nơi nào ở phương Tây.

Marie Mỹ Dung, Dominic Nghiệp và Lucie Mỹ Châu trong phòng khách tại New York (Mùa Đông 1952)

SÁNG SỚM NGÀY 1 THÁNG 6 NĂM 1952, Muriel Josephine Mỹ Nga Bùi chào đời. Bệnh viện Phụ Sản thông báo với tôi rằng mẹ và bé đều khỏe mạnh. Con gái tôi ra đời vào buổi sáng ngày đầu tiên của tháng Sáu. Tuy nhiên, tất cả chúng tôi phải chờ đến tối mới được gặp mẹ và em bé — vì tôi phải đi làm, còn Marie ở nhà chăm sóc hai em nhỏ. Trên đường đến văn phòng, tôi ghé mua một ít kẹo và cả xì gà, vì tôi nghe nói rằng ở Mỹ có truyền thống: khi có con mới sinh, người cha sẽ tặng kẹo và xì gà để chia vui với mọi người. Tôi hân hoan báo tin cho đồng nghiệp trong Ban Việt ngữ và cả những phòng bên thuộc đơn vị Đông Nam Á của Đài Tiếng nói Hoa Kỳ.

Tôi yêu vợ, yêu con, yêu gia đình mình. Mỗi đứa con ra đời là một niềm hân hoan vô bờ. Tôi nhớ rõ ngày Marie — đứa con đầu lòng — chào đời. Tôi đã bế con trên vai, đi khắp phố như muốn khoe con cho cả thế giới cùng nhìn thấy. Lúc ấy, tôi còn trẻ, lại thất nghiệp, nên có thể dồn trọn thời gian và tình cảm cho con gái mình — một "tác phẩm" hoàn toàn riêng biệt và độc nhất của đời tôi. Người ta vẫn hay nhắc lại những đêm ở nhà cha tôi tại Cần Thơ, khi tôi cố gắng ru con ngủ thật khẽ để không làm phiền đến giấc ngủ của ông. Năm 1945, khi Marie lên bốn và các đợt ném bom của Mỹ xuống Sài Gòn xảy ra gần như hằng ngày, đôi khi còi báo động cũng vang lên ở tận Cần Thơ. Một sáng nọ, tiếng còi hú lên, tôi vội bế Marie tìm chỗ trú ẩn, trong tiếng cười của hàng xóm và người đi đường — những người gọi chúng tôi là đồ nhát gan. Họ đâu biết rằng, tôi từng sống trong vùng bị ném bom cách đó một năm, khi bom Mỹ rơi xuống Nhà hát Thành phố hay Nhà hát Lớn Sài Gòn — tôi không nhớ rõ — và tôi đã nấp co ro trong một hầm trú bom chỉ cách nơi nổ khoảng ba trăm mét.

Trừ bé Tuyên — đứa con đã mất trong ngôi làng mà chúng tôi chạy về sau đợt sơ tán khỏi Sài Gòn — thì Marie là đứa trẻ duy nhất cùng cha mẹ vượt qua các cuộc di tản và bom đạn trong những tháng u ám năm 1945. Dominic và Mỹ Châu được sinh ra trong hoàn cảnh tương đối an toàn, gần Sài Gòn. Còn công chúa mới của chúng tôi — người vừa được báo tin chào đời sáng nay — tôi thậm chí còn chưa được gặp mặt. Ôi, tôi sẽ hạnh phúc và tự hào biết bao khi được nhìn thấy con bé tối nay!

Tối hôm ấy, tôi một mình đến bệnh viện. Marie ở nhà trông hai em nhỏ. Khi bước đến bên giường vợ, tôi thấy cô ấy vẫn còn nửa mê nửa tỉnh vì thuốc mê, chỉ nhận ra tôi một cách mơ hồ. Cô nắm chặt tay tôi, nước mắt lặng lẽ chảy trên đôi má nhợt nhạt. Ôi, tình yêu của tôi. Tôi đã làm gì với em? Tôi đã đưa em đến đất nước này — một nơi xa xôi lạ lẫm — và tách em khỏi tất cả người thân ruột thịt. Không có mẹ em bên cạnh, người từng nắm tay em mỗi lần vượt cạn. Không có bà nội tôi, hay bất cứ ai trong đại gia đình ta. Ở Việt Nam, chúng tôi thấu hiểu nỗi đau chuyển dạ của người phụ nữ, và có một câu nói rằng: dù có bao nhiêu người đứng bên, lúc sinh nở, người mẹ vẫn phải một mình đối diện với cơn đau — và cả hiểm nguy. Câu nói như thế này: "Đàn ông đi biển có đôi. Đàn bà sinh *đẻ mồ côi một mình.*"[18]

Nhưng vợ tôi không hề biết rằng mình đang khóc. Tôi cúi xuống, thì thầm vài lời an ủi vào tai cô ấy, nhưng rõ ràng là cô ấy không nghe thấy hoặc không hiểu được. Cô

---

18 Phiên bản khác: "Đàn ông đi biển có đôi. Đàn bà đi biển/vượt cạn mồ côi một mình"

chỉ xoay mặt qua lại, nước mắt lăn dài, và khi tôi lấy khăn tay lau đi, cô ấy cố nói điều gì đó — giọng lạc đi, không rõ lời, không thể hiểu được. Nhiều tháng sau, vợ tôi kể lại rằng lúc ấy, cô cảm thấy như đang ở trong một giấc mơ. Cô biết mình đang ở bệnh viện, biết rằng em bé đã chào đời — nhưng bằng cách nào đó, cô không ý thức được rằng mình đang ở Mỹ. Mọi thứ trở nên mờ nhạt. Ngay cả tôi cũng không có vẻ gì là thật đối với cô. Sáng hôm sau, khi cô tỉnh táo trở lại và tôi kể rằng cô đã khóc, cô rất ngạc nhiên. Cô hoàn toàn không nhớ gì. Chúng tôi nghĩ có thể đó là lần đầu tiên vợ tôi sinh con với thuốc mê, sau khi đã từng sinh bốn lần trước đó mà không dùng đến biện pháp ấy. Một lý do khác có thể là lúc cô tỉnh dậy, mọi thứ hoàn toàn xa lạ: không có khuôn mặt thân quen, không có ai trong gia đình bên cạnh. Môi trường hoàn toàn khác biệt — như thể cô vừa tỉnh dậy trên một hành tinh khác. Và đứa trẻ thì đâu rồi? Trong bốn lần sinh trước, cô ấy luôn thấy đứa bé nằm bên cạnh mình sau khi cơn đau qua đi, tỉnh dậy và đầy háo hức để được nhìn thấy kết quả của bao tháng ngày mang thai, bao yêu thương, và bao đau đớn. Nhưng lần này, tại Mỹ, em bé được đưa đi ngay, rời xa người mẹ. Trong trạng thái nửa mê nửa tỉnh, cô hẳn đã cảm thấy thiếu vắng một điều gì đó — như một phần thiêng liêng của mình bị lấy đi. Và mọi bản năng làm mẹ trong cô đều gióng lên hồi chuông cảnh báo: có gì đó không ổn! Nước mắt cô lúc ấy gần như là nước mắt của hoảng loạn — và cũng là nước mắt của nỗi cô đơn sâu thẳm, cái cô đơn được diễn tả trong câu tục ngữ Việt Nam về người sản phụ: cho dù có bao người vây quanh giúp đỡ, cuối cùng, người mẹ vẫn phải một mình vượt qua cơn đau và nguy hiểm để sinh con. Sau vài phút tôi không thể trấn an được vợ, thấy cô vẫn còn hoảng loạn, tôi kéo một chiếc ghế lại gần và nắm tay cô. Chúng tôi không trò chuyện — hay đúng hơn, tôi nói một mình, còn cô ấy thì như vẫn trôi lơ lửng trong một cõi khác, quá xa để theo kịp những lời tôi đang cố gắng truyền đạt. Cô không còn khóc nữa, và dần dần sắc mặt cũng trở lại bình thường. Cuối cùng, cô khẽ mỉm cười với tôi trong trạng thái nửa tỉnh nửa mê. Giờ thăm nuôi đã hết, tôi xin phép ra về và giao cô ấy lại cho y tá trực. Vợ tôi, theo tất cả các chỉ số y tế, hoàn toàn khỏe mạnh sau sinh. Tôi không có lý do gì để lo lắng. Theo tôi, gây mê là một trải nghiệm quá mới mẻ và có tác động mạnh về mặt tâm lý. Nhưng với y tá trực, mọi biểu hiện "lạ lùng" của cô ấy được coi là bình thường — không có gì đáng ngại hay kéo dài lâu.

Tôi đi đến phòng dành cho người thân để ngắm nhìn cô con gái mới sinh của mình. Một sinh linh bé nhỏ dễ thương với mái tóc sẫm màu và khuôn mặt tròn trĩnh, được quấn trong khăn vải trắng. Y tá bế con bé lên cho tôi nhìn rõ đôi bàn tay nhỏ xíu, với một sợi dây có chuỗi hạt nhỏ đeo nơi cổ tay. Trên đó là ba chữ cái: V-A-N. À, con bé là thành viên mới nhất của gia đình Văn — theo kiểu Mỹ, họ đọc tên tôi ngược lại: tên đi trước, họ theo sau! Tôi phải đến Văn phòng Hộ tịch để khai báo tên đầy đủ của con là BUI, MY NGA, trùng với tên tôi đã đăng ký cho các con khi nhập cảnh vào nước Mỹ. Nhưng cô nhân viên phụ trách đã sửa lại cho tôi: "Không! Phải ghi "tên cuối" của bạn lên đầu, và "tên đầu" xuống cuối chứ!" Thế là cái tên mà vợ chồng tôi đã chọn cho con gái bé bỏng của mình bị đảo ngược. Thật lố bịch và vô lý! Cuối cùng, giấy khai sinh của con ghi: Tên con: BÙI MỸ-NGA VĂN. Tên cha: BÙI CÔNG VĂN. Một cách xếp tên lộn ngược mà tôi chưa bao giờ thấy đẹp mắt hay hợp lý cả.

SAU NĂM NGÀY, mẹ và bé trở về nhà — nơi lần đầu tiên cả hai cùng sống như thể vừa trở về sau một chuyến hành trình dài. Ba, Marie, Dominic và Mỹ Châu đã chuẩn bị "tổ ấm" sẵn sàng để đón mẹ và em bé. Đối với Mỹ Nga, đó là mái nhà đầu tiên trên đời của con, và chúng tôi rất tự hào vì có thể đón cô "Công chúa Trung Hoa" nhỏ bé trong một căn nhà khang trang, đàng hoàng hơn trước. Tôi đã bắt đầu đặt biệt danh cho con bé theo những nét phương Đông khá nổi bật của nó, đặc biệt là đôi lông mày cong dài và được tỉa tót rất đẹp giống như Nguyễn Du mô tả Thuý Vân trong Truyện Kiều:[19]

Vân xem trang trọng khác vời,
Khuôn trăng đầy đặn, nét ngài nở nang.
Hoa cười, ngọc thốt đoan trang
Mây thua nước tóc, tuyết nhường màu da.

Tôi rất mừng vì Nguyễn Du đã khắc họa một chân dung như thế cho nàng công chúa Trung Hoa của tôi — nhất là khi Thúy Vân, em gái của Kiều, tuy có số phận ít biến động hơn nhưng lại kém phần thú vị so với chị mình. Vợ chồng tôi không hề sắp đặt trước điều đó, nhưng sự kiện Mỹ Nga bước vào gia tộc họ Bùi dường như là một điềm lành, báo hiệu những điều tốt đẹp và rực rỡ đang chờ phía trước.

---

19 "Kim Vân Kiều Tân Truyện" – một bài thơ dài do Nguyễn Du (1765–1820) sáng tác đầu thế kỷ XIX bằng chữ Nôm – là một trong những kiệt tác của văn học cổ điển Việt Nam. Để xem bản dịch tiếng Anh kèm theo nguyên văn tiếng Việt hiện đại, có thể tham khảo: Nguyễn Du, Huỳnh Sanh Thông, và Alexander Woodside, *The Tale of Kiều: A Bilingual Edition of Truyện Kiều* (New Haven: Yale University Press, 1983), trang 2.

Mỹ Nga được rửa tội khi mới mười ngày tuổi. Chúng tôi đã chọn gia đình Mahoney, những người hàng xóm cũ của chúng tôi tại đường số 15, làm cha mẹ đỡ đầu cho con bé (và con bé đã lấy tên của mẹ đỡ đầu người Mỹ). Không giống như phong tục của người Mỹ — nơi cha đỡ đầu và mẹ đỡ đầu của một đứa trẻ thường là hai người không liên quan đến nhau — chúng tôi tuân theo truyền thống Việt Nam: chọn một cặp vợ chồng mà vợ chồng tôi tin tưởng để giao phó con mình cho họ, như những người sẽ dìu dắt con về mặt tinh thần suốt đời. Họ hành động như một cặp cha mẹ thứ hai, không chỉ chăm lo đời sống tinh thần cho con đỡ đầu, mà nếu cần, còn có thể hỗ trợ cả về mặt vật chất. Giấy chứng nhận rửa tội của con bé được ghi vào sổ rửa tội tại Giáo xứ Ascension ở số 108 đường West, mang tên: MURIEL JOSEPHINE BUI MY NGA.

5. BỮA TIỆC

CĂN HỘ MỚI CỦA CHÚNG TÔI ở số 4 đường West 111, nằm trên tầng bốn. Phần mặt tiền khá rộng nhìn xuống con phố bên dưới, được chia thành phòng khách và phòng ăn. Chúng tôi biến phòng ăn thành phòng làm việc, nơi đặt một chiếc ghế dài làm giường cho tôi nằm khi thức khuya, một chiếc bàn mặt kính, và một kệ sách âm tường. Một đêm, tôi mang về một chiếc đèn bàn, đặt lên bàn làm việc một cách trang trọng, cắm điện và bật lên. Bùm! Đèn nổ tóe lửa kèm theo làn khói đen mờ — tôi không nhận ra rằng nó sử dụng dòng điện một chiều!

Phòng khách cũng là nơi sinh hoạt chung và ăn uống. Chúng tôi kê một bộ bàn ghế gụ theo phong cách thuộc địa xưa, một chiếc ghế dài được mẹ bọn trẻ phủ bằng vải hoa đỏ trắng mua ở tiệm đại hạ giá dưới tầng hầm trên đường số 14, và một chiếc radio nâu sẫm đã hỏng mà chủ nhà để lại như một món đồ trang trí. Ngoài ra còn có bốn chiếc ghế gỗ lưng thẳng kê sát tường, ngăn cách phòng làm việc với phòng khách. Cửa ngăn được đóng kín, chỉ mở ra khi có khách đến đông. Tường dán giấy màu hồng nhạt, điểm hoa đỏ thẫm và lá xanh lợt. Nhà bếp, nơi có bếp gas và tủ lạnh hiệu Frigidaire, nối liền với phòng làm việc nhưng được ngăn bằng cửa gỗ và một ô cửa nhỏ mà mẹ bọn trẻ dùng để đặt vụn bánh mì cho chim bồ câu ăn. Từ cửa chính nhìn vào là hành lang dẫn đến các phòng ngủ — một cho mẹ và bé Mỹ Nga, một cho ba đứa nhỏ Marie, Dominic, Mỹ Châu, và một phòng khách để trống.

Chúng tôi vô cùng mừng rỡ vì may mắn. Với mức thuê vẫn chỉ 120 đô la một tháng — bằng với cái giá phải trả cho căn hộ một phòng nhỏ hẹp ở đường 15 mà ông chủ nhà keo kiệt King từng gọi là "căn hộ" — giờ đây chúng tôi có được một không gian rộng rãi, sáng sủa và đầy đủ tiện nghi. Và hơn thế nữa, chúng tôi còn có thể tổ chức một buổi tiệc ra trò để mừng đầy tháng của Muriel!

Nhiều ngày trước đó, Bùi Văn Thinh và Nguyễn Tư Bân đã đến phụ giúp chuẩn bị cho "Ngày của Muriel". Thinh — một người thất nghiệp "hạng sang" — chẳng có gì làm ngoài việc tiêu tiền và giúp đỡ người khác. Bân thì đang nghỉ hè, sẵn lòng giúp mọi việc và không ngại bị sai đi mấy chục lần mỗi ngày đến tiệm báo và tạp hóa ở góc đường 111 và Broadway, nơi anh tranh thủ tán tỉnh cô con gái của bà chủ. Chúng tôi pha một loại thức uống (cốc tai) gọi là "Cú đấm Nguyên tử" [Atomic Punch]: năm phần rượu vodka, ba phần nước cam pha loãng, hòa với nước máy. Mẹ tôi đã mua một chiếc tô lớn để đựng loại thức uống mạnh này. Sau buổi tiệc, chúng tôi tặng chiếc tô ấy cho chị Yến — vợ anh Huỳnh Sanh Thông — và bà đã giữ nó suốt nhiều thập kỷ, đầy đủ cả vá múc và bộ ly nhỏ.

Ngày 1 tháng 7 năm 1952, đúng tròn một tháng tuổi của bé Mỹ Nga, chúng tôi mở tiệc đầy tháng theo đúng phong tục Việt Nam. Tôi đã mời ông Ngô Đình Diệm cùng tất cả bạn bè và người quen — ai tôi nghĩ đến được là mời hết.

Ông Diệm đến sớm nhất. Khi mở cửa, chúng tôi suýt không nhận ra ông — khác hẳn người đàn ông mà chúng tôi gặp đêm đầu tiên ở Khách sạn Tudor cách đó 14 tháng. Có lẽ ông vẫn mặc bộ vest nâu sẫm và cà vạt xanh như trước, nhưng hôm nay ông trẻ trung và tươi tỉnh hơn, tay phải cầm một chiếc cặp đen to tướng. Lúc đi theo ông vào dãy hành lang dài dẫn vào phòng khách, lần đầu tiên chúng tôi chú ý đến dáng đi kỳ lạ của ông: là người có vóc dáng thấp, bước chân ông nhẹ và nhanh nhưng mũi bàn chân không hướng thẳng mà xòe ra ngoài. Trông như một con vịt đang tiến bước. Ở Việt Nam, chúng tôi gọi dáng đi ấy là chân đi "chữ bát" — giống như nét chữ Hán của số 8.

Ông ngồi vào *chiếc ghế danh dự* [*"fauteuil d'honneur"* trong nguyên văn] - chiếc ghế bành duy nhất trong nhà, đặt chiếc cặp xuống và lấy ra bao thuốc Phillip Morris. Mới hút được nửa điếu, ông dập tắt bằng cách cọ nhẹ đầu thuốc vào gạt tàn, rồi lại châm điếu khác. Vợ tôi đem vào một khay với hai ly whisky pha soda, nhưng ông từ chối rượu và chỉ xin một tách trà đậm. "Tôi có trà sen rất ngon ở nhà — trà mạn sen. Lần sau tôi sẽ mang cho bà dùng, bà Văn à."

Rồi ông mở cặp ra. "À," ông nói tiếp, "đây là một tràng hạt làm từ hạt sen. Họ kết những hạt sen khô thành chuỗi như tràng hạt Phật. Bà có thể dùng để pha trà hoặc cho lũ trẻ chơi cũng được — rất thơm." Cuộc trò chuyện diễn ra thân mật suốt nửa giờ trước khi những người khách đầu tiên đến. Trời nóng oi ả, ánh nắng tháng Bảy rọi vào qua khung cửa. Trước khi tôi kịp ra mở cửa, ông Diệm lấy từ trong cặp ra một chiếc đồng hồ và nói: "Anh Văn này, xem giúp tôi cái đồng hồ này được không? Hình như nó ngừng chạy rồi." Tôi bỏ đồng hồ vào túi và đi ra đón khách. Buổi tiệc đông vui.

Có mặt đầy đủ các bạn bè thân quen: Đức Thanh, Đức Lâm, Nguyễn Đình Hòa, cô Bài và mẹ cô, Quan, Trịnh Văn Chẩn — tất cả đều là đồng nghiệp từ Đài VOA. Còn có Thu (người Bắc, sống cùng Đức Thanh), Vinh Đan, Nguyễn Ngọc Linh và bạn gái của anh — cô Phạm Thị Thu (về sau là vợ anh), cụ Tư đã ngoài 70, anh Nhạ (anh ruột Linh, đi khập khiễng), và tất nhiên là Thinh và Bân. Cô Phan — một du khách trẻ người Việt — thì đi kè kè với Đức Thanh như một cặp song sinh, còn phóng viên Sol Sanders mang đến một bó lay-ơn tặng vợ tôi. Các đồng nghiệp ở VOA tặng cho Muriel một chiếc nôi — họ còn giúp lắp ráp và đặt bé vào đó. Một bức ảnh màu được chụp lại khoảnh khắc bé ngủ say trong chiếc nôi mới.

"Cú đấm Nguyên tử" của chúng tôi khiến không ít người say khướt. Đến gần nửa đêm, Vinh Đan — sinh viên ngành nhãn khoa — bày ra máy chiếu slide, khoe ảnh phong cảnh, rồi lén chen vào vài tấm ảnh phụ nữ khỏa thân kèm câu nói to "Ồ, xin lỗi, lỗi kỹ thuật!" làm cả phòng cười rần rần. May thay, ông Diệm đã ra về từ sớm với chiếc đồng hồ của ông. Lúc nãy tôi đã trả lại ông và nói: "Tôi xem rồi, thưa ông, nhưng tôi đâu phải là thợ đồng hồ hoặc là dân am hiểu về đồng hồ. Xin lỗi ông vậy!"

VÀI NGÀY SAU buổi tiệc đầy tháng của Muriel, vào một đêm tháng Bảy năm 1952, ông Ngô Đình Diệm gọi điện cho tôi từ Lakewood, New Jersey, nơi ông đang ở trong Chủng viện Maryknoll. Ông nhờ tôi ra ga Grand Central mua giúp ông một vé tàu một chiều đi Cleveland, Ohio. Tôi lập tức nhận lời mà không mảy may nghĩ rằng đây sẽ là món nợ đầu tiên trong chuỗi những món nợ mà tôi sẽ gánh vì ông Diệm. Vợ chồng tôi bắt đầu lo lắng: lấy tiền đâu ra mà mua vé bây giờ? Đáng lý tôi nên hỏi rõ ông Diệm ngay từ đầu. Tôi tự trách mình – có lẽ vì quá lịch sự, hoặc chỉ đơn giản là vì quá vội vàng. Rốt cuộc, chẳng phải tôi đã từng nói rõ với ông ấy ngay từ lần đầu gặp rằng tôi không hề quan tâm đến chuyện chính trị hay sao? Và chẳng phải ông ấy đã hứa sẽ không để tôi dính líu đến chuyện đó? Ông Diệm không nói ông đi Cleveland để làm gì, và tôi cũng không hỏi. Tôi chỉ đáp: "Vâng." Vợ tôi và tôi biết chắc ông ấy không đi nghỉ mát, và nếu có, hẳn ông đã không yêu cầu chúng tôi mua vé – lại còn không nhắc gì đến chuyện hoàn tiền.

Dù tôi có muốn hay không thì chính trị cũng đã len lỏi vào rồi. Chúng tôi có nghĩ đến Đức Thanh – chỉ cần một cú điện thoại là anh ấy có thể xoay xở ngay được số tiền đó. Nhưng chúng tôi gạt ý nghĩ ấy đi, vì vẫn nhớ rõ những lời ông Diệm từng nói với chúng tôi rằng Đức Thanh chỉ chịu giúp nếu được trả tiền trước. Có lẽ cũng vì lý do đó mà ông gọi cho chúng tôi, bởi ông biết chúng tôi sẽ không đòi hỏi gì. Ông tin tưởng chúng tôi, và chúng tôi cũng thật lòng muốn giúp ông – một con người tử tế, trong hoàn cảnh khó khăn.

Hôm ấy khoảng 8 giờ tối, tôi đến gặp Trịnh Văn Chẩn – một đồng nghiệp và người bạn thân thiết ở Đài VOA. Anh ấy sống độc thân nhưng lương bổng thì cũng cỡ lương của tôi. Nếu có ai có thể cho tôi vay tiền, thì chính là anh ấy. Anh và Lâm Chấn Quan cùng thuê một căn hộ trên đường West 80. Cả hai đều sang Mỹ cùng đợt với tôi và cô Bài từ Sài Gòn. Quan thì hơi bủn xỉn, giữ mọi thứ cho riêng mình, còn Chẩn cởi mở hơn, và tôi biết anh sẽ sẵn lòng giúp nếu tôi cần. Dẫu vậy, giá vé tàu đâu phải chỉ vài ba chục đô – tôi e rằng phải chờ đến sáng hôm sau để anh ấy có thể rút tiền từ ngân hàng. Quả đúng như vậy. Tôi nhờ Chẩn rút giùm 50 đô vào sáng hôm sau, rồi báo cho ông Ngô biết là tôi sẽ giữ vé sẵn cho ông.

Tối hôm sau, lúc 8 giờ, tôi ra Grand Central gặp ông Diệm và trao tấm vé tôi đã mua bằng tiền mượn của Chẩn trong giờ nghỉ trưa. Ông đến một mình, vẫn bộ vest nâu sẫm, cà vạt xanh, tay cầm chiếc cặp đen và một vali da mà tôi đã giúp ông mang lên tàu. Tôi không hỏi ông đi đâu, và ông cũng không nói gì nhiều, chỉ bảo có việc gấp phải đi Cleveland và cảm ơn tôi, nói rằng sẽ hoàn lại số tiền ấy cho tôi vào một ngày nào đó. Tôi vốn đã không ưa dính dáng đến chính trị, và tuy hiểu "việc gấp" ấy thực chất là chuyện chính trị, tôi cũng chẳng tò mò thêm. Tôi đoán ông cũng cảm nhận được điều đó nên chẳng cần giải thích. Vợ chồng tôi chỉ đơn giản nghĩ rằng mình đang giúp một người đang gặp khó khăn, không đặt câu hỏi, không nghi ngờ.

Nhưng Trần Văn Chẩn lại nghi ngờ lý do tôi vay tiền có dính đến chính trị. Hôm sau, khi tôi vô tình kể với Chẩn chuyện đã tiễn ông Diệm đi Cleveland, anh ấy liền hỏi: "Cậu vay tiền để ông Diệm dùng làm chính trị à?" Tôi lảng tránh câu hỏi bằng cách trách Chẩn đã nghi ngờ một người tử tế như ông Diệm. Tôi nói, "Sao ông ấy lại cần đến 50 đô của một gã nghèo như tôi để làm chính trị chứ?" Dù trong lòng tôi không chắc chắn điều gì, nhưng vẫn nói vậy. Nhưng tại sao Chẩn lại tò mò nhỉ?

Điều không tránh khỏi rốt cuộc cũng đến. Vài ngày

sau, cô Loretta Napolitano - thư ký văn phòng - gọi điện báo rằng ông Diệm đang chờ trên đường dây gọi từ Grand Central.

"Anh Văn, tôi cần anh giúp. Tôi đang ở ga tàu. Anh có thể đến ngay được không?"

Tôi hơi lo – tưởng có chuyện gì nghiêm trọng – nên hỏi lại: "Tôi sắp phải lên sóng rồi, thưa ông. Có chuyện gì vậy ạ?"

"Không quan trọng lắm. Nhưng lưng tôi đau kinh khủng. Tôi không nghĩ mình có thể trở lại Lakewood được."

Tôi vội đáp: "Vậy ông cứ đến thẳng căn hộ của tôi. Tôi sẽ gọi báo cho vợ tôi biết."

TÔI QUÁ NGÂY THƠ, không biết rằng Đài Tiếng nói Hoa Kỳ – nơi tôi làm việc – vốn là nơi theo dõi sát mọi biến động chính trị ở Việt Nam và Đông Dương. Các đồng nghiệp đã nghe cuộc trò chuyện giữa tôi và ông Diệm, và biết rằng ông đang trên đường đến nhà tôi. Nhưng khác với Chẩn, những người khác không nói gì – chỉ báo cáo lặng lẽ cho cấp trên ở Việt Nam. Sau này nhìn lại, tôi mới ráp nối được từng mảnh ghép để hiểu rõ tình hình lúc ấy.

Tối hôm đó, tôi về đến nhà thì thấy ông Diệm đang nằm nghỉ trên chiếc ghế dài phủ tấm vải đỏ do vợ tôi mua. Ông cố ngồi dậy nhưng nhăn mặt vì đau, rồi lại nằm xuống. Tôi giúp ông nằm cho thoải mái và ông kể rằng cơn đau lưng phát tác dữ dội trên đường về. Tôi nhờ bác sĩ hàng xóm – ông Meltzer – đến khám, dù đã khá muộn.

Sau khi được tiêm thuốc và chườm nóng phần lưng

dưới, ông Diệm đã đỡ hơn và có thể tự đi về lại căn hộ của chúng tôi. Vợ tôi chườm nóng cho ông suốt đêm. Hôm sau, ông đã khỏe hơn nhiều. Sau vài ngày nghỉ ngơi và điều trị tiếp, ông hoàn toàn bình phục, đi lại nhẹ nhàng và có vẻ vui vẻ hơn trước. Trước khi rời đi, ông bảo:

"Anh biết không, hình như số phận đã đưa tôi đến với anh, mà tôi không hề có ý làm phiền đâu. Tôi hiểu cuộc sống của anh – với gia đình, con cái, đồng lương hạn hẹp. Tôi chỉ có thể nói lời cảm ơn anh từ tận đáy lòng." Vợ chồng tôi xúc động. Chúng tôi trấn an ông rằng ông không phải là gánh nặng gì cả, mời ông cứ trở lại bất cứ lúc nào ông muốn – chỉ mong ông không chê những bữa ăn đạm bạc và cuộc sống đơn sơ của chúng tôi. Ông nói lời tạm biệt và rời đi.

6. CHICAGO

MÙA HÈ Ở MANHATTAN, trong những tháng oi ả nhất, tôi thực sự cần một kỳ nghỉ. Tôi được nghỉ ba tuần vào tháng Tám và quyết định dùng hết một lượt, thay vì chia nhỏ ra nghỉ vào mùa thu hay mùa đông như nhiều đồng nghiệp khác. Đây cũng là kỳ nghỉ đầu tiên của tôi kể từ khi bắt đầu làm việc tại Đài Tiếng nói Hoa Kỳ từ ngày 25 tháng 4 năm 1951. Kế hoạch ban đầu của tôi chỉ đơn giản là nghỉ ngơi: ngủ bù sau nhiều đêm phát sóng khuya, thư giãn cùng vợ con. Nhưng một lần nữa, Ngô Đình Diệm và bàn tay định mệnh lại khiến mọi chuyện rẽ sang một hướng khác.

Hội Sinh viên Công giáo Việt Nam tại Bắc Mỹ vừa thành lập và dự định tổ chức hội nghị thường niên lần đầu tiên vào đầu tháng Tám tại Chicago. Tôi chưa từng nghe đến hội này và cũng chẳng quan tâm đến các hoạt động của họ. Nhưng một đêm nọ, chuông điện thoại reo. Đó là ông Diệm gọi. Ông nhắc đến một hội nghị và hỏi tôi có muốn đi Chicago tham dự không. Tất nhiên là muốn rồi, tôi đáp. Tôi đang nghỉ phép mà!

Và thế là vợ chồng tôi lại có cuộc họp gia đình khẩn. Lấy tiền đâu mà đi? Lần này không thể mượn Chẩn nữa.

nhưng tôi lại muốn đi và không còn cảm giác ngại ngùng khi phải vay mượn như trước, mà thậm chí háo hức là đằng khác. Tiền bạc là chuyện có thể xoay xở được. Cuối cùng, chúng tôi quyết định vay trực tiếp từ ngân hàng—vay hẳn hoi, đàng hoàng, thay vì đi nhờ vả những người Việt quen biết, rồi lại phải chịu những ánh mắt tò mò, những câu hỏi khiến người ta phát ngán.

Tôi đến một chi nhánh của ngân hàng Chase Manhattan và vay 300 đô la. Đây là lần đầu tiên tôi vay nợ ngân hàng. Hơi liều lĩnh, nhưng tôi chẳng bận tâm, và vợ tôi cũng vậy. Chúng tôi còn trẻ và rõ ràng là đã bị ảnh hưởng bởi ông Ngô Đình Diệm—chỉ có điều, lúc đó chúng tôi chưa tự nhận ra. Tôi bước ra khỏi ngân hàng với một quyển sổ trả góp bấm lỗ từng tháng, nhưng không cầm đủ 300 đô la trong tay vì khoản trả tháng đầu cộng tiền lãi đã bị trừ ngay từ đầu! Tôi bật cười một mình. Sau đó, tôi đi tàu điện ngầm đến đường 14, nơi tôi thường mua quần áo mùa đông và những thứ lặt vặt cần thiết cho gia đình. Tôi đến Wanamaker, một cửa hàng bách hóa lớn, và dễ dàng xin mua trả góp. Thế là thêm một món nợ nữa. Mỉa mai thay, bài hát nổi tiếng lúc bấy giờ là "Sixteen Tons" của Tennessee Ernie Ford, có câu: "Ôi trời ơi, tôi đã bán linh hồn mình cho cửa hàng bách hoá ..."

Tôi rời Wanamaker với một chiếc vali nhựa màu xanh lá cây bên trong có vài chiếc áo sơ mi, cà vạt và một vài món lặt vặt. (Muriel vẫn còn giữ chiếc vali ấy đến bây giờ—nó bằng tuổi cô bé). Và thế là tôi bắt đầu chuyến đi đến Chicago. Để tiết kiệm, tôi chọn đi xe buýt đường dài Greyhound. Khi đến Chicago tôi thuê phòng tại YMCA vào ngày trước khi Hội Sinh viên Công giáo Việt Nam chính thức khai mạc. Sáng hôm sau, tôi vẫn còn đang ngủ thì có tiếng gõ cửa ầm ĩ. "Ai đó?" tôi khàn giọng hỏi. "Các bạn ơi, mở cửa!" Một giọng nói bằng tiếng Việt vang lên.

Tôi mừng đến phát khóc! Nếu dân tộc Việt Nam có một đặc điểm nổi bật, thì chính là lòng gắn bó với quê hương và đồng bào—nhất là khi sống nơi đất khách quê người. Thơ xưa có câu rằng…

Cửu hạn phùng cam vũ
Tha hương ngộ cố tri.[20]

TỪ CHIẾC GIƯỜNG HẸP CỦA TÔI trong căn phòng nhỏ ở YMCA Chicago, mắt còn sưng húp vì buồn ngủ, tôi với tay xoay nắm cửa. Cánh cửa bật mở, và một cái đầu tóc tai bù xù thò vào: "Này, dậy đi! Đừng có làm biếng nữa. Trưa rồi mà!". Tôi nheo mắt nhìn ra và thấy sau cậu thanh niên ấy là vài cái đầu khác—tất cả đều là người Việt. Tôi bật dậy ngay, vội vàng chào hỏi và giới thiệu: "Tôi là Bùi Kiến Thành," rồi tiếp tục gọi tên từng người đang lách vào qua khe cửa mở. "Đây là Nguyễn Thái, Chủ tịch đương

---

20 Những câu thơ này được trích từ một bài thơ của Uông Thù (thời Bắc Tống, Trung Quốc) về những khoảnh khắc hạnh phúc trong cuộc sống.

Cửu hạn phùng cam vũ,
Tha hương ngộ cố tri.
Động phòng hoa chúc dạ,
Kim bảng đề danh thì.

Dịch nghĩa

Hạn hán lâu ngày gặp cơn mưa lành,
Nơi đất khách quê người gặp bạn cũ.
Động phòng đêm tân hôn.
Tên mình được đề trên bảng vàng.

nhiệm. À, không, xin lỗi, sắp sửa là Chủ tịch Hội; đây là Nguyễn Văn Mừng; còn đây là…"

Lúc đó tôi vẫn còn mặc đồ ngủ, nên vội thay quần áo. Nguyễn Thái lên tiếng: "Nghe nói anh mới tới. Này các cậu, sao không đưa anh Văn đi dạo phố thương mại Loop và mấy cái *merveilles* (kỳ quan) khác của Chicago nhỉ?". Tôi cười đáp ngay: "Cảm ơn nhé, nhưng tôi đã đi Loop rồi. Cả mấy quán bar có các cô gái phục vụ nước uống bình thường nhưng tính tiền như whisky ấy. Mới tối hôm qua đấy." Tiếng cười bật ra rôm rả!

Người khiến tôi có thiện cảm đặc biệt là anh chàng tóc rối bù Bùi Kiến Thành—cậu nói cậu là bạn của ông Ngô Đình Diệm, hay ít ra cha cậu là bạn thân của ông ấy. Thành hỏi tôi đã từng gặp ông Diệm ở New York chưa. Tôi nói là có, và thú thật rằng tôi có mặt tại hội nghị này không phải do mình chủ động, mà là vì ông Diệm đề nghị tôi đến.

Ôi, chúng tôi vui vẻ biết bao! Tôi khi đó đã 33 tuổi, lớn hơn các cậu ấy, nhưng không nhiều. Tôi cảm thấy mình như một phần trong nhóm—trẻ lại, hào hứng, tràn đầy năng lượng. Nếu trước đó tôi còn lấn cấn về việc phải vay tiền để đi, thì giờ chẳng còn chút do dự nào nữa. Tôi hoàn toàn sẵn sàng hòa mình vào thế giới sôi nổi và trẻ trung của họ. Và tôi mang ơn ông Diệm về tất cả những điều ấy.

Cả nhóm lái xe đưa tôi đi vòng quanh trung tâm Chicago, rồi lên đồi tới ký túc xá của một trường đại học, nơi các thành viên và khách của hội sẽ lưu trú trong những ngày sắp tới. Tôi được sắp xếp ngủ chung với một thanh niên tên là Nguyễn Văn Nghiêm—em trai của Nguyễn Văn Thơ, tuy lúc đó tôi chưa biết gì về cả hai anh em. Tôi và Nghiêm trở thành bạn cùng phòng hơn một tuần, và chúng tôi rất hợp tính. Sau này, khi Nguyễn Văn Thơ—anh trai cậu ấy—trở thành một vấn đề nhức đầu cho cả Hội lẫn nhóm những người ủng hộ Ngô Đình Diệm, tôi vẫn nhớ đến Nghiêm trẻ trung, vui tính, và thầm cảm tạ trời đất vì cậu ấy không giống anh mình.

Tôi được giới thiệu với Cha Jacques. Cũng chính lúc đó, tôi gặp người thực sự là ứng cử viên nặng ký—người mà họ đã chọn làm chủ tịch: Âu Ngọc Hồ.[21] Anh là một thanh niên trông rất hiền lành, cử chỉ và lời nói rất nhẹ nhàng. Anh ấy hoàn toàn khác với Nguyễn Thái, và tôi đã có cảm tình với anh ngay từ lần gặp đầu tiên, mặc dù phải thừa nhận rằng Nguyễn Thái có vẻ lanh lợi và thông minh hơn. Nhưng Hồ đến đây để tranh cử chức chủ tịch, và tôi chỉ là một khách mời. Nhiều năm sau, Âu Ngọc Hồ vẫn tỏ ra hãnh diện khi tôi gọi anh là "chàng trai trẻ hiền lành."

Tại bữa tiệc trưa sau phiên họp khai mạc, khi Hồ được đề cử và trở thành Chủ tịch Hội, tôi được một cô gái trẻ từ Huế tên là Nguyễn Thị Quít giới thiệu với các thành viên. Trong bài phát biểu cảm ơn, tôi đã vô tình phạm phải một lỗi khá lớn khi nói: "Cảm ơn cô Nguyễn Thị Quít, một cô gái Việt dễ thương đến từ làng Thừa Thiên…" Tiếng cười bùng lên khắp phòng. Người ta hẳn nghĩ tôi là một kẻ quê mùa từ miền Nam! Tiếng cười vừa dứt, tôi nhanh trí chữa lại: "Ý tôi là từ tỉnh Thừa Thiên…" Lần này, tiếng cười nhẹ nhàng hơn. Tôi tiếp lời, có phần lúng túng: "Mỗi vùng miền Việt Nam đều có đặc điểm riêng. Tôi không phải là

21 Âu Ngọc Hồ (1930–2015) sau này giữ chức Bộ trưởng Kinh tế từ tháng 5 năm 1968 đến tháng 9 năm 1969 trong chính phủ Việt Nam Cộng hòa do Thủ tướng Trần Văn Hương đứng đầu.

người chủ trương chia rẽ mà ngược lại. Nhưng thú thật là tôi chưa từng nghe ai ở miền Nam hay miền Bắc gọi một tỉnh là làng. Tôi xin lỗi, vì tên gọi thuộc địa—Tonkin [Bắc Kỳ], An Nam [Trung Kỳ], và Cochinchina [Nam Kỳ]—ngay từ đầu đã chia cắt đất nước chúng ta." Lần này, tiếng cười chuyển thành sự tán thưởng. Sau đó, một linh mục người Việt, Cha Trinh, thì thầm vào tai tôi: "Không có gì lạ khi anh làm nghề phát thanh viên. Anh có khiếu hùng biện bẩm sinh đó."

Hôm đó, tôi được bầu làm hội viên danh dự. Trong phiên họp toàn thể đầu tiên này—cũng là ngày thành lập Hội Sinh viên Công giáo Việt Nam tại Bắc Mỹ—tôi đã có cơ hội gặp gỡ hầu hết các sinh viên Việt Nam đang du học tại Mỹ. Nhiều người trong số họ được các giám mục Việt Nam bảo trợ sang học, bất kể họ có theo đạo Công giáo hay không. Âu Ngọc Hồ thì không theo đạo Công giáo, nhưng việc anh được bầu làm Chủ tịch đầu tiên cho thấy Hội có tinh thần cởi mở và phi giáo phái rất cao. Một vài sinh viên, như Trương Đình Phú, học ngành nông nghiệp, rất thân thiện, chủ động trò chuyện dù biết rằng chúng tôi có thể sẽ không bao giờ gặp lại—họ sẽ trở lại các trường nơi xa xôi, còn tôi thì sẽ không tham gia các kỳ đại hội khác.

Cha Jacques được bổ nhiệm làm tuyên úy và cố vấn cho Hội, một vai trò mà trước giờ Cha vẫn âm thầm đảm nhiệm dù lúc đó Hội chưa chính thức thành lập. Đại diện cho các giám mục Việt Nam, Cha phụ trách các suất học bổng, không phân biệt sinh viên Công giáo hay không. Cha Jacques tận tâm không mệt mỏi—nếu có thể, Cha sẽ chăm lo đến từng chi tiết nhỏ cho từng sinh viên. Mặc áo chùng đen đã bạc màu, Cha không quan tâm đến hình thức mà lái xe hàng nghìn dặm, gõ cửa từng nhà, không bỏ sót bất cứ ai để bảo vệ quyền lợi của các sinh viên Việt Nam.

Tất nhiên, Cha Jacques biết rõ về ông Ngô Đình Diệm. Cha từng giảng dạy tại Collège de la Providence ở Huế và nói tiếng Việt lưu loát. Ông Diệm là em của Giám mục Ngô Đình Thục—nhân vật có ảnh hưởng bậc nhất trong giới giám mục người Việt. Hồi đó, toàn quốc chỉ có chưa đến một chục giám mục người Việt, vì hệ thống giám mục bản địa mới được hình thành chưa lâu.

Trong bữa tiệc trưa hôm ấy, tên ông Diệm được nhắc đến, và Cha Jacques đề nghị tôi giúp ông một việc, đó là đón tiếp các sinh viên Việt Nam mới đến Mỹ qua ngả New York. Họ sẽ ở nhà tôi một vài ngày trước khi đến trường. Tôi đồng ý, dù biết rằng điều này sẽ chiếm nhiều thời gian và ngân sách vốn đã eo hẹp của gia đình mình. Tối hôm đó, Hội nhận được một bức điện tín chúc mừng từ ông Ngô Đình Diệm, thay mặt sinh viên và các linh mục Việt Nam đang cư ngụ tại New York. Tôi biết chắc rằng bức điện ấy được gửi đi từ chính nhà tôi!

Có một ghi chú nhỏ về phiên họp toàn thể ấy: Nguyễn Thái ngày càng tham gia sâu hơn vào công việc của Hội. Dù anh ấy không để ý nhưng đây chính là bước khởi đầu cho những tham vọng và thành công chính trị sau này. Khi ấy, Thái đang theo đuổi cô Tuyết Mai. Hầu hết sinh viên lúc ấy còn giữ nét truyền thống: hiếu thảo, lễ độ, và chăm học. Chỉ một số ít là ngoại lệ, nhưng chính những ngoại lệ ấy lại càng làm nổi bật thêm những nguyên tắc.

7. ÔNG NỘI MARYKNOLL

TÔI RỜI KHỎI HỘI NGHỊ TRỞ VỀ NHÀ thì thấy ông Ngô Đình Diệm đang đợi tôi. Mẹ bọn trẻ đã biến gian phòng khách thành phòng riêng cho ông, với chiếc ghế dài được dùng làm giường ngủ, còn cánh cửa thông với phòng làm việc của tôi thì đã bị đóng đinh chặt. Căn phòng ấy sẽ là chỗ ở của ông Diệm trong suốt chín tháng tiếp theo, trừ những dịp ông ghé lại Chủng viện Maryknoll, nhưng cũng chỉ ở đó vài ngày rồi lại quay về. Ông nói với tôi và vợ tôi như một lời xin lỗi: "Tôi biết mình có thể là gánh nặng cho anh chị, nhưng tôi quá cô độc ở chủng viện. Nơi ấy biệt lập đến mức tôi không thể theo dõi được những gì đang diễn ra ngoài kia. Tôi chỉ mong anh chị rộng lòng và thông cảm cho phép tôi được tá túc nhiều ngày mỗi lần tôi đến. Với lại... dường như ở quê nhà đang có những diễn biến lớn lao…"

Thực ra, ông không cần phải xin phép gì cả. Chúng tôi đã sẵn sàng đón ông vào nhà. Thành thật mà nói, chúng tôi còn mong ông trở thành một thành viên trong gia đình nữa. Đến lúc ấy, chúng tôi đã quá quen thuộc với ông và gần như xem ông như một người cha trong nhà. Với một người Việt xa xứ, còn gì quý giá và an ủi hơn khi có một người như cha mẹ mình sống chung dưới một mái nhà? Vợ tôi và tôi chỉ cần trao đổi với nhau ngắn gọn là đã hiểu nhau, còn ông Diệm thì rất vui.

Từ đó bắt đầu chuỗi những đêm dài—thực sự là những đêm trắng—của chuyện trò và khói thuốc. Ban đầu điều này khiến vợ chồng tôi mệt mỏi vì ông dường như không bao giờ muốn đi ngủ, mà càng về khuya ông lại càng tỉnh táo hơn. Nhưng về sau, chúng tôi cũng dần quen. Tôi không chỉ thức với ông đến tận phút cuối cùng trước khi phải đi làm ca làm đêm, mà còn thấy thích thú với những cuộc trò chuyện ấy.

Khi tôi làm việc theo giờ hành chính từ 9 giờ sáng đến 6 giờ chiều, ông Diệm dành cả ngày ở nhà với các con tôi. Ông đưa bọn trẻ đi dạo thật lâu ở Công viên Riverside, trò chuyện với chúng và chụp những tấm ảnh tuyệt đẹp bằng chiếc máy ảnh Leica cũ kỹ. Có một bức ông đặc biệt tâm đắc: ảnh Mỹ Châu đứng trên băng ghế dài trong công viên — một khung cảnh nghệ thuật pha trộn giữa những phiến đá, cây xanh và một cô bé đang cầm chiếc lá mùa thu đỏ rực, chăm chú ngắm nhìn nó như đang suy tư về sắc màu. Chiếc giỏ nhỏ màu xanh lá nằm gọn dưới chân cô bé. Ông Diệm luôn đưa các cháu về đúng giờ ăn trưa với mẹ, rồi sau đó nghỉ ngơi hoặc đọc sách cho đến khi tôi tan ca trở về.

Ngô Đình Diệm trong chiếc ghế bành ưa thích của mình tại căn hộ của ông Bùi Công Văn (New York, 1952)

Ngô Đình Diệm cùng gia đình họ Bùi và những người ủng hộ (New York, 1952)

Đứng từ trái sang phải: Nguyễn Hữu Hanh, Dư Phước Long, Marie Mỹ Dung, bà Văn, ông Văn

Ngồi từ trái sang phải: Dominic Đỗ Văn Quý, Ngô Đình Diệm, Dominic Nghiệp, Lucie Mỹ Châu

Gia đình Bùi cùng thành viên mới nhất, Muriel Mỹ-Nga (New York 1952)

Khi thời tiết đẹp, đặc biệt vào những buổi tối hè dài, ánh nắng còn vương vãi trên bầu trời và gió mát từ sông Hudson thổi vào, cả nhà chúng tôi cùng nhau đi dạo ở công viên Riverside. Muriel ngồi trong xe đẩy mà chúng tôi mượn của ông Jim Lanigan, một đồng nghiệp ở Đài Tiếng nói Hoa Kỳ sống gần đó, vì lúc đó chúng tôi vẫn còn quá túng thiếu để mua được một chiếc xe đẩy riêng cho con. Tôi đẩy xe, Dominic và Mỹ Châu đi sau, còn mẹ bọn trẻ và ông Diệm đi cuối cùng. Đôi khi, khách đến thăm nhà cũng cùng chúng tôi đi dạo.

Một tối như thế, có Cha Kiệm, Bùi Văn Thinh và Nguyễn Thanh Vân từ Đại học Seton Hall bên New Jersey ghé thăm, dành trọn một ngày ở New York với gia đình chúng tôi. Khi chúng tôi vừa đi bộ vừa trò chuyện bằng tiếng Việt, thì bất ngờ một giọng Mỹ vang lên: "Hey, Vietnam!" — là tiếng gọi của Jim Lanigan. Ông là một trong số ít người Mỹ thời đó biết Việt Nam ở đâu, chứ chưa nói đến chuyện phát âm đúng tên nước. Chúng tôi giới thiệu ông với ông Diệm, và Lanigan nói ông đã nghe nói về ông Diệm, rất vui vì được gặp mặt.

Lúc ấy, Dominic đang lăn lộn chơi đùa trên bãi cỏ ba lá dày xanh rì với một cậu bé tầm tuổi nó. Nó muốn khoe cú nhào lộn mới học được nhưng lại trộn tiếng Anh với tiếng Việt theo cách trẻ con đáng yêu. Trong tiếng Việt, "lộn mèo" là cú nhào đầu xuống rồi đẩy hai chân bật ngửa ra sau. "Bạn có biết cách lộn mèo không?" Dominic hỏi. Cậu bé kia lắc đầu, bối rối. "Vậy thì," Dominic nói, "để mình lộn mèo, xem này!"

Lần này, bạn nó chưa kịp lắc đầu vì cậu bé hoàn toàn không hiểu con trai tôi đang nói gì hoặc sắp làm gì. Tất cả chúng tôi, những người lớn, đều phá lên cười. Dominic thì tiếp tục biểu diễn cú "lộn mèo" hết lần này đến lần khác trên thảm cỏ mềm như nhung ấy.

Một buổi tối đi dạo khác, Lý Chánh Đức - một sinh viên Việt Nam - cũng đi cùng chúng tôi. Nhưng nếu tôi nhớ không lầm, vào thời điểm đó hầu như không còn người Việt nào khác đang sống ở New York, hoặc bất kỳ nơi nào khác ở Hoa Kỳ, dù là thường trú dân hay du học sinh. Ông Diệm biết rõ tất cả những người khách đến thăm, vì ông vốn rất cẩn trọng, và tôi nghĩ điều đó hoàn toàn hợp lý. Lúc bấy giờ, phía Pháp và chính quyền bù nhìn ở Sài Gòn do Trần Văn Hữu đứng đầu dành sự ưu ái cho khá nhiều người Việt sống ở Mỹ, đặc biệt là tại Washington, D.C. và New York. Một số người khác thì nhận trợ cấp từ người Pháp, hoặc chí ít cũng đang cố tìm cách lấy lòng Đại sứ quán Việt Nam dưới quyền Đại sứ Trần Văn Khá. Còn ông Diệm thì muốn giữ kín tung tích, tránh để người Pháp và các tay sai của họ biết được mình đang ở đâu.

Chúng tôi thường nán lại công viên cho đến khi trời tối hẳn. Khi chúng tôi quay về căn hộ, đèn đường đã sáng rực và bên kia sông Hudson, ánh đèn nhấp nháy rực rỡ từ công viên giải trí Palisades phản chiếu trên mặt nước như những con rắn dài đang uốn mình.

Trở về nhà, một bữa tối đạm bạc được dọn ra vì tài chính không cho phép chúng tôi chi tiêu xa hoa. Và sau đó, những "canh thức" thâu đêm như thường lệ lại bắt đầu. Mẹ bọn trẻ lúc này đã khá quen với sinh hoạt đó. Cô ấy mang vào một ấm trà nóng bốc khói nghi ngút. Trên bàn là hộp thuốc lá Philip Morris. Thỉnh thoảng, nếu có điều kiện, tôi tự thưởng cho mình một ly whisky. Rồi nghi thức quen thuộc bắt đầu: ông Diệm châm thuốc, hút một điếu cho đến khi gần tàn thì dập tắt, rồi lại châm tiếp, và những cuộc trò chuyện tưởng chừng như bất tận cũng bắt đầu theo những làn khói.

Ngô Đình Diệm có thể nói chuyện hàng giờ liền. Dưới ánh đèn vàng leo lét, ông nói đến mọi chủ đề, chỉ dừng lại để nhấp một ngụm trà, hoặc hiếm hoi lắm mới để nghe tôi đặt một hai câu hỏi. Mẹ bọn trẻ thì rút vào bếp, như truyền thống của bao phụ nữ Việt Nam, nhưng thi thoảng lại quay vào để châm thêm nước trà, rồi lặng lẽ đi ra. Mỗi lần mẹ bọn trẻ mở cửa, cô ấy thường phải đứng sững lại vài giây vì làn khói đặc quánh trong phòng khiến cô không nhìn thấy được gì. Còn chúng tôi thì dường như chẳng để ý gì đến khói thuốc. Hai người đàn ông cứ say sưa trò chuyện, thuốc lá nối tiếp thuốc lá. Vào mùa đông, tình hình càng nghiêm trọng hơn vì chúng tôi đóng kín cửa sổ để giữ ấm, và mẹ bọn trẻ luôn phải mở cửa ra để lấy lại không khí trong lành mỗi lần mang trà vào.

Tôi tranh thủ những đêm như vậy để hỏi ông Diệm về quá khứ và về chính trị Việt Nam nói chung. Ông khơi ra những cuộc trò chuyện dài về chủ nghĩa thực dân và chính sách thuộc địa, về tính cách của từng nhân vật Việt Nam trong lịch sử cũng như hiện tại, kèm theo rất nhiều chi tiết cụ thể, ít nhất là đối với tôi, một người tự thú nhận mình hoàn toàn không am hiểu gì mấy.

Tuy nhiên, khi bàn đến tương lai, ông Diệm lại có phần dè dặt. Ông không biết và cũng không muốn đoán điều gì sẽ xảy ra với đất nước. Còn về bản thân mình, ông khá thẳng thắn. Ông bảo rằng mình không có bất kỳ kế hoạch hay mục tiêu cụ thể nào để theo đuổi, và thật lòng mà nói, ông cũng không định hành động gì cả. Từ khóa yêu thích của ông là "học tập". Ông bảo rằng mình ở Mỹ là để "phục vụ" và "học tập". Khi thời cơ đến và nếu ông thấy nó xứng đáng, hữu ích, thì ông sẽ cân nhắc hành động phù hợp.

Trong khi ông Diệm quan sát và nghiên cứu về nước Mỹ, tôi cũng âm thầm học hỏi từ ông. Có lần, ông hỏi tôi có biết từ "filibuster" nghĩa là gì không. Tôi không biết thật và chỉ trả lời theo cảm tính: là "tên cướp biển, một tên cướp biển ngoài đại dương." Ông bật cười, rồi kiên nhẫn giải thích rằng đó là một chiến thuật cản trở việc thông qua một dự luật bằng cách kéo dài thời gian tranh luận vô thời hạn trong Quốc hội Mỹ. Đó chỉ là một trong nhiều lần ông đóng vai làm thầy giáo của tôi, và ông dường như rất thích vai trò ấy. Thực ra, ông phù hợp với vai trò người thầy hơn là người bạn hàn huyên. Ông dạy tôi rất nhiều điều về chính trị, và không cần nói cũng biết rằng sau nhiều tháng, tôi đã tiếp nhận gần như toàn bộ quan điểm của ông về hầu hết mọi vấn đề.

Tôi dành cho ông Diệm sự kính trọng và tình cảm gần như một người con dành cho cha. Thật vậy, các con của chúng tôi bắt đầu gọi ông là "Ông nội". Vì Dominic, Marie và có lẽ cả Mỹ Châu nữa vẫn còn nhớ ông nội của chúng ở Việt Nam nên để phân biệt, chúng tôi gọi ông là "Ông nội Maryknoll". Cách gọi đó, mà cả tôi và vợ tôi cũng dùng khi nói với các con, cho thấy rõ tình cảm mà chúng tôi đã dành cho ông và tiếp tục giữ gìn qua nhiều năm sau. Cho đến tận bây giờ, dù bọn trẻ đã trưởng thành và phần lớn ký ức về ông nội Maryknoll đã mờ nhạt, thì đối với tôi và vợ, chúng tôi vẫn gọi ông như thế, như cách mà chúng tôi đã thỏa thuận với nhau từ lần đầu gặp ông tại khách sạn Tudor.

8. MÙA ĐÔNG NĂM 1952

THỜI GIAN TRÔI QUA RẤT NHANH. Mùa hè lặng lẽ khép lại, rồi mùa thu đến và đi, và năm 1952 sắp sửa kết thúc. Thói quen của ông Diệm vẫn không thay đổi. Ông thường quay lại Chủng viện Maryknoll ở Lakewood, New Jersey, hoặc đến Ossining, New York vì ông có phòng ở cả hai nơi. Ông cứ đi đi về về giữa đó và căn hộ của chúng tôi ở New York. Nhưng chỉ sau vài ngày vắng mặt, ông lại trở về sống cùng gia đình tôi, mỗi lần ở lại khoảng mười ngày. Lúc này, ông đã nối lại liên lạc với người em trai ở Sài Gòn, ông Ngô Đình Nhu. Từ đó, ông Nhu bắt đầu gửi bản tin định kỳ *Chủ nghĩa Xã hội* (Socialism) đến địa chỉ nhà tôi để phân phát cho sinh viên Việt Nam đang học tại Mỹ. Sinh viên và du khách Việt bắt đầu ghé qua New York, và như tôi đã thỏa thuận trước với Cha Jacques, tôi thường ra sân bay hoặc bến tàu đón họ. Họ tạm trú vài ngày ở nhà tôi trước khi tiếp tục hành trình đến điểm đến cuối cùng.

Tôi còn nhớ rất rõ những ngày đầu đông năm ấy, khi ông Diệm trở lại căn hộ của chúng tôi. Ông bước vào nhà với chiếc cặp da đen phồng to như thường lệ, bên trong là bộ đồ ngủ và vài món vật dụng lặt vặt. Đôi giày ông lấm tấm tuyết, và chiếc mũ cũ kỹ thì ướt sũng. Đôi khi, ông mang về vài thứ trái cây hoặc một gói bánh quy mà ông gọi là «rackets», với cách phát âm tiếng Anh pha giọng Pháp không mấy rõ ràng. Có lần, ông đơn giản bước vào và nói với Marie: "Con gái này, ra tiệm mua cho bác cái này nhé, bác thấy nó ở trên kệ ấy." Và Marie lại tung tăng ra ngoài mua về bất cứ thứ gì ông muốn.

Nhiều lần, ông Diệm mang quà về cho bọn trẻ. Một chiếc điện thoại đồ chơi bằng nhựa màu đen cho Dominic và một chiếc túi xách nhựa màu xanh lá cây cho Mỹ Châu. Nó chính là chiếc túi đặt dưới chân cô bé trong bức ảnh ông chụp cô đang chăm chú ngắm một chiếc lá mùa thu đỏ rực. Những lúc khác, ông chỉ đơn giản chơi đùa cùng lũ trẻ, và dường như trở nên thân thiết nhất với Dominic. Ông thường nhấc bổng cậu bé lên, đung đưa qua lại, hoặc giả vờ vật lộn rồi dạy Dominic một hai thế judo, vừa cười vừa thích thú không kém gì thằng bé. "Này con trai," ông hỏi, "nếu có một tên trộm lẻn vào nhà và định tấn công con, con sẽ làm gì?" Dominic siết chặt hai nắm tay bé xíu như một võ sĩ, rồi tung ra những cú đấm và những cú đá. Ông nội Maryknoll sẽ lao vào vật lộn với Dominic, cả hai cùng lăn ra sàn, cười nghiêng ngả.

Mùa đông năm đó, tôi làm ca đêm. Sau bữa tối, tôi và ông Diệm lại tiếp tục những buổi trò chuyện quen thuộc. Giờ làm việc của tôi là từ 3 giờ sáng hôm nay đến 10 giờ sáng hôm sau. Ông Diệm biết rõ lịch trình ấy nên khoảng nửa đêm, ông thường nhắc tôi đi ngủ sớm để lấy sức. Nhưng chỉ cần tôi vừa quay lưng đi được vài phút, ông lại gọi tôi quay lại để hỏi thêm một câu, hoặc nối tiếp ý mà ông còn dang dở. Thế là tôi lại ngồi xuống, tiếp tục trò chuyện một cách vô thức. Chuyện đó cứ lặp đi lặp lại nhiều lần cho đến khi tôi thật sự tách được khỏi ông để vào phòng làm việc sát vách nghỉ ngơi. Có nhiều đêm tôi thức trắng, rồi đi thẳng đến buổi phát thanh sáng tại Đài Tiếng nói Hoa Kỳ.

Tôi còn trẻ, và thú thật là tôi không thấy điều đó phiền gì cả. Tôi thậm chí thích làm ca đêm hơn vì làm ít giờ và có thêm thời gian ở nhà. Việc biên dịch tin tức chỉ mất chừng một giờ, còn chương trình phát thanh cũng chỉ kéo dài 15 phút. Sau khi phát sóng lúc 5 giờ sáng, tôi có thể đọc sách, làm việc riêng, hoặc chợp mắt một chút trước khi ca bạn ngày bắt đầu lúc 9 giờ. Đến 10 giờ là xong phần biên tập, tôi lại trở về nhà, ngủ đến trưa, rồi lại bắt đầu buổi chiều như thường lệ bên ông Diệm.

Tuy nhiên, không phải ai cũng hài lòng với điều đó. Ông Pruett, Trưởng đơn vị của chúng tôi, không thích việc chúng tôi quá rảnh rỗi vào ban đêm. Nhất là sau khi một lần, ông "bắt quả tang" tôi và vài đồng nghiệp ca đêm đang ngủ gà ngủ gật trong văn phòng lúc 9 giờ sáng. Từ đó, ông bắt đầu để lại các bài diễn văn, bài xã luận hoặc văn bản dài để chúng tôi dịch thêm. Nhưng chúng tôi cố tình làm chậm tiến độ, đôi khi chỉ hoàn thành một nửa, hoặc thậm chí không dịch gì cả. Việc này tất nhiên khiến tôi và "ông quản lý nô lệ"—tôi hay gọi đùa như vậy—nảy sinh mâu thuẫn. Tôi đặc biệt không chấp nhận cách ông tính thời gian giao bài dịch như thể chúng tôi là công nhân đốn củi phải làm đủ sản lượng theo thời gian.

KHÔNG KHÍ ĐÓ tạo ra một sự bất hòa, nếu không phải trực tiếp giữa tôi và ông Pruett (một người thật ra rất tử tế), thì cũng là giữa tôi và một số đồng nghiệp. Người phản đối gay gắt nhất là Đức Thanh và Nguyễn Đình

Hòa, mặc dù Hòa có vẻ chịu ảnh hưởng nhiều hơn từ Đức Thanh. Thanh cho rằng việc ông Diệm sống trong nhà tôi là tôi "độc quyền" ông, và điều đó khiến anh ta khó chịu, nhất là khi trước đây chính anh mới là người thân thiết với ông Diệm. Thanh và Hòa sống chung một căn hộ ở đường 23. Hầu hết chi phí đều do Đức Thanh chi trả. Căn hộ đó trở thành nơi dừng chân của sinh viên nghỉ hè, vừa có chỗ ở miễn phí, vừa có bữa ăn đàng hoàng khi ghé qua New York. Thanh không phải người keo kiệt, và điều đó được sinh viên nghèo cảm kích. Nhưng sau vẻ hào phóng ấy là một động cơ sâu xa, là tham vọng tạo dựng danh tiếng như một "đàn anh" trong cộng đồng người Việt. Dù vậy, không có ai đã bị lừa bởi vẻ ngoài bóng bẩy và cái cách anh ta phô trương thành tựu của mình mỗi ngày.

Nguyễn Đình Hòa là một sinh viên trẻ đến từ Hà Nội, thông minh, đẹp trai, học giỏi, nhưng vô cùng kiêu ngạo. Anh ta không ngần ngại chỉ trích nặng nề bất kỳ người Việt nào anh không ưa. Có lẽ vì trong những ngày đầu ở Mỹ, anh chỉ tiếp xúc với những người Việt ít học, yếu thế, và khiêm tốn.

Tôi không bao giờ quên một buổi tối mùa hè năm 1951, khi vừa kết thúc ca làm ngày và tình cờ gặp Bùi Văn Thinh ở đường 57. Thinh đến chơi cho vui, vì anh là một "kẻ thất nghiệp hạng sang" có dư thời gian và không thiếu tiền. Anh chẳng bao giờ tiêu xài hoang phí, nhưng luôn sẵn lòng giúp đỡ những người nghèo hơn mình. Hôm ấy, Thinh được giới thiệu với ông Pruett lần đầu. Anh từng làm ở Đài trước đây, dưới quyền một giám sát viên khác, được tuyển chỉ vì khi đó khan hiếm người Việt có khả năng làm việc cho Đài.

Không hiểu vì sao, Hoà lại khó chịu với cách Thinh nói chuyện với ông Pruett. Thinh không phải là người có học vị cao, nhưng cũng không phải kẻ ngốc nghếch như Hoà chê bai. Anh từng chỉ là thủy thủ trên tàu Pháp, nhưng cũng giống như Đức Thanh thôi! Đức Thanh chu cấp tiền cho Hoà, còn Thinh dùng tiền của mình có mục đích hơn nhiều. Một lần nọ, một cảnh tượng xấu xí đã diễn ra ngay trên vỉa hè. Hoà mặt đỏ gay, tay chỉ trỏ, miệng la hét vào mặt Thinh, nói rằng anh làm xấu mặt người Việt chỉ vì cách nói chuyện với người Mỹ. Thinh tội nghiệp chỉ cười ngượng, cố thanh minh, nhưng không thể cắt lời Hoà đang gào thét. Những người Việt đứng xung quanh, kể cả vài nhân viên Mỹ, đứng lặng người, rồi tản ra. Ai nấy lặng lẽ bước xuống ga tàu điện ngầm gần đó. Trong suốt những năm sau, tôi chưa từng nghe Thinh nhắc lại sự việc ấy, cũng không oán trách ai. Tôi biết anh không phải là kẻ hèn nhát, và tiếng Anh của anh thì trôi chảy hơn nhiều người khác. Có một lần, anh ta kiên quyết không đồng ý với Phan Quang Đán,[22]một chính trị gia có địa vị cao hơn nhiều so với Hòa, ngay tại căn hộ của Đức Thanh trong khi Hoà, Đức Thanh và những người khác vẫn im lặng, kính sợ trước vị chính trị gia "đáng kính" đó.

Hoà dần trở nên kiêu ngạo và khó chịu, với cái tôi được nuông chiều và thổi phồng bởi những người cùng phong cách như Đức Thanh—người đang chi trả toàn bộ chi phí sinh hoạt cho anh ta, và cũng là người luôn tìm cách được

---

22 Phan Quang Đán (1918-2004), còn gọi là Phan Huy Đán, từng là đảng viên Việt Nam Quốc dân đảng; chính trị gia đối lập trong thời kỳ Việt Nam Cộng hòa dưới thời Đệ nhất Cộng hòa (1955-1963); đại biểu Hạ viện trong Quốc hội và Phó Thủ tướng dưới thời Đệ nhị Cộng hòa (1967-1975).

gọi là "đại ca" trong cộng đồng sinh viên Việt ở Mỹ. Hòa tự hào vì được ông Pruett đánh giá cao, vì cho đến lúc đó, ông ấy chưa từng tìm thấy đồng nghiệp nào khiến ông vừa ý cho đến khi tôi xuất hiện. Ông Pruett soi lỗi gần như từ mọi bản dịch tiếng Việt, ngoại trừ của tôi, và sau lưng tôi, ông thừa nhận rằng bản dịch của tôi là "có thể chấp nhận được." Tuy nhiên, giữa tôi và Hòa vẫn xảy ra vài cuộc tranh luận gay gắt xoay quanh việc dùng từ. Anh ta thích dùng những từ Hán-Việt cổ điển thay vì những từ ngữ phổ biến mà bạn có thể thấy trên bất kỳ tờ báo tiếng Việt nào. Hòa tự nhận là chuyên gia về chữ Hán—mà thực ra cũng đúng, vì không ai trong chúng tôi có thể đọc hay viết Hán văn. Nhưng nói thật, ai cần đến chữ Hán để viết tiếng Việt hiện đại? Đôi khi, cách dùng từ của Hòa nghe không chỉ sai mà còn kỳ cục và buồn cười. Ví dụ, anh ta nhất quyết dùng từ "phun xa" để nói về máy bay phản lực, thay vì từ thông dụng "phản lực" mà người Việt vẫn dùng. Lý do là gì? Vì báo Trung Quốc viết là "phun xa". Hòa đọc báo Trung Quốc, không đọc báo Việt Nam, nên tin rằng "phun xa" mới là từ đúng. Anh ta có thể là người cầu kỳ, cố chấp và hẹp hòi trong thời niên thiếu của mình. Nhưng ai mà quan tâm đến những chương trình phát thanh tuyên truyền kiểu như của Đài Tiếng nói Hoa Kỳ hay Đài Tiếng nói Liên Xô? Vậy nên, chúng tôi cứ bỏ qua những hành động kỳ quặc của anh ấy, thậm chí không thèm cười thầm trong bụng nữa.

Ông Pruett dần chuyển hướng, đánh giá cao công việc của tôi hơn Hòa, và điều đó càng làm mối hiềm khích giữa Hòa và tôi thêm sâu sắc, kể cả trước khi mâu thuẫn chính trị giữa hai bên bắt đầu. Đó là vào năm bầu cử 1952, năm mà Eisenhower thắng cử và trở thành Tổng thống. Ông

Pruett ủng hộ Adlai Stevenson, và Hòa cùng nhóm bạn của anh cũng vậy. Về phần tôi, chuyện ấy chẳng mấy quan trọng. Vợ tôi thích Eisenhower (hay "Ike") vì lý do nào đó, và tôi cũng vậy. Đơn giản là vì cảm tình cá nhân. Cái kiểu chính trị của tôi [my politics] cũng rất đơn giản: Tôi không quan tâm ai làm Tổng thống Mỹ.

Nhưng Ngô Đình Diệm lại có góc nhìn khác. Ông chỉ ra rằng chính phủ Eisenhower thuộc Đảng Cộng hòa có thể mang lại lợi thế cho Việt Nam. Từ 1945, và có lẽ còn sớm hơn thế, phe Dân chủ luôn là đồng minh nhiệt tình của Pháp. Bộ Ngoại giao Hoa Kỳ thường ủng hộ quan điểm của Pháp ở Đông Dương. Với một chính quyền mới, có lẽ chính sách sẽ thay đổi, và chúng ta có thể có cơ hội làm suy yếu ảnh hưởng của thực dân Pháp và chính quyền tay sai của họ. Tuy nhiên, năm 1952 kết thúc mà không có gì đặc biệt xảy ra, và tôi cũng chẳng để tâm nhiều. Điều tôi quan tâm hơn cả là ông Diệm, người mà tôi xem như một người cha nuôi. Với các con tôi, ông là "Ông nội Maryknoll." Tất nhiên, tôi lắng nghe ông nói, ghi nhớ mọi điều ông giảng giải, nhưng tôi không thực sự tham gia vào hoạt động chính trị. Chính trị chưa bao giờ khiến tôi hào hứng.

Lòng yêu nước, với tôi, là một thứ hoàn toàn khác biệt. Nó mang sức hút mạnh mẽ, nhất là ở trên một đất nước xa lạ, nơi mà bản sắc dân tộc là điều duy nhất bạn có thể tự hào tuyên bố là của mình. Ai sống xa quê hương cũng hiểu rằng người Việt ở nước ngoài nhớ quê hơn cả những người ở trong nước. Tôi không nghi ngờ lòng yêu nước, hay ít nhất là nỗi nhớ nhà của cả những người đối đầu với mình về chính trị, vì với họ, chính trị chỉ là công cụ để đạt được quyền lực, chứ không phải là cách để phụng sự tổ quốc. Tôi không chịu nổi họ. Thật lòng mà nói, tôi khinh họ. Và tôi cũng không giấu điều đó. Mối thù càng ngày càng lớn lên, dù tôi chưa nhận ra cho đến khi mọi chuyện bùng nổ. Nhưng vào thời điểm đó, tôi vẫn thản nhiên. Tôi tiếp tục sống như thường, không để tâm đến những lời đàm tiếu sau lưng.

NGÔ ĐÌNH DIỆM đã từng thử tìm kiếm sự ủng hộ từ nhiều người, dù chỉ là nhỏ nhoi. Một hôm, ông nhờ tôi nói chuyện với ông Pruett, xem liệu có thể tranh thủ được sự hậu thuẫn từ các giáo hội Tin Lành ở Mỹ hay không, ít nhất là từ nhà thờ Baptist nơi Pruett tham gia. Tôi đã thử gợi ý, nhưng Pruett tỏ ra khá lạnh nhạt. Khi tôi báo lại với ông Diệm, ông gợi ý tôi xin phép đến thăm nhà riêng của Pruett ở New Jersey. Và tôi đã làm theo lời ông.

Vào một ngày Chủ Nhật mùa thu năm 1952, Cha Trần Văn Kiệm lái xe đưa tôi và ông Diệm đến nhà Pruett. Chúng tôi được tiếp đón đúng phép lịch sự, nhưng rõ ràng là khá lạnh lùng. Tôi cảm nhận được Pruett không mấy thiện cảm với ông Diệm, có thể vì mâu thuẫn giữa Tin Lành và Công giáo—ít nhất là ở Việt Nam, hai bên thường không đồng quan điểm về tôn giáo, và có lẽ cả về chính trị. Pruett từng là nhà truyền giáo ở Việt Nam hơn hai mươi năm, yêu mến người Việt, ghét Pháp và bất kỳ điều gì dính đến người Pháp. Ông không xem ông Diệm là hình mẫu lý tưởng cho một nhà lãnh đạo Việt Nam. Trong suốt buổi gặp gỡ, ông giữ khoảng cách và không hỏi bất cứ điều gì về chính trị hay về tình hình Việt Nam. Một chiếc bánh tự làm được mang ra dùng với trà. Cuộc trò chuyện quanh quẩn mấy chủ đề vụn vặt. Sự lãnh đạm của chủ nhà khiến ông Diệm nản lòng (nếu như ông có ý định gì đó lúc đầu). Sau vài câu xã giao, chúng tôi từ giã. Trên đường về, Cha Kiệm lái xe, tôi ngồi ghế phụ, còn ông Diệm ngồi một mình ở ghế sau. Tôi nhớ đó là lần duy nhất tôi đi cùng xe với ông Diệm. Có thể ông từng đi đâu đó nữa với Cha Kiệm sau này, nhưng với tôi thì không có thêm lần nào.

Trong suốt thời gian sống với chúng tôi ở căn hộ đường 111, ông Diệm gần như suốt ngày ngồi trên chiếc ghế bành quen thuộc, trừ những lần đi dạo công viên hoặc đi lễ ngày Chủ Nhật. Nhiều lần, chúng tôi cùng ông đi lễ tại Nhà thờ Ascension trên đường 108. Ông quỳ bên cạnh tôi, thường ở hàng ghế đầu hoặc thứ hai, bên kia là Marie, Dominic và đôi khi là Mỹ Châu. Vợ tôi không đi nhà thờ vào thời điểm ấy vì phải chăm sóc bé Mỹ Nga.

Trái với lời đồn rằng ông là một linh mục mặc thường phục hay một tín hữu sùng đạo cực đoan, tôi chưa bao giờ thấy ông rước lễ hay thể hiện điều gì khác biệt với tín hữu Công giáo bình thường. Thật ra, ông không mang theo sách lễ, không lần chuỗi hạt mân côi, và cũng chẳng nán lại nhà thờ lâu hơn chúng tôi. Ở nhà, ông cũng không bao giờ đọc kinh hay thực hiện nghi lễ công giáo nào. Nếu ông là tín hữu Công giáo đặc biệt mộ đạo, thì ông chắc chắn đã giữ bí mật đó cho riêng mình. Tôi không rõ những biệt danh như "thầy tu" mà người ta gán cho ông đến từ đâu, nhưng tôi sẽ không ngạc nhiên nếu đó chỉ là lời lăng mạ từ các đối thủ chính trị muốn biến ông thành một nhà tu xuất để hạ thấp uy tín chính trị của ông.

Sau lễ, cả nhà rời nhà thờ cùng dòng người, không dừng lại chuyện trò với linh mục hay ai khác. Chúng tôi tản bộ về nhà, ghé mua một tờ *New York Times* hay *Herald*

Tribune tại cửa hàng báo nhỏ dọc đường Broadway. Chúng tôi không đi bất kỳ nhà thờ nào khác ngoài Ascension. Dù là Chủ Nhật hay ngày thường, thói quen của ông Diệm vẫn lặp lại như thường lệ. Đó là những buổi nói chuyện kéo dài bất tận, đôi khi kể chuyện, đôi khi thuyết giảng về chính trị hoặc lịch sử. Ông có một vốn kiến thức phong phú, giàu chi tiết cá nhân và đặc biệt sắc sảo về tính cách của những nhân vật Việt Nam từ cổ chí kim. Ông hài hước, và rất giỏi bắt chước giọng điệu của những người ông không ưa.

Ngô Đình Diệm cũng không phải là người ghét bàn những chuyện tầm phào thường nhật, chuyện tán gẫu chốn công sở, hay né tránh khi bàn đến những chi tiết 'thô thiển' liên quan đến phụ nữ.Ví dụ, có lần tôi kể cho ông nghe về bà Hoàng Xuân Hãn[23], người mà tôi đã nhìn thấy ngày hôm đó đang đi bộ *bras dessus* (tay trong tay) với Đức Thanh gần ngân hàng của tôi, Ngân hàng Tiết kiệm Excelsior, tại đường 57 gần văn phòng VOA. Tôi cho rằng bà Hãn không phải là một người phụ nữ xấu xí vì bà ta thật sự trẻ trung và xinh đẹp. Có phải bà ấy đang cố dụ Đức Thanh rút tiền để bà ấy đi mua sắm không?

---

23 Hoàng Xuân Hãn (1908–1996) là một kỹ sư, sử gia và từng giữ chức Bộ trưởng Bộ Giáo dục trong chính phủ Trần Trọng Kim (từ tháng 3 đến tháng 8 năm 1945). Chúng tôi không thể xác minh được những thông tin trong hồi ký này liên quan đến phu nhân của ông, bà Hoàng Xuân Hãn, nhũ danh Nguyễn Thị Bính. Đối với một bài viết kể về cuộc đời bà cùng với ông Hoàng Xuân Hãn — do báo *Công an Nhân dân* tại Việt Nam đăng tải và chúng tôi cũng không thể xác thực — xin xem Kiều Mai Sơn, "Dược sĩ Nguyễn Thị Bính, phu nhân Hoàng Xuân Hãn: Một trí thức, một thiên hương," ngày 18 tháng 10 năm 2018. Có thể truy cập tại: https://antgct.cand.com.vn/Nhan-vat/Duoc-si-Nguyen-Thi-Binh-Madame-Hoang-Xuan-Han-Mot-tri-thuc-mot-thien-huong-i495522/

Ông Diệm cười lớn rồi giải thích với tôi rằng bà Hãn là người "song tính"[24] và mặc dù bà ấy có vẻ thân mật với Đức Thanh ngay cả ở nơi công cộng nhưng Đức Thanh không thể xơ múi gì được đâu. Theo ý ông Diệm, đối với người phụ nữ đó thì tất cả chỉ là một màn "đấm bốc trong bóng tối", hoàn toàn không phải như mọi người nhìn thấy. Có rất ít thông tin chi tiết được biết về bà Hãn, vợ của một học giả nổi tiếng từ Hà Nội, nhưng ông Diệm thì biết và đã kể lại cho chúng tôi nghe. Tôi thấy mừng khi nhận ra ông ấy là một con người hoàn toàn bình thường, bất chấp những lời đồn đại về việc ông 'ghét phụ nữ' hay là một 'trinh nam suốt đời' và những điều tương tự.

Trong số những cuốn sách mà ông Diệm khuyên tôi đọc để khai sáng về chính trị, để hiểu sâu hơn về con người và quyền lực, có cả những cuốn mà tôi cho là "bẩn thỉu" như *Những mặt tối ở Washington (Vice in Washington)* và vài cuốn tương tự. Thật vậy, tôi thấy chúng nằm trong đống đồ của ông. Ông thường buông một lời nhận xét nhẹ: "Chính trị gia không phải là thánh." Nhận ra sự ghê tởm của tôi đối với những kẻ cơ hội và chính trị gia dễ bị mua chuộc phục vụ cho quyền lợi thực dân Pháp, ông Diệm mỉa mai cảnh báo: "Nhưng đôi khi, chúng ta vẫn phải dùng đến những người như thế để hoàn thành công việc." Một phương tiện để đạt mục đích. Đó là chính trị!

Một lần nữa, qua những buổi "giáo dục chính trị" của ông, có hôm ông kể tôi nghe về Nguyễn Hữu Trí, lúc đó

---

24 Xét theo bối cảnh, Ngô Đình Diệm có vẻ muốn nói đến "đồng tính" chứ không phải "song tính". Có thể ông đã nói bằng tiếng Việt hoặc tiếng Pháp vào năm 1952, và các thuật ngữ đương đại trong nghiên cứu về tình dục và giới tính hoặc ý nghĩa đương đại của các từ cụ thể có thể chưa được sử dụng hoặc biết đến vào thời điểm đó.

là Thống đốc Bắc Việt. Những lời bình của ông mang tính xúc phạm, phán xét khắc nghiệt, và các tính từ dùng để mô tả thì chẳng mấy hay ho. Với tất cả sự ngây thơ và thiếu trải nghiệm về chính trị lẫn đời sống, tôi đã truyền đạt lại nguyên văn lời ông cho Trịnh Văn Chẩn, người từ lâu rất ngưỡng mộ vị thống đốc đó và xem ông như lãnh đạo chính danh của đất nước. Tội nghiệp ông Chẩn! Tôi chưa từng thấy ông tức giận như thế bao giờ vì ông là người thường ôn tồn, điềm đạm, và nói năng nhẹ nhàng. Và cũng thật tội nghiệp cho ông Diệm! Ông không thể có một học trò nào tệ hơn tôi. Khi tôi kể lại việc đã lỡ lời với ông Chẩn, ông Diệm im lặng rất lâu, và từ đó, ông không bao giờ thoải mái bình luận về bất kỳ chính trị gia nào với tôi nữa. Tôi tin chắc rằng chính vì lý do đó mà sau này ông Diệm đã đưa tôi vào ngành ngoại giao Việt Nam để đưa tôi ra khỏi Sài Gòn, nơi tôi có thể vô tình tạo ra những kẻ thù không cần thiết cho ông. Cuối cùng, ông Diệm nói với tôi: "Anh không thể hòa hợp tốt với giới chính trị trong nước."

Sự thật là ở bất kỳ nhóm người Việt nào cũng luôn có một ông quan [Mandarin], như cách người Pháp nói. Trong số đó, có những người mang vẻ khiêm nhường nhưng bên trong lại ấp ủ tham vọng không nhỏ. Tôi từng nghĩ Trịnh Văn Chẩn là người chống thực dân, khiêm tốn, bài Pháp đến cùng. Nhưng khi Thủ tướng Trần Văn Hữu sang Mỹ, Đài VOA cử chúng tôi đến phỏng vấn, tôi mới ngã ngửa khi nghe kể rằng ông Chẩn đã chủ động xin một buổi gặp riêng với Thủ tướng Hữu tại khách sạn Waldorf Astoria, và họ đã có cuộc nói chuyện kéo dài nửa giờ. Tôi không biết nội dung là gì cho đến khi ông Chẩn thú thật: "Anh biết đấy, Đức Thanh, Hoà và nhiều người khác đã làm vậy. Trần Văn Khá cũng vậy. Nên tôi nghĩ mình phải táo bạo hơn nếu muốn có cơ hội đạt được điều mình mong muốn."

Thật khó tin một người như Chẩn mà cũng hạ mình xin chức, chẳng khác gì một cộng tác viên hạng ba của Pháp, thì tôi còn có thể trông đợi gì ở những người như Đức Thanh và đồng bọn? Không lạ gì khi họ tức tối đến thế khi thấy ông Diệm—người họ xem là nhà bảo trợ tiềm năng—lại tỏ ra quan tâm đến người khác ngoài họ. Đó là một thị trường cạnh tranh, và đặc biệt là đối với những kẻ nịnh hót, *démarche (con* đường tiếp cận) thật quanh co, dài dằng dặc, và cái thang danh vọng thì cực kỳ dễ trượt. Ngô Đình Diệm có thể chưa có cơ hội thực sự để trở thành Tổng thống vào thời điểm đó vì lập trường chống thực dân của ông khiến người Pháp không hài lòng, nhưng ai biết được tương lai sẽ ra sao?

Trong mắt Đức Thanh và đồng bọn, tôi là kẻ cản đường. Tôi là người có thể phá hỏng cơ hội họ leo lên những chức vụ mà họ thèm muốn trong một chính phủ tương lai. Tôi khinh tất cả bọn họ, những kẻ nịnh bợ quyền lực (nguyên văn: kẻ hôn nhẫn/ringkissers), kể cả người từng là bạn thân và ân nhân của tôi, Trịnh Văn Chẩn. May mắn thay, tôi không biết gì về những âm mưu sau lưng ấy và vẫn bình thản làm việc mỗi ngày, cho đến khi mọi chuyện bị lộ, hoặc là do một kẻ ngốc như Chẩn vô tình để lộ tham vọng quá sớm với người không nên để lộ. Tôi đã tự nguyện hy sinh biết bao công sức, thời gian và cả tiền bạc vì một người yêu nước mà tôi tin tưởng, tôn trọng và yêu quý như cha ruột: ông Ngô Đình Diệm.

Ngô Đình Diệm là một người tốt, tinh tế và nhạy cảm.

Ông nhút nhát và hiếm khi bộc lộ cảm xúc, nhưng ông luôn trân trọng sự chân thành và trung thực. Đó là lý do vì sao ông chọn sống cùng gia đình tôi như một mái nhà thứ hai. Và nếu có thể, ông sẽ tránh nói về chính trị trong những cuộc trò chuyện bất tận của chúng tôi, bởi ông hiểu tôi không ưa chính trị. Mặc dù về sau, tôi dần chấp nhận một số hình thức chính trị như một công cụ giành độc lập cho đất nước, nhưng ông Ngô chưa bao giờ ép tôi chơi những trò chính trị quá đà. Nếu có, ông chỉ nhẹ nhàng gợi ý một "giải pháp" nào đó, một cách nói vòng vo của ông, và thường khiến tôi tin rằng đó là ý tưởng của chính tôi. Ngay cả sau tất cả những sai lầm tôi đã phạm phải, ông vẫn đặt niềm tin nơi tôi. Dù không bao giờ nói ra, nhưng tôi biết ông đánh giá cao sự thẳng thắn hơn là những lời ngọt ngào hoa mỹ từ những kẻ khôn ngoan. Và sự kính trọng ấy đã bền bỉ theo năm tháng, kéo dài rất lâu sau khi ông trở thành Tổng thống Cộng hòa, và thực sự, cho đến tận cuối đời ông.

Một trong những câu chuyện ông hay kể nhất là về một người lính canh khi ông còn làm tỉnh trưởng. Đó là một người nông dân thô kệch, ăn nói cộc lốc, vụng về, nên người ta chỉ giao ông ta những việc phụ trợ mà thực chất là làm "người hầu". Suốt nhiều năm, người lính ấy không bao giờ than phiền, không cố thể hiện mình, cũng không đòi hỏi thăng tiến. Ông sống lặng lẽ trong vị trí thấp nhất, cho đến một ngày, biến cố xảy ra. Tỉnh trưởng cùng gia đình ông lâm vào tình cảnh nguy hiểm, tính mạng bị đe dọa. Tất cả những trợ lý "trung thành" đều bỏ chạy. Chỉ còn người lính thô lỗ ấy ở lại. Ông âm thầm che giấu cả gia đình, nuôi họ ăn uống, và đến lúc thích hợp thì đưa họ đến nơi an toàn. Toàn bộ chi phí đi đường ông lo liệu từ số tiền tiết kiệm ít ỏi—một bó tiền nhỏ ông luôn giữ bên mình, được khâu trong dây nịt da quân phục.

Ngô Đình Diệm kể đi kể lại câu chuyện đó cho chúng tôi, và lần nào đến đoạn cuối, mắt ông cũng ngấn lệ. Ông rõ ràng là người đa cảm, và dù sau này ông có quyền lực trong tay, chúng tôi luôn tin rằng bản chất ông vẫn không thay đổi. Những gì diễn ra sau này trong cuộc đời ông chỉ càng củng cố thêm niềm tin đó.

9. HỘI SINH VIÊN CÔNG GIÁO VIỆT NAM

LÚC ĐÓ CHÚNG TÔI KHÔNG HỀ BIẾT, nhưng giờ đây khi nhìn lại, chúng tôi mới nhận ra rằng nửa cuối năm 1952 chính là khoảng thời gian ông Ngô Đình Diệm hoạt động tích cực nhất trong suốt thời gian ở lại Mỹ, dù thực tế là chẳng có điều gì đáng kể thật sự đạt được từ những hoạt động của ông hay của chúng tôi. Ít nhất là theo quan điểm của riêng tôi, ông vẫn luôn là một nhà quan sát chính trị hờ hững, và đến nay vẫn giữ thói quen nhìn mọi sự kiện chính trị với con mắt nghi ngờ. Tôi quý mến tình bạn và sự luôn đồng hành của ông Diệm, nhưng ngoài điều đó ra thì không có gì khác. Thật vậy, đã nhiều lần ông khuyến khích tôi làm vài việc mang tính chính trị, nhưng không có lý do gì rõ ràng nên tôi cứ lần lữa hoặc chẳng làm gì cả.

Ví dụ, ngay sau khi thành lập Hội Sinh viên Công giáo Việt Nam tại Mỹ, ông Diệm đã yêu cầu tôi viết thư cho ông Đỗ Vạn Lý,[25] một biên dịch viên tiếng Việt cho trường

25 Đỗ Vạn Lý (1910-2008) là một nhà cách mạng, chính trị gia, nhà ngoại giao và sau này là lãnh đạo cấp cao của Cao Đài ở hải ngoại.

ngôn ngữ của Bộ Quốc phòng tại Washington DC và mời ông hợp tác với nhóm của chúng tôi gồm ông Diệm, tôi, Nguyễn Thái, Huỳnh Sanh Thông tại Đại học Cornell ở Ithaca, N.Y.,[26] và những người trong lẫn ngoài Hội sau này tham gia cùng chúng tôi. Sau vài ngày thấy tôi vẫn không động tĩnh gì, ông Diệm nhắc nhẹ tôi viết thư cho ông Lý. Ông không nói thêm lời nào khi thấy tôi vẫn chẳng viết, và sau một thời gian ngắn, ông mới nhẹ nhàng thở dài rồi nói: "Hình như rốt cuộc anh vẫn chưa viết thư cho Đỗ Vạn Lý à?"

Theo lời ông Diệm kể lại, Đỗ Vạn Lý từng ở Nhật Bản trong vai trò một nhà cách mạng "tương lai" thuộc một nhóm do Hoàng thân Cường Để thành lập.[27]Trong một sự cố không may, Lý đã hứng chịu cơn thịnh nộ của Hoàng thân Cường Để. Vị hoàng tử theo phong cách phong kiến đó đã ra lệnh cho người hầu cận của mình "loại bỏ" Lý, hay nói theo kiểu hiện đại là "thanh toán" anh ta, dù những từ ngữ đó có lẽ không mang đầy đủ ý nghĩa mà ông ta định nói. Lý buộc phải bỏ trốn, và từ đó, anh không bao giờ tha thứ cho Hoàng thân. Ngay sau đó, Lý rời khỏi tổ chức, rời sự nghiệp cách mạng dưới trướng của Hoàng thân, và rời khỏi Nhật Bản. Nhờ sự giúp đỡ của một cô gái người Mỹ

Để biết thêm về ông, hãy xem Janet Hoskin, «Diaspora as Religious Doctrine: An ‹Apostle of Vietnamese Nationalism› Comes to California,»*Tạp chí Nghiên cứu Việt Nam* 6:1 (2001), 63-86.

26 Huỳnh Sanh Thông (1926-2008) là một học giả và dịch giả nổi tiếng, được biết đến nhiều nhất với bản dịch *Kim Vân Kiều Tân Truyện* (Tale of Kiều). Nguyễn Du, Huỳnh Sanh Thông, and Alexander Woodside, *The Tale of Kiều: A Bilingual Edition of Truyện Kiều*(New Haven: Nhà xuất bản Đại học Yale, 1983).

27 Cường Để (1882 – 1951) là một hoàng thân nhà Nguyễn và nhà cách mạng, sống lưu vong tại Nhật Bản.

gốc Hawaii mà anh kết hôn, Lý đến được nước Mỹ. Vào năm 1945, khi Việt Minh lên nắm quyền và tuyên bố thành lập nước Việt Nam Dân chủ Cộng hòa ở Hà Nội, Đỗ Vạn Lý là một trong những người ủng hộ trung thành nhất của ông Hồ Chí Minh tại Mỹ. Cùng với André Phạm và một vài người khác, anh đã thành lập Hội Hữu nghị Việt–Mỹ tại New York, tích cực tuyên truyền cho ông Hồ. Khi Quân đoàn viễn chinh Pháp đổ bộ vào Sài Gòn năm 1946, và nước Pháp tái lập quyền kiểm soát thuộc địa, chính sách của Mỹ với Việt Nam và toàn vùng Đông Dương vẫn chưa được quyết định rõ ràng. Nhưng sau đó, chính quyền Hoa Kỳ đã chọn phe, và FBI bắt đầu theo dõi và trấn áp những hoạt động của ông Lý. Có lẽ để khơi gợi lòng thương cảm nơi tôi, ông Diệm đã dành thời gian mô tả đầy xúc động nỗi khổ mà "chàng Lý tội nghiệp" phải trải qua lúc đó.

Đỗ Vạn Lý mất toàn bộ công việc, sống trong cảnh trốn chạy, như thể bị săn lùng theo lệnh của Herbert Hoover, và phải chịu đói khát, khó nhọc. Khi tình hình tạm yên, Lý thận trọng ra khỏi chỗ ẩn náu, nhưng không dám tìm việc làm ổn định. Thay vào đó, anh nhận những công việc lao động tay chân — làm người giao hàng, đẩy xe chở hàng nặng trên những con phố đầy bụi bặm ở New York. Chính ông Diệm kể tôi nghe rằng, nhờ sự can thiệp của ông với Bộ Ngoại giao và FBI, cuối cùng Lý mới có thể cảm thấy phần nào an toàn, dù vẫn nằm trong danh sách theo dõi.

Điều đó giải thích tính cách lầm lì, bí mật, đa nghi và đầy cay đắng của anh. Dù hiện nay Lý đã có một công việc đáng kính trong Bộ Quốc phòng và sống khá thoải mái, anh vẫn là một con sói đơn độc. Anh không tin ai, và ngược lại, cũng không ai tin anh. Hơn nữa, Lý đã bỏ người vợ gốc Hawaii của mình, người đã hết lòng giúp anh được vào Mỹ — điều gần như hoàn toàn không thể chấp nhận được đối với một người Việt Nam vào thời điểm ấy. Tất cả những chi tiết đó tôi biết được phần lớn là nhờ Bùi Văn Thinh và vài người khác từng sống ở đây trước tôi và biết rõ về Lý, chứ không phải từ ông Diệm, người chỉ kể tôi nghe về mặt tốt nhất của anh ấy mà thôi.

Tuy nhiên, lý do thực sự khiến tôi do dự không viết thư cho Lý là vì lời nhận xét của Huỳnh Sanh Thông, khi nghe ông Diệm ngỏ ý muốn mời Lý hợp tác với nhóm của mình. Thông nói: "Lý không ưa ông Ngô Đình Diệm. Anh ta gọi ông ấy là 'một tín đồ Công giáo sùng đạo'. Lý vốn chẳng ưa gì tín hữu Công giáo." Tôi là một tín hữu Công giáo, và như thường thấy mỗi khi bị xúc phạm bởi thái độ kiêu căng kiểu ấy, tôi nổi nóng và lập tức kể với ông Diệm những gì tôi biết về Lý. Ông tìm cách xoa dịu tôi, nhưng không thay đổi ý định. Ông cho rằng những cay đắng và đa nghi nơi Lý là hậu quả từ những thử thách anh ta từng trải qua. Ông khẩn khoản kêu gọi tôi "thể hiện lòng bác ái trong Kitô giáo", và nhấn mạnh rằng Lý đã hiểu sai ý định của Hoàng thân Cường Để khi cho rằng ông ta muốn "thanh toán" anh. Rõ ràng, ông Diệm hy vọng tôi sẽ chuyển lời ấy tới Lý khi tôi viết thư cho anh ấy. Đó cũng là một cách để hóa giải mối hận thù dai dẳng mà Lý vẫn giữ trong lòng suốt bao năm.

HỘI SINH VIÊN CÔNG GIÁO VIỆT NAM BẮT ĐẦU những hoạt động đầu tiên. Trên thực tế, tất cả công việc đều đặt trên vai hai người: Nguyễn Thái và Huỳnh Sanh Thông ở Cornell, Ithaca, New York. Chủ tịch Hội, Âu Ngọc Hồ, lúc ấy chưa hề được nhắc đến. Thái thường xuyên viết thư cho tôi, nhờ tôi giúp các việc như làm con dấu (chính tôi là người đề xuất tên Hội, một cái tên vẫn còn được giữ đến ngày nay), xin ông Diệm chấp thuận một số dự án, v.v. Trên bì thư, anh ghi tên người gửi là sự kết hợp giữa tên anh, Thông, và sau đó thêm tên Nguyễn Chí Hiền: THÔNG–THÁI–HIỀN, Đại học Cornell, Ithaca, N.Y. Khoảng một năm sau, Hiền rời Ithaca đến New York, sống ở khu Riverside Drive. Nhưng vào cuối năm 1952 và đầu năm 1953, bộ ba này phụ trách gần như mọi hoạt động của Hội, dù trụ sở chính thức được đặt ở Chicago — nơi Cha Jacques sinh sống và làm việc.

CŨNG TRONG THỜI KỲ ẤY, những sinh viên và du khách đầu tiên từ Việt Nam bắt đầu đến Mỹ. Có người được bảo trợ bởi Hội, có người tự đi nhưng nhờ vào cơ sở vật chất của Hội. Những cơ sở này do ông Trần Hữu Phương phụ trách bên Paris, còn tôi phụ trách tại New York. Tại San Francisco, Tiến sĩ Nguyễn Thành Nguyên, người từng liên hệ với Đức Cha Thục và ông Diệm khi họ đến Mỹ năm 1950, được xem là đại diện, nhưng ông hầu như không hoạt động gì nhiều. Trong thực tế, giống như hoa hướng dương hướng về mặt trời, Hội và những người hoạt động dần đổ về New York, nơi có Ngô Đình Diệm. Du khách Việt Nam đổ về New York qua ngả Paris chỉ vì sự có mặt của ông Diệm tại Empire State.

Trong số những người đầu tiên đến là gia đình Nguyễn Đức Hiệp gồm ông và nhiều con nhỏ từ Phát Diệm, Bắc Việt. Họ ở lại nhà tôi vài ngày. Lúc ấy đang là giai đoạn cuối của cuộc bầu cử Tổng thống Mỹ, họ còn chụp hình trên các góc phố với những người ủng hộ Eisenhower, mặc áo khoác gắn huy hiệu IKE. Sau đó là Cha Chu Công và các chủng sinh như Nguyễn Hữu Toản và Nguyễn Ngọc Lan. Chiếc xe Plymouth cũ kỹ của Cha Kiệm trở nên quá tải trong những chuyến ra đón khách ở bến tàu hay sân bay Idlewild, chở họ về căn hộ của chúng tôi ở đường 111. Tôi thường đi cùng Cha, nhưng cũng có khi đi một mình vì cha Kiệm còn phải đi học tại Đại học Fordham.

Lúc ấy, tôi đang làm ca đêm tại VOA nên rảnh cả ngày. Không cần nói, vợ tôi và Marie phải tất bật suốt ngày đêm mỗi khi có sinh viên mới đến. Tất nhiên, Hội không có cơ sở, nhân lực hay hỗ trợ tài chính nào cho tôi, dẫn đến việc tôi phải vay nợ thêm. Nhưng tôi còn trẻ, và vẫn kiên định với niềm tin rằng mình đang giúp đỡ ông Diệm và Hội — vì đây là sáng kiến của chính ông từ những ngày đầu. Tôi không thể nghĩ lại về những ngày đó mà không kính phục sự kiên nhẫn, lòng rộng lượng và nỗ lực không mệt mỏi của vợ tôi và của Marie, những người đã dốc lòng dốc sức phục vụ ông Diệm và Hội. Các con khác khi đó còn quá nhỏ nên không giúp đỡ được gì nhiều.

Bởi vì Hội là con đẻ của Ngô Đình Diệm nên những người Việt không ưa ông — vì họ từng làm việc với người Pháp, hoặc không đồng tình với ông — đã dần rút khỏi và thành lập các nhóm riêng, hợp lực để chống phá ông. Một trong những nhóm như vậy là Tổng hội sinh viên Việt Nam tại Hoa Kỳ tự xưng, hay do Nguyễn Đức Thanh và những người theo ông là Hòa, Nguyễn Ngọc Linh và em trai của Linh, Nguyễn Ngọc Nhạ tổ chức.[28]Trụ sở của họ

28 Nguyễn Ngọc Linh (1930-2017) là một nhà báo lỗi lạc, giám đốc Thông tấn xã Việt Nam Cộng hòa, và là người sáng lập các chương trình đào tạo báo chí và truyền thông đại chúng trình độ cao đẳng tại Việt Nam Cộng hòa. Xem thêm Bản cáo phó của ông tại https://thanhthuy.me/2017/04/11/nha-bao-nguyen-ngoc-linh-cuu-tong-giam-

đặt tại nơi ở của Đức Thanh (còn ở đâu nữa?) Họ tìm thấy thành viên thứ năm là Nguyễn Văn Thơ, một sinh viên nha khoa đang mang tâm trạng bất mãn.

Thơ đến Hoa Kỳ nhờ học bổng của Cha Jacques, người không chỉ giúp đỡ anh như bao sinh viên Việt Nam khác, mà còn dành cho anh một tình thương của người cha, vốn đã hình thành từ những ngày Thơ còn là học trò của Cha. Những đặc ân mà không ai có được đã được Cha Jacques dành riêng cho Thơ. Tuy nhiên, Cha Jacques đã không đồng ý một số mong mỏi của Thơ, mà quan trọng nhất là việc Thơ ngỏ lời cầu hôn cô Pauline Nguyễn Thị Nguyệt Minh, một cô gái đến từ Bến Tre và cũng là học trò của Cha Jacques. Tổng hội Sinh viên Việt Nam tại Hoa Kỳ đã bầu Thơ làm Chủ tịch và phát hành bản tin. Số đầu tiên của bản tin này bao gồm một bản tuyên ngôn với lời lẽ tưởng như nhẹ nhàng, thể hiện mong muốn sinh viên Việt Nam tại Hoa Kỳ cùng đoàn kết trong một hội duy nhất, nhưng cũng không giấu được ngụ ý mạnh mẽ rằng Hội Sinh viên Công giáo Việt Nam tại Hoa Kỳ chỉ đại diện cho một bộ phận nhỏ hẹp và không đủ tư cách bao quát mọi thứ. Hàm ý rất rõ ràng rằng Tổng hội — như tên gọi của nó — mới là tổ chức duy nhất đủ điều kiện để đại diện cho toàn thể sinh viên Việt Nam ở Hoa Kỳ. Bất kỳ tổ chức "thứ cấp" nào, như Hội Công giáo, phải sáp nhập và tuân theo sự kiểm soát của Tổng hội.

Thật là ngạo mạn, phô trương và ngu xuẩn, khi năm thanh niên lại tự cho mình quyền áp đặt ý chí lên cả cộng đồng sinh viên. Câu hỏi đặt ra là, tại sao họ làm vậy? Họ dùng phương tiện nào? Ai hậu thuẫn? Rõ ràng, năm người

---

doc-viet-tan-xa-qua-doi/

ấy đang thực hiện một chiến dịch mà theo họ là có tầm quan trọng to lớn, và họ có đủ phương tiện trong tay để làm việc đó. Họ phát hành bản tin với chi phí vượt xa khả năng tài chính khiêm tốn của Hội Công giáo, kèm theo tờ rơi, thông tư, thư mời dự đại hội đầu tiên được tổ chức tại nhà Đức Thanh ở New York.

Không khó để hiểu vì sao những chàng trai trẻ ấy lại hành động như vậy. Từ lâu, ai cũng thấy rõ rằng Đức Thanh đang âm ỉ bị tổn thương vì cảm giác bị ông Ngô Đình Diệm "cho ra rìa". Chính anh ta là người Việt Nam đầu tiên từng nhận vai trò lãnh đạo những người Việt khác trên đất Mỹ. Chính anh ta là người đầu tiên từng "dẫn đường" cho Ngô Đình Diệm trong mê trận New York khi ông vừa mới chập chững làm quen với con người và đời sống Mỹ. Chính anh ta là người không thể thiếu đối với bất kỳ ai, dù là người Việt hay người Mỹ, nếu muốn gặp gỡ hay liên lạc với ông Diệm thì đều phải thông qua anh ta, với sự có mặt của anh ta. Thế mà cuối cùng, trong tất cả mọi người, chính anh ta lại bị ông Diệm nhẹ nhàng gạt qua một bên. Không phải một cách thẳng thừng, cũng chẳng phải công khai, thậm chí không cả cái ngoảnh mặt lạnh lùng có thể nhìn thấy được. Ông Diệm chỉ đơn giản là tránh tiếp xúc với Đức Thanh, luôn cảm ơn anh ta rất lịch sự nhưng dứt khoát mỗi khi được đề nghị giúp đỡ, và rồi cứ thế, ông biến khỏi những mưu toan khéo léo của anh ta như thể chưa từng hiện diện trong đó.

THỰC TẾ, Ngô Đình Diệm không gặp lại Đức Thanh kể từ sau lần giới thiệu tôi và vợ tôi với ông tại khách sạn Tudor vào một đêm mùa xuân năm 1951. Thanh không liên lạc lại cho đến tháng 7 năm 1952, khi gia đình tôi tổ chức tiệc đầy tháng cho bé Mỹ Nga — sự kiện mở đầu cho một chuỗi xung đột kéo dài. Kể từ đó, ông Diệm thiết lập "sở chỉ huy" của mình tại căn hộ của tôi ở đường 111, và tôi, dù muốn hay không, đã trở thành một người phụ tá - người thứ hai quyết định sau ông.

Thật ra tôi chẳng phụ tá ai cả. Tôi chỉ huy... con cái mình. Tôi là một lựa chọn tệ hại theo mọi nghĩa. Ông Diệm lẫn tôi đều biết rõ điều đó. Về bản chất (nếu không nói là do nghề nghiệp), tôi thích uống whisky, mặc dù không phải là một con nghiện. Tôi thiếu điềm tĩnh, dễ nổi nóng vì những chuyện nhỏ nhặt, và tóm lại, hoàn toàn không hợp với chính trị. Nguyễn Đức Thanh, ngược lại, lại xuất hiện như một chính khách bẩm sinh. Anh ta có lời lẽ bóng bẩy, tác phong lịch thiệp, ăn mặc chỉnh tề và luôn giữ vẻ đường bệ đầy kiểu cách. Anh ta nói tiếng Việt lẫn tiếng Anh theo một phong cách cầu kỳ do chính mình tạo ra, với giọng phát âm thì tệ khủng khiếp. Nhưng anh ta lại rất khéo léo kết hợp giữa cái gọi là *savoir-faire* (biết ứng xử) và *savoir-vivre* (biết cách sống) để bước ra ngoài đời và chinh phục người khác.

Đức Thanh từng là thành viên chính thức của Hội Hữu nghị Việt–Mỹ, và là người ủng hộ Hồ Chí Minh nhiệt thành. Nếu hội này còn tồn tại lâu hơn, anh ta có lẽ đã cạnh tranh vị trí lãnh đạo với Đỗ Vạn Lý. Nhưng anh rút lui đúng lúc, trước khi J. Edgar Hoover và FBI "đánh sập" tổ chức. Một nước cờ khôn ngoan! Ngay sau đó, Thanh bắt đầu công kích những cộng sự cũ, đăng đàn chống cộng, thể hiện lòng "thù ghét tận xương tủy" với Lý, và cư xử thận trọng đến mức FBI không tìm được bất kỳ bằng chứng nào về hoạt động đáng ngờ trước đây của anh.

Cuộc lật mặt 180 độ này có thể khiến người khác nghi ngờ về tư cách chính trị của anh ta, nhưng chính nó đã cứu mạng anh. Và dĩ nhiên, Thanh đã rút ra được bài học cho các dự án chính trị tương lai: lòng yêu nước không nuôi sống được ai cả. Khi chính sách đối ngoại của Mỹ thay đổi, anh ta nhận ra rằng con đường sáng giá nhất là song hành cùng người Pháp. Anh không mấy ấn tượng với Ngô Đình Diệm — người ăn mặc xuề xòa, túng thiếu, và lại mang quan điểm chống Pháp triệt để. Nhưng Thanh vẫn "đặt cược một ít vào con ngựa không có triển vọng lắm này". Biết đâu... hôm nay không thắng, nhưng ngày mai thì sao? Dù thắng hay thua, có liên hệ với một người tầm vóc cỡ ông Diệm là một điều đáng tự hào cho Đức Thanh.

Tại tiệc đầy tháng của bé Mỹ Nga, Đức Thanh nhìn thấy ông Ngô Đình Diệm trong số chúng tôi, hẳn là rất ngạc nhiên. Khi nghe tin Hội Sinh viên Công giáo được thành lập và biết ông Diệm đang sống trong nhà tôi, anh ta nổi giận. Tất cả những kế hoạch của anh bị đảo lộn. Và anh bắt đầu lên chiến lược. Trong mắt Thanh, *"bête noire"* (vật cản trở) đen đủi nhất chính là tôi. Tôi không những không đưa anh ta vào cuộc chơi với ông Diệm mà còn giữ kín thông tin về những lần ông Diệm đến và đi. Điều đó khiến Thanh và nhóm của anh tưởng tượng ra đủ loại "kế hoạch lớn lao" mà tôi và ông Diệm đang bí mật chuẩn bị. Càng tưởng tượng, họ càng tức tối. Và khi sinh viên bắt đầu đến nhà tôi, còn tôi thì chẳng thèm nhắc đến Đức Thanh, cơn thịnh nộ của anh ta lên đến đỉnh điểm. Thanh và nhóm của mình — Hoà, Thu, Linh — tự phong là "tinh hoa người Việt tại New York", quyết định phản công. Họ tìm ra một "nhà lãnh đạo bù nhìn" tạm thời: nhân sĩ tri thức, bác sĩ Nguyễn Văn Thơ.

Thơ lập tức chấp nhận vai trò này vì anh có tham vọng riêng, và hơn hết, anh ghét Cha Jacques. Đây là một mũi tên bắn trúng hai đích: vừa nhắm đến Hội Công giáo, vừa triệt hạ Cha Jacques. Thơ chẳng cần làm gì nhiều. Chỉ một bước, và voilà! Anh được "bầu" làm Chủ tịch Tổng hội Sinh viên Việt Nam tại Hoa Kỳ. Danh xưng ấy thật hào nhoáng, ít nhất là trong mắt người yêu của anh! Kể từ đó, Thơ bắt đầu ký tên mình bằng những nét chữ lớn, hoa mỹ, lên các thư từ, thông tư, và "Tuyên bố của Chủ tịch" được in trong các bản tin của hội. Tôi không bao giờ quên được nét chữ "N" ngoằn ngoèo mở đầu chữ ký của anh, kết thúc bằng một nét vòng uốn lượn đầy kiểu cách. Người ta bảo cách bạn ký tên thể hiện tính cách của mình. Và với Thơ, tôi thấy rõ trong chữ ký ấy toàn bộ sự phù phiếm trẻ con được điểm xuyết qua từng nét mực.

Sự bất hòa giữa tôi và Đức Thanh nhanh chóng lên đến đỉnh điểm tại hội nghị đầu tiên của Tổng hội. Ai cũng nhận được thư mời tham dự đêm khai mạc, và tôi đã mang thư mời của mình về nhà để trình cho ông Diệm. Chúng tôi có nói đôi chút về sự bất hòa giữa tôi và Đức Thanh, và việc Thanh cùng những người theo phe anh ta thành lập một nhóm cạnh tranh với hội của ông Diệm — một hành động lố bịch, xuất phát từ sự giận dữ hơn là lý trí. Tôi nghĩ cả hai chúng tôi đều hiểu rằng sẽ không ai tham dự Hội nghị, nhưng cũng chẳng ai nói điều đó ra, nhất là trước khi ông Ngô rời nhà chúng tôi để quay lại Chủng viện Maryknoll.

Vào đúng đêm khai mạc Đại hội, khi tôi đang tranh thủ nghỉ ngơi để chuẩn bị phát tin lúc 3 giờ sáng, thì điện thoại đổ chuông. Ông Diệm gọi:

"Anh không đi dự Hội nghị à?" Ông hỏi.

"Tất nhiên là không." Tôi đáp. "Tôi tưởng ông không muốn chúng ta dự chứ."

"Ồ, không," ông phản bác, "Anh hãy đi ngay nhé, và dẫn cả vợ cùng bé Marie theo. Mỗi lá phiếu đều có giá trị, và họ thì chỉ là một nhóm nhỏ. Chúng ta phải ngăn chặn ảnh hưởng của họ."

Tình cờ, tối hôm đó nhà tôi có một vị khách đặc biệt. Người ấy không ai khác chính là Dư Phước Long, chính người đã đưa tôi bức thư để chuyển cho ông Ngô Đình Diệm từ tháng 4 năm 1951. Long mới đến thành phố vài hôm trước và đang ở trong phòng khách phụ của gia đình tôi. Kể từ ngày bắt đầu dấn thân vào nỗ lực đưa ông Diệm trở lại Việt Nam, đây là lần đầu tiên Long có dịp gặp lại ông kể từ khi ông rời nước trong chuyến hành hương Năm Thánh năm 1950 — một bước đi chiến thuật để né tránh sự kiểm soát của người Pháp tại Việt Nam và đảm bảo an toàn cá nhân. Tội nghiệp Long, nỗi nhớ quê hương đè nặng trong lòng. Khi tôi bước vào phòng khách mời anh đi họp cùng mình, tôi thấy anh đứng lặng trước bức ảnh vợ con, đôi mắt rưng rưng.

Tôi liền kéo Long ra khỏi phòng, rót cho anh một ly rượu để lấy lại tinh thần. Tôi kể với anh về hội nghị mà tôi sắp phải tham dự và hỏi xem anh có muốn đi cùng không. Dĩ nhiên là Long muốn — không chỉ vì "mệnh lệnh" của ông Ngô Đình Diệm đối với anh luôn mang tính thiêng liêng, mà còn vì anh vốn đã chẳng ưa gì nhóm của Đức Thanh, những người mà các hoạt động chống ông Diệm và thân Pháp của họ đã đánh thức lại bản năng chính trị trong Long, thứ vốn im lìm bấy lâu nay kể từ khi ông Diệm vắng bóng trên chính trường.

10. MỐI BẤT HÒA

CHÚNG TÔI ĐẾN DỰ HỘI NGHỊ tại căn hộ mới của Đức Thanh gần khu Greenwich Village. Tôi đã từng đến đó một lần trước đây khi anh tổ chức tiệc tân gia. Nhân đây, tôi phải thổ lộ ấn tượng đầu tiên của mình về người Việt sống xa quê. Đó là, họ cực kỳ ganh đua với nhau về những chuyện như ai có căn hộ đẹp hơn, có cuộc sống thoải mái hơn, hay được khen ngợi nhiều hơn. Nếu người Mỹ cố gắng "theo kịp hàng xóm", thì người Việt ở Mỹ lại cố gắng "theo kịp người Việt khác". Đức Thanh cũng không phải là ngoại lệ. Ngay khi nghe tin tôi chuyển về căn hộ mới, anh ta là người đầu tiên đến xem, chê bai chỗ này chỗ nọ rồi lập tức đi tìm một nơi tốt hơn. Anh ta rời căn hộ cũ ở đường 23 và chuyển đến chỗ ở mới không lâu sau khi tôi và gia đình dọn về đường 111.

Tôi và Long bước vào căn hộ của Đức Thanh, cũng là nơi đặt trụ sở Tổng hội. Vợ tôi, bé Marie, Dư Phước Long và tôi chạm mặt với Đức Thanh, "Chủ tịch" Nguyễn Văn Thơ, Hòa, Nguyễn Ngọc Linh cùng em trai Linh là Nhạ. Ngoài ra, ở đó còn có Lý Đức Lâm và Bùi Văn Thinh, những người không thuộc nhóm nòng cốt. Lâm và Thinh từng cùng làm thủy thủ trên một con tàu với Đức Thanh, nhưng giờ bị anh ta coi thường vì không "lên đời" như anh ta kể từ khi sang Mỹ. Lâm vẫn làm việc tại Đài Tiếng nói Hoa Kỳ và cố giữ thái độ trung lập mặc dù tôi đoán anh có phần nghiêng về Thanh vì tình nghĩa cũ. Còn Thinh thì không ưa Thanh lẫn Hoà, nhưng là người nhút nhát và dường như có phần sợ Hoà. Với Đức Thanh, Thinh giữ thái độ nửa thân thiện nửa xa cách. Anh đến nhà Đức Thanh vì anh sẽ đến bất cứ đâu nếu được mời. Với tính cách hào phóng, Thinh đã góp phần chi trả cho những sự kiện mà không ai yêu cầu, và thậm chí còn giúp chuẩn bị tiệc, rửa bát nếu cần. Anh tỏ ra rất hữu ích và không phàn nàn thứ gì đến mức Đức Thanh và nhóm không ngần ngại biến anh thành người giúp việc không lương cho những công việc tay chân.

Cuộc họp — gọi là "Hội nghị" thì hơi quá — bắt đầu ngay trong không khí căng thẳng rõ rệt. Không cần dạo đầu, tôi bước ngay vào việc chất vấn sự tồn tại của cái gọi là "Tổng hội", nếu không gọi là một "Tổng hội ma":

"Hãy nhìn quanh xem," tôi nói, "và cho chúng tôi thấy đâu là những sinh viên đại diện cho cái Tổng hội tự phong của các anh."

"Họ không thể đến vì bận học," Đức Thanh đáp yếu ớt. "Nhưng tôi đảm bảo với anh rằng họ đã gửi đơn xin gia nhập. Và chúng tôi thật sự *là* Tổng hội."

"Đến '*Tổng*' cơ đấy," một giọng nói vang lên. Đó là Bùi Văn Thinh. "Ngoài anh, Linh, Hoà và Nhạ, tôi thấy chẳng còn ai khác cả." Thinh làm cả chủ nhà lẫn khách mời chúng tôi sửng sốt.

"Chúng tôi không cần có thành viên," Nguyễn Ngọc Linh chen vào. "Chúng tôi vẫn có thể lập Hội, tự bầu Chủ tịch, Phó Chủ tịch, và ủy viên — tất cả do một người kiêm nhiệm nếu cần."

Đó là cách họ hình dung tổ chức của mình — một trò đùa hoàn toàn lố bịch. Khi tôi bình thản nhắc lại rằng ông Ngô Đình Diệm, với tư cách là người có uy tín mà tất cả người Việt nghe theo, đã không chấp nhận Hội này, Đức Thanh đáp lại: "Ngô Đình Diệm chỉ là một tiếng nói. Ở đây chúng tôi ít nhất có năm tiếng nói." Anh ta thậm chí còn đếm cả Lâm.

Cuộc họp nhanh chóng biến thành một cuộc tranh cãi khốc liệt. Khi Đức Thanh buông lời châm biếm về thế đơn độc của Ngô Đình Diệm, chúng tôi suýt nữa đã đứng dậy bỏ về. Nhưng Dư Phước Long thì không bỏ qua. Anh đứng lên, bắt đầu một bài diễn văn dài dòng và chán ngấy mà chúng tôi buộc phải ngồi nghe, dù thật lòng chỉ muốn ngồi nghỉ cho xong. Màn kịch này đã đi quá xa. Nó cần phải có hồi kết, nếu không thì cũng chỉ lãng phí thời gian mà thôi. Ngay lúc ấy, Thơ đưa ra một giải pháp dung hòa. Đó là, anh ta sẽ tạm gác lại vấn đề về "Tổng hội" — thứ mà anh ta gọi là "việc riêng của tụi mình." Anh ta nói:

"Chúng tôi vẫn sẽ cứ duy trì hội của mình, dù chỉ có một hai thành viên. Vì anh không phải một trong số đó nên anh không cần tiếp tục thảo luận. Vậy 'bên anh' có đồng ý hợp tác với chúng tôi để cùng lập một 'Hội Tương Trợ' tại đây không?" Thơ đề nghị bỏ phiếu, và khi chúng tôi chưa kịp phản ứng gì, phe của anh ta — tức nhóm năm người — tất cả đã giơ tay đồng ý. Lúc ấy, Hoà, người im lặng gần suốt buổi, cảm thấy cần lên tiếng. Anh mỉm cười với chúng tôi, đưa ra một vài lời lẽ đầy thiện chí rồi bỗng bật khóc. Nước mắt chảy dài trên gương mặt anh, giọng nghẹn lại vì cảm xúc. Đó là một cảnh tượng thật bất ngờ. Tôi, vốn dễ xúc động, thật lòng muốn tin vào những giọt nước mắt của anh ấy lắm. Tôi thấy mình cần góp phần hàn gắn những rạn nứt. Tôi trình bày rằng sự tồn tại của Tổng hội chỉ làm chia rẽ thêm cộng đồng người Việt, nhưng giờ tôi cũng sẵn sàng gác lại chuyện đó để giữ hoà khí.

Phần còn lại của buổi tối được dành để bỏ phiếu cho Hội Tương Trợ, một cái tên nghe vô hại mà BS Thơ đề xuất. Việc này diễn ra chóng vánh. Tất cả những gì tôi còn nhớ là mình đã bầu cho Lý Đức Lâm làm Thủ quỹ cho một hội mà cuối cùng chẳng bao giờ rời khỏi căn hộ xa hoa của Đức Thanh. Cũng như mọi thứ "chung chung" khác, Hội Tương Trợ sớm rơi vào quên lãng.

Đây là một kỷ niệm đáng nhớ trong những năm đầu tôi sống ở New York, dù bản thân sự việc thì đầy những điều nhạt nhẽo vớ vẩn. Thật ra, tôi đã chẳng muốn đến nhà Đức Thanh làm gì nếu không vì ông Diệm nằng nặc yêu cầu cả nhóm tôi phải có mặt. Điều khiến buổi tối hôm đó in đậm trong trí nhớ tôi chính là việc ông Diệm lại xem cả chuyện nhố nhăng ấy một cách nghiêm trọng và đầy cảm tính. Mãi lâu sau này, ông vẫn còn nhớ vanh vách lời Đức Thanh đã nói liên quan đến ông tối hôm đó. Ông thường nhắc lại với vẻ nghiêm nghị giả lả một đoạn trong câu nói của Đức Thanh: "Chỉ là một tiếng nói thôi!" – rồi thêm vào bằng giọng mỉa mai mà đầy cảm xúc: "Ờ há! Có ai trên đời mà có hai tiếng nói bao giờ, trừ khi là song sinh dính liền đầu?!" Ông giận dữ theo cách âm thầm của mình. Và ông vốn là người rất khó quên, càng khó tha thứ.

Còn về Nguyễn Văn Thơ, chính ông Diệm cũng là người cung cấp cho tôi mọi thông tin cần thiết về nhân vật này. Tôi không ngừng ngạc nhiên trước cái kho kiến thức tưởng như vô tận của ông về mọi thứ trên đời. Nhắc một cái tên, kể một sự kiện nào đó liên quan đến Việt Nam là ông lập tức tuôn ra một tràng thuyết giảng bất tận, đầy những chi tiết bất ngờ và nhận xét cay nghiệt. Chính vì vậy mà tôi từng nhiều đêm ngồi nghe ông thao thao bất tuyệt, mà nếu không thú vị hay buồn cười thì hẳn tôi đã ngáp ngắn ngáp dài hoặc ngủ gục ngay tại chỗ. Nhưng tôi lại thích nghe ông kể chuyện cũng y như ông thích kể cho tôi nghe. Ông có tài bắt chước không ai bằng – những điệu bộ, nét mặt ông làm ra để nhại người khác vừa đúng đến kinh ngạc vừa phóng đại đến mức rất khôi hài.

Trong mắt ông, Đức Thanh và bác sĩ Thơ là những kẻ phản diện, dù ông xếp Thơ ở mức nhẹ hơn. Dù sao đi nữa, sự việc liên quan đến cái gọi là Tổng Hội đã làm ông tổn thương sâu sắc. Không phải vì Tổng Hội này muốn cạnh tranh với Hội Sinh viên Công giáo Việt Nam của ông, mà vì đó là một sự xúc phạm đến chính bản thân ông, là một cái tát gián tiếp vào ông. Cần hiểu điều này để thấy vì sao ông Diệm mang mối hận đối với Đức Thanh, Hòa, bác sĩ Thơ, Nguyễn Ngọc Linh – nói chung là cả 'Bộ Chính trị' của Tổng Hội lâu đến vậy. Hai năm sau, khi ông Diệm về nước nắm quyền, những kẻ từng làm phật lòng ông mới cuống cuồng tìm cách hàn gắn nhưng đã quá trễ. Khi ông Diệm trở thành Tổng thống Việt Nam Cộng hòa, Đức Thanh từ Mỹ gửi thư chúc mừng, mở đầu bằng lời lẽ gượng gạo: "Kính gửi Ngài Tổng thống." Tất nhiên, lá thư ấy bị quăng vào sọt rác. Nếu ông Diệm không kể lại cho tôi nghe thì xem như nó chưa bao giờ tồn tại. Về phần Hòa, ông ta có thời được làm Khoa trưởng Đại học Văn khoa Sài Gòn năm 1956, nhưng bị cách chức ngay sau khi

Tổng thống Ngô Đình Diệm hay tin. Còn bác sĩ Nguyễn Văn Thơ thì phải đợi nhiều năm sau, khi người bảo trợ của ông – bác sĩ Trần Đình Đệ – được Tổng thống Diệm bổ nhiệm làm Bộ trưởng Y tế. Lúc ấy, ông Đệ cho rằng mọi chuyện đã qua lâu rồi nên mới dám cất nhắc Thơ lên làm Chánh Văn phòng Bộ. Riêng Linh thì phải chờ đến sau biến cố lật đổ gia đình ông Diệm vào tháng 11 năm 1964 mới có cơ hội quay lại chính trường, tham gia chính phủ quân nhân và làm Phát ngôn viên Báo chí của chính phủ Nguyễn Cao Kỳ.[29]

SAU VỤ "TỔNG HỘI" ĐẦY TRẮC TRỞ của nhóm Đức Thanh, mối quan hệ giữa hai "phe" chưa bao giờ là dễ chịu. Một ranh giới vô hình nhưng rõ rệt đã chia đôi thành nhóm ủng hộ và nhóm phản đối ông Diệm. Tôi thì lẻ loi giữa New York, phải đối mặt với tất cả họ một mình, trong khi những người cùng chí hướng với tôi – nếu có thể gọi thế – thì sống rải rác ngoài Manhattan. Trong mắt Nguyễn Đình Hòa, chỉ còn tôi và ông Ngô Đình Diệm thuộc "Đảng Ngô Đình Diệm" mà thôi. Ngoài ra, còn tồn tại một "lực lượng thứ ba" — những người tự nhận là trung lập, không thuộc phe Đức Thanh cũng chẳng nằm trong "gia tộc" họ Ngô. Họ là cô Bài và mẹ cô, Trịnh Văn Chẩn, Lâm Chấn Quan (hai người bạn cùng chuyến đi với tôi từ Sài Gòn), Bùi Văn Thinh, Lý Đức Lâm và vài sinh viên lạc loài từ các tiểu bang khác, đến New York vài hôm rồi lại rời đi, ở tạm nhà Đức Thanh hoặc nhà tôi vì không đủ tiền thuê khách sạn.

Trong số đó có Lý Chánh Đức — một sinh viên trẻ

---

29 Nguyễn Cao Kỳ (1920-2011), Thiếu tướng Không quân và là Chủ tịch Hội đồng Hành pháp Trung ương trong chính quyền quân sự miền Nam Việt Nam giai đoạn 1965-1967.

từ Sài Gòn, lúc ấy đang tá túc tại nhà tôi. Anh được Cha Jacques bảo trợ cấp học bổng. Trớ trêu thay, ngay lúc ấy có hai cô gái từ Hà Nội mới sang Mỹ: cô Phạm Thị Lý và cô Đinh. Tôi đích thân ra sân bay đón các cô, đưa về nhà nghỉ vài ngày trước khi họ chuyển đến trường học. Đức xung phong đưa hai cô đi dạo chơi New York, và tôi chỉ dặn dò đơn giản: "Đừng về trễ quá, sáng mai các cô phải lên đường rồi." Đến nửa đêm vẫn chưa thấy họ về. Sau đó, tôi nhận được điện thoại từ Đức báo rằng cả ba đang ở căn hộ của Hoà. Tôi giận điếng người. Hai cô gái ấy nằm trong danh sách sinh viên được Cha Jacques đỡ đầu, và họ tuyệt đối không được bén mảng đến chỗ những kẻ vốn là địch thủ của Hội Công giáo. Tôi lập tức ra lệnh cho Đức đưa họ về ngay.

Đức nghe lời, nhưng sáng hôm sau, khi hai cô gái đã đi, giữa tôi và Đức nổ ra một trận cãi vã dữ dội. Cậu cảm thấy mất mặt vì bị tôi "ra lệnh," còn tôi thì không thể chịu được ý nghĩ rằng cậu đang ngả về phía chống đối Cha Jacques. Tôi đã suýt giáng cho cậu một cú đấm. Trong mắt tôi lúc ấy, Đức chẳng khác gì một tên phản bội. Cậu ra khỏi nhà tôi không một lời từ biệt và cũng không bao giờ quay trở lại. Về sau, tôi được biết cậu tích cực tham gia vào các hoạt động chống Hội Sinh viên Công giáo Việt Nam, đối đầu với Cha Jacques và ông Diệm. Nhưng cuối cùng thì cả Đức lẫn nhóm bên kia cũng chẳng đi đến đâu. Cái mà Đức thật sự giành được chỉ là một mối thù với ông Ngô Đình Diệm.

Đến giờ, mỗi khi nhớ lại, tôi vẫn hình dung rõ cái cách ông Diệm thường hay nhại Đức. Cứ mỗi lần nhắc đến tên cậu, ông lại đứng chắp tay, miệng méo xệch, rồi uốn lưng như múa rối, vừa diễn vừa lẩm bẩm: "Đức giống như một đào hát, đang múa theo tiếng lách cách của trống phách. Cái mình thì giật giật, tay thì như bị giật dây, cứ bật lên bật xuống như múa rối dây."

Phải chăng đó là cách ông muốn nói rằng Đức chỉ là một con rối bị người khác giật dây? Ông không bao giờ giải thích, chỉ lặp lại trò nhại ấy một cách thích thú mỗi lần cái tên ấy được nhắc đến. Ông Diệm có một cách gọi riêng cho cả nhóm đối lập ấy — một từ ngắn gọn, nghe như một tiếng chửi nửa đùa nửa thật: "Đức Thanh đức đồ!" Không phải tên người, không hẳn là nhóm nào cả — chỉ là một tiếng rút gọn mang tính hoán dụ, gom hết đám "đồng chí" cũ của Đức Thanh vào một mớ hỗn độn vô định hình, đáng khinh. Với ông Ngô, chế giễu không phải là chuyện cấm kỵ. "Ông nội Maryknoll" ấy khi gặp Dominic thì hiền lành dạy võ, chơi đùa với lũ trẻ, nhưng khi nghe tôi kể lại cảnh Hòa khóc (*chaudes larmes)* trong buổi họp ở nhà Đức Thanh, ông liền cảnh giác: "Coi chừng! Hòa là diễn viên. Hắn diễn đấy. Một giọt chân tình cũng không có đâu." Rồi ông Ngô liền bắt chước Hoà: dùng mu bàn tay quệt lên đôi mắt ráo hoảnh của mình, rồi đấm vào ngực như thể đang ăn năn hối lỗi — một màn *tự thú giả tạo* đến mức lố bịch.

Sau này, khi phải đối đầu với những kẻ thù chính trị lớn hơn nhiều, Ngô Đình Diệm dần cẩn trọng hơn trong mọi nước đi. Nhưng có một điều ông không bao giờ thay đổi. Đó là, ông Diệm vẫn luôn giữ vững những gì ông đã tin từ đầu. Có thể nói một cách chắc chắn rằng Ngô Đình Diệm là một con người của *idées fixes* — tức những ý niệm cố định, một khi đã tin thì không lay chuyển. Với nhóm

Đức Thanh, rồi sau này là vụ Phan Huy Đán mà tôi sẽ kể sau, ông không bao giờ thay đổi ý kiến. Dù tôi và Cha Jacques nhiều lần kêu gọi tha thứ, kêu gọi "mở một trang mới vì lợi ích chung," ông vẫn lắc đầu. Ai đó từng nhắc đến "lòng bác ái Kitô giáo" như một lý do để hòa giải. Tôi đem câu ấy kể lại với ông. Ông chỉ nhíu mày, rồi đáp một cách gay gắt: "Người ta nói đến bác ái Kitô — nhưng họ quên mất công lý Kitô."

PHAN HUY ĐÁN đến New York vào cuối năm 1952 hoặc đầu 1953.[30] Ông từng là một Bộ trưởng trong nội các của Bảo Đại, nhưng khi khi đột ngột xuất hiện, ông hầu như là người xa lạ đối với chúng tôi. Một hôm, tôi nhận được điện thoại của cô Bài mời đến dự một buổi họp mặt tại nhà cô. Tôi hơi ngạc nhiên vì cô không nói gì rõ ràng, chỉ úp mở rằng "đến rồi sẽ biết." Tò mò, tôi đến, và trước mắt là đầy đủ nhóm Đức Thanh, vài gương mặt trung lập, một số người Việt mới đến New York và hai "nhân vật chính trị." Nhân vật thứ nhất là tiến sĩ Phan Huy Đán — *clou de la soirée* (điểm nhấn của buổi tối) — người lần đầu tiên chúng tôi gặp, được xếp ngồi ở chỗ danh dự. Nhân vật còn lại thì ẩn trong bếp và không ai khác ngoài Đỗ Vạn Lý, nổi tiếng từ trước nhưng mãi tới cuối buổi tôi mới được diện kiến.

Đến tận hôm nay tôi vẫn không biết ai là người đứng ra tổ chức buổi gặp gỡ ấy, và vì sao nó lại diễn ra ngay tại căn hộ của cô Bài. Là sáng kiến của Đán chăng? Hay Đức Thanh muốn khởi sự một cái gì đó mới tại một địa điểm "trung lập" ['neutral' territory] là nhà cô Bài? Chỉ biết rằng mọi thứ đã được sắp đặt từ trước, và tôi không hay biết

30 Xem chú thích 22 ở trang 81 về Phan Quang Đán.

gì cho đến tận giờ phút diễn ra. Có vẻ như đã có sự thông đồng không chỉ giữa cô Bài và nhóm Đức Thanh – Đán, mà còn có thể giữa cô Bài và cả Đỗ Vạn Lý nữa. Hay tất cả bọn họ cùng cấu kết? Bí ẩn nhất là việc Lý lại chọn đi ngã này thay vì gõ cửa nhà ông Ngô Đình Diệm.

Phan Huy Đán mở đầu buổi họp. Ông bắt tay từng người, rồi phát cho mỗi người một cuốn sách bìa xanh viết bằng tiếng Pháp, mang tựa đề *Le Parti Républicain du Vietnam* (Đảng Cộng hòa Việt Nam), mà tác giả không ai khác chính là ông ta.

Ông bắt đầu phát biểu với chủ đề là "bãi bỏ vương quyền", hay nói trắng ra là dẹp ông Bảo Đại để lập chế độ cộng hoà. Ông không nói sâu về vấn đề gì mà chỉ toàn khái quát và mỉa mai, nhưng không phải nhắm vào Bảo Đại, mà nhắm vào Quốc vương Farouk của Ai Cập. Đán nhại lại một câu nói nổi tiếng mà không trích nguồn: "Thế giới đang nổi dậy. Rồi đây sẽ chỉ còn năm vị vua — Bốn ông vua trên bộ bài và Vua nước Anh." Nói dứt câu, ông đột ngột im bặt, rồi ném ra một câu: "Ai có câu hỏi gì không?" Không ai lên tiếng. Cả căn phòng chìm trong im lặng. Ông hiểu ngay là mọi người thấy chán và không mấy quan tâm nên vội chữa cháy rằng đây chỉ là một buổi họp mặt "thân mật," rằng ông chẳng có mục đích gì ngoài việc muốn "làm quen với đồng bào hải ngoại."

Phần ăn uống sau đó mới thực sự sôi động. Bùi Văn Thinh như thường lệ tung hứng lời chọc ghẹo khắp phòng rồi trốn vào bếp, nơi Đỗ Vạn Lý đang lặng lẽ chào hỏi từng người. Lý là gương mặt mới đối với những người mới đến như tôi, vợ tôi và Marie. Chúng tôi chưa từng gặp mặt ông ta.

Trong lần gặp đầu tiên ấy, tôi kể với Lý rằng ông Diệm đã nhờ tôi viết thư mời ông tham gia nhóm của mình. Lý cười tươi, lời lẽ nhã nhặn, nhưng không hề cam kết gì. Ông nói về tinh thần đoàn kết, nhưng ánh mắt thì nhìn chằm chằm vào đối thủ cũ Đức Thanh đầy vẻ căm ghét không che giấu. Ông viện lý do bận rộn và hứa sẽ "bàn sau." Cuộc họp kết thúc. Đêm đó, tôi báo cáo mọi chuyện lại cho ông Diệm. Ông trầm ngâm, bảo tôi đưa cuốn sách của Đán. Tới giờ tôi vẫn chưa được đọc cuốn sách đó vì ông giữ luôn, không trả lại. Về phần Đỗ Vạn Lý, ông Diệm chỉ dặn tôi kiên nhẫn. Ông bảo tôi rằng ông hiểu rõ Lý, và vết thương tâm lý mà Lý vẫn mang từ thời bị Bảo Đại đối xử tệ bạc chính là lý do khiến ông ta lảng tránh như vậy.

Chuyện tạm dừng ở đó, cho đến vài hôm sau, khi ông Diệm đi vắng, về lại Chủng viện Maryknoll, thì tôi bất ngờ được Đức Thanh mời đến căn hộ đường 23 để "nói chuyện với Đán." Lần này, ngoài Đức Thanh còn có Hoà, Linh, Nhạ (lúc ấy "Tổng Hội" chưa ra đời nên chưa có Thơ), Thu, Lâm và Thinh. Và một lần nữa, Phan Huy Đán ngồi vào chiếc ghế danh dự. Rõ ràng Đức Thanh đưa Đán về nhà mình để ông ta có thể tự do phát biểu mà không bị ai cản trở, và Đán quả thật đã làm vậy. Sau một tràng dài những lời mỉa mai Bảo Đại như để chính thức đoạn tuyệt với vị Hoàng Đế từng là người bổ nhiệm mình, Đán bắt đầu trình diễn một *tiết mục đặc biệt* - tiết lộ lý do thật sự ông sang Mỹ.

Nhìn bề ngoài, ông đúng là một sinh viên y khoa nhận học bổng tu nghiệp tại Harvard. Nhưng ông không nhắc gì đến chuyện đó. Vẻ mặt nghiêm trọng, trán nhăn lại, mắt nhìn xa xăm đầy vẻ tâm đắc, ông nghiêng đầu như thể sắp tiết lộ một điều cực kỳ hệ trọng: "Tôi có một bí mật muốn chia sẻ với các anh." Ông dừng lại để xì mũi. Một khoảng lặng như có chủ đích. Rồi ông nói: "Các anh có biết không — hiện tại CHÚNG TÔI đã có một đạo quân tình nguyện đang chiến đấu chống lại Cộng sản Việt Minh." Một thoáng dừng nữa. "Tôi chính là đại diện của đạo quân ấy," ông tiếp tục. "Và tôi đến đây để tuyển mộ tình nguyện viên. Nếu các anh muốn tham gia, tôi có thể thu xếp để các anh sang Thái Lan huấn luyện trước khi ra chiến trường chống lại Cộng Sản."

Đán ngừng lại, đưa mắt nhìn quanh. Không ai tỏ vẻ quan tâm. Không ai hỏi ông lấy một câu về cái "CHÚNG TÔI" ấy là ai, quân đội ở đâu ra, tiền đâu mà nuôi. "Chủ tịch" của cái Đảng Cộng hòa tưởng tượng ấy rõ ràng thất vọng, nhưng ông khôn ngoan. Chưa đầy hai phút sau, ông đứng dậy, bắt tay từng người, rồi bất ngờ đổi giọng: "Thôi, quên cái Đảng Cộng hòa đi," ông nói, "nhưng này, trong số các anh, hoặc ai mà các anh biết, có ai muốn sang Thái Lan không?"

Cả phòng rơi vào im lặng, bối rối. Đúng lúc ấy, Hòa quay sang Thinh, ném cho anh ánh nhìn đầy thách thức và nói to: "Anh đó!" Tất cả ánh mắt lập tức dồn về phía Thinh tội nghiệp — như con nai lạc vào luồng đèn pha của thợ săn đêm. Anh ngọ nguậy, vặn mình trên ghế, cố lấy lại bình tĩnh nhưng vô ích. Đức Thanh lập tức hùa theo: "Nếu có ai nên đi và có thể đi," anh ta nói như thể đang phát biểu chung chung, "thì tôi thấy người đó chính là anh Thinh đây..."

Anh chưa kịp nói dứt câu thì Thinh — mặt đỏ gay, mắt long lên — quay phắt lại nhìn thẳng vào Đức Thanh, giọng run lên vì giận: "Tại sao lại là tôi? Sao không phải là anh? Hoặc Hoà kia kìa?!" Cả phòng im bặt như bị đóng băng. Hoà định bật dậy chửi lại — như thói quen thường lệ — và không ngại gì dùng đến những lời lẽ thô tục, thì Thinh đã bước vài bước vào giữa phòng, nơi Đán đang ngồi. Anh nhìn thẳng vào mắt Hoà, điềm tĩnh nói: "Không ai có quyền sai khiến tôi. Nếu sang Thái Lan là hợp với anh, thì anh cứ đi. Đừng đẩy người khác đi thay." Rồi anh quay sang Đức Thanh: "Và đừng bao giờ cư xử với tôi theo cái kiểu ra lệnh như thế nữa!"

Đức Thanh lặng lẽ quay về ghế, móc ra chiếc bấm móng tay, bắt đầu tỉa móng như không có chuyện gì xảy ra. Trên môi là một nụ cười nhếch nhẹ đầy mỉa mai. Anh đã nói điều cần nói, và với anh, như thế là xong. Phan Huy Đán không còn gì để nói. Ông đứng dậy, lặp lại vài lời cảm ơn cho xong, rồi để có một lối rút lui trông "duyên dáng," ông vỗ vai Đức Thanh, bắt tay từng người và nói: "Tôi hiểu. Chúng ta không cần vội. Còn thời gian để suy nghĩ. Hẹn gặp lại. Trong lúc đó, hãy đừng cãi nhau. Chúng ta đều là bạn mà. Anh Thanh đây là người rất đáng kính."

Đức Thanh không đáp lời, nhưng anh cũng không để mất cơ hội. Anh giơ cả hai tay lên, khép chặt các ngón tay lại và huơ cánh tay như một ứng viên tranh cử đang ra mắt cử tri, hoặc đúng hơn, như một ứng viên vừa thắng vòng sơ bộ và đang nhận tràng vỗ tay từ đám đông tưởng tượng. Bản năng chính trị trong anh hẳn đã được thỏa mãn bởi lời khen mơ hồ từ "ngài Chủ tịch", và bất chấp việc buổi gặp là một thất bại toàn tập, với anh, đó là một chiến thắng: anh đã là chủ nhà tiếp một nhân vật chính trị. Đó là điều mà Ngô Đình Diệm chưa bao giờ cho phép anh làm, nhưng người khác thì đã cho.

Và rồi, Đức Thanh có cơ hội diễn lại vai diễn đó — lần này, với một người nổi tiếng thực sự: Hoàng tử Bửu Hội, nhà khoa học tên tuổi. Bửu Hội đến từ Paris vào khoảng năm 1952 cùng với bà Ellen Hammer, người sau này đã viết *Cuộc đấu tranh giành Đông Dương*.[31] Luôn luôn tìm kiếm những nhân vật chính trị đủ mọi thành phần, Đức Thanh hẳn đã rất vui mừng khi bắt được con cá lớn này! Anh ta đã tổ chức một buổi tiệc trà, cũng tại căn hộ ở đường 23 — không rộng bằng chỗ của BS Phan Huy Đán hôm nọ tại nhà cô Bài, nhưng trang nghiêm hơn, chủ yếu vì nhân vật được tiếp là một nhà khoa học thực thụ, cho đến thời điểm đó vẫn chưa dính dáng gì đến chính trị. Tham dự buổi tiệc trà có cô Bài và mẹ cô, nhóm quen thuộc của Đức Thanh, hai nhân vật ít gây tranh cãi Thinh và Lâm, tôi và vợ tôi.

Không có bài phát biểu nào, và cũng không ai đứng lên diễn thuyết. Các vị khách chỉ ngồi trò chuyện nhẹ nhàng như những người hàng xóm gặp nhau cuối tuần, chứ không phải như đang đối thoại với cử tọa — điều mà Đức Thanh hẳn đã mong đợi. Hoàng tử Bửu Hội, đúng với tư cách một người kín đáo và học thuật, chỉ khiêm tốn trả lời những câu hỏi về tình hình Việt Nam, trong khi bà Hammer (người đi cùng ông) ngồi quan sát, thỉnh thoảng mỉm cười. Ngoài ra, chỉ có là những câu chuyện phiếm, vài câu hỏi xã giao, và một bàn tiệc trà đơn giản, chứ không phải là một cuộc họp. Buổi chiều trôi qua yên ả và kết thúc trong hòa bình.

31 Ellen J. Hammer,*Cuộc đấu tranh giành Đông Dương* (Nhà xuất bản Đại học Stanford, 1954).

11. MỘT QUÃNG ĐỜI TƯƠI ĐẸP CỦA TÔI

NĂM 1952 ĐÃ KHÉP LẠI. Với gia đình tôi, đó là một năm đầy biến động, không thể không nhắc đến sự ra đời của cô con gái út: Muriel Josephine Bùi Mỹ Nga. Đài Tiếng nói Hoa Kỳ đã thực hiện một chương trình phát thanh đặc biệt để đánh dấu sự kiện này — ý tưởng của biên kịch Sarah Newman, được ông Pruett chấp thuận. Bà viết một kịch bản nhiều đoạn, và tôi — người cha của Mỹ Nga — đã dịch lại, rồi tự hào loan báo tin vui ấy với bất kỳ ai trên thế giới có thể hiểu tiếng Việt. VOA sau đó đã tặng gia đình tôi một bản ghi âm của chương trình như một kỷ vật, một món quà chia tay khi chúng tôi rời Hoa Kỳ về nước năm 1956.

Sáng hôm phát sóng, tôi rất xúc động. Trong cơn quay cuồng vì nào là công việc văn phòng, nào là sau một đêm "thức trắng" khác với ông Diệm, cùng cảm xúc dâng trào khi loan báo tin mừng ấy, tôi gần như rã rời. Đây là chương trình phát thanh trực tiếp, không được ghi âm sẵn, vì Sarah — như một nghệ sĩ đích thực — đã chỉnh sửa kịch bản đến tận phút chót, khiến chúng tôi không còn thời gian để thử giọng hay thu trước.

Lúc lên sóng lúc 5 giờ sáng, tôi đã phát xong phần tin tức cùng một đoạn dẫn chung với đồng nghiệp. Nhưng tiết mục đặc biệt về Mỹ Nga thì tôi phải trình bày một mình. Và tôi đã làm thế — không chỉ đọc kịch bản Sarah soạn mà còn ứng khẩu kha khá. Tôi đọc thuộc lòng vài câu thơ tôi sáng tác trong lúc cao hứng, thậm chí còn ngẫu hứng ngâm mấy câu thơ tiếng Anh tự làm. Nhưng vì quá mệt, mắt tôi mờ đi đến mức không còn đọc được phần tôi đã dịch sẵn. Tôi còn nhớ đoạn đó thế này:

"The moonlight tonight shone bright high in the sky
Don't cry, baby daughter; don't cry and go to sleep..."

Sarah đã viết thành lời ru, và tôi chuyển sang tiếng Việt thành:

"Ánh trăng bạc rọi sáng trên nền trời cao,
Nín ngủ, nín ngủ đi con..."

Nhưng vì không kịp đánh dấu thanh điệu trên bản thảo, đến khi đọc lên, tôi không nhìn rõ được chữ. Thế là tôi bị bí. Nhưng chương trình phát thanh trực tiếp không thể dừng lại. Dù tôi không biết mình sắp nói gì, tôi vẫn phải nói — đó là bản năng của người làm phát thanh: phải cảm được khán giả đang lắng nghe mình. Chúng tôi ở trên "sân khấu" không có nhắc tuồng, chỉ có kịch bản (mà tôi lại không đọc nổi!). Vậy là tôi đọc theo cảm tính, đoán nghĩa theo trí nhớ. Sau này, khi nghe lại bản ghi âm, chính tôi cũng không tin vào tai mình — nó nghe như... tiếng Campuchia hay một thứ ngôn ngữ không có thanh điệu nào cả!

Tiếng Việt là một ngôn ngữ có năm thanh điệu. Nếu không đọc đúng dấu, người nghe sẽ không hiểu được gì cả. Người Campuchia nói tiếng Việt, dù biết nghĩa từng từ, nhưng vì thiếu thanh điệu nên nghe như một bản nhạc không có nốt. Khi nghe lại đoạn tôi đọc câu đầu tiên bằng giọng đều đều, tôi tái mặt. Tôi chỉ lấy lại bình tĩnh ở câu thứ hai, đọc "Nín ngủ..." một cách bay bướm — như để chuộc lại lỗi ở câu đầu. Ôi trời! Trong suốt sự nghiệp phát thanh của mình ở VOA, chưa bao giờ tôi mong rằng thính giả ở Việt Nam... không chú ý nghe như buổi sáng hôm đó. Hoặc nếu có thể, họ đã bỏ qua toàn bộ chương trình: cả phần thời sự, lẫn bài thơ, lẫn khúc hát ru lạc tông ấy.

DÙ VẬY, SỰ RA ĐỜI của Muriel Mỹ Nga vẫn rất đáng được ghi nhớ, vì cô là ***đứa trẻ đầu tiên*** được sinh ra tại Hoa Kỳ bởi một cặp vợ chồng người Việt Nam. Lúc đó, số người Việt thường trú tại Mỹ cực kỳ ít — và gần như không ai kết hôn với người Việt. Thực ra, cái tên "Việt Nam" cũng còn xa lạ với người Mỹ. Họ có thể từng nghe đến "Đông Dương thuộc Pháp," nhưng "Việt Nam" thì không. Tôi không trách họ. Ngay cả trước đó vài năm, chúng tôi vẫn bị gọi là *Annamese* — người An Nam — như cách người Pháp gọi. Thực dân Pháp còn không cho phép chúng tôi được dùng chính tên của mình cho đến tận tháng 3 năm 1948, khi họ lập ra các "đại diện ngoại giao" cho Việt Nam — nhưng đó chỉ là vỏ bọc. Trong thực tế, người Pháp vẫn quyết định toàn bộ chính sách đối ngoại, và các "đại sứ Việt Nam" chỉ là công chức tô vẽ của Bộ Thuộc địa Pháp. Điều đó đúng ngay cả với các Thủ tướng Việt Nam thời ấy, từ Nguyễn Văn Thinh cho đến vị cuối cùng trước khi ông Ngô Đình Diệm lên cầm quyền — họ đều là những kẻ làm công ăn lương cho người Pháp. Vậy thì, ai có thể đòi hỏi một đại sứ "đúng nghĩa"? Chúng tôi — người Việt — biết rõ điều đó. Người Pháp càng biết. Chỉ một số ít người Mỹ hiểu chuyện, nhưng họ không can thiệp vào "việc nội bộ của Pháp," tức là không đụng đến chủ nghĩa thực dân.

ĐIỀU CHÚNG TÔI KHÔNG HỀ BIẾT, là việc Muriel Mỹ Nga ra đời gần như trùng khớp với khúc dạo đầu trong hành trình giành lấy quyền lực của ông Ngô Đình Diệm. Cũng như chúng tôi không hề hay rằng gia đình mình sẽ bị lôi khỏi cuộc sống yên ổn thường nhật, và dù muốn hay không, sẽ bị cuốn vào một cuộc chiến — theo đúng nghĩa bóng và cả nghĩa đen. Tất cả bắt đầu từ một mối duyên — sự gắn bó giữa ông Diệm và gia đình tôi. Chính ông từng nói với chúng tôi rằng ông không mong gì hơn ngoài sự cảm thông và giúp đỡ trong khả năng có thể — kể cả khi liên quan đến tiền bạc.

Mặt khác, nếu mọi chuyện đã khác — giả sử ông có đủ tiền bạc khi mới đến nước Mỹ — có lẽ chúng tôi đã chẳng bao giờ có thể gặp ông. Đức Thanh hẳn cũng đã không phạm sai lầm khi đòi ông ứng tiền trước, một hành động vô tình khiến anh ta bị gạch khỏi "danh sách tin cậy" trong lòng ông Diệm.

Với gia đình tôi, việc được sống chung với ông Diệm là một niềm vui thực sự. Với những kẻ lưu vong như chúng tôi, có một người thân như ông — như một người cha, một người bác, một người chú lớn — là một niềm an ủi khôn nguôi. Con cái chúng tôi gọi ông là "Ông nội Maryknoll," mà không cần ai bảo, không vì *bất kỳ mục đích gì* — chỉ đơn giản là cảm nhận chân thành từ trái tim. Điều đó cho thấy: tiền bạc, công sức không phải là vấn đề. Nó là bổn phận đạo làm con, là niềm vui khi được chăm sóc cha mẹ lúc tuổi già. Với ông Diệm thì không hẳn là vậy, nhưng cảm xúc và cách cư xử của chúng tôi dành cho ông thì không khác gì thế. Ông Ngô Đình Diệm là người trân trọng tình cảm đó. Ông không phải là một tảng đá. Càng không phải là một người nhẫn tâm. Trái lại, ông là một người đàn ông tinh tế, nhạy cảm, và biết yêu thương. Nếu không như vậy, thì làm sao những đứa trẻ như Dominic và Marie lại cảm nhận được? Nếu các con tôi bị buộc phải gọi ông là "ông nội," chắc chắn chúng đã cãi lại.

Không có gì phải nghi ngờ rằng chúng tôi đã cung cấp một sự phục vụ tự nguyện cho Ngô Đình Diệm, một con người bình thường — chứ không phải một chính trị gia — mà lúc ban đầu chúng tôi hoàn toàn không cân nhắc đến khía cạnh đó. Nếu sau này chúng tôi trở nên có dính liếu đến chính trị, nếu con người chính trị gia trong ông ấy dần dần hiển lộ và đóng vai trò chính, thì sự thật vẫn là: cả hai đều là cùng một con người, và người này không thay thế người kia, mà đúng hơn là hoàn thiện người kia. Không phải chính trị gia nào hay một người đầy tham vọng nào cũng như vậy. Đó là lý do tại sao Đại sứ Trần Văn Chương khiến tôi bật cười nhiều năm sau, khi Ngô Đình Diệm đã trở thành Tổng thống Việt Nam Cộng hòa, bởi vì lý do duy nhất mà ông Chương có thể nghĩ đến để giải thích cho mối quan hệ thân thiết giữa gia đình tôi với ông Diệm là... THỨC ĂN! Với vẻ mặt nghiêm túc, ông Chương chất vấn tôi: "Có phải Tổng thống cho gọi anh về, vì khi ông ấy còn sống ở Mỹ, bà Văn đã nấu ăn và cho ông ấy ăn không?" Tôi chợt nhớ tới cách sử gia Barbara Tuchman kể lại việc tướng Stillwell gọi Tưởng Giới Thạch một cách khinh miệt trong nhật ký là "Đậu phộng." Tôi nghĩ rằng vị tướng tài ấy đã làm điều bất công nghiêm trọng đối với Tưởng thống chế [nguyên văn "the Generalissimo"] — và ông ấy hẳn không biết đến tâm trí nhỏ nhen như Trần Văn Chương.

NHÌN LẠI NHỮNG THÁNG từ tháng Bảy đến cuối năm 1952, tôi cảm thấy như một chương tươi đẹp của cuộc đời tôi và vợ con tôi đã được viết nên. Chúng tôi không giàu có — ngược lại, chúng tôi nợ nần chồng chất — nhưng hạnh phúc thì không cần tiền bạc, ít nhất là trong trường hợp của chúng tôi. Ở bên ông Diệm, chúng tôi tìm thấy ý nghĩa trong cuộc sống của mình, và chúng tôi biết rằng mình đang làm một điều tốt đẹp cho ông. Dù tôi không thích chính trị (hoặc có lẽ chính vì vậy), tôi không nhìn thấy ở Ngô Đình Diệm hình ảnh một nhà lãnh đạo tương lai của Việt Nam. Tôi nghĩ ông ấy sẽ đi theo con đường của những nhà cách mạng thất bại đi trước ông. Những người như Cường Để, Phan Bội Châu, Phan Châu Trinh,[32] Nguyễn Thái Học,[33]và những người tương tự. Những người đàn ông có nguyên tắc và lòng dũng cảm; những người đàn ông thà chết còn hơn là thỏa hiệp với thực dân Pháp để bảo đảm một nền độc lập giả tạo cho Việt Nam. Tất cả quá khứ của Ngô Đình Diệm đã nói lên điều đó quá rõ, và chính vì vậy mà vợ chồng tôi vô cùng kính trọng ông. Chúng tôi tin rằng ông sẽ không bao giờ ủng hộ người Pháp, và vì thế, ông sẽ luôn kiên định với những đòi hỏi của riêng mình: một nền Độc lập thật sự, một nền Tự do đích thực cho Việt Nam. Và dĩ nhiên, ông sẽ không bao giờ có cơ hội thực hiện điều đó. Không gì trong chính sách

---

32 Phan Châu Trinh (1872-1926) là một nhà cách mạng và là một người theo chủ nghĩa dân tộc Cộng hòa.

33 Nguyễn Thái Học (1902–1930) là lãnh tụ của Việt Nam Quốc Dân Đảng, người đã bị thực dân Pháp xử tử sau cuộc khởi nghĩa thất bại ở Yên Bái.

của Hoa Kỳ đối với Đông Dương vào thời điểm ấy khiến chúng tôi nghĩ khác đi. Chúng tôi tự hào đã ủng hộ một "người thua cuộc" — nhưng là một người thuộc truyền thống của những nhà ái quốc anh hùng trong lịch sử Việt Nam. Cứ để cho họ, những Đức Thanh, những Trịnh Văn Chẩn, những Nguyễn Văn Tâm — cứ để họ chen lấn nhau mà chạy theo "phe thắng cuộc" của riêng họ![34]

Ôi, gia đình tôi! Tôi yêu mọi người biết bao, vì đã cùng nhau trải qua bao tháng ngày thử thách, gian khổ và cũng không ít niềm vui trên đất Mỹ! Bạn còn nhớ đêm đó không — giữa bao đêm yên bình — khi ông Diệm trở về nhà trong tình trạng say khướt chỉ vì uống một ngụm whisky trong buổi tiệc chiêu đãi Tổng Giám mục Yu Pin? Bạn còn nhớ cách ông lảo đảo bước vào nhà chứ? Ông loạng choạng đi dọc hành lang dài, lắc lư đến phòng khách nơi cả nhà đang đợi. Ông lảo đảo ngã phịch vào chiếc ghế bành ông yêu thích, cười to hơn mọi khi, rồi vừa cười vừa chống chế: "Xin lỗi bà Văn — tối nay tôi lỡ uống một ngụm rượu... chắc là không hợp với tôi!" Vợ tôi vội vã vào bếp, bưng ra một tách trà nóng bốc khói nghi ngút. Và ông Diệm cứ thế nói chuyện không ngừng — hút thuốc liên tục, vui vẻ hơn mọi khi!

Marie, con gái lớn, lúc đó mới 11 tuổi mà trông như 14. Mười tám tháng sống ở Mỹ đã biến con bé thành một thiếu nữ trưởng thành sớm. Không nghi ngờ gì, cuộc sống của chúng tôi ở Mỹ vất vả hơn ở Việt Nam rất nhiều, dù mức sống cao hơn và chúng tôi bắt đầu được hưởng những tiện nghi mà trước kia chưa từng có. Một phần vì không có cha

34 Nguyễn Văn Tâm (1893–1990) là Thủ tướng Quốc gia Việt Nam dưới thời Bảo Đại từ tháng 6 năm 1952 đến tháng 12 năm 1953.

mẹ hay họ hàng ở gần để giúp đỡ. Marie đột nhiên trở thành người mẹ thứ hai của các em mình. Giống như bất kỳ người phụ nữ Việt Nam điển hình nào, con bé lập tức hiểu hoàn cảnh mới, chấp nhận vai trò mới mà không cần ai bảo. Nó không bao giờ phàn nàn về những công việc nặng nhọc, về việc không có thời gian rảnh, hay không được hưởng những điều mà những cô bé cùng tuổi ở Việt Nam hay ở Mỹ có thể có. Nó quá hiểu cha mẹ mình — chưa nói đến chính nó — phải mặc đi mặc lại những bộ quần áo cũ, không đến mức rách nhưng cũng chẳng lấy gì làm đẹp, chỉ trên trung bình. Đi học, làm việc nhà, nấu ăn, tắm rửa, cho em ăn, chạy việc vặt, đi chợ hàng chục lần mỗi ngày. Rồi lại đi học. Rồi lại như thế nữa. Như những trang sách lật hoài không dứt.

Thế nhưng, nhìn chung, cuộc sống vẫn đẹp biết bao! Chúng tôi là một gia đình gắn bó chặt chẽ, đứng đầu là Ông nội Maryknoll, người thức suốt đêm nói chuyện để giữ cho cha bọn trẻ ngủ gật ít hơn; còn mẹ bọn trẻ thì bận rộn gấp trăm lần với những vị khách của ông Diệm và các sinh viên ghé thăm. Những đứa nhỏ của chúng tôi — ôi, một lũ đáng yêu, phải không? Bạn còn nhớ cảnh cả nhà chen chúc ngủ trên ba chiếc giường nhỏ trong một căn phòng đầy rệp — quà để lại từ những người Nga khi họ bàn giao căn hộ cho chúng tôi? Tôi đã phải xịt DDT không biết bao nhiêu lần mới diệt sạch được bọn chúng. (Nhân tiện, DDT cũng chính là biệt danh mà ông Diệm đặt cho Đức Thanh!)

Bạn còn nhớ phòng ngủ của mẹ bọn trẻ lúc nào cũng tối vì bị tòa nhà cao tầng bên cạnh che hết ánh sáng không? Mẹ bọn trẻ có một chiếc giường đôi nhưng hầu như ngủ một mình, vì ông Diệm nói chuyện với cha bọn trẻ suốt cả đêm. Sát tường là chiếc cũi của Muriel — món quà đầy tháng của chú Lâm, chú Thinh và các đồng nghiệp ở VOA. Bạn còn nhớ Muriel im lặng đến thế nào không? Không một tiếng khóc, không một âm thanh. Ngay từ khi còn là một đứa bé sơ sinh, cô Công chúa Trung Hoa của tôi đã rất nhút nhát.

Chúng tôi thích đi dạo công viên vào buổi tối. Lũ trẻ chạy nhảy trên thảm cỏ ba lá, thỉnh thoảng còn tìm được một nhánh cỏ bốn lá quý hiếm. Cả nhà ăn xúc xích và bánh mì kẹp mà chú Thinh mua. Chúng tôi mượn xe đẩy trẻ em của nhà hàng xóm — gia đình Lanigan — suốt nhiều tháng, cho đến khi để dành đủ tiền mua được một chiếc xe đẩy mới, có thể gập lại. Chúng tôi đẩy Công chúa Trung Hoa đi qua những ngày thu mát mẻ, cuốn cô bé trong chiếc chăn hồng trắng. Ngày Chủ nhật và các dịp lễ, gia đình tôi thường ở cả ngày trong Công viên Riverside, tận hưởng những con đường quanh co và các bụi cây xanh. Bọn trẻ tha thẩn chơi còn mẹ chúng thì đọc sách, hoặc chỉ đơn giản là ngồi nghỉ ngơi, vá quần áo, ngồi bên ghế dài hướng ra sông Hudson. Công viên sạch sẽ, người qua lại ăn mặc đẹp và lịch sự. Không có cảm giác sợ hãi nào — ngay cả lúc trời đã khuya mà thời tiết vẫn dịu mát, khiến chúng tôi nán lại trên ghế, ngắm những ánh đèn lập loè từ công viên giải trí Palisades phía bên kia sông.

Gần cuối năm 1952, người bạn thân của chúng tôi, Bùi Kiến Thành, từ vùng tuyết Minnesota xuống New York và ở lại với gia đình tôi. Từ đó, anh cùng chúng tôi và ông Diệm chia sẻ mọi niềm vui nỗi buồn, mọi phút giây tức giận, hạnh phúc và hào hứng, trong chuỗi những sự kiện bất ngờ nối tiếp xảy ra cho đến lúc ông Ngô Đình Diệm rời nước Mỹ. Ngay sau đó, Thành cũng rời đi, nhưng trong khoảng thời gian ấy, anh đang theo học chương trình Quản trị Kinh doanh tại Đại học Columbia, chỉ cách căn hộ chúng tôi vài dãy phố. Dù có phòng ở trong khuôn viên trường, nhưng anh thường ghé nhà tôi bất cứ khi nào có thể — cùng ăn tối, cùng sinh hoạt trong cái gọi là "salon Ngô Đình Diệm" trên đường 111. Chúng tôi cũng thường có sự hiện diện của Cha Kiệm và thầy Dominic Đỗ Văn Quý, người đã chụp bức ảnh ông Diệm cùng gia đình tôi: ông ngồi trên chiếc ghế bành quen thuộc, xung quanh là những thành viên duy nhất ông có ở nước Mỹ. Nhiều năm sau, mỗi khi vợ chồng tôi nhìn lại bức ảnh ấy, chúng tôi lại nhớ làn khói thuốc lá bay thẳng lên trần nhà từ điếu thuốc trên tay ông Diệm, nhớ cách ông cúi xuống để dập tàn, cọ nhẹ đầu lọc vào thành gạt tàn — cho đến khi đầu tàn thuốc rơi ra.

12. NHỮNG VỊ KHÁCH

THÁNG 1 NĂM 1953 ĐÁNH DẤU KHỞI ĐẦU của một chương rất thú vị trong cuộc sống gia đình tôi. Dominic khi ấy vừa tròn năm tuổi, và chúng tôi đã gửi cậu đến lớp mẫu giáo tại nhà thờ Ascension gần nhà — chủ yếu để chuẩn bị cho lễ Rước Lễ lần đầu vào năm sau, rồi tiếp đó là vô lớp Một. Ngay từ nhỏ, Dominic đã là một đứa bé ngủ muộn và không chịu đi học đúng giờ. Cậu không bao giờ bỏ được thói quen xấu đó. Marie phải gọi Dominic dậy — không phải một lần, không phải hai lần, không phải ba lần — mà là hàng chục lần, thậm chí hơn, trước khi cậu lồm cồm bò dậy trong cơn buồn ngủ và chịu rời khỏi giường. Tội nghiệp Marie, không ít lần đã bật khóc vì việc vật lộn với nó khiến cô bé phải đi học trễ! Đến khi cậu chủ Dominic cuối cùng cũng sẵn sàng rời khỏi nhà, Marie phải nắm tay lôi cậu chạy dọc theo các con phố, rẽ qua góc đường đến trường, vừa chạy vừa thở hổn hển, và tất nhiên, thường là sau khi chuông đã reo!

Ông nội Maryknoll thường trêu Dominic: "Con trai à, con sẽ là một kỹ sư nổi tiếng nếu con chịu học hành đàng hoàng. Không học thì làm gì có kỹ sư, đúng không?" Rồi cả hai — ông và cháu — cùng phá lên cười, giả vờ đánh nhau với những tên côn đồ tưởng tượng hay mấy tên cướp đường phố với dao găm và mặt nạ. Dominic có hàm răng xấu, và dù ăn và uống sữa nhiều, nhưng cậu bé vẫn cứ gầy. Nhiều năm sau, bức ảnh chụp trong lễ Rước Lễ lần đầu (do Trịnh Văn Chẩn chụp) vẫn cho thấy một Dominic gọn gàng trong bộ vest xanh đậm, áo sơ mi cổ cao, có băng tay — nhưng ... gầy nhom, ôi gầy quá! Ngược lại, Châu thì nhỏ nhắn nhưng đầy đặn, mặt tròn, tay chân thanh mảnh. Còn Mỹ Nga, mới bảy tháng tuổi, có khuôn mặt trái xoan và đôi mắt dài rất phương Đông, khiến chúng tôi nhớ ngay đến bà cố của con bé (tức bà nội tôi). Con bé quả thật xứng đáng với danh hiệu Công chúa Trung Hoa.

Nhiều sinh viên Việt Nam tiếp tục đến Mỹ qua ngả New York, và gia đình tôi vẫn giữ thói quen đón tiếp họ về nhà ở tạm vài ngày, trước khi họ lên đường đến các trường học rải rác khắp nước Mỹ. Không có điều gì lạ lùng đáng nhớ về những sinh viên này, vì hầu hết họ là những chàng trai, cô gái trẻ nhiệt tình học tập, háo hức khám phá nước Mỹ, và nói chung là "những bạn trẻ ngoan ngoãn." Họ rất ý thức về hoàn cảnh khó khăn ở quê nhà, cũng như những hy sinh mà cha mẹ họ phải chịu để có thể gửi con đi du học. Thêm nữa, khá nhiều người trong số họ là chủng sinh hoặc linh mục — mà những người như thế thì dĩ nhiên chẳng bao giờ gây rắc rối. Không ai trong số họ bày tỏ ý định muốn đến "phe" của Đức Thanh và đồng bọn. Và cũng không có "Lý Chánh Đức thứ hai" nào hướng dẫn họ cách cư xử không đúng mực.

Thỉnh thoảng, người mới đến cũng gặp những tình huống thú vị vì rào cản ngôn ngữ — đặc biệt là sự nhầm lẫn giữa tiếng Pháp và tiếng Anh. Có một linh mục Việt Nam đi bằng tàu đến Mỹ, và tôi cùng cha Kiệm đến đón ông ở bến tàu đường West 42. Một viên chức hải quan kiểm tra hành lý, dừng lại ở một gói hàng trông có vẻ đáng ngờ, được gói trong vải dầu, với dòng chữ nhãn viết cẩn thận bằng mực tím "AILMENT." (BỆNH TẬT.) Viên chức bối rối, cầm gói hàng, cân thử bằng tay, định yêu cầu mở ra, thì vị linh mục chỉ vào nhãn và nói: "Bệnh tật." Điều đó chỉ khiến anh ta càng thêm bối rối.

Tôi nhanh chóng nhận ra rằng vị linh mục của chúng tôi đã nhầm lẫn giữa tiếng Pháp aliment (đồ ăn) với tiếng Anh ailment (bệnh tật). Tôi giải thích sự hiểu lầm và mở gói hàng — trong đó là cả chục cây lạp xưởng mà người Việt vốn rất chuộng, và vị linh mục ấy tưởng rằng ở Mỹ không có. Viên sĩ quan bật cười lớn, và thay vì tranh cãi về quy định thực phẩm, cây cối, trái cây... như vẫn làm theo quy định, anh ta chỉ vẫy tay và cho qua. Tôi chắc chắn rằng sự nhầm lẫn kiểu này không phải hiếm với người Pháp hay những ai được đào tạo bằng tiếng Pháp như chúng tôi, khi mới va chạm với thế giới Anglo-Saxon. Bản thân tôi cũng từng vấp phải những lỗi tương tự vài lần trong những tháng đầu ở New York. Một lần, tại Đài Tiếng nói Hoa Kỳ, tôi điền phiếu công việc — loại phiếu dùng để ghi tên người dịch, thời gian bắt đầu và hoàn thành mỗi bản dịch, nhằm mục đích kiểm tra hiệu suất. Tôi đã viết: "Achieved by Bùi Công Văn" (Thực hiện bởi BCV) Sau này tôi mới xấu hổ nhận ra rằng từ "*achevé*" (completed) trong tiếng Pháp hoàn toàn không có nghĩa là "achieved" trong tiếng Anh!

KHÁCH THĂM TỪ QUÊ NHÀ, trái ngược với sinh viên, lại là một câu chuyện hoàn toàn khác. Phần lớn họ đều mang tư tưởng chính trị, và không phải đến bằng học bổng của Cha Jacques mà bằng tiền túi của mình. Mục đích chính là để gặp gỡ và nói chuyện với ông Ngô Đình Diệm, hoặc làm quen nếu chưa từng gặp. Thế nhưng, họ thường bị bất ngờ. Người mà họ nghe đồn bấy lâu không phải là một nhân vật hào nhoáng được chăm chút hình ảnh để ra mắt công chúng. Ngô Đình Diệm sống rất đạm bạc, ăn mặc gần như luộm thuộm, và kín tiếng khi gặp người lạ. Dù sau đó ông bắt đầu nói nhiều hơn, nói dài hơn để "cho khách không bị thiệt"vì đã bỏ thời giờ đến thăm, nhưng ông chưa từng nói ra điều gì giống với những gì họ mong mỏi sau khi vượt 10.000 dặm đường để đến gặp ông. Không — Bảo Đại không mời ông Diệm thay thế Thủ tướng Trần Văn Hữu hay bất kỳ ai khác. Không — người Pháp không tiếp cận ông Diệm, và ngay cả nếu họ có, thì quan điểm và yêu cầu của ông về độc lập cho Việt Nam cũng không hề thay đổi.

Tôi còn nhớ rất rõ hai bác sĩ thú y từ Vĩnh Long và Sài Gòn, lúc mới sang Mỹ được giới thiệu với ông Diệm vào lúc 7 giờ tối. Trà, thuốc lá, trò chuyện. Hai tiếng sau, họ bí mật liếc nhìn đồng hồ. Đến 11 giờ, họ lại nhìn đồng hồ nhưng một cách công khai. Gần nửa đêm, mặt mũi họ bắt đầu xám xịt vì kiệt sức. Tôi liền vào đánh thức vợ dậy, nhờ cô ấy làm nhanh mấy cái sandwich hay món gì đơn giản, kẻo hai ông bác sĩ gục ngay tại chỗ. Thức ăn được mang ra. Họ ăn ngon lành, uống trà, gật đầu cười khi vài lời hồi tưởng của ông Diệm khơi lại trong ký ức họ hình ảnh quê hương, người quen cũ ở Vĩnh Long, ở miền Nam Việt Nam. Những ấm trà mới liên tục được mang vào, tiếng cười lại vang lên... nhưng niềm hứng khởi ấy không kéo dài được lâu.

Tầm khoảng 3 giờ sáng, đôi mắt của hai bác sĩ bắt đầu

không nghe lời chủ của chúng nữa — đó là chưa nói đến cái bao tử đáng thương. Ngô Đình Diệm vẫn tiếp tục nói, tất nhiên rồi, nhưng hai vị bác sĩ hầu như không còn theo nổi. Họ thậm chí không còn đủ tỉnh táo để nhìn đồng hồ. Có lẽ, họ sẽ sẵn sàng trả toàn bộ tiền trong túi chỉ để được nằm xuống ngủ một giấc. Thế nhưng — hơn cả phép lịch sự — chính sự hiện diện của ông Diệm, và sự hăng say ông thể hiện khi nói chuyện, khiến họ không thể đứng dậy bỏ đi. Hai người họ ngáp tới ngáp lui, và tôi tự hỏi làm sao họ có thể trụ vững suốt cả buổi tối—hay đúng hơn là đến cả rạng sáng—cho đến đúng 7 giờ sáng, khi ông Diệm nhìn đồng hồ rồi xin phép cáo lui.

Một trong những vị khách đến thăm khác lúc đó là Nghiêm Xuân Việt, em trai của Nghiêm Xuân Thiện, cựu Thống đốc Bắc Việt và là người tiền nhiệm của Thống đốc đương thời Nguyễn Hữu Trí. Lúc ấy, Việt đang làm việc cho công ty Đường sắt Đông Dương của Pháp, và đây là lần đầu tiên anh đặt chân đến Mỹ. Không thể nghi ngờ được, Việt là một người ngưỡng mộ Ngô Đình Diệm. Anh đến nhà tôi vào đầu buổi tối, đã được cảnh báo từ trước và do đó có chuẩn bị tinh thần cho một "buổi tiếp kiến" dài với Nhà Ái quốc (nguyên văn "the Patriot"). Anh trẻ hơn hai ông bác sĩ thú y trước đó, nhưng ngay sau nửa đêm, chúng tôi đã biết chắc anh sẽ không thể thoát khỏi đêm ấy mà không... tổn hao sinh lực. Sắc mặt Việt bắt đầu thay đổi. Vẻ mặt nhăn nhó dần, anh lắc lư, vặn người trên ghế, nhưng hoàn toàn vô ích. Nhà Ái quốc vẫn cứ nói — không hề để ý đến sự bối rối, kiệt sức của vị khách.

Cuối cùng, vào lúc 7 giờ sáng, sau đúng 12 tiếng đồng hồ nói chuyện thẳng thắn, "buổi tiếp kiến" của Việt mới kết thúc. Ông Diệm dập đi điếu thuốc cuối cùng, nhìn những tia sáng đầu tiên của bình minh qua cửa sổ — trông tươi rói như hoa cúc — rồi xin lỗi vì đã chiếm quá nhiều thời gian của "vị khách là nhân viên Đường sắt Đông Dương", và xin phép lui về phòng nghỉ. Được "trả tự do", nhưng gần như không còn đủ sức để quay về khách sạn, Việt ngồi lại bếp với bát ngũ cốc lớn trộn chuối lát và sữa mà vợ tôi vừa chuẩn bị. "Lần đầu tiên tôi được ăn một bữa sáng thế này. Món ăn này ngon tuyệt!" anh thốt lên, lúc này trông đã tỉnh táo hơn nhiều so với một phút trước đó. Tôi mời anh ăn thêm một bát nữa: "Đây là bữa sáng điển hình của người Mỹ đấy. Anh có muốn ăn thêm không? Ngũ cốc rất bổ dưỡng mà."

Việt không khách sáo, ăn hết phần thứ hai với sự thèm ăn không suy giảm, rồi đứng dậy, chào tạm biệt vợ chồng tôi. Lúc ấy, ông Diệm đã rút vào phòng nghỉ, và sẽ không xuất hiện lại trong ít nhất vài giờ. Chỉ cần hai giờ ngủ là đủ với ông. Trong suốt chín tháng sống cùng chúng tôi tại căn hộ đường 111, với những câu chuyện đêm kéo dài bất tận, tôi chưa từng thấy ông mệt vì thiếu ngủ — chưa một lần. Sau đó, Việt trở về Việt Nam, và tôi không bao giờ gặp lại anh ấy nữa. Hai mươi mốt năm sau, trong chuyến trở lại Sài Gòn vào mùa hè năm 1974, tôi có cố gắng liên lạc bằng điện thoại để gặp lại Việt, nhưng chúng tôi đã không gặp nhau. Có lẽ — một cách vô thức — tôi muốn giữ nguyên hình ảnh Nghiêm Xuân Việt trẻ tuổi, như cái đêm anh ngồi trò chuyện cùng Nhà Ái quốc ấy. Một trong những bức ảnh tinh thần tôi trân trọng nhất của thời thanh xuân. Có lẽ tôi không muốn đối mặt với một Việt già nua, nhăn nheo, giống như Dorian Gray, người trong tiềm thức vẫn giữ được sự trẻ trung trong tâm hồn, giọng nói tươi tắn khi trò chuyện cùng tôi, trong khi con người thật của ông ta có thể đã trở nên tàn tạ và lú lẫn.

Trong số những người đến thăm vào khoảng thời gian đầu năm 1953, có Cha Cao Văn Luận và Nguyễn Hữu Hanh. Cha Luận là một người ủng hộ Ngô Đình Diệm rất nhiệt thành. Sau lần gặp ông Diệm đầu tiên tại căn hộ của tôi, Cha đã cùng tôi đi dạo nhiều giờ trong Công viên Trung tâm New York, vừa đi vừa kể cho tôi nghe vì sao ông Diệm là người có tài, và tại sao ông ấy là cơ hội cuối cùng để Việt Nam giành được độc lập — thoát khỏi ách thống trị của thực dân Pháp. Trong cuốn sách có tựa đề *Bên Giòng Lịch Sử*, Cha Luận nhắc đến cái lần ông gặp ông Diệm ở New York nhưng lòng nhiệt thành ban đầu của ông hai thập kỷ trước, than ôi, đã bị dòng chảy lịch sử cuốn trôi ra biển.[35]

Nguyễn Hữu Hanh, người từng nhiều lần giữ chức Thống đốc Ngân hàng Quốc gia Việt Nam, cựu Bộ trưởng Tài chính, và hiện là một viên chức của Ngân hàng Thế giới tại Washington, D.C., từng là sinh viên của trường École des Hautes Études Commerciales ở Paris. Hanh tự xem mình là cháu của ông Diệm, vì cha anh là bạn thân của gia đình họ Ngô ở Huế — nơi quê hương của dòng họ và cũng là cái nôi của nhiều thế hệ quan chức cao cấp. Khá lâu trước khi Hanh đến New York, ông Diệm đã kể cho tôi nghe về cha của Hanh, về gia đình anh, và cả cách anh từng đến nhà ông. Ông đặc biệt giới thiệu Hanh với tôi, và sự thật là, chúng tôi đã nhanh chóng trở thành bạn thân.

---

35 Linh mục Cao Văn Luận (1908–1986) là viện trưởng đầu tiên của Đại học Huế, được thành lập vào năm 1957. Xem Cao Văn Luận, *Bên giòng lịch sử, 1940–1965* (Sài Gòn: Trí Dũng, 1972).

Vào ngày Hanh đến Mỹ, tôi đang làm ca đêm tại VOA. Sau một đêm trò chuyện dài với ông Diệm, tôi và Hanh cùng nhau bắt tàu điện ngầm từ đường 111 xuống đường 57, nơi đặt trụ sở Đài. Sau khi dùng bữa sáng ở một quán ăn gần đó, tôi vào làm việc, còn Hanh thì trở lại khách sạn để ngủ một giấc thật sâu.

Hanh là vị khách duy nhất mà tôi từng dẫn đến gặp nhóm Đức Thanh trong một buổi tối tại một nhà hàng ở Phố Tàu. Hanh đến từ Paris, nơi có rất nhiều nhóm thanh niên Việt Nam đang tích cực ủng hộ Ngô Đình Diệm, xem ông là nhà lãnh đạo thực sự và là hy vọng cuối cùng để cứu Việt Nam. Tôi muốn Hanh trực tiếp đối mặt với một nhóm thanh niên Việt khác đang sống ở New York — những người có đường lối trái ngược hẳn với các nhóm thanh niên tại Paris. Ít nhất thì tôi cũng muốn cho bạn tôi biết mặt mũi và giọng nói của những người mà tôi cho là tay sai của Pháp bên này Đại Tây Dương. Vì vậy, tôi và Hanh đã đến nhà hàng Trung Hoa — không mời, không báo trước — nơi mà nhóm ấy thường tụ họp. Họ tỏ ra rất bất ngờ và không giấu được sự bối rối. Tuy vậy, chúng tôi đã tránh không đi sâu vào những chuyện nghiêm túc. Tôi chỉ cần chắc chắn rằng Hanh đã ghi nhớ kỹ khuôn mặt và giọng nói của từng người trong nhóm, để phòng trường hợp "chủ nhân" của họ cử họ sang Paris, tìm cách trà trộn và lừa gạt những bạn trẻ đang ủng hộ ông Diệm ở thủ đô nước Pháp.

Hanh và tôi có chụp một bức ảnh chung tại căn hộ của tôi, cùng với ông Ngô Đình Diệm, toàn thể gia đình tôi (trừ Muriel). Cha Dominic Đỗ Văn Quý là người chụp ảnh. Vào thời đó, người Pháp rất căm ghét Ngô Đình Diệm, trong khi người Mỹ vẫn đang chơi trò chơi do Pháp sắp đặt. Vì vậy, chúng tôi cho rằng việc ngụy trang khi viết thư từ là cách cần thiết để tránh bị kiểm duyệt. Hanh lúc ấy còn trẻ trung và khá tinh nghịch, đề nghị rằng anh có thể gửi thư cho tôi dưới tên "Ông Văn Buick." Một cái tên bịa ra, nghe vừa giống người Mỹ, vừa đủ mơ hồ để qua mặt sự nghi ngờ của cơ quan kiểm duyệt Pháp. Chúng tôi đã trao đổi thư từ bằng cách đó suốt nhiều tháng cho đến khi ông Ngô Đình Diệm trở về Việt Nam vào năm 1954, và Hanh cũng nhanh chóng theo chân ông về nước.

13. TẾT NĂM 1953

SỰ KHUẤY ĐỘNG ĐẦU TIÊN đã diễn ra đúng dịp Tết năm Quý Tỵ, tức Tết Nguyên đán năm 1953, khi ngày càng có nhiều người Việt Nam tại Paris thúc giục Ngô Đình Diệm sang Pháp để hoạt động với mục tiêu gây ảnh hưởng trực tiếp lên chính quyền nhằm giành lại độc lập cho Việt Nam — thay vì tiếp tục "lãng phí thời gian" ở Hoa Kỳ, nơi ông hầu như không đạt được thành công nào rõ rệt và đồng thời phải đối mặt với những mâu thuẫn, chống đối ngày càng gia tăng từ các nhóm đối lập tại New York.

Tết Nguyên Đán luôn đến sau Tết Tây, tức Tết Dương lịch — cách gọi mà chúng tôi vẫn quen dùng từ xưa. Thật dễ để nhớ cột mốc năm Tỵ (năm con rắn) đó, bởi Công chúa Trung Hoa của chúng tôi sinh năm 1952, tức năm Thìn. Ngay sau năm Thìn là năm Tỵ trong chu kỳ 12 con giáp bắt đầu bằng Tý.

Điều gì đã khiến "Ngài" Trần Văn Khá, đại sứ của Việt Nam tại Washington D.C., tổ chức Tết năm 1953 long trọng hơn hẳn những năm trước — Tết 1952 hay 1951 — dù ông được bổ nhiệm làm đại sứ vào chỉ vào khoảng trước hay sau năm 1950 một chút, chỉ để giúp Bảo Đại "giữ thể diện," trong lúc ông ta đang giận dỗi sống ở Đà Lạt thay vì ở Sài Gòn để làm Quốc trưởng suốt hai năm sau khi Pháp ký với ông bản gọi là Hiệp định 8 tháng 3 năm 1948, trao cho Việt Nam "quyền độc lập hoàn toàn và trọn vẹn". Thực chất, người Pháp đã phải "hoàn thiện" đi "hoàn thiện" lại nền độc lập đó nhiều lần cho đến khi Ngô Đình Diệm trở về nước và kết thúc trò chơi ấy.

Vào lúc đó, chúng tôi không rõ lý do về Ngài đại sứ (và cũng không mấy quan tâm), nhưng khi nhìn lại, thật dễ hiểu tại sao. Về mặt quân sự, Pháp đang sa lầy ở Việt Nam — gần như thất bại ở mọi mặt trận. Dù trận Điện Biên Phủ lịch sử vẫn còn ở phía trước, nhưng thế chủ động đã nằm trong tay Việt Minh, còn Pháp thì vật lộn từng ngày để giữ vững các phòng tuyến, bất chấp việc Hoa Kỳ đã bắt đầu viện trợ quy mô lớn cả tài chính lẫn quân sự kể từ khi chiến tranh Triều Tiên bùng nổ vào tháng 6 năm 1950.

Về chính trị, tình hình của Pháp ở Việt Nam đang tuột dốc không phanh. Người Việt chưa bao giờ từ bỏ khát vọng độc lập. Suốt gần một thế kỷ, họ đã đòi hỏi, đã đấu tranh và đã ngã xuống để giành lại tự do khỏi ách thống trị của thực dân Pháp. Khẩu hiệu "Độc lập hay là chết" của Việt Minh vang lên khắp nơi, đặc biệt sau khi Pháp tái chiếm Sài Gòn và khởi động cuộc chiến tranh Đông Dương lần thứ nhất. Đó không phải là một khẩu hiệu chính trị được Đảng Cộng sản sử dụng để lừa dối dân chúng hoặc "bán" họ cho Liên Xô hay Trung Quốc, mà trái lại, nó là một khẩu hiệu hiệu triệu đã, đang và vẫn luôn là như vậy xuyên suốt chiều dài lịch sử Việt Nam—một lịch sử đan xen giữa những giai đoạn độc lập ngắn ngủi và những thời kỳ dài hơn bị đô hộ bởi các thế lực ngoại bang, mà lâu dài và bền bỉ nhất chính là Trung Quốc, với hàng thế kỷ thống trị dưới danh nghĩa "Thiên triều". Chính điệp khúc ấy—một chủ đề xuyên suốt từ buổi đầu cho đến khi chiến tranh kết thúc—đã trở thành lời an ủi, lời cảnh tỉnh, và nguồn tiếp sức tinh thần, hun đúc lòng dũng cảm và sự hy sinh của người Việt, để họ tiếp tục chiến đấu chống lại những kẻ thù ngày càng dữ dội hơn—cho đến khi giành được chiến thắng. Suốt chiều dài lịch sử ấy, tiếng gọi độc lập luôn được gìn giữ — như một lời khuyên răn, một sự an ủi, và là ngọn lửa truyền cảm hứng cho lòng dũng cảm, sự hy sinh của người Việt Nam trước những kẻ thù ngày càng tàn bạo hơn — cho đến khi chiến thắng cuối cùng được giành lấy.

CHÍNH QUYỀN THỰC DÂN PHÁP tại Việt Nam — và đứng sau họ là Charles de Gaulle, một con người đầy khoa trương nhưng thiển cận, bị ám ảnh bởi "*La Grandeur Française*" (Sự vĩ đại của nước Pháp) — vẫn nuôi ảo tưởng rằng có thể dễ dàng giành lại vai trò "Chủ nhân" tại Đông Dương sau khi đã bị Đức làm nhục trong Thế chiến II. Hồi đó, khi nói đến phong trào độc lập do Việt Minh lãnh đạo, bọn thực dân thường buông lời khinh miệt. Họ ngả người trên những chiếc ghế mây cũ kỹ, dưới những cánh quạt trần quay chậm chạp, tay cầm ly soda Martel cao ngất, nhấm nháp từng ngụm giữa trưa oi ả, và cười cợt khi nhắc đến cái gọi là "nguy cơ Việt Minh". Đám thanh niên mới từ *mẫu quốc* sang, mặt mũi sáng sủa, ánh mắt vẫn còn đầy mộng tưởng viễn chinh, không ngần ngại buông lời miệt thị: 'Việt Minh á? Pouff! Chỉ là một lũ hèn nhát. Cứ bắn một phát súng chỉ thiên thôi, mấy cậu xem, là chúng chạy tán loạn như bầy chim sẻ!'

Những lời này không chỉ được thốt ra bởi vài tên lính hống hách ngoài chiến trường, mà còn vang vọng từ các quan chức cao cấp trong Quân đoàn Viễn chinh Pháp, những người cho rằng cuộc chiến có thể được thắng bằng vũ lực — trong khi thực chất là bắt đầu bằng một sự ngộ nhận sai lầm từ cấp thấp nhất đến cao nhất. Về chính trị, tình hình còn tệ hại hơn gấp bội. Tướng Jacques-Philippe Leclerc, người từng giải phóng Paris, đã lắng nghe lời khuyên từ những cộng sự "An Nam" lâu dài — những người không có gì để được, nhưng có tất cả để mất, nếu Việt Nam giành lại độc lập. Họ trông đợi vào một tầng lớp ưu tú — được hình thành và nuôi dưỡng hoàn toàn theo kiểu Pháp — đến mức không thể nói tiếng Việt, chỉ giao tiếp với gia đình bằng tiếng Pháp, như thể họ là một giống dân khác. Pháp lập ra các "chính phủ" trên danh nghĩa, đứng đầu là các "người Việt" do chính họ lựa chọn — nhưng những người đó chỉ là phần mở rộng của bộ máy quan liêu thuộc địa cũ, thứ "rượu cũ trong bình mới." Và chẳng bất ngờ gì cả, bộ máy ấy không chạy được. Mỗi chính phủ mới, mỗi Thủ tướng mới — dù trước đó từng ngoan ngoãn phục tùng lợi ích Pháp — thì khi nhận chức, đều phải đấu tranh kịch liệt để giành lấy từng chút quyền hành thật sự. Mỗi quyền tự do được trao đều là sự nhượng bộ miễn cưỡng, được "cải thiện" từng chút như thể để xoa dịu một đứa trẻ đang tức giận. Nhưng với một dân tộc đã thức tỉnh, khơi dậy, và đòi hỏi tự do, những trò đó không còn hiệu nghiệm. Người Pháp biết rõ điều này.

Ngay cả những tay sai tận tụy nhất của họ cũng hiểu rằng, nếu nước Việt Nam không giành được một nền độc lập thực sự, thì các chức vụ cao mà họ đang ngồi, và những đặc quyền họ được hưởng dưới bóng Quân đội viễn chinh Pháp, cũng không thể duy trì được bao lâu. Và thế là, họ bắt đầu kêu gọi "thỏa hiệp." Nền "độc lập trong Liên hiệp Pháp" mà nước Pháp duy trì và bảo vệ bằng biết bao của cải và xương máu, rốt cuộc không bao giờ có thể bị pha loãng đến mức đủ để thỏa mãn khát vọng dân tộc mãnh liệt của người Việt Nam. Nếu không, có lẽ những kẻ thực dân Pháp đã có lý khi đặt câu hỏi: Vậy thì rốt cuộc, chiến đấu ở Việt Nam và Đông Dương để làm gì? Pháp phải giữ thể diện. Bằng không, chẳng những bị thế giới coi là cường quốc hạng ba, mà ngay chính trong mắt người Pháp, vị thế ấy cũng sẽ sụp đổ. Và thế là cuộc kéo co giữa "ông chủ" và "thuộc hạ" cứ thế tiếp diễn không hồi kết. Mỗi một "ưu đãi" mà người Pháp gọi là "nhượng bộ" dành cho cái gọi là Chính phủ độc lập của Quốc gia Việt Nam, thực chất đều là kết quả của những cuộc giằng co gay gắt, như thể bị giật ra từng tấc một từ nắm tay siết chặt của chính quốc. Mỗi chính phủ mới, mỗi vị thủ tướng mới—trước đó vốn chỉ là những người luôn "vâng dạ", hoàn toàn thuận theo quyền lợi thực dân—giờ đây buộc phải chiến đấu đến cùng để có được từng mảnh vụn nhỏ của cái gọi là quyền tự chủ.

Thế nên, người Pháp buộc phải "thay ngựa giữa dòng" một cách định kỳ—và gần như trong trạng thái hoảng loạn khi tình hình tại Việt Nam ngày càng xấu đi. Sau những thử nghiệm vụng về đầu tiên, ngay sau khi chiến tranh Thái Bình Dương bùng nổ vào tháng 9 năm 1945—trong dư chấn của Thế chiến thứ hai—Việt Nam rơi vào một thế giằng co. Một bên là Hồ Chí Minh với Hiệp định Sainteny (ký ngày 6 tháng 3 năm 1946, theo đó quân đội Pháp được phép tiến vào Hà Nội và Bắc Kỳ); bên còn lại là bác sĩ Nguyễn Văn Thinh ở Sài Gòn—một người có thiện chí, nhưng đầu óc lại chẳng khác gì con đà điểu vùi đầu trong cát[36], mà chính quyền bất hạnh của Nam Kỳ Tự trị của ông ta đã chết yểu với cái chết của ông ta do tự tử và tiếp theo là một loạt các chính quyền bù nhìn lên ngôi. Và thế là trò chơi "đổi ghế" cứ tiếp diễn—một tai ương chính trị đeo bám Việt Nam trong những năm đầu đầy bất ổn ấy, với những cái tên như Nguyễn Văn Xuân,[37] Lê Văn Hoạch,[38] và Trần Văn Hữu (Thủ tướng giai đoạn 1951–1952, khi gia đình tôi rời Sài Gòn sang Mỹ). Ở hậu trường, Hoàng đế Bảo Đại luôn hiện hữu như một quân bài chiến lược trong tay người Pháp—con át chủ bài trong ván cờ Đông Dương của họ. Lúc thì ông được tô son trát phấn lại với danh xưng "Hoàng đế", dù chẳng có ngai vàng thật sự nào; lúc khác lại được giới thiệu long trọng là "Quốc trưởng", với quyền lực chẳng khác gì khi ông còn ngồi trên chiếc ngai ọp ẹp trong triều đình cũ kỹ, đổ nát ở Huế.

Đó là lý do vì sao Bảo Đại hờn dỗi. Ông thích sống ẩn dật tại Đà Lạt, săn hổ, cưỡi voi để tiêu khiển, hơn là ở Sài Gòn đóng vai một nguyên thủ quốc gia bù nhìn. Cũng vì vậy, hai năm sau Hiệp định Bảo Đại – Vincent Auriol, khi Việt Nam trên danh nghĩa đã làm chủ "ngôi nhà" của mình, một vài đại sứ đầu tiên được cử đến Paris, London,

---

36 Nguyễn Văn Thinh (1888–1946), một bác sĩ y khoa, là Thủ tướng đầu tiên của nước Cộng hòa Tự trị Nam Kỳ, giữ chức vụ từ tháng 3 đến tháng 11 năm 1946.

37 Nguyễn Văn Xuân (1892-1989), một vị tướng trong quân đội Pháp, là Thủ tướng của Cộng hòa tự trị Nam Kỳ từ tháng 10 năm 1947 đến tháng 5 năm 1948, và là Thủ tướng lâm thời của Chính phủ Nhà nước Việt Nam dưới thời Bảo Đại từ tháng 5 năm 1948 đến tháng 7 năm 1949.

38 Lê Văn Hoạch (1896-1978), tốt nghiệp bác sĩ, là Thủ tướng nước Cộng hòa tự trị Nam Kỳ từ tháng 11 năm 1946 đến tháng 9 năm 1947.

Rome, Washington D.C... để «đại diện» đất nước. Người Pháp nhượng bộ "bộ mặt" cho Việt Nam — ít nhất là ở những thủ đô sẵn sàng công nhận Việt Nam ngay sau khi hiệp định tháng Ba được ký kết.

Đó là lý do khiến Đại sứ Trần Văn Khá ở Washington, D.C. cuối cùng cũng cựa mình sau hai năm gần như bất động trong cục diện ngoại giao. Dịp ấy là Tết năm 1953. Ngài từ thủ đô lên New York và ghé thăm Ban Việt ngữ của Đài Tiếng nói Hoa Kỳ. Hôm đó tôi đang làm ca ngày, phiên dịch cùng Chẩn, Quan, cô Bài và Lâm. Tôi nhớ lúc ấy mình đang ra ngoài đâu đó khi ngài đại sứ bước vào văn phòng. Khi tôi trở về, ông đang ngồi cùng ông Pruett trong buồng làm việc bằng kính gần cửa sổ—cửa kính lớn nhìn xuống đường 57 bên dưới, cách đó mười bốn tầng. Ông Khá mặc trang phục truyền thống Việt Nam: áo dài gấm lụa màu xanh sẫm và khăn đống, trông rất trang nghiêm. Ông trò chuyện khá lâu với ông Pruett, nhưng chúng tôi không nghe được gì—kính cách âm gần như hoàn toàn, mà lúc ấy ai nấy đều đang vùi đầu vào việc hoàn tất bản dịch cho buổi thu âm sắp tới.

Ngài Đại sứ Trần Văn Khá rời khỏi đài VOA có lẽ vào lúc tôi và các đồng nghiệp đang ở trong phòng thu. Vì thế tôi không có cơ hội trò chuyện hay trực tiếp nghe những gì ông ấy nói. Tuy vậy, ông Pruett — vì kính trọng tôi, người ông từng xem là "cánh tay phải" của mình, tức là người phiên dịch và phát thanh viên giỏi nhất mà ông có — đã cố gắng thuật lại nội dung cuộc trò chuyện với ngài đại sứ. Theo lời ông, ông Khá đã đích thân mời toàn thể nhân viên Việt Nam tại VOA đến tham dự buổi lễ mừng Tết Nguyên Đán sắp tới tại Đại sứ quán.

"Tại sao ông ấy lại phải đích thân đến mời?" — tôi hỏi Pruett — "Tại sao ông ấy không cử ai đó trong Đại sứ quán làm chuyện ấy?" Pruett, như tôi từng kể ở một chương trước, không phải là người chống đối Ngô Đình Diệm, nhưng cũng không hẳn là người ủng hộ. Ông biết rất rõ rằng vào thời điểm đó, ông Diệm đang ở cùng tôi tại căn hộ ở Manhattan. Tuy nhiên, chuyện ông Diệm ở nhà tôi là một chủ đề cấm kỵ — không ai, kể cả người Việt lẫn người Mỹ trong đài, nhắc đến khi có mặt tôi. Giờ nghĩ lại, tôi thấy điều đó thật kỳ quặc — mọi người đều xem đó là điều phải giữ kín, hoặc không thích hợp để bàn đến — ngay cả với tôi, người trong cuộc. Dường như có một sự đồng lõa trong im lặng, kể cả từ ông Pruett — một người mà tôi rất kính trọng vì sự chính trực, dù tiêu chuẩn đạo đức hay tôn giáo của ông không phải lúc nào cũng hợp với tôi. Có thể đôi khi tôi phản đối cách quản lý của ông bằng thái độ nóng nảy, nhưng điều đó không bao giờ có nghĩa là tôi thiếu tôn trọng hay ghét ông. Và ông cũng hiểu rõ điều ấy. Giữa tôi và ông là sự kính trọng và cảm kích giành cho nhau. Thật vậy, nếu không phải là thế thì tôi thú thật rằng mình đã không thể chịu đựng được nhiều tháng — chứ đừng nói là nhiều năm — làm việc dưới quyền của ông. Ông đánh giá cao công việc tôi làm, luôn ghi nhận và khen ngợi khi có dịp, và ông cũng chẳng ngần ngại phê phán bất kỳ ai theo cái cách đầy tính "truyền giáo" và một chiều của mình. Ví dụ, ông từng buông một lời nhận xét khá thiếu tế nhị về công việc của chị Sarah Newman, người viết kịch bản của chúng tôi, và điều đó đã khiến ông nhận lại mối ác cảm không đội trời chung từ chị kể từ đó.

Trở lại chuyện Trần Văn Khá, ông Pruett không trả lời câu hỏi của tôi. Ông lập tức lảng sang chuyện khác, và tôi cũng nhanh chóng quên đi. Nhưng chuyến viếng thăm của Khá khiến tôi nghi ngờ rằng ông ấy đến là để bắt tay tôi một cách tượng trưng cho có mà thôi — gần như hạ cố — vì biết rõ ông Diệm đang ở cùng tôi, và muốn tạo một dấu ấn "thân tình." Hoặc, ông có thể muốn tạo ảnh hưởng với những người "ngoan cố" như tôi, vốn chống chính sách của Pháp và chính quyền Bảo Đại, để ghi điểm cho mình trong vai trò đại sứ. Nếu đúng vậy, thì đó là hành động ngoại giao ở cấp độ rất tầm thường, và tôi không khỏi bật cười vì... sự kiêu ngạo của chính mình.

Nhưng nghi ngờ của tôi không hoàn toàn là do sự ích kỷ của mình. Thực tế đã chứng minh nó có cơ sở. Trước đó, vài lần, ông Pruett đã âm thầm đặt tôi vào thế đối đầu với một số viên chức trẻ từ Bộ Ngoại giao Hoa Kỳ — những người mà ông không thích — thường là các vị khách đến từ Washington D.C., phát biểu ủng hộ chính sách Đông Dương thân Pháp. Một lần nọ, khi tôi đang vội vàng hoàn tất bản dịch cho một buổi thu âm sắp đến, tôi thoáng thấy ông Pruett bước ra khỏi buồng làm việc bằng kính, theo sau là một thanh niên ăn mặc bảnh bao. Ông hướng anh ta về phía tôi, và khi tôi ngừng gõ máy, ngẩng lên nhìn, ông kín đáo nháy mắt với tôi một cái—rất khẽ nhưng không thể lẫn vào đâu được—rồi nói, vừa hất nhẹ cằm về phía "nhà ngoại giao tương lai" ấy (là tôi): "Đây, tôi muốn anh gặp ông ... (gì gì đó) ..." Nói xong, ông nhanh chóng cáo lui, để lại tôi với vị khách không mời mà đến—kiểu người mà ông thường tìm cách khéo léo từ chối tiếp, viện cớ công việc ngập đầu. Tất nhiên, ông sẽ không làm vậy nếu vị khách kia không tỏ ra quá "thông minh" và tự tin thái quá về sự hiểu biết của mình đối với các vấn đề Việt Nam, nước Pháp, hay toàn cõi Đông Dương.

Chàng trai trẻ đến từ Foggy Bottom (từ dùng ám chỉ Bộ Ngoại Giao Mỹ) chính là một người như vậy, và ông Pruett muốn anh ta được một người Việt nam ghét thực dân là tôi dạy cho một bài học. Và tôi phải vận dụng mọi cách để đối phó với con gà trống choai ("the cockerel") này. Anh ta bắt đầu câu chuyện bằng thứ tiếng Pháp lạ lẫm (có lẽ học cấp tốc từ Berlitz hay đâu đó), về sự cần thiết của Pháp trước khi Việt Nam có thể đứng vững. Dù chỉ còn vài phút ít ỏi để hoàn tất bản dịch trước giờ thu âm, tôi vẫn tận hưởng cơ hội đáp trả vị khách kia bằng một thái độ ngạo nghễ và thô lỗ không kém—với cùng kiểu "bài học" mà anh ta cố dạy tôi, chỉ khác là tôi trả lại bằng tiếng Pháp Paris trau chuốt (ít nhất là theo cảm nhận của anh ta), thứ tiếng khiến anh ta khựng lại ngay từ đầu. Chẳng mấy chốc, anh ta vội vã chuồn đi trong im lặng, miệng lẩm bẩm vài câu tiếng Anh, sau khi tự thấy rằng tiếng Pháp của mình chưa sẵn sàng để đấu khẩu, cho dù về ý tưởng và chính trị, anh ta tin rằng mình đã hoàn toàn "trưởng thành".

Các đồng nghiệp của tôi vừa cặm cụi dịch bài của họ, vừa lắng tai nghe và cười thầm một cách khoái trá. Và sau đó, giữa hai buổi ghi âm trong phòng thu, chúng tôi còn có thêm nhiều tràng cười nữa. Đó là những khoảnh khắc vui vẻ hiếm hoi mà chúng tôi có thể tự do đùa giỡn, không quá lo lắng về việc lỡ "dẫm lên chân nhau". Đức Thanh, kẻ đối đầu lớn nhất của tôi, cùng với cánh tay phải của anh ta, Nguyễn Đình Hòa, nhờ một thỏa thuận nào đó với ông Pruett (mà theo tôi là rất bất công), chưa bao giờ phải làm việc theo ca ngày từ 9 giờ sáng đến 6 giờ chiều như tất cả chúng tôi. Chẩn, Quan và tôi thì thay phiên nhau làm ca đêm, trong khi cô Bài—vì lý do an toàn, điều dễ hiểu—

không bao giờ phải làm đêm. Lâm, người tự xưng là trung lập nhưng thường nghiêng về phía người bạn thủy thủ cũ của mình (tức là nhóm Đức Thanh), đặc biệt mỗi khi có đụng độ xảy ra mà anh ta không đủ can đảm đối mặt riêng, cũng luân phiên ca ngày và ca đêm. Tuy nhiên, Lâm chỉ là một người dịch văn bản, không thu âm trước cũng không phát thanh trực tiếp, vì giọng nói của anh có khuyết điểm. Điều đó có nghĩa là trong phòng thu, gần như luôn chỉ có tôi cùng với những người "trung lập thực thụ" là cô Bài, Chẩn và Quan.

Chúng tôi—ba nam, một nữ—được tuyển từ Sài Gòn để sang Mỹ phát thanh bằng tiếng Việt, lẽ ra nên thân thiết với nhau hơn bất kỳ ai khác, bởi chúng tôi cùng hội, cùng thuyền. Nhưng tính cách khác nhau, cùng với cách nhìn đời không đồng nhất, khiến chúng tôi không thực sự gần gũi—dù cũng không đến mức là kẻ thù. Trong cuộc xung đột giữa tôi và nhóm Đức Thanh, các đồng nghiệp của tôi vẫn giữ lập trường trung lập một cách nghiêm túc. Chẩn là người có "tham vọng nhỏ". Có lần anh còn len lỏi vào tận tiền sảnh văn phòng của Thủ tướng Trần Văn Hữu, và trong lòng vẫn âm ỉ một hy vọng mơ hồ—như than hồng dưới lớp tro tàn—về một chức vụ nào đó bên cạnh Nguyễn Hữu Trí, cựu Thống sứ Bắc Kỳ. Tuy nhiên, Chẩn cũng không ủng hộ người Pháp như phe của Đức Thanh, và nhìn chung là một người hiền lành, vô hại, đến mức có phần cam chịu.

Quan, ngược lại, là một con sói đơn độc—chỉ làm việc và tích góp cho bản thân, keo kiệt đến mức mà ngay cả Chẩn, người ở chung căn hộ với anh ta, cũng thường phàn nàn về sự bủn xỉn của bạn cùng phòng. Với Quan, chính trị chỉ là một thứ phù phiếm và mất thời gian, một thứ xa xỉ mà anh không muốn dính vào. Anh nghĩ rằng nếu người ta biết điều đó thì họ sẽ tha cho anh.

Nhưng cuộc sống không đơn giản như vậy, và thường chính những người vô hại lại là những nạn nhân đầu tiên. Tôi không biết là do nhóm Đức Thanh âm thầm gieo rắc chia rẽ, hay vì ông Pruett thực sự không thích Lâm Chấn Quan, nhưng vào thời điểm này, Quan bị VOA dọa chấm dứt hợp đồng. Giống như chúng tôi, hợp đồng của anh là loại hai năm, và sắp đến kỳ gia hạn. Có lời đồn về cắt giảm ngân sách, tiết kiệm chi tiêu liên bang, và chiến dịch "săn phù thủy" của McCarthy đang dâng lên cao... nhưng tại sao lại chỉ Quan bị đe dọa? Tại sao không phải là tôi hay cô Bài, những người cũng đến Mỹ trong cùng hoàn cảnh? Tại sao không phải Đức Thanh, người có vốn tiếng Việt cũ kỹ, lạc hậu, giọng Mỹ không tự nhiên? Hay Nguyễn Đình Hòa, người đi bằng thị thực sinh viên chứ không phải hợp đồng lao động? Tất cả chúng tôi đều hoang mang. Còn Quan thì... sợ hãi.

Chắc chắn anh không muốn trở về Việt Nam, nên một hôm, khi ông Diệm đang ở Lakewood, Quan đến nhà tôi, nài nỉ tôi nói giúp với ông Pruett giùm anh ta. Anh nói: "Anh là người được ông ấy tin tưởng nhất. Chỉ cần anh nói, ông ấy sẽ đồng ý thôi." Khó xử nhất với tôi là, nếu ông Pruett giữ Quan lại, thì... ai trong số nhân viên Việt Nam phải ra đi thay thế? Nhưng tôi không thực sự ở vị trí có thể tác động đến ông Pruett và cấp trên của ông như Quan nghĩ, và nếu tôi ở vị trí đó, tôi đã bỏ phiếu cho Đức Thanh phải ra đi. Đầu tiên, vì tiếng Việt của anh ấy tệ đến mức anh ấy luôn có thái độ đề phòng khi làm việc với tôi vào ca đêm; và thứ hai, vì anh ấy là người ít bị khó khăn nhất trong số chúng tôi nếu mất việc.[39] Kết quả là tôi đã không can thiệp vào việc của Quan, và anh bị sa thải vào tháng 4 năm 1953.

Tôi vẫn còn nhớ rất rõ những ngày đen tối của làn sóng sa thải đột ngột, không lời giải thích và đầy tính ngẫu nhiên tại các đơn vị khác nhau của Đài Tiếng nói Hoa Kỳ. Những vụ sa thải ấy rơi xuống như những lưỡi rìu sắc bén, chém ngang chém dọc cả bên trái lẫn bên phải — với các nạn nhân, theo như tôi quan sát, hầu hết — nếu không muốn nói là hoàn toàn — đều là người Mỹ. Quan có thể là nạn nhân không phải là người Mỹ duy nhất của những nhát rìu ấy. Lý do chính thức mà Đài đưa ra là: "Để tiết kiệm chi phí." Nhưng tất cả chúng tôi đều biết, lý do sâu xa cho những vụ sa thải ồ ạt và đột ngột đến vậy chính là do cơn hoảng loạn mang tên McCarthy — một chiến dịch thù hận được thổi phồng mỗi ngày qua các buổi truyền

39 Một đêm nọ, khi đang cùng tôi chuẩn bị bản tin sẽ được phát sóng với hai người luân phiên đọc, Đức Thanh đã tỏ ý phản đối bản dịch của tôi liên quan đến tên của Đại sứ Trung Hoa Dân Quốc tại Liên Hiệp Quốc khi ấy, Tiến sĩ Chang Ting Fu. Tôi viết là *Tưởng Đình Phu*, hoàn toàn chính xác, như bất kỳ ai đọc báo tiếng Việt hàng ngày đều biết. Nhưng không phải là Đức Thanh—người không đọc báo Việt và cũng chẳng buồn kiểm chứng lại thứ "kiến thức chắc như đinh đóng cột" của mình về tiếng Việt trước khi chỉ trích tôi. Với anh ta, chỉ có tên Tưởng Giới Thạch mới được dịch là "*Tưởng*", vì tên ông viết là *Chiang* trong tiếng Anh. Logic kỳ lạ ấy được lặp lại ở Nguyễn Đình Hòa, người được mệnh danh là "chuyên gia Trung Hoa" trong nhóm, và cũng khăng khăng dùng từ "*Phun Sa*" để chỉ máy bay phản lực, chỉ vì báo chí Trung Quốc dùng từ đó. Một lần, Hòa còn từng nói rằng toàn bộ giới làm báo ở Sài Gòn chỉ là một đám mù chữ, không ai biết viết tiếng Việt cho đúng. Ngưu tầm ngưu, mã tầm mã! (Au.)

hình liên tục và các bản tin báo chí dày đặc về những phiên điều trần Quốc hội kịch tính do chính ông ta dẫn đầu. Trong toàn bộ văn phòng rộng lớn và các phòng thu hiện đại của VOA, bầu không khí lúc đó nặng nề đến mức có thể cắt đôi ra chỉ bằng một cú chặt karate. Một cảm giác hoảng sợ bao trùm khắp nơi, thấm vào từng bước chân, từng tiếng gõ máy.

Nhìn chung, Ban Việt ngữ không bị đe dọa cắt giảm nhân sự. Ngoại trừ Lâm Chấn Quan, không ai trong chúng tôi bị nhắm đến. Trường hợp của Quan — được cảnh báo trước rồi bị sa thải — là một ngoại lệ hiếm hoi trong cái quy luật bất thành văn ấy. Phần lớn chúng tôi cũng không mấy ngại ngần nếu bị cho về Sài Gòn—ít nhất đối với tôi thì không. Hai năm sống "cuộc đời vất vả" trên đất Mỹ là quá đủ cho tôi và gia đình.[40] Thêm vào đó là sự thù địch mà tôi vô tình gây nên từ các đối thủ chính trị, rồi cuộc "chiến tranh lạnh" mà tôi buộc phải bước vào dù muốn hay không, cộng với những thái độ "trung lập nhưng..."

---

40 Ngay từ đầu tháng Bảy năm 1951, tôi đã viết thư về cho bạn bè ở quê nhà để than thở về tất cả cái gọi là "lao động cực nhọc" mà tôi phải gánh vác để phụ giúp vợ—những việc nội trợ như quét nhà, rửa chén, giặt đồ, những việc mà đàn ông ở Việt Nam chưa bao giờ phải làm. Trong một bức thư gửi cho người bạn thân ở quê—người sau này tôi từng đề nghị cho một chân làm việc ở Tổng lãnh sự quán Việt Nam tại Hồng Kông—tôi đã viết:"Anh không thể tưởng tượng nổi: lúc 3 giờ sáng, tôi vẫn còn cầm chổi quét căn hộ. Vợ con tôi thì đang ngủ, còn tôi thì ráng làm nốt việc nhà trước khi đi tàu điện ngầm đến chỗ làm bắt đầu lúc 5 giờ sáng." Anh ấy viết thư lại:"Tôi tưởng nước Mỹ là thiên đường chứ! Nghe anh kể cuộc sống bên ấy, tôi nản quá. Thế thì tôi thà ở nhà còn hơn, và nếu được mời làm công việc như anh, tôi chắc chắn sẽ từ chối. Ở đây, ít ra chúng ta còn có người giúp việc! Ngay cả các bà vợ cũng có thể nghỉ ngơi sau một ngày, dù là ở cái xứ Việt Nam 'lạc hậu' này." (Au.)

của chính những người đồng nghiệp được tuyển sang cùng tôi—kể cả cô Bài.Trên tất cả, có lẽ thứ khiến tôi mỏi mệt nhất chính là nỗi nhớ quê da diết, bắt đầu dày vò tôi từ dịp Giáng sinh năm 1951. Khi ấy, tôi đã viết về điều đó một cách chân thành và xúc động trong tấm thiệp "Chúc mùa lễ" gửi cho ông Diệm—có lẽ chính điều đó khiến ông tìm đến tôi ngay từ đầu. Và bạn sẽ hiểu vì sao đôi khi tôi gần như mong mình rơi vào tình thế của Quan.[41]

41 Tôi đã viết cho ông Diệm, bày tỏ rằng tôi mong được gặp lại ông, chỉ vì nỗi nhớ quê hương da diết—và bởi trong mắt tôi, ông dường như hiện thân cho tất cả những gì tinh thần Việt chân chính (quốc túy) đòi hỏi ở một bậc quân tử. Tôi nhấn mạnh rằng mong muốn ấy hoàn toàn không mang ý nghĩa chính trị, và rằng tôi vẫn tuyệt đối giữ lập trường phi chính trị. Ông không hồi âm, cũng không xuất hiện—mãi cho đến ngày 1 tháng 7 năm 1952. (Au.)

14. QUÃNG THỜI GIAN TUYỆT ĐẸP

SỰ ĐỐI KHÁNG MỚI, và thậm chí trầm trọng hơn, giữa tôi và nhóm Đức Thanh nổi lên chậm rãi nhưng rất rõ ràng, ngay sau Tết năm 1953, tức mùa xuân năm Tỵ. Chúng tôi đã có một mùa Giáng sinh khá bình lặng, nhưng có ông nội Maryknoll làm bạn, lũ trẻ vẫn rất vui. Ông Diệm và tôi có một người bạn mới là Bùi Kiến Thành, người vừa rời Minneapolis, Minnesota đến ghi danh học tại Đại học Columbia ở Manhattan. Thành là con trai cả của bác sĩ nổi tiếng Bùi Kiến Tín, tác giả của Dầu Khuynh Diệp Bác sĩ Tín — loại dầu gió nổi tiếng khắp Việt Nam. Nếu có một từ gia đình Việt nào cũng biết, thì có lẽ "Bác sĩ Tín" là từ đó — không phải vì ông biết làm chính trị, mà vì sản phẩm dầu gió của ông. Từ xa xưa, người Việt vốn quen dùng các loại dầu thuốc như hỗn hợp khuynh diệp của ông để chữa đủ thứ nhức mỏi — từ đau đầu, đau bụng, đau lưng, cho đến các bệnh vặt của xứ nhiệt đới. Dầu gió Trung Hoa đã hiện diện trong mọi nhà người Việt từ bao đời trước. Nhưng chính tài năng và sáng kiến của bác sĩ Tín đã phá thế độc quyền của người Hoa trong lĩnh vực này.

Bùi Kiến Thành sống trong khuôn viên Đại học Columbia, cách nhà chúng tôi chỉ vài dãy nhà, nhưng vì bận học nên thời gian đầu anh không đến chơi thường xuyên. Giáng sinh thứ hai của chúng tôi tại Mỹ, chúng tôi đã có đủ đồ trang trí và bánh kẹo cho lũ trẻ. Vật đáng nhớ nhất năm ấy là cây thông Noel — cao hơn năm ngoái, được trang hoàng lộng lẫy, sáng rực bởi hàng trăm bóng đèn nhiều màu li ti. Sau Giáng sinh, ông Diệm trở lại Maryknoll của mình, và chúng tôi vô tình có được một khoảng thời gian yên bình — không sinh viên, không khách Việt nào ghé thăm New York. Chính lúc đó, Thành tận dụng kỳ nghỉ để đến nhà chúng tôi thường xuyên hơn. Anh nhanh chóng thân thiết với các con chúng tôi. Mới hai mươi hai tuổi, kém tôi gần một con giáp, nhưng anh đã trở thành "Chú Thành" đối với cả nhà — từ vợ tôi, tôi, Marie cho đến bé Muriel lúc ấy mới bắt đầu biết nói.

Chú Thành mang đến một chiếc máy quay phim màu khá đắt tiền — quà tặng của ai đó — và bắt đầu quay cảnh sinh hoạt trong căn hộ của chúng tôi. Anh cần một tình huống nào đó, hay ít nhất một cảnh có chuyển động để máy quay ghi hình. Và chúng tôi nghĩ ra ý tưởng: một cây thông Noel biết đi! Tôi nằm thẳng trên sàn, tránh khỏi tầm máy quay, buộc sợi dây vào chân cây và từ từ kéo nó trượt ngang phòng khách. Máy quay ghi lại cảnh cây thông lặng lẽ "tự di chuyển" không người điều khiển. Tôi, chú Thành, và lũ trẻ làm việc chăm chỉ, mướt mồ hôi, tập luyện và quay đi quay lại nhiều lần cho đến khi đạo diễn Thành hài lòng. Chúng tôi rất tự hào về "kiệt tác Technicolor" đầu tay của mình, chiếu đi chiếu lại không biết bao nhiêu lần. Về sau, mỗi khi có sinh viên ghé thăm dịp nghỉ lễ, phim đoạt giải 'Prix de Cannes' (giải thưởng Cannes) của chúng tôi lại được chiếu lại. Đó không phải là một "tĩnh vật" như thường thấy trong ảnh chụp, mà là một "vật sống" — một cái cây chuyển động kỳ diệu không ai chạm vào, dù ai cũng hiểu là có người kéo dây phía sau.

VÀ KẺ GIẬT DÂY — theo nghĩa bóng — chính là người mà đối thủ chính trị của chúng tôi nghi ngờ là tôi, và dĩ nhiên, đó không phải là một lời khen ngợi. Khi mùa xuân năm Tỵ đến gần, anh Dư Phước Long — người từng đến căn hộ chúng tôi vài tháng trước và đang học ở Naperville, gần Chicago — quay lại thăm và ăn Tết cùng gia đình tôi. Không lâu sau, có thêm ba sinh viên khác đến: Lê Tuấn Anh, Nguyễn Văn Viên, và một người thứ ba mà tôi đã quên tên, lần đầu gặp hôm đó. Họ đều được Cha Jacques giới thiệu nên sự có mặt của họ không phải ngoài mong đợi. Bùi Kiến Thành từ Columbia ghé sang, và Huỳnh Sanh Thông từ Đại học Cornell đến để "đủ bộ" cho cuộc hội ngộ này. Chúng tôi đã có một khoảng thời gian rất vui — cùng nhau hồi tưởng lại những cái Tết quê nhà: cành mai, cành đào, vạn thọ, cúc, và những thú vui không thể tái hiện ở Mỹ. Sau những giờ phút ôn lại kỷ niệm, chúng tôi bắt đầu nói đến thực tại — khó khăn và căng thẳng mà chúng tôi đang trải qua. Không phải vì chúng tôi tự nhiên thấy lo, mà vì phe đối lập lại một lần nữa tụ họp để phá rối.

Ngô Đình Diệm là nhà lãnh đạo không chính thức của chúng tôi. Chúng tôi dự định ủng hộ hết mình cho những gì ông đại diện, và trong khả năng nhỏ bé của mình, cố gắng thực hiện lý tưởng Độc lập cho Việt Nam. Tình yêu đất nước là động lực duy nhất của chúng tôi. Chúng tôi không thật sự bận tâm liệu ông Diệm có nắm được quyền lực hay không. Điều duy nhất chúng tôi muốn là: cho người Pháp biết tay! Và vạch mặt những kẻ phản bội đã cộng tác với họ. Chúng tôi rõ ràng đã bị cuốn sâu vào chính trị, nhưng nói đúng ra thì vì lý tưởng nhiều hơn là vì thực dụng. Ngoại trừ Dư Phước Long, người đã "vào nghề" từ trước, tất cả chúng tôi đều mới nhập cuộc. Không ai trong chúng tôi xem chính trị là con đường tiến thân cá nhân.

Đây cũng là lần đầu tiên tôi có được một nhóm bạn đồng hành thảo luận chiến lược và chiến thuật thực sự. Huỳnh Sanh Thông, trong "bộ ba Thông – Thái – Hiền" ở Ithaca, New York, lần đầu ghé thăm nhà tôi. Bùi Kiến Thành, cho đến lúc đó, vẫn chưa được ông Diệm xếp vào danh sách các cộng tác viên tiềm năng — cái mà đối thủ của chúng tôi gọi mỉa mai là "Danh sách đen." Nhưng Thành nhiệt tình, giàu năng lượng, trẻ nhưng chín chắn, và đầy nhiệt huyết. Anh hứa hẹn sẽ là một đồng chí quý báu, một người bạn tốt. Ngồi cạnh Thành là Huỳnh Sanh Thông — trông không khác gì một nhà thơ: tóc rối, áo quần luộm thuộm, người hơi gầy gò nhưng lúc nào cũng nở nụ cười và ánh mắt thì sáng rực trí tuệ.

Trái ngược hoàn toàn là Dư Phước Long, người đã tăng cân chỉ sau vài tháng ở Mỹ, và dường như... thích mọi thứ ở đây. Anh yêu lối sống Mỹ đến mức chúng tôi từng đùa rằng nếu được cho phép, anh sẽ nhập quốc tịch Mỹ ngay lập tức. Anh cẩn trọng đến mức, mỗi khi bàn đến chiến lược và hành động, anh đều bị gọi đùa là... kẻ nhát gan. Tất nhiên, chỉ đùa thôi. Bởi chính anh là người đã từng sát cánh với tôi, vợ tôi và con gái Marie, khi Tổng hội sinh viên Việt Nam phát động chiến dịch đầu tiên tại nhà của Đức Thanh ở Greenwich Village. Nguyễn Văn Biện — người sau này về nước rồi tự tử trong một cơn trầm cảm — thì sục sôi khí thế, lúc nào cũng nói về chuyện "quét sạch bọn chúng!" Nhưng người suy luận sắc bén nhất, người có đầu óc logic xuất sắc nhất, là Bùi Kiến Thành. Anh là người Quảng Nam — cái nôi của tinh thần phản biện và khí chất quyết liệt, như câu ca dao quen thuộc:

Quảng Nam hay cãi
Quảng Ngãi hay lo
Bình Định nằm co
Thừa Thiên nít hết!

Câu vè này mô tả tính khí vùng miền của miền Trung, cũng giống như bất kỳ nơi nào khác trên thế giới. Quảng Nam là quê hương của nhà văn Phan Khôi, người có trí tuệ sắc sảo và dũng khí hiếm có. Chính ông là người dẫn đầu nhóm Nhân Văn – Giai Phẩm, và vào đầu năm 1957, đã dám công khai chỉ trích chính sách (cải cách ruộng đất) đang tàn phá miền Bắc Việt Nam.

Nhóm chúng tôi cùng nhau tập hợp ý tưởng, phân tích mọi động thái của kẻ địch — cả thực tế lẫn tiềm năng. Tổng hội của họ khi ấy đã tan rã, còn Hội Sinh viên Công giáo Việt Nam thì vẫn còn hoạt động. Nhưng ông Diệm muốn chúng tôi phối hợp lại, thống nhất các nỗ lực. Ngoài Đỗ Vạn Lý, người mà tôi chỉ gặp ngắn ngủi tại nhà cô Bài, rồi không thấy xuất hiện nữa, tôi không nghĩ ra ai đủ tin cậy để thêm vào danh sách. Thái và Hiền vẫn thư từ thường xuyên như Thông, nhưng mối quan tâm chính của họ là Hội Công giáo, không phải ông Ngô Đình Diệm.

Xen kẽ giữa những cuộc vui và trò chơi Tết là những buổi "tiếp xúc tâm linh" của chúng tôi — tức là những cuộc trò chuyện kín đáo, căng thẳng, sau cánh cửa đóng kín. Chúng tôi vừa làm việc, vừa vui chơi đến tận khuya, và vào đêm giao thừa Tết năm Quý Ty, chúng tôi thức canh đến đúng giờ khắc giao thoa giữa năm cũ và năm mới để cùng nhau đón Tết. Chúng tôi chúc nhau "khôn ngoan như con rắn", theo lời dạy xưa, và đến tận gần sáng, trong men say của cảm hứng và tình thân, chúng tôi trở nên thi vị hóa, để rồi trong một khoảnh khắc thăng hoa, cùng nhau sáng tác một bài thơ Đường luật Thất Ngôn Bát Cú:

Một hai ba dở, bốn năm gàn,
Có đứa lùn-lùn lý sự ngang
Cọt-Ne ốm nhách, lù-xù tóc,
Náp-Bựa mập lù, bé tí gan,
Hùng Biện nhe răng đầu cắt cụt,
Đá Văn hĩnh mũi, đít mài sàn.
Khuya quá rồi bây! Thôi đi ngủ,
Để mai còn thức đón Xuân sang.

Chúng tôi mỗi người làm một câu, cố đưa vào nét đặc trưng hài hước của từng thành viên — sao cho vừa vui, vừa đáng nhớ, mà vẫn giữ đúng luật thơ Đường. Bài thơ có thể dịch đại khái sang tiếng Anh như vầy:

One two three, bad! Four five, hardheads!
A shortish fellow—oh, how well he reasons![42]
The Cornell guy, skinny with tousled hair,
The Naper man, fat but having little bile[43]

---

42 Câu thứ hai mô tả ưu điểm nổi bật của Bùi Kiến Thành, cả về thể chất lẫn đạo đức: lập luận của anh kiên trì và dứt khoát, không khác gì phong cách của nhà văn Phan Khôi lừng danh. (Au.)

43 "Thiếu mật" tiếng Anh nghĩa là "nhát gan." Người Việt tin rằng kẻ hèn nhát là những người có lá gan nhỏ và ít mật. Điều này cũng giống như cách người Pháp quy mọi chứng bệnh hay rắc rối về gan mà nói: *"Tout est de la faute du foie"*—"Tất cả đều là lỗi của cái gan." (Au.)

The eloquent one sports a crew cut[44]
The verbose literary one, has trouser hems that sweep the floor[45]
It's late, guys! Let's go to sleep
To be fresh and gay tomorrow to salute Spring.

Câu mở đầu của bài thơ cho thấy chỉ có năm người chúng tôi thức canh giao thừa để đón Tết. Theo truyền thống, người Việt thường tự hạ thấp mình, thậm chí có phần tự chê, như một cách thể hiện sự khiêm nhường. Trong thơ ca, quy tắc này gần như bất thành văn—tự ca tụng mình trong thơ là điều không tưởng. Những khổ thơ được góp vào đêm đó nói rằng, trong năm người có mặt, thì ba người đầu đã "dở", còn người thứ tư và thứ năm thì cũng chẳng khá gì hơn—lại còn là bọn lý sự cùn nữa mới khổ!

Nhờ nỗ lực xuất khẩu thành thơ năm ấy mà năm người chúng tôi dễ dàng được gợi nhớ lại từ làn sương mờ của quá khứ xa xăm. Tôi đặc biệt biết ơn "người bạn lùn" được nhắc đến trong bài thơ — Bùi Kiến Thành — vì đã cho phép tôi sử dụng văn phòng của anh trong một tu viện cũ ở Hyères, vùng Côte d'Azur của Pháp, để hoàn thành bản hồi ký này. Và hơn thế nữa, tôi vô cùng biết ơn trí nhớ phi thường của người bạn mến thương ấy — người chủ nhà,

44 Một cách chơi chữ: tên Việt của tôi là "Văn", nghĩa là "văn chương", mà tôi lại hay nói nhiều, nên gọi tôi là "Đá Văn" thật ra không phải lời khen. (Au.)

45 "Biện-hùng": một cách chơi chữ rất hợp với con người anh ấy. "Biện" là tên anh, ghép với "hùng" thành "biện hùng"—tức là "hùng biện," mà quả thật, anh nói năng rất lưu loát và sắc sảo. (Au.)

người bạn tốt — vì đã nhớ lại và đọc lại bài thơ năm người mà chúng tôi cùng nhau sáng tác trong đêm Giao thừa cách đây hai mươi ba năm.

15. CƠ QUAN AN NINH MỸ

SAU KHI QUÃNG THỜI GIAN TỐT ĐẸP trôi qua, một giai đoạn khắc nghiệt bắt đầu chờ đợi chúng tôi. Tết đã hết, những sinh viên đến chơi cũng đã quay lại trường đại học của họ. Tôi trở lại làm việc ở Đài Tiếng nói Hoa Kỳ, lòng vẫn còn luyến tiếc. Văn phòng vừa mới được chuyển đến tòa nhà Argonaut tại số 224, đường West 57, ngay bên kia đại lộ Broadway. Thật kỳ lạ, ngay từ ngày đầu tiên tại địa điểm mới này, tôi đã cảm nhận được một bầu không khí lạnh lẽo và xa cách khác thường. Từ ông Pruett trở xuống, sự thân thiện và những câu bông đùa thường ngày từng giúp công việc nhẹ nhàng hơn nay bỗng nhiên biến mất một cách khó hiểu. Không thể là do sự hiện diện của nhóm Đức Thanh, vì theo nguyên tắc, họ không bao giờ làm việc ban ngày. Vậy thì tại sao?

Tại sao những gương mặt lại trở nên lạnh lùng, thiếu vắng nụ cười? Tại sao mỗi khi tôi hỏi điều gì, câu trả lời lại cộc lốc? Ngay cả những đồng nghiệp vốn vẫn "trung lập" – vốn dĩ là nhóm khiến tôi ít phải đề phòng nhất – cũng cư xử khác lạ. Giả sử đối thủ chính trị của tôi có thuyết phục được họ (tôi không nghĩ thế), thì cũng khó có chuyện họ thể hiện vẻ mặt ủ rũ như thể có tang, không chỉ với tôi mà còn với chính bản thân họ. Rốt cuộc đã xảy ra chuyện gì?

Ở Ban Việt ngữ đài VOA, người ta không có thói quen bàn tán chuyện cá nhân. Vì thế ai nấy đều im lặng, lo phần việc của mình. Tôi thì không hẳn lo lắng, mà đúng hơn là hoang mang – và cũng chẳng phải chờ lâu để biết lý do.

Một buổi sáng sớm sau Tết, trong lúc đang làm việc như thường lệ, tôi được triệu tập đến một cuộc họp tại văn phòng của một nhân vật cấp cao bí ẩn. Tôi bỏ dở bản dịch đang làm và đi lên lầu đến căn phòng được chỉ định. Văn phòng này trông còn u ám hơn cả phòng Ban Việt ngữ: không có cửa sổ, và trong đó có năm, sáu người đàn ông với gương mặt nghiêm trọng, mặc quần áo màu sẫm. Ngồi sau một vách ngăn bằng kính là một người đàn ông – hẳn là lãnh đạo của đơn vị. Tôi bước thẳng tới chỗ ông ta, tờ giấy triệu tập vẫn còn cầm trên tay. Nhưng ngay cả sau khi tôi đứng trước mặt, ông ta cũng không hề ngẩng lên hay nói lời nào. Ông cứ nhìn xuống mặt bàn, dù rõ ràng trước mặt chẳng có gì.

Tôi gần như nổi giận, nhưng vẫn chọn ngồi xuống chiếc ghế gỗ đối diện, cố giữ bình tĩnh. Tôi nhìn thẳng vào mắt ông ta khi ông từ từ ngẩng đầu lên và cất tiếng: "Vậy là giữa những người Việt các anh có sự chia rẽ, đúng không?" Nếu có gì khiến tôi thêm hoang mang, thì chính là câu hỏi mơ hồ ấy – còn mơ hồ hơn cả những gì tôi đã nghĩ về toàn bộ sự việc, dù đó là chuyện gì đi nữa. "Ông muốn nói gì khi dùng từ 'chia rẽ'? Và ông đang nói đến những người Việt nào?" – tôi hỏi lại.

Người thẩm vấn tôi – nếu thật là vậy – không giải thích gì thêm. Không hề tỏ ra ngạc nhiên hay khó chịu, ông ta gọi một người đàn ông đang ngồi bên ngoài ô làm việc bước vào. Người này mang một tập hồ sơ đặt lên bàn, nán lại chốc lát ở cửa, nhưng không được yêu cầu ở lại.

Ông sếp chậm rãi mở tập hồ sơ, lấy ra một tờ giấy, úp xuống bàn rồi nghịch nghịch một cách vô thức, như thể không có gì đáng chú ý trên đó – cũng không liếc nhìn qua nội dung. Tôi không thể nhìn thấy tờ giấy ấy ghi gì. Một, hai phút trôi qua trong im lặng khiến tôi bắt đầu thấy căng thẳng, nhưng tôi vẫn giữ im lặng, chờ ông ta lên tiếng trước. Tôi hiểu rất rõ ông ta đang ám chỉ điều gì khi nhắc đến sự "chia rẽ" giữa người Việt Nam – đối với người Việt, điều đó chỉ có thể là chuyện chính trị. Tôi giả vờ không hiểu, ông ta thì cũng chẳng buồn giải thích thêm – và về điểm đó, giữa chúng tôi có một sự ngầm hiểu khá rõ ràng.

Tuy nhiên, chuyện ông ta đang đùa giỡn với tờ giấy kia lại là chuyện khác. Nó là cái gì? Một bức thư từ Pháp gửi cho tôi, từ một trong những người ủng hộ Ngô Đình Diệm chăng? Nếu thế thì tôi có thể sẽ buông ra một câu "Hallelujah!" (Tạ ơn Chúa!) đầy mỉa mai để cảm ơn nền dân chủ Mỹ đã chặn được cả thư từ riêng tư – không, chuyện đó nghe vô lý. Dù vậy, tôi vẫn nghĩ đến ông Diệm, vì chuyện chắc chắn có liên quan đến chính trị. Tôi lập tức tự hỏi: liệu người Pháp có thành công trong việc thuyết phục chính phủ Hoa Kỳ xem ông Diệm là *persona non grata* (người không được hoan nghênh), buộc ông phải rời khỏi căn hộ của tôi và quay về Sài Gòn? Nhưng nếu vậy, tại sao người bị gọi lên lại là tôi, tại sao lại ở văn phòng Đài Tiếng nói Hoa Kỳ, chứ không phải nơi nào khác? Hay thực ra nơi đây chẳng liên quan gì đến VOA?

Người đối thoại với tôi không có vẻ gì là muốn giải thích. Ông ta dường như cố tình kéo dài im lặng, không phải để khiến tôi khai ra điều gì như người Pháp vẫn nói là *me tirer les vers du nez* ("kéo giun ra khỏi mũi") – mà chỉ đơn giản là… trì hoãn. Không hỏi thêm một câu nào, ông ta cứ ngồi đó, như thể ông có cả một đời để chờ. Cuối cùng, sau một hồi lâu, ông ta mới lên tiếng cho biết lý do tôi có mặt ở đó.

Bằng giọng đều đều, trầm và lạnh, ông ta nói ngắn gọn rằng văn phòng của ông (mà ông không nêu tên) đã nhận được một bức thư nặc danh (ông cũng không đưa ra để tôi xem, nên tôi chẳng biết tờ giấy ông nghịch từ nãy giờ có phải là lá thư đó không), trong đó tố cáo cô Bài và ông Lý Đức Lâm về một điều gì đó (mà ông ta cũng không nói rõ). Và mục đích duy nhất của cuộc triệu tập này là để hỏi xem tôi có phải là tác giả của bức thư ấy không. Tất nhiên, tôi chìa tay ra, yêu cầu được xem bức thư. Ông sếp không đưa cho tôi, cũng không động vào bất kỳ tờ giấy nào khác trong tập hồ sơ vẫn còn nguyên trên bàn. Đến lúc đó thì tôi không thể kìm được nữa. Tôi giận dữ bật dậy, với lấy chiếc mũ đặt trên bàn gần đó, run run nói:

"Thì ra là vậy! Tôi bị nghi ngờ là người viết thư nặc danh! Làm sao tôi có thể trả lời câu hỏi của ông nếu ông không cho tôi xem bức thư?" Ông ta vẫn không nhúc nhích. Tôi quay lưng bỏ ra khỏi phòng, ném lại một câu sau lưng: "Không! Tôi chưa từng viết thư nặc danh trong đời. Tôi không phải là kẻ hèn nhát!"

Không một ai trong số những người đàn ông mặc đồ tối màu ngoài kia đứng dậy ngăn tôi lại. Tôi trở về văn phòng làm việc ở tầng dưới, người vẫn còn run lên vì phẫn nộ. Không ai trong Ban Việt ngữ tỏ ra ngạc nhiên khi thấy tôi trở lại trong trạng thái như vậy. Giờ thì tôi hiểu: họ chắc chắn biết điều gì đó mà tôi không biết. Họ lén lút liếc nhìn tôi từ khóe mắt, thay vì giả vờ tò mò hay tỏ ra dửng dưng như mọi khi.

Một âm mưu! Tự nhiên, suy nghĩ của tôi lập tức hướng về nhóm Đức Thanh. Chỉ có họ mới hèn hạ đến mức dùng đến trò thư nặc danh. Tôi khinh họ đến mức không buồn hỏi bất kỳ ai trong số họ một lời nào về "vụ việc" đó. Tôi lặng lẽ tiếp tục phần việc của mình, và lần này, ông Pruett dường như cũng chẳng quan tâm liệu chúng tôi có đang làm đúng yêu cầu về "mỗi phút phải viết bao nhiêu dòng" hay không. Cả phần còn lại của ngày hôm ấy trôi qua trong một bầu không khí nặng nề. Không ai trong phòng nói với ai một lời.

Tối đó, khi kể lại chuyện với ông Diệm ở nhà, ông chỉ nói đúng một câu: "*Đức Thanh đức đô!*" Rồi chúng tôi lập tức đổi sang đề tài khác. Không một lần nào trong đêm hôm đó – hay bất kỳ đêm nào sau đó – chúng tôi nhắc lại "vụ việc" đó. Sau này, tôi không nhớ bằng cách nào, hay thông qua ai, mà biết rằng cô Bài cũng từng bị gọi lên văn phòng đó trước tôi, và khi trở về, mắt cô ấy đỏ hoe.

Giá mà tôi thực tế hơn thì hẳn đã thấy lo lắng. Lúc ấy đang là cao trào của chủ nghĩa McCarthy, với những cuộc "săn phù thủy" được phát sóng mỗi tối trên truyền hình thay cho các phim truyền hình nhiều tập thường nhật, và nhân viên chính phủ thì bị sa thải khắp nơi. Nhưng tôi là kẻ mộng mơ đầu óc lơ lửng trên mây, nên ngay cả khi bị những trò bẩn thỉu kéo xuống mặt đất, như chuyện xảy ra với ông sếp kia, thì kẻ thù của tôi cũng chẳng thể hạ được tôi vì tôi đã sẵn sàng trở lại Việt Nam từ lâu rồi. Nếu tình hình có trở nên tệ hơn, tôi chỉ việc quay lại một trong những nghề cũ tôi từng làm, như tiếp viên hàng không – công việc mà tôi rất thích trong nửa năm trước khi gia nhập Cơ quan Thông tin Hoa Kỳ và được tuyển vào làm ở Đài Tiếng nói Hoa Kỳ.

Tôi có lý do thực tế để cẩn trọng, bởi những lời vu khống kiểu Thượng nghị sĩ McCarthy từng rêu rao với "đồng bào Mỹ" của ông ta hoàn toàn có thể được áp dụng cho tôi. Chỉ cần một lời buộc tội là "Cộng sản" hay "kẻ đồng lõa" cũng đủ khiến tôi bị đuổi việc, bị trục xuất, và phải chịu những cuộc thẩm vấn không hồi kết. Nhóm Đức Thanh đã cho tôi nếm mùi thẩm vấn rồi — dù với một cáo buộc nhạt nhẽo và vô nghĩa hơn nhiều.

Tính khí nóng nảy của tôi từng khiến tôi chuốc họa vào thân. Tuy vậy, may mắn là cả tôi lẫn gia đình đều không hề nhận ra điều đó. Nó xảy ra trong những tháng đầu tiên tôi sống ở New York, khi Đức Thanh vẫn còn thân thiện với tất cả chúng tôi, và đặc biệt là với tôi. Tôi thường đi làm cùng anh ấy, khi anh lái xe đến trực ca đêm ở Đài. Sau giờ làm, chúng tôi thường lái xe về nhà anh ở đường 23 để ăn sáng — món mì Trung Hoa mà cả hai đều yêu thích. Thỉnh thoảng, anh còn chở tôi xuống tận phố Tàu.

Ca đêm có những lợi thế mà ca ngày không có: chỉ vài tiếng làm việc mà không bị giám sát, rồi sau đó bạn có thể về nghỉ ngơi cả ngày. Hoà đã tận dụng kiểu làm việc đó để theo đuổi việc học cho đến khi tốt nghiệp Đại học New York. Còn Đức Thanh thì dùng nó để lo công việc cho công ty nhập khẩu của anh ta. Một bữa ăn sáng sau giờ làm việc với bạn bè, đối với chúng tôi, cũng giống như thói quen ở Sài Gòn — nơi cuối ngày làm việc là lúc tụ tập bạn bè, uống một hai ly trước khi về nhà nghỉ ngơi. Chỉ khác là ở

Mỹ, nhịp sống đảo ngược: chúng tôi không uống vào buổi sáng, mà thay vào đó là ăn sáng lúc tờ mờ sáng, rồi nghỉ ngơi suốt cả ngày.

Vào một buổi sáng như thế, tôi đưa Marie và Dominic đến nhà Đức Thanh vì hôm ấy tôi được nghỉ và quyết định đưa bọn trẻ đi dạo sớm. Khi chúng tôi vừa bước vào toà nhà và đang đi dọc hành lang ngắn dẫn đến căn hộ của anh ấy, tôi thấy một người đàn ông lớn tuổi quanh quẩn gần cửa nhà Đức Thanh. Lẽ ra tôi nên chú ý, nhưng như thói quen, tôi phớt lờ ông ta. Trên hết là vì lòng trung thành với bạn bè, tôi đã thấy ghét người đàn ông có vẻ như đang theo dõi căn hộ của Đức Thanh, nếu không muốn nói là định đột nhập. Tôi thấy khó chịu khi ông ta, với vẻ ngoài đáng ngờ, chặn chúng tôi lại ngay trước cửa nhà bạn mình. Tôi không nghe rõ ông ta lầm bầm điều gì, nhưng tôi đã sốt ruột gạt đi, nói rằng ông đang làm phiền chúng tôi và chúng tôi không quan tâm đến bất cứ điều gì ông ta muốn. Có lẽ lúc đó tôi tưởng ông ta chỉ là một kẻ lang thang tồi tàn đang cố bán gì đó cho chúng tôi. Dù sao đi nữa, tôi đẩy ông ta sang bên, và khi Đức Thanh mở cửa, tôi lập tức đưa hai đứa nhỏ vào nhà, không nhắc gì đến cuộc chạm trán vừa rồi.

Tôi hoàn toàn không biết rằng mình đã phạm một tội không nhỏ — và người đàn ông đó chẳng phải ai khác ngoài một nhân viên điều tra của FBI, CIA, hoặc một cơ quan tương tự! Tôi chỉ phát hiện ra điều đó vào sáng hôm sau, khi đến cơ quan làm việc lúc 9 giờ. Ông Pruett khi ấy đang có khách trong phòng làm việc. Tôi không để tâm nhiều, chỉ nghĩ: hơi sớm để có một cuộc hẹn công việc. Có lẽ người khách đó đến lúc 8 giờ — đúng vào lúc tôi thường rời khỏi nhà để kịp chuyến xe buýt, nhằm có mặt tại cơ quan đúng giờ.

Khoảng một tiếng sau, khi tôi đang gõ máy điên cuồng như thường lệ, người khách ấy ra khỏi phòng, theo sau là ông Pruett tiễn ông ta đến tận cửa. Khi quay lại, ông Pruett nghiêng người qua bàn tôi và hỏi: "Anh Văn, anh có biết người đàn ông đó là ai không?" Tôi lắc đầu. Ông liền bảo tôi theo ông vào văn phòng. Tôi đứng bên bàn làm việc của ông, lòng thắc mắc không hiểu chuyện gì đang xảy ra, thì ông nói: "Người đó đến gặp tôi… vì anh." Ông dừng lại, thấy tôi còn bối rối, thì tiếp lời: "Anh không nhớ sao? Anh đã gặp ông ta tối qua." Ngay lập tức, hình ảnh trong hành lang nhà Đức Thanh hiện lên trong đầu tôi. Trời lúc đó khá tối, hành lang lại không có đèn — không trách sao tôi không nhận ra. Giờ nhìn lại dưới ánh sáng ban ngày, người đàn ông ấy trông trẻ hơn, khác hẳn hình ảnh lôi thôi, tồi tàn mà tôi chỉ thoáng thấy ngày hôm trước. Ông ta đã cải trang ư? Đây có phải một trò chơi tâm lý với tôi không? Ông Pruett có giải thích, nhưng cũng chẳng làm sáng tỏ được bao nhiêu về sự việc bí ẩn ấy.

"Hôm qua, ông ấy đến để phàn nàn về cách anh đối xử thô lỗ với ông ta," ông Pruett nói. "Ông ta bảo rằng anh rất kiêu ngạo, không thèm trả lời câu hỏi của ông ta. Ông ấy là điều tra viên của chính phủ Hoa Kỳ." Khi tôi còn đang ngơ ngác, ông Pruett nói tiếp: "Tôi đã giải thích rằng có lẽ anh không biết ông ấy là ai và chắc chắn là anh chỉ đang lo lắng cho bọn trẻ. Vì vậy tôi nghĩ mọi chuyện đã ổn, và sẽ không có khiếu nại chính thức nào chống lại anh đâu."

Tôi cảm ơn ông Pruett và quay trở lại bàn làm việc trong tâm trạng hoang mang hơn bao giờ hết. Lẽ ra tôi nên hỏi ông sếp tại sao một điều tra viên của chính phủ Hoa Kỳ lại lảng vảng trong bóng tối trước cửa nhà một nhân viên người Việt của VOA. Tôi đáng lẽ cũng phải đủ tò mò để hỏi rằng liệu ông ấy có biết Đức Thanh đang bị điều tra hay không — và nếu đúng thế, sao ông điều tra viên kia lại hỏi tôi thay vì trực tiếp hỏi anh ấy? Lúc đó, tôi chưa biết gì về cách làm việc của FBI. Phải vài năm sau, khi các đặc vụ điều tra Huỳnh Sanh Thông, đến tận nhà tôi để hỏi về anh ta, tôi mới hiểu hơn một chút. Dĩ nhiên, tất cả những gì tôi nói về Thông đều là lời khen — thậm chí có phần quá mức — đến mức nó có thể bị hiểu là một sự khiển trách gián tiếp dành cho FBI: tại sao lại nhọc công điều tra một người không có gì để nghi ngờ như vậy?

Quay lại năm 1953, tôi vẫn còn quá mới ở Mỹ để hiểu rõ về FBI hay những cuộc điều tra kiểu đó. Tôi cũng hơi áy náy vì đã thô lỗ với "một ông già." Vì ông Pruett đã cho tôi địa chỉ của ông ấy, nên tôi viết một lá thư xin lỗi về sự bất lịch sự khi tôi nhầm ông ta là một người đi bán hàng. Tuy nhiên, tôi cũng nói rõ rằng: nếu lúc ấy tôi biết ông đang điều tra bạn tôi, thì tôi đã lịch sự nhưng dứt khoát bảo ông ta cút đi (nguyên văn: "xuống địa ngục"). Sau đó, tôi đã không nhận được hồi âm nào từ ông ấy. Nếu ông Pruett có giận và giữ lá thư ấy làm bằng chứng về "thái độ kiêu ngạo" của tôi để sử dụng sau này khi cần, thì tôi cũng chẳng ngạc nhiên, và có lẽ cũng không nên ngạc nhiên.

Hồi còn ở Việt Nam, chúng tôi từng bị khủng bố bởi cả mật vụ lẫn cảnh sát, và người dân đã nuôi dưỡng một thứ hận thù gần như thiêng liêng dành cho họ. Với chúng tôi, bất kỳ thứ gì liên quan đến "an ninh" (tức là bí mật) đều đáng khinh bỉ. Đó là một dạng chấn thương tâm lý phổ biến ở những người từng sống trong sợ hãi, từng là nạn nhân của những vụ bắt giữ tuỳ tiện và bất công. Cảnh sát thực dân là như vậy — dù là mật hay không mật. Nhưng tôi từng nghĩ ở đây thì khác. Ở nước Mỹ không như vậy. Đó là lý do tôi vẫn tiếp tục công việc của mình sau biến cố ấy — và cả sau một vụ khác nghiêm trọng hơn có liên quan đến Đức Thanh — mà không hề cảm thấy bối rối hay lo sợ. Nghĩ lại thì thấy lạ: cả hai lần tôi đều gặp rắc rối với *Sûreté Americaine* [*Sûreté* là cơ quan mật vụ Pháp, ở đây tác giả chơi chữ để nói đến cơ quan Cảnh sát Liên bang Mỹ (FBI)] đều liên quan đến Đức Thanh. Lần đầu, có thể nói anh ta là nạn nhân; lần sau, anh ta hoặc đồng bọn là kẻ chủ mưu.

Phải chăng ở Mỹ, mỗi người đều có một "hồ sơ"? Điều đó có thể xảy ra trong một nền dân chủ lớn như Hoa Kỳ sao? Hay "hồ sơ" là đặc quyền chỉ dành cho dân đến từ những nước bị đô hộ? Tôi đã chọn tin vào câu trả lời phủ định cho cả hai câu hỏi đó, và thực sự tin rằng tôi đang sống trong một quốc gia tự do, nơi tôi có thể nói thẳng những gì mình nghĩ mà không sợ hãi hay bị cản trở. Người ta nói rằng "thiếu hiểu biết là một phước lành" — và tôi đã được ban phước ấy.

Ví dụ, khoảng sáu tháng sau khi nhóm chúng tôi từ Sài Gòn sang Mỹ làm việc, VOA yêu cầu mỗi người điền một mẫu đơn với những câu hỏi thông thường như "màu tóc" hay "chủng tộc." Nhưng cũng có một mục để ghi lại "ấn tượng" chân thật và không bị ràng buộc của chúng tôi về Đài sau một thời gian làm việc tại Mỹ. Tôi đã viết: "Thành thật mà nói, tôi nghĩ những người dịch và phát thanh viên tiếng Việt của VOA là lính đánh thuê. Chúng tôi lặp lại như vẹt những ý tưởng không phải của mình. Chúng tôi truyền đạt bằng ngôn ngữ mẹ đẻ những suy nghĩ xa lạ với cách suy nghĩ của người Việt. Riêng tôi, tôi không tin rằng kiểu **tuyên truyền** mà VOA đang làm là hiệu quả. Nhưng chúng tôi phải kiếm sống, và không thể thay đổi dù chỉ một phần nhỏ công việc của mình. Vì vậy, chúng tôi là lính đánh thuê." Ông Pruett đọc xong phần tôi viết, mỉm cười, nhưng không nói gì trước khi xếp tờ giấy ấy vào chung với phần còn lại.

Một lần khác, có một người quen Việt Nam hình như đã nộp đơn xin làm việc tại Đài và ghi tên tôi làm người giới thiệu. Tôi nhận được một mẫu đơn yêu cầu xác nhận xem người đó có "trung thành với Hiến pháp Hoa Kỳ" hay không. Với nhiều người, đó chỉ là một câu hỏi hình thức — trừ phi bạn trả lời "Không," thì cũng chẳng có gì để nói thêm. Nhưng tôi thì không thấy đơn giản như vậy. Để phản biện, tôi đã viết: "Tôi không chắc người này có trung thành với Hiến pháp Việt Nam hay không — nếu Việt Nam có một bản hiến pháp — thì làm sao tôi có thể chắc rằng anh ta trung thành với Hiến pháp Hoa Kỳ? Hơn nữa, tôi cũng không biết liệu anh ta có hiểu gì về Hiến pháp Hoa Kỳ hay không. Tôi không biết." Cho đến tận hôm nay, tôi vẫn không rõ liệu câu trả lời của tôi có khiến người đó bị từ chối hay được nhận vào làm. Tôi thậm chí cũng không còn nhớ anh ta là ai.

Vì thế, có thể nói rằng tôi vốn có xu hướng nhìn nhận cuộc sống và các vấn đề theo kiểu khá triết lý, nếu không muốn nói là định mệnh. Chúng tôi không bàn nhiều về nhóm "đảo chính" Đức Thanh chống lại tôi. Chuyện đó nhanh chóng rơi vào quên lãng, vì trong những tuần sau đó, Ngô Đình Diệm nhận được lời mời sang Pháp và ông phải cân nhắc nên đi hay ở lại Mỹ. Ông Ngô bắt đầu vắng mặt ở nhà tôi thường xuyên hơn, và quay trở về nơi ẩn dật ở Chủng viện Maryknoll để tĩnh tâm và suy nghĩ. Trong khi đó, chúng tôi phải xử lý trường hợp của Đỗ Vạn Lý cùng một vài người có thể sẽ là cộng tác viên.

VÀO MỘT THỜI GIAN NÀO ĐÓ sau Tết Dương lịch, Đỗ Vạn Lý đến New York và bước vào mối quan hệ được xem là gần gũi với ông Diệm và nhóm chúng tôi. Anh ta có đến nhà tôi gặp Thành và tôi — đôi khi là để gặp riêng ông Diệm. Sau cuộc gặp đầu tiên khá kín đáo, nếu không muốn nói là lạnh nhạt, tại căn hộ của cô Bài cách đó một thời gian, tôi tin rằng mình có viết vài bức thư cho Lý — chủ yếu để kể về sự tử tế của ông Diệm, về việc ông ấy đã can thiệp với FBI thay cho Lý, giúp Lý thoát khỏi rắc rối. Tôi làm vậy để xoá đi bất kỳ ác cảm nào Lý có thể đã mang trong lòng với ông Diệm, người đang muốn có được sự cộng tác từ phía anh ta. Tôi đoán rằng, trừ phi tôi nói ra điều đó, sẽ không ai khác nói — ngay cả ông Diệm, dĩ nhiên là thế. Lý không viết thư hồi đáp, nhưng khi anh ta đến nhà tôi lần đầu tiên, thái độ đã hoàn toàn khác trước.

Anh ta nồng nhiệt cảm ơn tôi vì đã kể lại mọi việc ông Diệm đã làm cho mình, và nhờ tôi gửi lời cảm ơn đến vị ân nhân ấy, lúc đó đang không có mặt ở New York. Lý không ở lại New York lâu. Mỗi lần đến từ Washington, D.C., anh ta chỉ ghé thăm trong ngày rồi trở về ngay trong đêm. Tôi không nhớ có lần nào anh ta ngủ lại nhà tôi. Có thể là vì một nhận xét không mấy thiện cảm về Ngô Đình Diệm mà bạn tôi, Huỳnh Sanh Thông, từng kể lại; cũng có thể vì khác biệt tính cách; hoặc đơn giản là giữa tôi và Lý vốn không hợp nhau ngay từ đầu. Dù cả hai cố giữ thái độ lịch thiệp, nhưng mối quan hệ giữa chúng tôi, tốt nhất, cũng chỉ là lạnh nhạt.

Đỗ Vạn Lý cao trung bình, người gầy, da vàng. Tuy sinh ra và lớn lên ở miền Nam Việt Nam, nhưng anh nói giọng Bắc không thật tự nhiên. Lý trạc tuổi tôi, nhưng có một quá khứ hoạt động bí mật lâu dài — mà anh chưa bao giờ nhắc tới. Thật ra, chính ông Diệm là người kể với chúng tôi về vai trò của Lý trong các nỗ lực của Hoàng tử Cường Để ở Nhật nhằm giải phóng Việt Nam khỏi ách thực dân Pháp. Theo tôi biết, có thể Lý đã tham gia cuộc vận động chính trị của Cường Để ở Nhật vào khoảng năm 1940, khi Nhật bắt đầu chiếm đóng Đông Dương với thoả thuận ngầm từ người Pháp.

Hoàng thân Cường Để sang Nhật từ sớm, trong bối cảnh phong trào kháng Pháp dâng cao trong nước. Nhưng ông không đạt được điều gì đáng kể cho sự nghiệp giải phóng ấy. Người Nhật chỉ xem ông như một thứ "bù nhìn" để đối phó người Pháp ở Đông Dương, rồi nhanh chóng lãng quên khi họ đạt được những nhượng bộ cần thiết. Cường Để sống trong điều kiện nghèo túng ở Nhật cho đến cuối đời. Ngay cả khi Nhật chiếm đóng Đông Dương, họ vẫn thích dùng Bảo Đại hơn, vì ông này là quân cờ hiệu quả hơn trong bàn cờ "Đại Đông Á" của họ. Đầu năm 1940, ở Sài Gòn có một văn phòng tuyển mộ cho phong trào của Cường Để — có khả năng được Nhật tài trợ — mang tên "*Agence S.V.P.*" Cái tên này có thể hiểu là "Vui lòng" ("S'il vous plaît"), hoặc đúng hơn: "Phục vụ Tổ quốc" ('*Servez Votre Patrie*'). Tôi đoán rằng Đỗ Vạn Lý đã sang Nhật thông qua cơ quan này khoảng đầu năm

1940 khi Nhật lần đầu chiếm Đông Dương.

Tình cờ, tôi từng va phải một mảnh quá khứ mờ ám ấy của Lý — khi đang tìm cơ hội đi nước ngoài. Một người bạn tên Kiều Công Lập, người tôi giới thiệu cho một công ty Nhật, kể rằng có một tổ chức có thể đưa thanh niên Việt rời khỏi nước. Tò mò, tôi đi cùng Lập đến *"Cơ quan S.V.P."* — nơi chúng tôi được đón tiếp bởi Trâm, bạn học cũ của tôi. Cơ quan này chẳng giống một doanh nghiệp *hợp pháp* chút nào: không văn phòng ra hồn, không thư ký đánh máy — chỉ có một cái bàn mặt kính, phía sau là Trâm trong bộ kimono thêu kim tuyến.

Trâm đưa cho tôi một tờ giấy, rồi đọc cho tôi chép: "Tôi, người ký tên dưới đây, xin thề tuyệt đối trung thành với Hoàng tử Cường Để..." Chiếc bút trong tay tôi bỗng dừng lại. Tôi ngẩng lên nhìn Trâm: "*Này ông bạn cũ*, tôi chỉ muốn ra nước ngoài thôi. Tôi thích Pháp hay châu Âu, còn Nhật thì cũng được nếu đó là lựa chọn duy nhất. Nhưng bắt tôi tuyên thệ trung thành với một người mà tôi còn chưa gặp bao giờ thì... hơi quá rồi, anh không thấy sao?" Trâm lẳng lặng thu lại tờ giấy, xé thành từng mảnh, rồi ném vào thùng rác.

Lý là một tay chơi lão luyện. Không nghi ngờ gì, ông nghĩ mình vượt trội hơn bất kỳ ai trong nhóm chúng tôi — những kẻ non trẻ trong mắt ông. Sự hạ cố kín đáo của ông với đạo Công giáo của ông Diệm là một chi tiết đáng lưu ý, nhưng khi ấy chúng tôi còn quá ngây thơ để hiểu được điều đó. Sự xa cách, kín tiếng ban đầu của Lý chỉ là một phần trong trò chơi quyền lực: ông muốn mình ở vị thế cao hơn tất cả mọi người — ngoại trừ Ngô Đình Diệm. Khi thấy mình không thể đạt được sự gần gũi như mong muốn với ông Diệm, Lý khéo léo rút xuống một bậc — giữ một vị trí trung gian trong vòng tròn thân cận của một "lãnh tụ tương lai" có thể có của Việt Nam. Anh ta đang chơi một ván bài chờ thời — chưa hẳn "vào" mà cũng chưa hẳn "ra" khỏi gia tộc họ Ngô vào thời điểm ấy. Và chính điều đó tạo nên bầu không khí bí ẩn và lối hành xử khó đoán của ông.

Lý đã thành lập một nhóm riêng của mình ở Washington, D.C., gồm những sinh viên trẻ có khuynh hướng lý tưởng như Đỗ Trọng Chu, Trần Long và một vài người khác. Khi đó, chúng tôi ở New York hoàn toàn không hay biết gì, bởi Lý giữ rất kín — anh ta không dẫn theo bất kỳ ai trong nhóm của mình khi tiếp xúc ban đầu với chúng tôi, kể cả khi gặp ông Diệm. Mỗi lần đến Manhattan, Lý luôn đi một mình, và cũng một mình rời đi.

16. TIỄN BIỆT

TRONG KHI ĐÓ, cuộc sống ở New York của gia đình tôi bỗng rẽ sang một khúc quanh mới, nhanh và gấp gáp hơn. Gần như cả nhà tôi bị cuốn vào những câu chuyện chính trị Việt Nam thời điểm ấy — suốt gần ba tháng trời, cho đến khi ông Ngô Đình Diệm đi Pháp vào đầu tháng Năm năm 1953. Lời réo gọi từ bên Pháp khi đó nghe ra có vẻ khẩn thiết hơn bao giờ hết, và ông Diệm đã quyết định đi Pháp. Ông bắt đầu chuẩn bị cho chuyến đi, và những lần ông ở lại Chủng viện Maryknoll tại Lakewood hay Ossining cũng kéo dài hơn thường lệ. Có một lần, ông nhờ tôi cùng đi về Lakewood, bảo tôi phụ ông mang về New York mấy xấp tài liệu để phân phát cho mấy thành viên trong Hội Sinh viên Công giáo Việt Nam.

Tôi tưởng đâu sẽ theo ông lên phòng, giúp ông xách đống giấy tờ ấy xuống, ai dè vừa đến chân cầu thang, ông đưa tay chặn lại rồi nói: "Anh đợi tôi ở đây." Thế là tôi đứng đó đợi, khá lâu, mà lòng thì không khỏi băn khoăn: Tại sao ông không cho tôi lên cùng? Có cái gì trong phòng khiến ông không muốn tôi thấy sao? Hay là nội quy chủng viện không cho người ngoài vào khu nội trú? Hay phòng ông ấy là phòng riêng chứ không phải kiểu phòng tập thể thông thường? Tôi vừa tò mò, vừa thấy hơi chưng hửng, không hiểu vì sao ông đột nhiên dừng tôi lại như thể tôi sắp bước vào một nơi cấm kỵ, riêng tư nào đó của ông.

Trước đây vợ chồng tôi cũng đã đến chủng viện vài lần. Có lần, chúng tôi còn đưa cô Huỳnh Thị Xuân Yến đến thăm ông nữa. Cô là con gái ông Huỳnh Minh Ý, một trong những người được xem là rất mực ủng hộ ông Diệm ở Việt Nam. Ông Ý vốn là một nhân vật có tiếng trong giới Tin Lành, vậy mà lại ủng hộ một tín hữu Công giáo như ông Diệm thì đúng là chuyện đáng chú ý thời ấy. Mặc dù Tin Lành và Công giáo đều thuộc Kitô giáo, nhưng trong đời sống tôn giáo ở Việt Nam, hai bên vốn có sự cạnh tranh gay gắt, giành giật tín đồ. Vì số lượng ít hơn nên tín hữu theo đạo Tin Lành nhiều khi thấy mình bị lép vế và có xu hướng giữ khoảng cách với tín hữu theo đạo Công giáo. Cô Yến khi đó đang là sinh viên âm nhạc ở Minnesota, tranh thủ kỳ nghỉ về chơi ở New York.

Hôm ấy, ông Diệm — một tay chụp ảnh nghiệp dư nhưng đầy đam mê — đã chụp một tấm ảnh màu vợ tôi và cô Yến đang tay trong tay bước đi trên bãi cỏ ở Chủng viện Maryknoll. Ông rất tâm đắc với bức ảnh đó: phong cảnh đẹp, tay nghề của nhiếp ảnh gia cũng không đến nỗi nào, và nhất là, cô Yến trong ảnh trông duyên dáng vô cùng trong chiếc áo dài xanh — một hình ảnh đậm chất Việt Nam. Bạn tôi là Huỳnh Sanh Thông — người sau này cưới cô Yến — đã nhìn thấy bức ảnh ấy và lập tức phải lòng cô gái trong hình. Anh khăn gói lên tận Minnesota để tìm gặp, rồi sau một thời gian dài theo đuổi, trong đó có lúc cô Yến phải chống chọi với căn bệnh lao phổi quái ác, cuối cùng hai người cũng thành vợ chồng. Mà chị gái của cô Yến — vợ của anh Thông — lại chính là vợ của

Dư Phước Long, anh chàng mập mạp ở Naperville, người từng là nguồn cảm hứng để chúng tôi làm bài thơ Tết cho năm Quý Tỵ. Anh Thông cũng là người đã nhờ tôi chuyển lá thư của anh đến tay ông Diệm từ hồi mấy năm trước. Xét cho cùng, cuộc hôn nhân ấy cũng là một mối lương duyên... mang màu sắc chính trị — hay ít ra, là do tôi và vợ tôi đưa bức ảnh cho Thông xem, rồi vô tình trở thành ông mai bà mối! Tôi còn nhớ ông Diệm đã từng vừa ngắm ảnh, vừa nhìn cô Yến với ánh mắt thích thú rồi đùa: "Nhìn cô gái này kìa... Cổ có đeo cái gì đó quanh eo phải không? Dưới tà *áo dài* đó... có phải là lựu đạn không ta?"

Chuyện ông Diệm đùa về "mang lựu đạn" cũng không phải nói chơi cho vui đâu. Trong suốt thời kỳ kháng chiến chống Pháp, ở Sài Gòn từng rộ lên tin tức về các cô gái Việt đôi khi giấu lựu đạn trong người để đánh Pháp. Thế nên ở các rạp chiếu bóng hay lối vào nhà hát, cảnh sát thường xuyên lục soát túi xách phụ nữ để phát hiện vũ khí, nếu có. Người ta còn kể rằng ngay cả bà Ngô Đình Nhu cũng từng bị khám xét khi đi xem phim. Dĩ nhiên, lúc ấy chồng bà vẫn chưa phải là nhân vật quyền lực như sau này.

Về phía nhóm Đức Thanh, sau vụ "đảo chính" bằng thư nặc danh nhằm bêu xấu tôi bất thành, tình hình có vẻ lắng dịu đi phần nào. Các hoạt động công khai chống lại nhau gần như chững lại, nhưng không khí vẫn ngầm căng thẳng. Những lần vô tình chạm mặt ngoài phố, hai bên chỉ lặng lẽ lướt qua nhau rồi ai nấy tản ra, đi về hướng khác. Một hôm, ông Diệm cùng cả "bộ tham mưu" nhỏ của mình — gồm Cha Kiệm, Đỗ Vạn Lý, Nguyễn Thái, Huỳnh Sanh Thông, Bùi Kiến Thành, và cả gia đình tôi với đủ mặt con cái — kéo nhau đi ăn sáng ở khu phố Tàu. Không ngờ, ngay khi bước vào nhà hàng, chúng tôi thấy nhóm Đức Thanh đã ngồi đó từ trước. Đây là lần đầu tiên kể từ đầu năm 1951, ông Diệm đối mặt với Đức Thanh. Cả nhóm khựng lại. Ai cũng thấy rõ đây là một tình huống nhạy cảm — giữa hai bên vốn đã có hiềm khích sâu sắc, bây giờ lại đụng nhau trong một không gian chật hẹp, đông người. Chúng tôi quyết định lờ đi, lặng lẽ bước ngang qua bàn của họ, không ai ngoảnh đầu nhìn, rồi ngồi xuống một bàn ở phía sau nhà hàng, nơi đã chật kín thực khách ăn dim sum (điểm tâm sáng).

Chúng tôi nghĩ ông Diệm cũng sẽ phớt lờ nhóm Đức Thanh, cứ coi như không thấy. Nhưng vừa ngồi xuống chưa đầy một phút, ông đứng dậy và tiến về phía bàn kia. Cả nhóm nín thở. Đức Thanh cũng từ tốn đứng lên. Hai người đàn ông tiến lại gần nhau, dừng lại ở một chiếc ghế dài kê sát tường, hơi khuất tầm mắt. Họ ngồi xuống đó nói chuyện một lúc. Không ai biết họ nói gì. Rồi sau đó mỗi người trở về bàn của mình, như thể chưa từng có gì xảy ra. Tôi nhớ rất rõ lần gặp gỡ ấy — lần cuối cùng giữa ông Diệm và Đức Thanh. Suốt bữa ăn, bàn chúng tôi im phăng phắc. Không ai nhắc lại câu chuyện, và sau này cũng chẳng ai nhắc tới lần gặp ấy nữa.

Còn Nguyễn Đình Hòa thì, đúng như chúng tôi dự đoán, đã xuống Washington D.C. ăn Tết tại Đại sứ quán của ông Trần Văn Khá. Anh ta cư xử như thể là đại ca của đám sinh viên Việt "trung thành" được mời tham dự vậy. Tổng hội Sinh viên Việt Nam mà anh và nhóm Đức Thanh dựng nên thực chất lúc đó chẳng làm được gì, nhưng Hoà vẫn coi mình là người đại diện chính thức. Trong lễ Tết đó, anh ta mặc nguyên bộ áo dài khăn đóng truyền thống của nam giới Việt Nam thật chỉnh tề — và thậm chí còn thực hiện vài nghi thức "tôn giáo" trước bàn thờ Tổ quốc do Đại sứ quán dựng nên. Cả nhóm chúng tôi chỉ biết nhìn nhau và lắc đầu. Bao nhiêu trò lố lăng đó, suy cho cùng, cũng chỉ để nịnh ông Trần Văn Khá — mà chính ông Khá thì lại là người thân cận với Pháp. Vậy là tất cả những màn "yêu nước", "truyền thống", "nghi lễ"... hóa ra lại phục vụ cho lợi ích thực dân!

Rồi cũng đến cái ngày định mệnh đó, một ngày đầu tháng Năm năm 1953, khi ông Ngô Đình Diệm rời New York để sang Paris. Có lẽ ở bên kia Đại Tây Dương, những nhóm người Việt khác đã cảm thấy tình hình ở Đông Dương ngày càng tồi tệ sau chuỗi thất bại liên tiếp của Pháp, và từ đó, họ đã khẩn khoản mời ông sang làm việc với họ. Vài tuần trước ngày đi, toàn bộ đồ đạc của ông được đưa về nhà tôi để đóng gói, ngoại trừ chiếc va-li và chiếc cặp ông sẽ mang theo. Gần như tất cả những gì ông đã tích góp trong ba năm sống ở Mỹ giờ đều để lại đầy nhà tôi: sách vở, giấy tờ, quần áo, vật dụng cá nhân... Ông dặn tôi đóng gói lại rồi gửi hết sang Pháp cho ông sau, nhờ một người tên Tôn Thất Cẩn nhận giúp.[46]

---

46 Tất cả Đồ đạc của ông Diệm đã được gửi cho ông thông qua một công ty vận chuyển của Pháp tại New York—nhưng muộn hơn chúng tôi mong muốn do thiếu tiền. Tôi không thể vay một khoản tiền đủ lớn để trang trải chi phí cho đến khi Cha Jacques ứng trước cho tôi 300 đô la từ quỹ của Hội sinh viên. Thỉnh thoảng, ông viết thư yêu cầu tôi hoàn lại số tiền đó, nhưng tôi không thể trả lại trong ba năm, cho đến năm 1956, sau khi tôi được bổ nhiệm làm Tổng lãnh sự tại Hồng Kông. Chiếc radio sóng ngắn cầm tay của ông Diệm không hoạt động khi nhận được và ông đã viết thư cho tôi để phàn nàn rằng, "Tôi không có nhiều đồ có giá trị và chiếc radio là một trong số đó. Thành thật mà nói, tôi rất buồn khi thấy nó trong tình trạng tồi tệ như vậy." Tôi đã gửi sang Pháp mọi vật dụng cá nhân của ông Ngô ngoại trừ

Khi ngày ông Ngô Đình Diệm ra đi sắp đến, người tới lui chào tạm biệt cũng trở nên đông hơn. Từ Washington, D.C., Chicago và đủ mọi ngóc ngách xa gần, ai cũng muốn gặp mặt ông lần cuối trước khi ông đi. Cha Jacques đến cùng lúc với Đỗ Trọng Chu. Đỗ Vạn Lý rồi Dư Phước Long cũng có mặt. Nguyễn Thái cũng ghé qua. Chỉ có Huỳnh Sanh Thông là không đến. Tất cả họ đều tụ tập về căn hộ nhà tôi. Có người đây là lần đầu đến nhà tôi, như Đỗ Trọng Chu, sau khi có một lần đã lên Lakewood thăm ông Diệm. Chu là một chàng trai trẻ, hiền lành và dễ mến, và lần ghé chơi đó, anh giúp chuyển hộ một thông điệp từ ông Diệm và đã chu toàn sứ mệnh ấy một cách đầy xúc động, để lại ấn tượng khó quên.

Lúc ấy, tôi đang kiệt sức vì mất ngủ triền miên và công việc ở Đài thì bù đầu bù cổ. Sức khỏe của tôi suy sụp thấy rõ. Ông Diệm rất lo lắng cho tôi. Trước khi Chu rời về lại New York, ông đưa cho anh một mảnh giấy nhỏ, trên đó viết hai chữ Hán: "JIN SENG"—nhân sâm. Ông bảo Chu nhắn lại tôi phải ra ngay phố Tàu để mua thuốc bổ. Chu chuyển lời không sót một chữ, còn nhấn mạnh rằng ông Diệm "rất lo cho sức khoẻ của anh" và "nhất định bắt anh đi mua thuốc cho bằng được." Tôi nhét mảnh giấy vào túi mà không định làm theo. Thứ nhất vì tôi nghĩ mình còn trẻ, khoẻ, chưa đến nỗi phải uống nhân sâm; thứ hai, nhân sâm thì đắt, mà túi tiền tôi lúc ấy thì có hạn. Nhưng phải nói, chính sự quan tâm đầy ân tình ấy — và cách

---

một chiếc cặp nhựa đựng giấy tờ cá nhân và thư từ của ông với Hoàng tử Cường Để ở Tokyo. Tôi giữ lại chiếc cặp vì tôi nghĩ rằng những lá thư của hoàng tử quá quý giá để gửi bằng đường hàng hóa. Tôi đã đích thân trao những lá thư đó cho ông Diệm vào tháng 3 năm 1956 khi gia đình tôi và tôi đến thăm ông tại Dinh Độc Lập ở Sài Gòn. (Au.)

mà Chu chuyển lời, nhẹ nhàng nhưng chân thành — đã trở thành một liều thuốc rất mạnh về tinh thần. Một 'đơn thuốc' bằng chữ Hán, từ một ông "bác sĩ không bằng cấp" nhưng đầy tình nghĩa.

Cha Jacques thì vẫn như mọi khi, vừa đến là cắm đầu vào điện thoại gọi lia lịa cả chục cú, rồi mới nhớ quay ra chào mọi người. Tôi tranh thủ khi ông có ở đây để hỏi thẳng tình hình về Lý Chánh Đức. Đức — một thời từng được xem là người của phe mình — giờ quay sang đứng về phía bên kia, quấy rối không ngừng. Tôi đoán Cha Jacques đã tìm cách kéo anh ta về lại, nhưng bất thành. Khi tôi hỏi thẳng: "Liệu có cách nào xử lý chuyện Đức không, thưa Cha?", ông chỉ lắc đầu, mắt buồn rầu: "Bó tay rồi."

Theo tôi biết, Lý Chánh Đức và Nguyễn Văn Thơ là hai kẻ duy nhất đã "quay lưng" với ân nhân của mình là Cha Jacques. Cả hai từng được Cha giúp đỡ đủ kiểu: học bổng, vé máy bay vượt đại dương, thi thoảng còn được hỗ trợ thêm tiền bạc. Tôi nhớ Cha Jacques nói về Thơ với giọng đượm buồn: "Đó là một học trò tôi thương mến và giúp đỡ nhiều nhất, nhưng…" — ông bỏ lửng, không nói hết câu. Lý Chánh Đức chưa bao giờ buộc tội cha Jacques điều gì. Việc anh ta nổi loạn chống lại Hội Sinh viên Công giáo bắt nguồn từ chuyện tôi khiến anh ta mất mặt khi tôi yêu cầu anh ta về nhà sau khi anh dẫn hai nữ sinh viên đến căn hộ của Hòa vào đêm khuya, trong khi các cô ấy có chuyến bay sớm vào sáng hôm sau. Đó hoàn toàn là sự trùng hợp ngẫu nhiên, và không thể hàn gắn được, vì cả Đức lẫn tôi đều không ai chịu nhận mình có lỗi. Tôi ghét nhóm Đức Thanh và các hoạt động thân Pháp của họ đến mức không thể nào gạt bỏ được ác cảm. Còn anh ta thì không thể chấp nhận cách tôi — theo anh ta là hống hách — ra lệnh đưa hai cô gái về lại căn hộ của tôi. Trong chính trị, những va chạm tưởng chừng cá nhân và nhỏ nhặt như thế có thể, và thực tế đã, làm bế tắc những chuyện lớn hơn. Vì vậy, tôi cũng như cha Jacques đành chấp nhận mất Lý Chánh Đức. Còn về Nguyễn Văn Thơ, sự thù địch mà anh ta dành cho vị linh mục ấy là vô cùng dữ dội. Thơ không thể bắt bẻ cha Jacques ở điểm gì cụ thể, nên chỉ còn biết trách ông vì... tính khí hay lo lắng. Mối hận của Thơ đối với cha Jacques chính là lý do duy nhất khiến anh ta gia nhập nhóm Đức Thanh. Anh ta vô tình tự thú nhận sự bất thường trong hành vi của mình khi anh ta biện minh cho việc lập ra Tổng Hội Sinh viên là "để không phải chịu ảnh hưởng của một ông Cha kinh khủng." Thơ còn tiết lộ tên thật của vị linh mục là "Houssa" và ám chỉ rằng việc ông dùng cái tên Jacques chỉ là để che giấu danh tính thật của mình.

Giữa lúc mọi chuyện đang căng thẳng như thế, thì "quả bom" Sihanouk nổ tung ngay giữa New York. Quốc vương Campuchia, Hoàng thân Norodom Sihanouk, từ Paris bay sang, mở họp báo và tuyên bố rằng Campuchia chưa hề có nền độc lập. Pháp nói sai sự thật. Họ đang cố gạt cả thế giới. Nếu không được trao độc lập thực sự, Campuchia sẽ không còn cứu vãn được nữa. Lời tuyên bố ấy như sét đánh ngang tai giới truyền thông. Tất cả các tờ báo lớn đều đưa lên trang nhất. Người Pháp thì hốt hoảng. Từ trước đến giờ, họ chưa từng lo lắng về Campuchia — một nước nhỏ, im hơi lặng tiếng, và một vị vua luôn biết vâng lời như Sihanouk.

Còn người Việt chúng tôi lúc đó thì sao? Cảm giác giống như bị tát vào mặt. Một "đứa em" bỗng nhiên vượt mặt anh mình trong cuộc đua quan trọng nhất trong đời. Nếu một nước nhỏ như Campuchia và một ông vua do chính người Pháp dựng nên còn dám vạch trần sự dối trá, thì Việt Nam — lớn hơn, dữ dội hơn, đấu tranh quyết liệt hơn — chẳng lẽ lại ngồi yên? Từ năm 1945 tới giờ, ngoài Hồ Chí Minh và lực lượng Việt Minh, chưa ai dám nói thẳng sự thật như Sihanouk. Còn chúng tôi thì sao? Ai sẽ là người dám làm như ông ta? Dám đứng giữa đất Mỹ và tuyên bố một sự thật chấn động?

Mọi ánh mắt, không cần nói ra, đều đổ dồn về Ngô Đình Diệm. Diệm đã có mặt ở New York từ lâu, trước cả khi Sihanouk đặt chân đến. Ông có một quá trình dài chống lại các thủ đoạn đô hộ áp đặt của người Pháp. Trong số những nhân vật thời đó, chỉ có Diệm — ngoại trừ Hồ Chí Minh — là người có đủ vị thế để đòi hỏi một quy chế cho Việt Nam tương đương với quy chế của Ấn Độ trong Khối Thịnh vượng chung Anh.

Chúng tôi thì còn non nớt, thiếu kinh nghiệm, nhưng nhiệt huyết. Sihanouk đã 'đảo chính', vậy Diệm sẽ làm gì? Chúng tôi mong mỏi ông sẽ hành động. Không chỉ thế, chúng tôi mong một điều gì lớn hơn, táo bạo hơn, "long trời lở đất" hơn! Chúng tôi khát khao được thấy người Pháp bị vạch mặt. Chúng tôi muốn thấy những kẻ luồn cúi, bợ đỡ, như Đức Thanh, Nguyễn Văn Thơ và cả đám tay chân, bị đưa ra ánh sáng. Hãy để ánh mặt trời rọi vào căn phòng tối tăm của người Việt Nam. Hãy để ông Diệm lên tiếng! Ông là niềm hy vọng của chúng tôi. Là người hùng. Là ngọn cờ giương cao.

Chúng tôi đã nói chuyện kỹ với nhau và thậm chí còn nhận được sự đồng thuận từ Cha Jacques rằng đã đến lúc ông Diệm phải lên tiếng. Một đêm nọ, tại Chủng viện Maryknoll ở Lakewood, với sự hiện diện của Cha Jacques và tất cả chúng tôi, tôi trực tiếp đề nghị ông Ngô Đình Diệm đưa ra một tuyên bố với báo chí — tương tự như lời tuyên bố của Hoàng thân Sihanouk. Lúc đó chỉ còn vài ngày nữa là ông sẽ đi Pháp, và tôi nghĩ đây là dịp tốt để chuyến đi của ông được báo chí đưa lên trang nhất, nếu ông chịu công khai lên tiếng tố cáo người Pháp như Sihanouk vừa làm.

Phản ứng của ông Diệm khiến tôi sững người. Ông đột ngột quay sang tôi, đáp lại một cách cộc lốc và lộ rõ sự giận dữ đang cố nén: "Đây là việc riêng của tôi. Tốt nhất là anh để tôi lo!" Tôi vừa ngạc nhiên, vừa thất vọng, và gần như choáng váng. Cha Jacques ngồi cạnh ông, không nói một lời. Cả căn phòng rơi vào im lặng, một sự im lặng nặng nề và khó xử. Chuyện ấy cũng lập tức bị bỏ qua, không ai nhắc lại nữa.

Tôi suy nghĩ rất nhiều về thái độ của ông Diệm đêm hôm đó. Tại sao ông lại nổi giận với tôi? Tôi đã làm gì sai? Tôi không thấy hài lòng với bất kỳ lời giải thích nào mà tôi tự đưa ra mãi cho đến nhiều năm sau, khi ông Ngô Đình Diệm đã trở thành Tổng thống Việt Nam Cộng hòa. Lúc ấy, tôi có kể lại chuyện đó cho người bạn tôi, Huỳnh Sanh Thông. Thông không phải là người ủng hộ ông Diệm, và về sau còn cùng với Nguyễn Tôn Hoàn đứng ở phe chống đối chính "người thầy" cũ của tôi.[47] Dĩ nhiên là Thông không bỏ lỡ cơ hội. Anh liền vin vào chuyện đó để chỉ

47 Nguyễn Tôn Hoàn (1917–2001) là bác sĩ y khoa, nhà hoạt động chính trị, lãnh tụ của Đại Việt Quốc Dân Đảng, và từng giữ chức Phó Thủ tướng trong thời gian ngắn năm 1964 dưới chính phủ của Tướng Nguyễn Khánh.

trích rằng ông Diệm có "khuynh hướng độc tài", rồi tìm đủ cách thuyết phục tôi quay lưng với ông Diệm, nhưng vô ích.

Bây giờ nhìn lại, tôi mới có thể hiểu rõ hơn phản ứng của ông Diệm lúc ấy. Ông sắp rời Mỹ để sang Pháp, và nếu lúc đó ông đưa ra một tuyên bố công khai lên án người Pháp như tôi gợi ý, thì thay vì ông được đưa lên trang nhất như tôi tưởng, rất có thể nó lại trở thành một cái cớ để nước Pháp đóng sầm cửa lại đối với ông. Trường hợp của Sihanouk hoàn toàn khác. Ông ta khi đó đang là Quốc trưởng Campuchia, lại vừa rời khỏi Pháp, nên việc "ra đòn" ngay sau lưng nước Pháp là một chiêu bất ngờ, khó đối phó. Còn ông Ngô Đình Diệm chỉ là một công dân bình thường của Việt Nam, đang chuẩn bị đặt chân đến chính nước Pháp. Nếu ông công khai chỉ trích họ trước khi lên đường, hậu quả sẽ ra sao, ai cũng đoán được. Thế nên, cái gì tưởng như "nước sốt ngon cho con ngỗng", chưa chắc đã hợp với con vịt! Chưa kể, chính chúng tôi — nhóm bạn bè thân cận — lại tạo thêm áp lực, gần như thúc ép ông phải làm điều đó đúng vào thời điểm bước ngoặt của đời mình. Ông còn đang phân vân giữa ngã ba đường, chưa biết nên tiến hay nên lùi, thì lời thúc giục của tôi chẳng khác nào một cú xô mạnh đẩy người ta về một hướng mà họ chưa sẵn sàng đi. Sau này, thời gian dần trôi qua cho thấy ông Diệm đã quyết định đúng. Và bây giờ, khi nghĩ lại, tôi có thể hiểu rõ vì sao ông lại nổi giận với tôi hôm ấy — và ông hoàn toàn có lý do để làm vậy. Tôi vẫn nghĩ Huỳnh Sanh Thông đã quá vội vàng khi quy kết phản ứng đó là biểu hiện của "tính độc tài". Anh đánh giá ông Diệm bằng một thước đo quá hẹp, và phải nói cho đúng, cũng là cái kiểu lập luận theo cách Nguyễn Tôn Hoàn!

[GHI CHÚ VỀ SỰ ĐAN CÀI CỦA CÁC TẦNG THỜI GIAN: Chúng ta đang sống, có thể nói như vậy, trên những tầng thời gian khác nhau, đôi khi bất ngờ hòa vào nhau trong một khoảnh khắc lóe sáng! Quá khứ và hiện tại nhập lại thành một lớp thời gian duy nhất — một lớp thời gian hiện sinh.

Vào đúng nửa đêm ngày 4 tháng Tư năm 1978, tôi nằm trên giường, lắng nghe tiếng chuông của nhà thờ St. Louis vang lên — một nhà thờ cổ từ đầu thế kỷ thứ 10, nằm trên ngọn đồi nhìn xuống thành phố Hyères. Chuông ngân vang chậm rãi, từng tiếng một, mười hai hồi chuông trầm và dày, rồi một phút sau lại lặp lại lần nữa. Chuông cổ của nhà thờ St. Louis luôn đổ hai lần, như muốn nhắn rằng: Ta là… vĩnh… cửu…

Và theo dòng thời gian, những hình ảnh đối lập dần hiện ra: Những con chim bồ câu rời cành cây trong chốn trú ngụ vốn đã được Thời gian sắp đặt, để rồi hòa vào một bức tranh luôn hiện hữu. Tôi đang ở Hyères, nơi các công ty môi giới bất động sản đang tổ chức sự kiện "Mở cửa tham quan nhà" (Open House) — mời cả khách cũ lẫn khách mới đến tham dự, như thể một buổi hội ngộ lớn. Người ta nườm nượp ra vào những ngôi nhà đang rao bán, ngắm nghía các tiện nghi như thể có một luồng ánh sáng sân khấu rọi lên họ… tất cả diễn ra trong một chuỗi chuyển động rực rỡ sắc màu, không ngừng nghỉ.

Tôi chợt nhớ đến một tấm hình chụp tỉnh Svay Rieng (Campuchia) vào một tháng Chín xa xưa, khi triều cường nhấn chìm mọi chỗ đất trũng. Vợ chồng tôi bước xuống khỏi chiếc xích lô đưa chúng tôi từ chỗ làm về nhà. Người vợ xinh đẹp của tôi, khi ấy mới 19 tuổi, dò dẫm bước qua chiếc cầu gỗ hẹp đang bị ngập nước, tà áo dài được vén cao, bắp chân lộ ra, gần như dò dẫm từng bước để băng qua dòng nước chảy xiết để về nhà. Chỗ chúng tôi ở nằm trên tầng hai của một căn nhà xây bằng xi măng và đá, còn tầng trệt thì gần như ngập một nửa trong nước. Người ở tầng dưới là người Việt — họ thật là *méchants* [độc địa]! Chúng tôi thường ngồi ngoài ban công, trên bộ bàn ghế mây, uống trà và ngắm núi Bà Đen ở Tây Ninh phía xa — ngọn núi sừng sững vượt lên giữa cánh đồng bao la. Bóng núi run run in trên mặt nước trải rộng phía chân trời...]

ĐÓ LÀ ĐÊM CUỐI CÙNG ông Ngô Đình Diệm ở lại Chủng viện Maryknoll, nên tất cả chúng tôi, cùng với Cha Jacques, đã ở lại Lakewood, New Jersey tới tận khuya. Ông Diệm dẫn chúng tôi ra ngồi bên một cái ao nhỏ bên cạnh một cái ao khác trong khuôn viên chủng viện Maryknoll, và chúng tôi trò chuyện ở đó thật lâu. Trên cao, những vì sao chiếu sáng rực rỡ, còn trên mặt ao, chúng tôi nhìn thấy những vòng nước tròn màu bạc lan ra từng đợt ở các góc bờ — do cá đớp côn trùng gây ra. Cuối cùng, cũng đến lúc phải về. Cả nhóm cùng lên chiếc Plymouth cũ kỹ của Cha Kiệm, im lặng lái xe về nhà trong một tâm trạng vừa ấm áp vừa đượm buồn.

Sáng hôm sau, ông Diệm đến nhà chúng tôi ở lần cuối cùng, tại căn hộ trên đường 111 ở New York. Cha Jacques tạm biệt ông Ngô Đình Diệm và lái xe quay về Chicago. Tối hôm đó, những người còn lại trong chúng tôi — trừ Huỳnh Sanh Thông — đã thức cùng ông suốt đêm. Chính ông là người đề nghị Cha Kiệm gọi điện cho Đức Thanh để nhắn lời từ biệt. Đó là một cử chỉ hòa giải, do chính ông Diệm chủ động đề xuất. Dù tất cả chúng tôi — những người trẻ tuổi — không mấy hào hứng với ý tưởng đó, nhưng cũng không ai phản đối. Đức Thanh đề nghị tổ chức một buổi gặp gỡ chia tay, nhưng chúng tôi không đồng ý. Ông Diệm không nói gì, nên chuyện cũng dừng lại ở đó.

SÁNG NGÀY HÔM SAU, NGÀY KHỞI HÀNH, chúng tôi chia nhau đi hai xe đến sân bay Idlewild. Ông Diệm và cả gia đình tôi ngồi trên chiếc Plymouth cũ của Cha Kiệm — đó cũng chính là "chiếc xe chính thức" ông Diệm dùng trong suốt thời gian ông ở Mỹ. Đi ngay sau là chiếc xe cũ của Bùi Kiến Thành, chở bạn bè và những người ủng hộ chen chúc như cá mòi: Đỗ Vạn Lý, Đỗ Trọng Chu, Nguyễn Thái và Nguyễn Chí Hiền. Bên cạnh Hiền, bị kẹp giữa hai người đàn ông, tôi nhớ có cô Linh — em gái của cô Đẩu và chính là vợ của Bùi Kiến Thành sau này, cô Linh, mắt vẫn còn ngái ngủ — hiện đang học ở New York và ở tại International House (Nhà Dành cho Sinh viên Quốc tế). Cô là bạn đồng hành không thể tách rời của Nguyễn Chí Hiền.

Điều khiến chúng tôi ngạc nhiên là tại sân bay Idlewild, Trịnh Văn Chẩn cũng có mặt — một mình đến tiễn ông Ngô Đình Diệm. Không có ai khác. Không ai từ nhóm Đức Thanh, cũng không ai thuộc phe "trung lập." Nghĩ lại, nếu hôm trước chúng tôi đồng ý với đề nghị tổ chức buổi chia tay của Đức Thanh, chắc chắn anh ta sẽ đưa cả đội hình đến sân bay — và Nguyễn Đình Hòa thế nào cũng chớp lấy cơ hội đó để diễn tuồng. Hòa là một "nghệ sĩ sân khấu" đúng nghĩa — thậm chí có thể rơi nước mắt đúng lúc máy bay cất cánh nếu cần. Rất tiếc là chúng tôi đã không đồng ý có buổi tiệc chia tay đó.

Ngô Đình Diệm lên đường sang Pháp tại sân bay Idlewild
(New York, tháng 5 năm 1953)

Đứng: Bà Văn, Ông Văn, Bùi Kiến Thành

Ngồi: Ngô Đình Diệm, Linh mục Trần Đình Kiệm

Ghi chú: Người chụp là Trịnh Văn Chẩn

Lúc đó, nhóm nhỏ của chúng tôi vui vẻ, quây quần quanh ông Diệm. Ông ngồi yên một lát. Nhờ ông già Trịnh Văn Chẩn tốt bụng — phó nhòm của chúng tôi — mà chúng tôi có được một bức ảnh tuyệt đẹp ghi lại cảnh ông Ngô Đình Diệm ngồi phía trước, mỉm cười một mình. Chiếc cặp đen đặt trên đùi, mái tóc đen rẽ ngôi bóng mượt, bộ vest màu nâu sẫm trông chỉnh tề hơn bình thường. Chiếc cà vạt cũ của ông hôm đó không thắt được, nên ông nhờ người giúp. Tôi liền tặng ông một chiếc cà vạt mới, kiểu cách hơn, và đó chính là chiếc ông đang đeo trong bức ảnh. Đằng sau ông là vợ tôi, tôi đứng bên phải cô ấy, còn bên trái là Đỗ Vạn Lý. Không có người nào khác trong nhóm chúng tôi có mặt trong tấm ảnh chụp nhanh đó.

Rồi một sự cố nhỏ khá hài hước đã xảy ra. Trịnh Văn Chẩn muốn có một bức ảnh chụp chung với ông Diệm — có lẽ đó là *pièce de résistance* (tác phẩm để đời) mà anh mong nhất khi đến Idlewild sáng hôm đó. Anh chuẩn bị máy ảnh, đưa cho tôi và dặn: "Anh chỉ cần nhấn nút này thôi nhé," rồi chạy lại ngồi cạnh ông Diệm, tươi cười rạng rỡ. Tôi bấm nút. Một tiếng "tách" vang lên. Chẩn phấn khởi chờ đợi bức ảnh kỷ niệm… cho đến khi anh tráng phim. Tất cả các khung hình trong cuộn phim đều rất đẹp, trừ đúng cái khung tôi đã chụp — hoàn toàn hỏng. Chẩn buồn rười rượi vì không có được tấm ảnh nào chụp cùng ông Diệm, và suốt một thời gian dài sau đó, anh ta cứ trách tôi đã "cố tình phá" để loại anh ra khỏi đoàn tiễn đưa ông Diệm!

Khi chúng tôi đứng bên cửa sổ nhìn chiếc Air France Constellation lăn bánh ra đường băng chuẩn bị cất cánh, Đỗ Trọng Chu buột miệng: "Hãy tưởng tượng đi, đêm nay cả thế giới sẽ biết rằng ông Ngô Đình Diệm đang ở Pháp! Churchill sẽ biết! Tưởng Giới Thạch sẽ biết!..." Chiếc máy bay màu bạc sáng bóng vẫn còn lăn bánh trên đường băng, phản chiếu ánh nắng ban mai rực rỡ. Nhìn từ xa, nó nhỏ bé như một chú cá voi con đi lạc trên mặt đất. Tôi nghĩ thầm: "Ông Diệm đáng kính của chúng tôi đang ở trên đó. Có lẽ ông ấy đang nghĩ đến chúng tôi. Nửa ngày nữa, ông sẽ hạ cánh xuống nước Pháp. Có thể sẽ có người Việt nào đó ra sân bay đón ông, giống như chúng tôi đến đây tiễn ông đi. Biết đâu, người đến đón còn đông hơn cả chúng ta." Nhưng khi nhớ lại lời của Chu, tôi không thể không thấy nó quá ... trẻ con. "Cả thế giới" sẽ biết ông Diệm đến Pháp ư? Churchill sẽ quan tâm đến chuyện đó? Tưởng Giới Thạch có khi còn chưa từng nghe tới tên ông nữa là! Cho đến tận bây giờ, tôi vẫn nhớ mình đã nghĩ lời bình luận của Chu thật ngây ngô. Nó cho thấy rõ một điều rằng những người trẻ tuổi như chúng tôi còn thiếu hiểu biết biết bao. Còn Đỗ Vạn Lý, người từng sống ở Nhật suốt hơn mười năm với Cường Để, tưởng như hiểu biết chính trị hơn chúng tôi, nhưng hóa ra cũng chẳng khá hơn gì. Và rồi chúng tôi sẽ sớm thấy rõ điều đó qua những gì anh ta sắp sửa làm.

Sau khi chiếc máy bay chở ông Diệm khuất dần về phía đông, chúng tôi lặng lẽ, buồn nản quay trở về nhà. Một cảm giác hụt hẫng trùm xuống, sau tất cả những hồi hộp, náo động, vội vã, rồi dẫn đến cuộc chia tay. Từ giờ trở đi, chúng tôi phải tự lo liệu lấy. Mọi việc chúng tôi làm từ lúc này đều phải do chính tay mình xoay xở. Nếu có một sự dẫn dắt nào đó khác, thì nó đã đến... khá muộn vào cuối ngày hôm đó. Nguyễn Thái trở về Ithaca. Lý và Chu đi Washington, D.C. Còn những người còn lại thì tản mát đâu đó ở New York. Lần đầu tiên sau nhiều tháng trời, gia đình tôi không còn ai ghé ở nhờ dài ngày, không còn học sinh, không còn khách đến thăm. Tôi không còn phải trò chuyện xuyên đêm, không còn có "Ông nội Maryknoll" trong nhà nữa.

Chúng tôi, nhất là lũ trẻ, không thể không nhớ ông Ngô Đình Diệm. Căn phòng khách mà chúng tôi từng biến thành "phòng ở của ông" giờ trống hoác. Chiếc ghế dài ông nằm suốt nhiều tháng vẫn còn in dấu người — chỗ giữa lún xuống, cong hẳn đi. Chúng tôi không thể nào quên giọng nói, tiếng cười của ông, những trò nô đùa thân thiết giữa ông và các con nhỏ của tôi — những đứa trẻ ngày nào cũng hỏi: "Ông nội Maryknoll đâu rồi?" Muriel còn quá nhỏ để nhớ hay trò chuyện về ông, nhưng với Dominic và Mỹ Châu, chúng tôi đành phải nói rằng: "Ông nội Maryknoll sẽ quay lại sau vài tuần nữa." Than ôi, câu nói ấy khiến hai đứa bắt đầu mong ngóng ông, chờ ông trở về với tay cầm trái cây hay một món đồ chơi nào đó — giống như những lần ông quay lại sau vài ngày ở các chủng viện Maryknoll tại Lakewood hay Ossining. Chỉ có Marie là biết rõ rằng ông nội đã sang Pháp — đi mãi mãi. Rằng có thể ông sẽ trở lại, nhưng điều đó, thực tế, là không thể. Từ sau đó, Bùi Kiến Thành dần trở thành một phần của gia đình tôi. Anh đến nhà vài lần mỗi tuần, thường ở lại ăn tối. Và chẳng bao lâu, "chú Thành" đã thay thế ông Diệm, trở thành một "thành viên mới trong nhà" — một cách rất tự nhiên.

17. VIẾNG THĂM THỦ ĐÔ WASHINGTON, D.C.

MỘT KHOẢNG LẶNG BAO TRÙM cả không gian sau khi Ông Ngô Đình Diệm rời đi. Gia đình tôi có chút thời gian để nghỉ ngơi. Vợ chồng tôi tranh thủ ngủ bù những đêm thiếu ngủ triền miên, và bắt đầu tận hưởng cuộc sống gia đình nhiều hơn trước. Chú Thành ngày càng gắn bó với chúng tôi, và chúng tôi cũng gắn bó với chú như một người thân thực sự. Cuối tuần có chú ở nhà, không khí trở nên đặc biệt dễ chịu. Thỉnh thoảng, Cha Kiệm từ Đại học Fordham — nơi Cha có một căn phòng trong khuôn viên — đến chở cả nhà đi chơi biển. Chúng tôi thật may mắn khi có được một người bạn tốt như Cha Kiệm. Cha luôn hết lòng giúp đỡ, và nếu không nhờ Cha, có lẽ chúng tôi chẳng bao giờ đi đâu ra khỏi thành phố New York.

Suốt những tháng ông Diệm sống cùng chúng tôi, chúng tôi đã bị cuốn vào những "canh thức" kéo dài, giúp ông tiếp đãi khách, rồi chăm lo cho các sinh viên đến trọ. Khi ông rời đi, vợ tôi, Marie và tôi mới nhận ra mình đã kiệt sức đến mức nào. Chúng tôi hầu như không còn đủ sức để đi lại như bình thường, dù chỉ mới vài tuần trước vẫn còn chạy đôn chạy đáo. Ngay cả Marie — người năng động nhất nhà — cũng trở nên ù lì, mệt mỏi. Vợ chồng tôi dành nhiều thời gian hơn cho con cái, chăm sóc và vui đùa với lũ trẻ. Cả nhà như trút được gánh nặng, cuối cùng cũng có được một kỳ nghỉ đúng nghĩa.

Tôi còn nhớ rất rõ mỗi lần Cha Kiệm đến đón cả nhà đi chơi, Cha thường phải đợi rất lâu. Cha gọi điện chúng tôi từ sáng, đến chiều gọi lại, vậy mà chúng tôi vẫn chưa sẵn sàng. Có hôm Cha phải ngồi đợi hàng giờ, đến khi cả nhà đi được thì trời đã gần tối. Ban đầu Cha có hơi mất kiên nhẫn, liên tục nhìn đồng hồ giục chúng tôi. Nhưng về sau thì Cha… quen (hoặc buộc phải quen) với nhịp sống của gia đình tôi, và do đó cứ thế lặng lẽ ngồi chờ.

Cha thường chở chúng tôi đi biển Orchard, một bãi biển sạch sẽ, nằm trong khu vực trung tâm New York. Vì thường là vào giữa tuần, nên bãi biển gần như vắng ngắt. Chúng tôi có nguyên cả phòng thay đồ và bãi biển như thể dành riêng cho nhà mình. Có lần Cha dẫn theo một cậu bé tên Timothy — người bạn nhỏ của cha — để chơi cùng Dominic và Mỹ Châu. Vào những ngày nghỉ của tôi, nếu Cha Kiệm phải trực bệnh viện, Cha thường rủ tôi đi cùng để thăm các bệnh nhân mà Cha quen, những người Cha từng làm lễ giải tội.

Chú Thành cũng hay chở chúng tôi đi chơi bằng chiếc xe cũ kỹ của chú, nhưng vì còn đi học nên chú bận rộn hơn Cha Kiệm rất nhiều. Phải đến khi nào được nghỉ phép, chú mới đưa cả nhà đi chơi xa được. Còn lại, buổi tối nào rảnh là chú ghé chơi, đặc biệt là cuối tuần. Thỉnh thoảng, chúng tôi cũng gọi Nguyễn Chí Hiền sang chơi, và nếu có bạn bè hay khách từ nơi khác đến, thì chú Thành luôn có mặt để phụ giúp chúng tôi. Trong những dịp như vậy, thế nào Hiền cũng được gọi đến, bất kể đang ở đâu. Hiền là người "ăn khỏe," nên mỗi lần có mặt, chúng tôi luôn phải chuẩn bị thức ăn nhiều gấp đôi. Có lần, cả nhà đã ăn xong hết, không còn gì ngoài cơm trắng, vậy mà Hiền vẫn chưa thấy no! Cậu ấy bới nốt nửa nồi cơm còn lại, chan nước mắm, ăn hết sạch rồi chép miệng khen ngon. Hiền cũng là người "nói khỏe." Một lần, đêm khuya cả nhóm còn ngồi trò chuyện rôm rả bên bàn ăn, thì bất ngờ có tiếng gõ tường vọng sang từ nhà hàng xóm (ra hiệu rằng khuya rồi mà chúng tôi ồn quá). Đáp lại, Hiền chẳng những không nói nhỏ lại mà còn… gõ trả một cú rõ mạnh vào tường! Lát sau, người hàng xóm tức tối sang gõ cửa nhà tôi, phàn nàn không chỉ về tiếng ồn lúc đêm khuya, mà còn về cú đập vào tường đầy khiêu khích của Hiền!

ĐẾN HÈ, KỲ NGHỈ CỦA TRƯỜNG ĐẠI HỌC lại bắt đầu. Chúng tôi lại bận rộn với từng đợt sinh viên đến trọ: hai, ba, thậm chí nhiều gương mặt trẻ lần lượt ghé qua trong mỗi kỳ nghỉ. Họ tận dụng thời gian rảnh để tham quan New York, còn chúng tôi thì cho ở nhờ, cố gắng chăm sóc và thết đãi tốt nhất trong khả năng. Gia đình tôi vốn đã mắc nợ ngập đầu từ lâu, thêm vài cái miệng ăn nữa cũng chẳng khác gì mấy. Hầu hết sinh viên đến từ các bang khác ngoài New York. Ngay cả những sinh viên trong tiểu bang như Huỳnh Sanh Thông và Nguyễn Thái cũng được Hội Sinh viên Công giáo Việt Nam giới thiệu tới: "Có thể ở nhờ nhà tôi vài hôm." Vậy là họ đến — rồi nhiều người khác cũng đến theo.

Nhìn lại thì vô cùng hợp lý khi một năm trước chúng

tôi đã cố tìm thuê cho bằng được căn hộ rộng này, vì nghĩ rằng con cái mình lớn dần thì nhà phải rộng hơn. Nhưng rồi, cái "nhà rộng" ấy chẳng mấy chốc đã trở thành một nhà trọ đón sinh viên nghèo đến để tận hưởng kỳ nghỉ hè đầu tiên của họ ở Mỹ. Phần lớn người đến là những sinh viên mới toanh, lần đầu đặt chân đến nước Mỹ, lần đầu đến chơi New York. Thật không may cho chúng tôi, chẳng bao lâu sau đó, không chỉ các bạn trẻ mà ngay cả một số người lớn tuổi, đặc biệt là những người quen trong nhóm hoạt động của ông Ngô Đình Diệm, cũng bắt đầu đến ở nhờ.

Cảnh tượng những tháng hè năm 1953 và 1954 thật khó quên: thanh niên trai gái ra vào tấp nập như đi chợ; gần như mỗi ngày đều có người mới. Va-li xếp thành hàng dọc hành lang, còn quần áo đủ màu thì treo từ bếp sang phòng khách, rồi tới cả phòng ăn.

Ông Corlett — người gác cổng của tòa nhà, sống tầng trệt với vợ — là một ông già tốt bụng. Hai vợ chồng rất tử tế, luôn sẵn sàng giúp đỡ. Nhưng vào mùa hè năm 1953, ông quyết định phải cảnh báo chúng tôi một cách kín đáo. Dù có hơi ngạc nhiên, nhưng ông không tỏ ra lo lắng gì trước chuyện các "vị khách trẻ" lui tới căn hộ của chúng tôi mỗi ngày, ít nhất là cho đến khi ông để ý thấy một người đàn ông lạ mặc áo mưa màu xám nhạt, suốt ngày ngồi bên kia đường, dõi theo căn hộ của chúng tôi hàng giờ liền trong nhiều ngày liên tục. Ông Corlett tin rằng chúng tôi đang bị theo dõi. Dù ông không tin chúng tôi làm gì sai trái cả, nhưng ông vẫn khuyên chúng tôi nên cẩn thận, bởi rõ ràng những "vị khách" của chúng tôi đang thu hút sự chú ý của người khác.

Vợ chồng tôi bắt đầu thấy lo lắng. Mấy hôm liền, tôi tự theo dõi ngược lại người đàn ông ấy. Và đúng là, ngày nào anh ta cũng có mặt, chăm chăm theo dõi cửa sổ căn hộ chúng tôi từ phía bên kia đường. Một thời gian sau, tôi quyết định mặc kệ. Tôi tự nhủ: nếu là FBI, thì ít ra họ cũng đến hỏi vài câu thay vì chơi trò theo dõi rình mò lộ liễu như vậy. Tôi cũng cố thuyết phục vợ chồng ông Corlett đừng lo lắng, rằng cứ phớt lờ đi. Và rồi, một ngày nọ, người đàn ông ấy biến mất. Không ai thấy anh ta nữa. Cho đến giờ, tôi vẫn còn thắc mắc: Anh ta là ai? Là đặc vụ thật sự? Hay là một màn kịch do Đức Thanh dàn dựng? Một kiểu chiến tranh tâm lý nhằm khủng bố tinh thần chúng tôi?

VÀO KHOẢNG THÁNG TÁM NĂM 1953, khi thời tiết ở New York trở nên ngột ngạt và dòng sinh viên ghé thăm đã bắt đầu thưa thớt, tôi xin nghỉ phép hai tuần ở Đài VOA và cùng Bùi Kiến Thành và con gái tôi, Marie, lái xe xuống Washington, D.C. Đó là lần đầu tiên tôi đến thủ đô của nước Mỹ. Chiếc xe của Thành trông có vẻ chắc chắn, và chúng tôi chất đầy đồ vào cốp sau mà không lo nghĩ gì đến chuyện xe có thể bị hỏng giữa đường. Chúng tôi rời New York với tinh thần rất phấn chấn. Thành cầm lái đầy khí thế, đưa chúng tôi băng qua New Jersey vào Pennsylvania theo những con đường nhỏ, ít xe qua lại mà tôi nhất quyết chọn, để có thể vừa đi vừa ngắm cảnh thay vì chen chúc trên xa lộ chính. Chúng tôi dừng lại bất cứ nơi nào cảnh vật khiến chúng tôi muốn nán lại, vừa để nghỉ ngơi, vừa để tài xế thư giãn. Tôi còn nhớ mình đã nghĩ ra một trò ngốc nghếch mà tôi và Thành đều tưởng là... rất vui.

Chúng tôi cứ thế mà thả trôi dọc theo những đồng cỏ,

qua cánh đồng lúa mì, rồi từ từ leo lên những dốc đồi thoai thoải, thưởng ngoạn từng đoạn đường. Tôi bày cho Thành một "mẹo" — rằng mỗi khi xuống dốc, nhất là sau khi leo lên một con dốc dài bao quanh bởi đồng ruộng rộng lớn, anh nên tắt máy để tiết kiệm xăng — kiểu như "lơ lửng" trên không vậy. Và đúng là chuyện ngốc thật: đến lần thả trôi thứ hai, động cơ bị ngập nước và không nổ máy lại được khi xe xuống chân đồi. Chúng tôi loay hoay giữa trưa nắng mà không biết làm sao sửa. Chúng tôi chỉ còn biết ngồi chịu trận. May thay, một người nông dân lái xe bán tải đi ngang qua. Thấy chúng tôi vẫy tay, ông dừng lại, nghe chúng tôi kể lại sự cố, rồi bật cười lớn: "Đừng bao giờ làm thế nữa!" Ông giải thích: việc tắt máy xe không chỉ khiến động cơ bị ngập, mà xe sẽ không còn tay lái trợ lực — tức là nếu có chuyện gì xảy ra, Thành sẽ không thể điều khiển được xe. Chúng tôi hú vía. Ông giúp đưa xe về lại đường chính, và chúng tôi nhẹ nhõm vì vừa tránh được một tai nạn trong gang tấc. Nhưng những phiền toái chỉ vừa mới bắt đầu mà thôi.

Vào lúc chạng vạng, khi chúng tôi đang chạy chậm trên một con đường nhỏ vắng người, dưới những tán lá rậm rạp và khung cảnh tuyệt đẹp, xe bỗng khựng lại với một cú giật mạnh và tiếng động lạ phát ra từ bên dưới. Trời đang tối nhanh. Chúng tôi bước ra khỏi xe thì thấy... trục lái đã gãy! Một đầu trục chạm đất — điều đó có nghĩa là tay lái không còn hoạt động. Chúng tôi thử xoay vô-lăng, nhưng nó quay vòng vòng trong không khí, hoàn toàn vô dụng. Đây là sự cố chưa từng gặp, nhưng còn may là nó đã không xảy ra trên xa lộ đông xe.

Khác với lần hỏng xe giữa ban ngày, lần này là trong

đêm tối mịt mù. Chúng tôi không biết làm gì ngoài việc quay lại xe ngồi... chờ. Nhưng chờ cái gì? Đường vắng đến nỗi không thể trông mong có ai đi ngang qua. Nông dân vùng này chắc đã về nhà từ lâu. Mà ngay cả nếu có ai đi qua thì họ cũng chẳng thể làm gì với một trục xe gãy và vô-lăng tách rời thế này. Ba chúng tôi đành chấp nhận ngủ lại ngay bên vệ đường, giữa "rừng đêm," ngay chỗ xe hỏng. Chiếc xe cũng không thể xê dịch nổi dù chỉ một phân.

Nhiều giờ trôi qua. Chúng tôi mệt mỏi, đói và bắt đầu thấy sợ. Tiếng cú rúc vọng lên từ các nhánh cây quanh đó. Chúng tôi bị cô lập hoàn toàn. Cái nóng ban ngày đã tan biến, và trong đêm lạnh, ba người run rẩy, đợi trời sáng. Ai nấy đều không thể nói chuyện vì quá mệt, đói và lo lắng. Tôi nằm ở băng ghế sau, cố giết thời gian bằng cách thiếp đi một lúc. Lúc tỉnh dậy, bình minh đã le lói ngoài xa. Sương sớm trải một lớp mỏng như khăn mờ trên thảm cỏ xanh. Tôi thấy chú Thành và Marie vẫn ngồi yên ở ghế trước như hai pho tượng. Họ không hề ngủ suốt đêm. Nhưng trong khi tôi ngáy khẽ phía sau, họ đã nhìn thấy một đàn hươu con nhẹ nhàng băng qua cánh đồng, hướng về con suối hay dòng nước nào đó ẩn mình giữa đồi.

Cuối cùng, khi mặt trời đã lên cao và sương tan hẳn, thì vị cứu tinh của chúng tôi cũng xuất hiện. Lại là một người nông dân, đội mũ lưỡi trai, nở nụ cười tươi: "Chào buổi sáng! Tôi có thể giúp gì cho các bạn không?" Anh cúi xuống xem trục xe gãy và vô-lăng rời rạc, rít một hơi thuốc dài rồi giơ hai tay như biểu hiện sự... bó tay. Chúng tôi đang cách xa thị trấn hàng dặm. Anh cũng không thể kéo xe đi được.

Nhưng anh là một anh bạn trẻ tốt bụng, đầy nhiệt huyết. Khi anh đề nghị mình chui xuống gầm xe để xem thử có thể sửa gì không, chúng tôi không nỡ từ chối. Anh nằm dưới xe, loay hoay sửa chữa trong nhiều giờ liền mà không hề than phiền. Thành và tôi cảm thấy xấu hổ như thể chính chúng tôi đã gây rắc rối và khiến anh mất cả buổi sáng.

Cuối cùng, anh ta chui ra từ dưới gầm xe, lắc đầu và bảo sẽ mang trục xe đến ga-ra gần nhất. Anh quay lại không lâu sau đó, mang theo một thợ máy. Sau vài lần đi đi về về để lấy phụ tùng, chiếc xe cuối cùng cũng được sửa tạm và có thể chạy tiếp. Lúc đó đã gần trưa. Người thợ máy nhận tiền công rồi rời đi. Nhưng người nông dân thì không nhận một xu nào. Anh chỉ mỉm cười, vẫy tay từ biệt, để lại cho chúng tôi một bài học về lòng nhân ái mà Thành và tôi sẽ còn nhớ rất, rất lâu.

Chúng tôi trở lại xe. Chú Thành cầm lái, trông như già đi vài tuổi chỉ sau một đêm thức trắng. Marie mệt mỏi nhưng nhẹ nhõm vì vẫn còn tiếp tục hành trình đến Washington, D.C. Tôi lại yên vị ở băng ghế sau, nhanh chóng quay về với cơn buồn ngủ còn dang dở. Tôi không biết mình đã ngủ được bao lâu, thì bỗng một cú va mạnh và tiếng thắng gấp khiến tôi bị hất văng xuống sàn xe. Vừa choàng tỉnh, tôi đã nghe Thành hoảng hốt hỏi: "Anh có sao không?" Tôi trấn an chú là tôi không sao, rồi... lập tức chửi ầm lên — nhắm vào chiếc xe phía trước, chiếc xe đã khiến tôi bị hất khỏi "giường ngủ."

Vừa mới tỉnh nên tôi nghĩ chắc nó chính là thủ phạm! Ngược lại, tội nghiệp Thành ngủ quên và đâm vào đuôi xe phía trước! Tài xế kia bước xuống, nhìn qua loa vào cái cản xe rồi chỉ lắc đầu nói với Thành: "Chẳng có gì nhiều," rồi quay lưng bỏ đi. Tôi nghe Thành vui vẻ lẩm bẩm: "Người Washington thật văn minh!" Sau vụ va chạm suýt thành chuyện, chúng tôi vội vã tiếp tục lên đường vì lúc này đường sá đã bắt đầu đông đúc. Washington hiện ra lờ mờ trước mắt.

Chuyến đi đầu tiên của chúng tôi đến thủ đô nước Mỹ quả là một chuyến đi đầy sự kiện. Phải chăng đó là điềm báo cho những gì sắp tới, cho chính định mệnh của chúng tôi, và của cả Việt Nam? Về sau, chính Washington đã trở thành trung tâm ảnh hưởng đến chính trị Việt Nam đến mức, cuối cùng, Hoa Kỳ trực tiếp — nếu không muốn nói là vô tình — gây ra cái chết bi thảm cho người bạn tốt của chúng tôi, một nhà lãnh đạo quốc gia: Ngô Đình Diệm. Nhưng tất cả những điều đó vẫn còn nằm trong tương lai. Còn ở thời điểm ấy, chúng tôi — những người "con nuôi," những người từng theo dõi, những người ủng hộ trung thành của ông Diệm — vẫn may mắn chưa biết gì về cơn bão đang dần kéo đến đó.

CHÚNG TÔI LÊN KẾ HOẠCH để vui chơi ở thủ đô, và đúng là chúng tôi đã rất vui vẻ — ít nhất là chúng tôi nghĩ vậy. Mọi rắc rối *trên đường đi* nhanh chóng bị quên lãng khi chúng tôi lái xe thẳng đến căn hộ của Huỳnh Sanh Thông, nằm trong một ngõ cụt yên tĩnh. Đây là "tổ ấm" tình yêu của hai người vì Thông và Yến vừa bí mật kết hôn — chẳng nói với ai một lời. Họ chọn sống theo triết lý: "Muốn hạnh phúc thì hãy sống ẩn dật," hay nói theo kiểu khác: "Sống bình lặng để sống an vui." Có nghĩa là trân trọng cái đẹp của một cuộc sống tĩnh tại, tránh xa ánh nhìn của thiên hạ.

Đây cũng là lần hội ngộ đầu tiên của chúng tôi kể từ khi ông Ngô Đình Diệm rời Mỹ cách đó ba tháng. Và Thông thì giờ đã có dịp khoe vợ — một người vợ không chỉ xinh đẹp mà còn sành sỏi chuyện bếp núc, hoàn toàn chiều theo mọi ý thích của anh, từ cái bụng trở đi. Yến, như chúng tôi từng thấy, là một cô gái điển hình của miền Nam Việt Nam: khiêm nhường, không tham vọng, và giao phó mọi chuyện xã hội hay chính trị cho "trượng phu" — người đàn ông trong gia đình. Cô biết ơn tôi và vợ tôi (nếu Thông không biết) vì chúng tôi đã vô tình đóng vai "ông mai bà mối" khi cho Thông xem bức ảnh nghệ thuật chụp cô và vợ tôi. Kết quả của khoảnh khắc nhiếp ảnh đó chính là cuộc tình — và cuộc đời mới — của họ. Thông và Yến tiếp đãi chúng tôi như hoàng gia, và Thông cũng tận hưởng những đặc quyền của mình như một "ông hoàng trong lâu đài" — một cách đầy... vương giả.[48]Trong nhiều ngày liên tiếp, Yến chiêu đãi chúng tôi những bữa hải sản no nê, đặc biệt là một đống cua sống khổng lồ mà cô ấy mua sỉ rồi... thả vào bồn tắm để giữ tươi!

Chúng tôi còn có thêm một người bạn đồng hành vui tính: Nguyễn Xuân Diên, em trai của Nguyễn Thị Tuyết Mai — người sau này trở thành vợ của Nguyễn Thái. Diên là một tay lãng mạn liều lĩnh, lúc nào cũng khoác cây đàn mandolin trên vai. Anh từng đứng dưới cửa sổ nhà "Juliet hàng xóm" — một bà nội trợ trẻ người Hàn Quốc — và

48 Người Pháp nói rằng, *"Người đốt than là vua trong chính ngôi nhà của mình,"* tức là ngay cả người đốn củi tầm thường làm than củi cũng là ông vua trong ngôi nhà khiêm tốn của mình. Tư duy điển hình của giai cấp tư sản Pháp bất chấp, hoặc thậm chí là vì, Cách mạng Pháp. Mới đây vào tháng 3 năm 1976, tôi đã dùng bữa tối với một cặp đôi người Pháp ở Hyères, nơi cuộc trò chuyện xoay quanh cùng một triết lý của 'Người đốt than.' (Au.)

say sưa hát tình ca. Mà "Juliet" đó, tình cờ thay, lại chính là người sau này Diên giành được từ tay chồng cô ta sau khi cố gắng chia rẽ họ. May mắn thay, vào thời điểm ấy chưa có người chồng nào nổi cơn ghen và "tính sổ" anh ấy. Diên lúc đó mới chỉ đang theo đuổi. Nửa đùa nửa thật, Thông có lần nói: "Diên à, tha cho Yến đi — đừng cứu cô ấy giống như anh từng 'cứu' cô người Hàn đó!"

Thông vừa được tuyển làm giáo viên kiêm phiên dịch cho Bộ Quốc phòng, giống như Đỗ Vạn Lý ở Washington, chuyên dạy tiếng Việt cho các cố vấn quân sự Mỹ — những người sau này sẽ có mặt tại Việt Nam trong thành phần phái bộ quân sự tăng cường tại Sài Gòn. Họ được trả lương rất cao — thuộc hàng cao nhất dành cho người Việt — nhưng trong khi Lý sống khá thoải mái dư dả, thì Thông tiêu sạch vào những nhà hàng và món ăn cao cấp một cách nhanh chóng. Anh thật sự yêu thích ẩm thực ngon và đặc biệt mê tụ họp bạn bè — bất kể là bạn thật hay không. Vào những tối đi chơi khuya, chúng tôi thường ở lại nhà Thông và Yến đến tận khuya, có khi nghe Diên gảy mandolin, có khi được thưởng thức những bản nhạc thực sự hay từ tiếng đàn piano của Yến.

Về chuyện ngủ nghỉ, chú Thành tìm chỗ khác ở tạm, còn Đỗ Vạn Lý đưa tôi và Marie về căn phòng riêng có máy lạnh của ông ấy. Nơi ấy nằm trong khu yên tĩnh, cách xa đám đông — và với ông Lý thì càng ít người Việt "ồn ào" càng tốt. Chúng tôi là những vị khách đầu tiên mà ông mời đến nhà, phần lớn vì muốn đối xử tử tế với cha con tôi — những người mà ông xem là thân tín và đáng tin cậy nhất trong nhóm của Ngô Đình Diệm (ít nhất là theo cách ông Lý hiểu). Dù không hề ăn chung bữa nào, nhưng khi chúng tôi sắp rời khỏi nhà Thông vào mỗi tối sau khi ăn, ông Lý hoặc Thành đều đến đón, và ông Lý luôn cố gắng tạo cảm giác dễ chịu cho chúng tôi. Trong cái nóng ẩm nực nội của mùa hè Washington, căn phòng có máy lạnh đó thật đúng là một ân huệ trời ban.

Ở chỗ ông Lý, ông giới thiệu tôi với một vài người bạn và cộng sự phục vụ cho "chính nghĩa". Đó là Trần Long — một sinh viên trẻ người nhỏ bé nhưng lý tưởng cao và tràn đầy nhiệt huyết; còn Lý Việt Kiệm là người miền Nam đến từ Sóc Trăng, người mà ông Lý thích vì có tham vọng chính trị ôn hòa, nhưng đồng thời cũng phê phán Kiệm vì "sự thiếu kiến thức và tính bất cẩn điển hình của người miền Nam". Ngoài ra còn vài người khác mà ông Lý hứa sẽ giới thiệu nhưng rốt cuộc không ai đến. Dù sao thì đây cũng là lần đầu tiên tôi thấy ông Lý cởi mở đến vậy: bỏ qua cái vỏ lãnh đạm thường thấy, nói về nhiều chuyện mà ông cho là "có ích" — nhưng tuyệt nhiên không nhắc đến quá khứ của mình, vốn cho đến tận hôm nay vẫn là một điều bí ẩn. Dù buổi trò chuyện kéo dài đến tận rạng sáng và ông Lý trở nên hoạt ngôn hơn, có phần khoe khoang, nhưng tôi vẫn cảm thấy có một rào chắn giữa chúng tôi. Nhiều câu hỏi cứ âm ỉ trong đầu nhưng tôi không bao giờ hỏi: Làm sao ông Lý đến được với Cường Để, và với phong trào quốc gia tại Nhật? Còn người phụ nữ Hawaii từng giúp ông sang Mỹ thì sao? Ông có cưới rồi bỏ rơi cô ấy không?

Suốt quãng thời gian của những buổi tối gặp gỡ đặc biệt — không thể phủ nhận là độc nhất và không bao giờ lặp lại ấy — tôi và ông Lý chỉ dừng lại ở những câu chuyện chung chung và xã giao nhạt nhẽo. Lần duy nhất tôi thấy ông ta tỏ ra dễ mến, có phần cảm động thật sự, là khi ông ta chân thành cảm ơn tôi vì đã "*embauché*" (tuyển dụng) ông, theo cách nói của ông ấy. Nhưng cuối cùng, chúng tôi lại kết thúc trong một trạng thái gần như là... đối đầu. Dù bề ngoài vẫn giữ một thứ lịch sự kiểu cứng nhắc, cả hai chúng tôi đều biết rõ rằng mình không phải là đồng chí chiến đấu — thậm chí không phải là người cùng hội cùng thuyền. Chỉ có cái tên Ngô Đình Diệm là sợi dây gắn kết, còn lại thì mỗi người đều giữ khoảng cách trong khi vẫn mỉm cười với nhau dưới danh nghĩa "hòa bình được giữ vững."

Chỉ tiếc rằng, cái gọi là hòa bình ấy không kéo dài được bao lâu. Một phần vì Đỗ Vạn Lý có thói quen — gần như là bản năng — muốn biến mọi người mà ông ta gặp thành đồng minh của mình, lôi kéo họ vào "đội quân riêng". Những người chỉ trích ông Lý — và số đó cũng không ít — nói rằng ông ta mắc một chứng ảo tưởng tự đại kinh niên, tin rằng chỉ có mình ông ta là xứng đáng làm lãnh đạo. Ông thường nhận mấy cậu thanh niên làm "con nuôi" và tìm cách biến họ thành bản sao của chính mình. Và như một con gà mái mẹ, ông Lý ra sức che chở đàn con ấy, lo sợ bất kỳ ảnh hưởng "ngoại lai" nào có thể làm lung lay vị thế của mình.

Ông Lý cũng nổi tiếng là người có tài gây thù chuốc oán. Gần như cả cộng đồng người Việt ở Washington D.C. đều nói về ông với thái độ tiêu cực, hoặc ít nhất là không mấy thiện cảm. Tôi chưa từng nghe ai trong số họ nói một lời tốt nào về ông Lý. Ông là kiểu "chính trị gia" hiếm hoi ngày càng có ít bạn và nhiều thù hơn. Ngay cả những người từng chấp nhận ông vì ủng hộ ông Diệm — như Dư

Phước Long hay Huỳnh Sanh Thông — sau này cũng đâm ra ghét cay ghét đắng ông. Trần Long thì chấm dứt hẳn quan hệ bằng cách đóng sầm cửa vào mặt Lý và hét lên: "Đồ khốn nạn!" — hay đại loại vậy.

Thế là, một cuộc đối đầu nho nhỏ đã xảy ra, đúng vào hôm tôi, Thành và Marie chuẩn bị trở về lại New York. Như một động thái "trượng nghĩa," ông Lý tổ chức một buổi tiễn biệt hoành tráng tại Trà quán Nam Kinh ở Phố Tàu, mời đông đảo người Việt đến dự. Nhưng hầu hết những người có mặt hôm đó không phải là người của ông Lý — và ai nấy đều thấy hài hước khi biết ông phải miễn cưỡng mời cả những "kẻ thù" đến dự và làm tăng hóa đơn phải trả! Chỉ có vài người trong buổi tiệc — chỉ vài thôi — như Đỗ Trọng Chu là vẫn còn bênh vực ông Lý và hẳn cảm thấy xấu hổ thay cho ông, khi chứng kiến những màn đấu khẩu nảy lửa giữa ông và các "vị khách" của chính mình. Kỳ lạ là buổi tiệc còn có mặt Nguyễn Quí Anh, một viên chức của tòa đại sứ. Còn nhóm chúng tôi — những người ủng hộ ông Ngô Đình Diệm — thì chẳng mấy tin tưởng gì những ai làm việc cho Đại sứ Trần Văn Khá. Với chúng tôi, bất kỳ người Việt nào cộng tác với ông Khá, tức là gián tiếp làm việc vì quyền lợi của thực dân Pháp ở Đông Dương thuộc địa.

Mặc dù bầu không khí có vẻ thân thiện mà ông Lý và các vị khách cố gắng duy trì, những lời chế giễu mỉa mai được che đậy khéo léo vẫn có thể nghe thấy vang lên khắp phòng ngay từ đầu. Mỗi lần rót thêm nước nóng vào ấm trà, mỗi đĩa dim sum nóng hổi vừa được dọn ra đã nhanh chóng biến mất trong những cái bụng sành ăn, thì những lời qua tiếng lại cũng dần trở nên cay độc và châm chích hơn. Tiếng cười khẩy, tiếng khịt mũi ngày một rõ, gần như theo nhịp với từng miếng ngon vừa nuốt xuống. Ông Lý bắt đầu lộ rõ sự khó chịu. Mặt ông ta càng lúc càng dài ra, cử chỉ trở nên cộc cằn, mất kiên nhẫn. Chỉ vì một câu ông Lý nói ra mà tôi đã lỡ miệng phạm phải một lỗi lầm lố bịch mà tôi chẳng mảy may quan tâm, nhưng lại khiến tôi bực đến phát cáu.

Lúc đó, tôi đã uống liền mấy ly hoàng tửu, loại rượu Trung Quốc nóng nổi tiếng ở Hàng Châu, và tôi cảm thấy lâng lâng đủ để đối đáp lại lời ông Lý. Tôi chẳng bác bỏ ông ta — thật tình, tôi thậm chí còn không nhớ ông ta vừa nói gì. Tôi chỉ "đáp trả" lại cả ông Lý và Đức Thanh — hai tay khoe khoang bậc nhất của Việt Nam — bằng một màn tự khoe có phần hơi quá đà.

"Nhớ nhé, các chàng trai!" — tôi cất giọng ngâm đầy kịch tính, giả giọng người Anh Oxford đến mức cường điệu, thậm chí còn khoa trương hơn cả người Anh thật. "Các vị đang ngồi giữa những phàm nhân, nhưng không kém phần uy nghiêm — là tôi đây!" — tôi vừa nói vừa vỗ tay vào ngực, cà vạt lệch hẳn sang bên, trán đẫm mồ hôi. "Để tôi xem, có ai trong số quý vị, kể cả Ngài Bí thư Thứ Nhất của Đại sứ quán Pháp — Ồ, xin lỗi… tôi lỡ lời — Việt Nam," tôi nói và liếc mắt về phía Nguyễn Quí Anh. Bất chợt, tôi nhớ lại một lần tôi gọi đến Đại sứ quán vì việc gì đó, và Nguyễn Quí Anh đã trả lời điện thoại bằng một giọng "Hulloo?" hết sức kỳ cục — gần giống với giọng điệu mà tôi đang nhại lại tại buổi tiệc trà hôm ấy. Tất nhiên, tôi chỉ định đùa. Nhưng là một "diễn viên hạng nhất," tôi đã thể hiện điều đó quá tự nhiên, không hề để lộ bất kỳ nụ cười hay dấu hiệu nào của trò đùa. Với sự hỗ trợ từ men say của hoàng tử, cả phòng trà chỉ còn lại một khoảng lặng nặng nề. Không ai đáp lại lời tôi cả.

Bữa tiệc kết thúc trong tiếng thở dài. Đỗ Vạn Lý sau này thường nhắc tôi về "giọng Anh Oxford khoe khoang" đó. Nhưng ông không bao giờ tranh cãi với tôi, không lúc ấy, và cũng không mãi sau này. Mao Trạch Đông từng nói: "Cách mạng không phải là một bữa tiệc trà." Mà chúng tôi thì rõ ràng chẳng phải cách mạng gì cả. Chúng tôi chỉ là một nhóm thanh niên mơ mộng, ngây thơ, cố gắng chống lại thực dân Pháp và những kẻ nịnh hót của họ ở Việt Nam một cách lúng túng và vụng về. Một số trong chúng tôi có tham vọng hơn người khác, nhưng nhìn chung, chúng tôi chỉ là lũ trẻ con — thiếu kinh nghiệm, buồn cười, và chưa trưởng thành — dù rằng ai cũng đã ngấp nghé tuổi trung niên.

Chúng tôi — Thành, Marie và tôi — quay trở lại New York bằng ô tô, lần này thì an toàn, trở về với công việc và học hành. Mọi thứ tiếp tục theo quỹ đạo cũ, và những tháng ngày trôi qua một cách nhạt nhẽo cho đến cuối năm 1953, khi chúng tôi được tin rằng Đài Tiếng nói Hoa Kỳ sẽ dời văn phòng và phòng thu từ Manhattan xuống Washington, D.C. Việc chuyển chỗ sẽ được thực hiện từng bước. Giai đoạn đầu là chuyển đi những thiết bị, tài liệu không thiết yếu cho phát sóng hằng ngày; giai đoạn cuối sẽ là chuyển nhân sự — tức là nhóm chúng tôi — vào cuối năm 1954. Cùng lúc đó, trận Điện Biên Phủ đã khép lại chuỗi thất bại của Pháp tại Việt Nam, mở đường đưa Ngô Đình Diệm lên cầm quyền và đưa Pierre Mendès France tới hội nghị Geneva.

Thế nhưng, những tháng tiếp theo ở New York không

hề yên ổn. Đức Thanh và nhóm của anh ta vẫn tiếp tục giở trò với chúng tôi. Ông Ngô Đình Diệm lúc này đã ở Pháp được bảy tháng, và vẫn không có lấy một lời nhắn, không một hy vọng, không một dấu hiệu nào từ các cố vấn hay người ủng hộ ông phía bên kia đại dương gửi sang. Không có bóng dáng Churchill, cũng chẳng thấy Tưởng Giới Thạch. Và phía chính giới Pháp ở Paris cũng hoàn toàn im lặng. Trong sự bốc đồng quen thuộc của mình, tôi đã viết cho ông Diệm một lời nhắn Giáng Sinh năm 1953 như sau:

"Tôi biết rằng quyền lực tự thân chưa bao giờ là điều mà ông quan tâm, nhưng đất nước cần ông, cần sự lãnh đạo của ông. Xin hãy tha thứ cho sự tự phụ của tôi. Tôi bây giờ còn nôn nóng hơn cả lúc ông còn ở đây với chúng tôi, vì giờ ông không còn ở đây để chúng tôi có cảm giác đang có một mục tiêu rõ ràng. Tôi biết ông sẽ gặp vô vàn trở ngại ở Paris, nhưng xin cho phép tôi mượn một câu nói cũ: 'Anh hùng tạo thời thế thì thời thế cũng tạo anh hùng.' Thưa ông, tôi nói điều này hoàn toàn xuất phát từ đáy lòng, không hề mang theo bất kỳ động cơ thầm kín nào."

Ngô Đình Diệm không hồi âm. Ông không xác nhận đã nhận thư, cũng không gửi thư riêng nào cho tôi trong suốt thời gian ông ở Pháp, ngoại trừ vài công văn liên quan đến việc gửi đồ ông để lại ở nhà tôi. Liên lạc của tôi với ông cũng dần trở nên thưa thớt. Tạp chí *Xã hội* — do anh trai ông, Ngô Đình Nhu, biên tập và từng gửi sang để chúng tôi phân phát cho sinh viên — cũng chỉ còn một, hai số trước khi ngừng hẳn.

Vấn đề Đông Dương [*Problême Indochinoi*] — dù Pháp liên tục thua trận — vẫn dậm chân tại chỗ ở các nhóm chính trị ở Paris. Còn ở Sài Gòn, Nguyễn Văn Tâm đã thay thế Trần Văn Hữu làm Thủ tướng nước Việt Nam. Ngô Đình Diệm nằm yên chờ thời cơ, không hoạt động, không được nhắc đến tên. Ở Mỹ, chẳng mấy ai quan tâm đến Việt Nam. Chủ đề này còn kém hấp dẫn hơn cả tỉ số bóng đá ở Brazil. Trừ một vài chương trình radio nhỏ lẻ — chỉ những người quá rảnh rỗi, quá tò mò, hoặc quá khát khao về tình hình Đông Dương mới buồn lắng nghe — còn lại, cuộc chiến "ở đó" như thể đang diễn ra trên một hành tinh khác. Một khoảng lặng bao trùm. Nhưng bên dưới, cơn giông đang dần hình thành — điềm báo của một cơn lốc xoáy sắp đổ xuống một thung lũng hoang vu mang tên Điện Biên Phủ.

Trong khoảng thời gian lặng lẽ ấy, một tối nọ, khoảng 7 giờ tối, khi bầu trời New York u ám, sấm chớp đe dọa và mưa như trút khiến người ta chẳng dám ra khỏi nhà, tôi ngồi xoay xoay cái nút dò đài radio, không tìm kiếm gì cụ thể, chỉ là mong có chút âm nhạc để giết thời gian. Bất ngờ, giữa đống quảng cáo hỗn độn của các mạng thương mại, tôi nghe được thông báo: "Một chuyên gia về Việt Nam, ông Nguyễn Đức Thanh, sắp có mặt trong chương trình trò chuyện đặc biệt tối nay để bàn về đất nước của mình." Toàn thân tôi như thể bị điện giật! Tôi vặn ngay radio lớn hết cỡ, rồi chạy ào ra điện thoại, xô ngã hai cái ghế vì quá vội, gọi ngay cho người bạn thân của tôi, Bùi Kiến Thành ở Đại học Columbia. May mắn thay, Thành có mặt ở đầu dây bên kia. Cậu ấy cũng hết sức phấn khích. Sau vài câu, chúng tôi cúp máy ngay và mỗi người lập tức dán tai vào chiếc radio của mình, hồi hộp chờ đợi đoạn quảng cáo kết thúc để được nghe cuộc phỏng vấn "Đức đồ" — cái tên mỉa mai mà ông Diệm dành cho Nguyễn Đức Thanh. Và rồi… anh ta lên sóng.

Không phải là người giỏi ăn nói trong bất kỳ hoàn cảnh nào, Đức Thanh bắt đầu ấp úng. Cuộc phỏng vấn rơi vào hỗn loạn, vấp váp, tiếng Anh đậm chất… địa phương và khó nghe. Rồi đến lúc người dẫn chương trình, thay vì tiếp tục vai trò "người dẫn," đã chuyển hẳn sang thế đối đầu như một nhà phê bình cay nghiệt. Khi Đức Thanh khăng khăng tuyên bố rằng Việt Nam đã độc lập, rằng nước Pháp đã "trao trả tự do cho thuộc địa của mình" như lời họ tuyên bố — bất chấp tất cả sự phản đối, phản bác — thì cả tôi lẫn người dẫn chương trình đều sững sờ. Tôi từng nghe Đức Thanh nói chuyện, nhưng chưa bao giờ dài đến thế, và càng chưa bao giờ trên sóng radio! Người dẫn chương trình hỏi thẳng: "Ông có phải là người Việt Nam?" Câu trả lời thật tệ hại và đáng xấu hổ là: "Tôi tình cờ sinh ra ở đó." Thế là đủ. Một người Pháp cũng không thể bào chữa cho chế độ thực dân Pháp tốt hơn như vậy.

"Tôi tình cờ sinh ra ở đó!" — nếu ai còn cần thêm bằng chứng rằng Đức Thanh và nhóm của anh ta đã bán mình cho thực dân, thì đây là bằng chứng sống. Không rõ anh ta được trả bao nhiêu để phát biểu như vậy — có lẽ chẳng đồng nào. Có thể anh ta thật sự tin những gì mình nói. Nhưng ai còn quan tâm? Với tôi, đây chỉ là một trò mánh khóe nữa của Đức Thanh — không phải lần đầu, và chắc chắn không phải lần cuối — và cũng chỉ là một lời biện hộ đáng thương cho chủ nghĩa thực dân. Chúng tôi nên mặc kệ anh ta và cả đám của anh ta cho… lũ chó.

Nhưng lúc ấy chúng tôi còn trẻ. Cuộc đời chưa kịp dạy cho chúng tôi một liều hoài nghi đủ lớn. Chúng tôi cảm thấy bị xúc phạm, bị phản bội, bị sỉ nhục. Thành và tôi run lên vì giận. Chúng tôi ngồi bệt xuống, lặng đi vì phẫn nộ trước những gì mình vừa nghe. Chúng tôi so sánh ghi chú với nhau, rồi thậm chí chạy đến phòng tin tức của trường để nhờ sao lại toàn bộ đoạn phát biểu ấy. Nhưng cuối cùng, chúng tôi không giữ lại bản ghi âm. Vì sao vậy? Vì nó quá tệ — cả về nội dung lẫn cách trình bày. Người kỹ sư phụ trách đoạn thu phát ấy còn nhận xét: "Ông ấy nói rằng ông ấy... ***tình cờ*** sinh ra ở Việt Nam, như thể chẳng bận tâm mình là người Việt vậy." Lời nhận xét đó nói thay tất cả. Thành và tôi vẫn cố giữ cái nhìn công bằng, nhưng càng nghĩ càng thấy Đức Thanh hoàn toàn xứng đáng với mọi sự hoài nghi. Anh ta — cùng toàn bộ nhóm người đi theo — đã bị phán xét, và chúng tôi thấy rằng họ "không qua nổi con trăng này".

Một mánh lới khác của Đức Thanh — hay còn được chúng tôi gọi là "Tricky Đức" (tạm dịch: Đức láu cá), một biệt danh chẳng khác gì "Tricky Dick" Nixon — là Quỹ Việt Nam mà anh ta đứng tên là Chủ tịch. Đây là tổ chức đầu tiên thuộc loại này, và cũng là tiền thân của vô số hội nhóm nửa mùa khác được lập ra "vì Việt Nam." Quỹ được thành lập đâu đó vào đầu năm 1950 hoặc 1951, tức ngay khi tôi vừa sang Mỹ. Lại thêm một ví dụ nữa cho "căn bệnh" khoe khoang cố hữu. Đó là, Đức Thanh luôn mang theo danh thiếp in sẵn hai chức danh:

Chủ tịch – Quỹ Việt Nam

Trưởng phòng – Công ty TNHH Xuất nhập khẩu

Phòng Việt Nam

Cái danh thiếp đó cũng giống như kiểu:

Ông X.Y. Nguyễn

Đã bắt tay ba lần với Hoàng đế

Nghe vừa hài vừa thảm.

Cái gọi là "Quỹ Việt Nam" đó chẳng phải của anh ta. Không nghi ngờ gì, anh ta hẳn đã "bán" ý tưởng đó cho một số ông trùm điện ảnh ở New York, coi đó là nơi anh ta có thể lánh nạn trong lúc gặp rắc rối với FBI — còn các ông trùm thì có thể dùng nó để trốn thuế thu nhập.

Có lần, Đức Thanh mời tôi cùng đi dự một buổi tiếp khách tại nhà một trong những ông trùm ấy. Tôi đồng ý và dẫn theo cả Marie vì một phần cũng do muốn cho con gái được tận mắt nhìn bên trong một căn penthouse của triệu phú Manhattan. Căn hộ nằm ở khu thượng lưu phía đông, lộng lẫy với đèn chùm, dao nĩa bạc, áo sơ mi hồ cứng, nơ bướm đen, và dàn phục vụ đeo tạp dề trắng, đội mũ đầu bếp nhỏ nhắn. Tiếc thay, buổi tiệc thất bại nếu nhìn theo mục tiêu của "Quỹ Việt Nam." Ngay cả khi Đức Thanh được trả lương cho vai trò của mình, anh ta vẫn không gây được ấn tượng với khách để mời gọi thêm ai gia nhập.

Ông ta cố cư xử thật "Mỹ," đến mức vượt qua cả bản thân mình khi quay sang bảo Marie rằng bộ áo dài cô mặc là "hơi thiếu tế nhị" cho một buổi tối trang trọng! Cuối buổi tiệc, Marie đề nghị mình hát một bản nhạc tiếng Việt — *Khúc Nhạc Ngày Xuân*[49] bài hát Việt Nam yêu thích của cô, như lời cảm ơn đến chủ nhà, một điều mà cô bé đã quen làm từ khi còn rất nhỏ tại những buổi tụ họp như vậy. Vị chủ nhà người Mỹ và những vị khách hôm đó chẳng có cơ hội nào để phản hồi lại trước sự hiện diện của Đức Thanh và bộ tứ của ông ta: Hòa, Linh, cùng các "cộng sự." Họ chỉ còn biết bật cười — một thứ cười nhếch mép, giễu cợt

49 Bài hát này của Văn Xứng bắt đầu bằng lời:*"Ngày trôi theo tháng giá mùa đông/Vàng bay theo lá úa ngoài song..."* (Au.)

— thay vì cảm ơn Marie vì bài hát. Đó là một màn diễn nữa của "Tricky Đức," y như những trò hề quen thuộc mà anh ta thường bày ra — quy mô nhỏ, nhưng cũng đủ làm người ta ngán ngẩm.

Với tất cả nỗ lực không biết mệt mỏi của mình, Đức Thanh cuối cùng đã nhận được đúng điều mà anh ta xứng đáng: sự khinh miệt thầm lặng từ những người từng bảo trợ, những người bỏ rơi anh ta ngay cả trước khi mọi việc kết thúc. Thay vì nhận được danh vọng chính trị hay sự giàu có mà anh ta từng mơ mộng và truyền cảm hứng cho người khác và chính bản thân mình. Một trong những "đệ tử" của anh ta, một người tên Thu, từng có lần can đảm nói rằng anh ta giờ đã "giỏi hơn cả Ngô Đình Diệm tội nghiệp kia." Năm 1968, tôi gặp lại Thu — năm năm sau khi Tổng thống Diệm bị ám sát — trong một cuộc trò chuyện, anh ta chỉ vào chính mình và nói: "Giá như Ngô Đình Diệm đừng làm người đứng đầu Việt Nam Cộng hòa mà là người đứng đầu trường dạy tiếng Việt của Bộ Quốc phòng Mỹ ở Monterey, California như tôi, thì giờ ông ấy vẫn còn sống." Một viên ngọc triết lý hiếm có, mang đậm phong cách "trường phái Đức Thanh"!

TRONG SỐ NHỮNG NGƯỜI từ Sài Gòn ghé New York vào nửa sau năm 1953, có hai người Việt từ miền Nam: Hồ Quang Phước và Lê Thành Nghệ. Họ không hề biết rằng ông Ngô Đình Diệm đang ở Pháp, nên đã ghé tìm ông tại nhà tôi. Hai người lái một chiếc Ford mới toanh — chiếc xe mà Nghệ đã mua ngay khi vừa đặt chân đến New York. Họ đậu xe một cách khoa trương rồi thong thả đi bộ tới số 535 đường West 111. Chuyến viếng thăm của họ có chút gì đó như một cuộc *pilgrimage manque´* (hành hương hụt) — thất vọng và lạc lõng — khi chỉ còn thấy căn phòng trống nơi ông Diệm từng ở. Tuy nhiên, họ mang theo tin tức từ quê nhà, với hy vọng rằng ông Ngô Đình Diệm sẽ trở thành "Người của thời đại." Họ kể rằng Thủ tướng Nguyễn Văn Tâm đang làm việc rất kém, và người Pháp đã bắt đầu tính đến chuyện thay thế. Họ cho rằng người tiếp theo có thể là Ngô Đình Diệm. Ít nhất, đó là niềm hy vọng — đầy sùng kính — mà hai vị khách đã bày tỏ với tôi.

Lúc đó, Lê Thành Nghệ là nhà phân phối sản phẩm của Lederle Pharmaceutical tại Sài Gòn. Tôi từng hai lần giúp anh dịch vài tài liệu tại văn phòng công ty ở New York. Còn Hồ Quang Phước thì là một *bon viveur* (một tay sống phong lưu), chẳng mấy quan tâm đến nghi thức. Anh luôn có sẵn một *un bon mot* (câu nói dí dỏm) để bông đùa đúng lúc. Quen với nếp sống tự do, hơi bừa bãi kiểu Sài Gòn thời thuộc địa, Phước tỏ ra mất kiên nhẫn trước việc thiếu nhà vệ sinh công cộng ở Mỹ. Có lần ở Washington, D.C., tôi thấy anh ấy "giải quyết" ngay sau một chiếc xe đang đậu, vừa làm vừa chửi rủa toáng lên!

18. CORNELL VÀ BUFFALO

VÀO MÙA THU NĂM 1953, Bùi Kiến Thành và tôi tranh thủ vài ngày nghỉ phép năm để lái xe đến Đại học Buffalo ở miền bắc bang New York, tham dự một buổi nói chuyện do một hội sinh viên Việt Nam tổ chức, dành cho sinh viên và giảng viên. Đó là một chuyến đi dài từ New York City đến gần sát biên giới Canada, nhưng chiếc xe của Thành, sau vụ hỏng xe tệ hại hồi mùa hè, đã được sửa lại và chạy ngon lành. Chúng tôi rời nhà ngay sau làm việc xong, chạy suốt đêm không ngừng nghỉ, chỉ ghé nhanh vài lần để uống cà phê. Xe chạy êm ru, nên chúng tôi có thể tận hưởng phong cảnh hoàng hôn rực rỡ trải dài khắp miền quê phía bắc New York. Dọc đường, chúng tôi bắt gặp những mũi đá đen sẫm, chồng lên nhau như những khối domino khổng lồ được đẽo gọt từ sườn đồi nhô ra ở các khúc cua đường núi. Có đoạn, đi ngang một khúc quanh, chúng tôi nghe được cả tiếng róc rách của con suối ẩn mình dưới lớp lá thu dày. Trăng non khi ấy, nhợt nhạt và rụt rè, lướt qua những bụi rậm và dây leo, trông như đang kéo lê tà áo lông chồn lấp lánh của mình và thách chúng tôi đuổi theo. Chúng tôi cẩn thận giữ tốc độ vừa phải vì biết rõ tuổi đời của chiếc Dodge cũ kỹ. Vậy mà rắc rối vẫn xảy ra khi chúng tôi bị lạc, rẽ nhầm, và quyết định quay đầu lại. Trên một đoạn xa lộ vắng, khi cố quay xe trên mặt đường ướt và trơn, bánh sau bất ngờ sa lầy xuống đám cỏ ẩm, và kẹt lại đó. Dù cố gắng đến đâu, bánh xe vẫn quay trơn trong vô vọng. Cơn tuyệt vọng bắt đầu. Tôi bảo Thành tiếp tục ngồi trong xe, còn mình thì đứng ra đường, vừa cầu cho có ai đi qua, vừa canh chừng để tránh xe từ chiều ngược lại có thể đâm trúng chiếc Dodge đang nằm chình ình, đầu chồm ra gần một phần tư mặt đường.

Cuối cùng, một chiếc xe đơn độc xuất hiện — hóa ra là xe cảnh sát. Đèn quay tít, xe phanh gấp, dừng sát tôi chỉ khoảng vài phân. Tôi cúi xuống, cố gắng nở nụ cười tươi nhất để giải thích tình hình, nhưng anh cảnh sát chẳng cười lại, chỉ đưa tay ra như muốn... đẩy tôi tránh ra. Tôi chưa nói hết câu, anh ta đã nhảy khỏi xe, lấy một quả pháo sáng châm lửa rồi đặt ngay trước đầu xe Dodge. Sau đó, anh gọi về đồn, rồi đứng ra điều tiết giao thông — cũng may là không quá đông vào giờ đó. Chỉ mười phút sau, xe cứu hộ đến. Hai người đàn ông trông chẳng mấy vui vẻ móc dây kéo vào xe Thành, và chiếc Dodge được kéo ra khỏi bãi bùn với giá mười đô la.

Viên cảnh sát không mỉm cười, cũng chẳng nhận lời cảm ơn, nhưng điều khiến chúng tôi thực sự biết ơn là anh không phạt hay khiển trách. Vậy là nhẹ nhõm, chúng tôi tiếp tục lên đường, hòa vào dòng xe cộ đông hơn, tiếp tục hành trình lên phía bắc. Chúng tôi đến Buffalo ngay trước bình minh, ghé vào nhà Cha Phan — một linh mục đang du học tại Mỹ, đồng thời phục vụ cho một nhà thờ địa phương. Nguyễn Xuân Diên — anh chàng lãng mạn từng có chuyện tình "Hàn Quốc" tôi từng gặp ở nhà Thông và Yến — lúc đó cũng trọ tại nhà xứ. Anh đã đón tiếp chúng tôi rất nồng nhiệt, tạo điều kiện để tôi và Thành nghỉ ngơi trước buổi nói chuyện diễn ra đầu giờ chiều. Cả hai chúng tôi, kiệt sức vì chuyến đi đêm nên ngủ một mạch đến tận trưa.

Hội trường Đại học Buffalo được sắp xếp khá trang trọng: một chiếc bàn dài dành cho ban điều phối, phía sau là diễn giả. Nhưng căn phòng thì quá rộng, còn người tham dự — sinh viên và giảng viên — thì quá ít. Khung cảnh trở nên lạnh lẽo và có phần hơi nản. Ít nhất, đó là cảm giác của tôi khi ngồi sau hai hàng ghế thưa thớt. Người điều phối là một vị linh mục. Ngồi tại bàn là Huỳnh Sanh Thông, cô Nguyễn Minh Đẩu từ Đại học Cornell (Ithaca) — bạn thân của Thành, và một vài sinh viên khác mà tôi không còn nhớ tên. Buổi nói chuyện xoay quanh đề tài Việt Nam. Nhưng vào giữa thập niên 1950, nước Mỹ chẳng mấy ai quan tâm đến đất nước chúng tôi. Có lẽ vì vậy mà lượng khán giả quá khiêm tốn. Những người đến chủ yếu là người già, có vẻ chưa bao giờ nghe đến cái tên "Việt Nam."

Diễn giả thì dù kiến thức có, vẫn buộc phải trình bày theo lối bình dân nhất. Những diễn giả có tâm, nhưng vì phải hạ thấp mức độ thâm thúy của nội dung cho phù hợp, nên cuối cùng cũng rơi vào những câu nói khuôn sáo cũ kỹ, nhàm chán. Thành cố gắng đưa yếu tố hài hước và hình ảnh ẩn dụ vào bài phát biểu. Khán giả bật cười khi anh ví Việt Nam như một toa tàu bị kéo tới kéo lui bởi đầu máy Pháp, chạy mãi trên một đường ray ngắn, hết kéo tới lại kéo lui, tưởng là di chuyển, nhưng thật ra vẫn dậm chân tại chỗ. Đến lượt cô Đẩu phát biểu. Cô mang đến cho những phụ nữ Mỹ trong hội trường một hình ảnh rõ nét về đời sống của phụ nữ Việt Nam. Cô nói: phụ nữ Việt không "cạnh tranh" với nam giới, mà "hoàn thiện" họ. Một cách chơi chữ khéo léo, khiến nhiều người gật gù tán thưởng. Buổi nói chuyện kết thúc không lấy gì làm hào hứng, nhưng chúng tôi được mời dùng bữa tại trường, được bố trí phòng nghỉ tiện nghi trong khuôn viên, và có vài ngày rảnh rang để tham quan hoặc làm bất cứ điều gì mình muốn.

Tôi vẫn nhớ rất rõ buổi tối đầu tiên ở Buffalo, khi vị linh mục phụ trách hỏi tôi thích ăn món gì. Chẳng hiểu vì sao, trong một khoảnh khắc bốc đồng, tôi chợt nhớ đến hình ảnh của một anh chàng người Philippines ở quê tôi Cần Thơ nhiều năm trước, cái thời mà Pháp còn là một ông chủ tuyệt đối duy nhất tại Việt Nam, và tiếng Anh là một thứ xa xỉ chỉ dành cho người nước ngoài. Anh chàng đó là một trong ba nhạc công chơi cho đoàn Kim Thoa — một gánh *cải lương* nổi tiếng thời ấy, thứ kịch hát pha trộn giữa dân ca Việt Nam, giai điệu truyền thống và lối diễn sân khấu hiện đại.

Sau buổi diễn hôm ấy, phần lớn khán giả kéo nhau đến các quán ăn gần đó để thưởng thức món *Hủ tiếu* nóng hổi. Ban nhạc Philippines tình cờ cũng vào cùng nhà hàng nơi tôi và nhóm bạn đang ngồi. Tôi rất háo hức lắng tai nghe lén xem mình có hiểu được lời họ nói hay không như một phép thử khả năng tiếng Anh mà học sinh Việt Nam như tôi được giáo viên người Pháp dạy trong trường trung học. Khi ấy tôi chưa tới mười tám tuổi, nhưng đã biết rất rõ những gì chúng tôi học được ở trường chỉ đủ để viết vài câu văn, chứ chẳng giúp ích gì trong giao tiếp thực tế. Một trong những nhạc công Philippines hỏi người bạn đi cùng một câu gần giống như câu mà vị linh mục vừa hỏi tôi vài giờ trước: "Bạn muốn bữa ăn của mình được nấu như thế nào?" Người kia trả lời: "Như bạn muốn." Tôi hiểu được câu đó, và thấy rất vui. Hơn hai mươi năm sau, hai khoảnh khắc ấy bỗng hợp lại làm một, khi tôi đáp lại vị linh mục ở Buffalo bằng chính câu trả lời mà tôi từng nghe năm xưa: "Như Cha muốn." Ông mỉm cười, rồi nói đùa: "Nghe như thể anh đến từ đoàn kịch Shakespeare vậy!" Tôi thoáng ngạc nhiên, thì ông cười lớn và giải thích: "Tựa của một vở kịch — As You Like It." Nhiều năm sau, khi tôi bắt đầu đọc và yêu thích Marcel Proust, tôi thường nhớ lại khoảnh khắc này như một minh chứng sống động cho những gì Proust từng mô tả rất đẹp trong *Remembrance of Things Past (Đi tìm thời gian đã mất)* — một ký ức bất chợt ùa về và hòa lẫn với hiện tại.

Trong thời gian tôi và Thành ở Buffalo, có lần suýt nữa tôi bị cảnh sát di trú Canada bắt giữ. Đó là một chuyện cười ra nước mắt mà đến giờ tôi vẫn còn nhớ như in. Lúc đó, Diên rủ chúng tôi đi chơi Thác Niagara từ phía bên Canada. Chúng tôi đi bộ qua cầu biên giới, ra khỏi nước Mỹ một cách dễ dàng. Nhưng khi sang đến đầu bên kia, hải quan Canada lập tức chặn chúng tôi lại. Diên có hộ chiếu đầy đủ nên được phép nhập cảnh. Còn tôi thì gặp rắc rối: tuy có hộ chiếu, nhưng thị thực làm việc tại Đài Tiếng nói Hoa Kỳ (VOA) đã hết hạn từ lâu, và hộ chiếu Việt Nam của tôi — vốn được cố tình cấp với thời hạn rất ngắn — cũng chẳng còn hiệu lực. Mà để gia hạn hộ chiếu Việt Nam, phải có sự cho phép rõ ràng từ chính quyền Sài Gòn, một điều không hề dễ vào lúc đó.

Nhân viên Di trú Canada giữ tôi lại, còn Diên được cho

đi tiếp. Nhưng anh ấy không nỡ bỏ tôi lại một mình nên đã quay trở lại phía Mỹ cùng tôi. Suốt đoạn đường, Diên vô cùng lo lắng rằng tôi sẽ bị bắt vì "cư trú bất hợp pháp tại Mỹ." Tôi trấn an anh, nửa đùa nửa thật: "Cùng lắm thì tôi sẽ cắm trại trên cầu. Cậu chịu khó mang đồ ăn cho tôi hai bữa mỗi ngày nhé." Thực ra, tôi rất tức giận với thủ tục nhiêu khê của hải quan, và đã định bụng sẽ thách thức họ: nếu họ không cho tôi nhập cảnh lại vào Mỹ thì tôi sẽ đứng lì trên cầu xem họ làm gì. Nhưng vì thấy Diên hoảng quá nên tôi đã không nói gì.

Thật ra, tôi chẳng có gì phải lo. Việc hộ chiếu và thị thực của tôi hết hạn không phải vì tôi không có trách nhiệm, mà vì sự rắc rối đến vô lý của chính quyền Việt Nam cộng thêm sự thiếu phối hợp giữa các cơ quan của Mỹ. Để gia hạn, cả nhà tôi phải tự mình đến tận văn phòng Di trú Mỹ, xếp hàng, chờ đợi, và nghe những viên chức mặt lạnh như tiền tra hỏi, như thể chúng tôi là dân nhập cư lậu — trong khi chúng tôi là nhân viên của chính phủ Mỹ, được mời sang đây để làm việc! Đại sứ quán Việt Nam lại càng "hành" chúng tôi hơn: quy định rằng ai muốn gia hạn hộ chiếu phải đích thân đến Washington, dù có bận công việc hay không, dù có phương tiện đi lại hay không. VOA, vốn quen xử lý giấy tờ cho nhân viên bằng cách gửi thẳng hộ chiếu đến Đại sứ quán Việt Nam ở Washington kèm theo thư bảo đảm, vẫn bị làm khó dễ. Cô Nguyễn Thị Dung — con gái ông Nguyễn Đệ, nguyên Chánh văn phòng Nội các của Bảo Đại và hiện là Bí thư thứ nhất mới tại Đại sứ quán Việt Nam — đã bác hồ sơ và trả hộ chiếu lại với yêu cầu chúng tôi phải "đích thân đến trình diện." Hẳn nó là một yêu cầu chẳng khác gì ra lệnh. Tôi thì nhất quyết không chịu đi Washington chỉ để cúi đầu trước cái quyền lực mới có ấy.

Còn về Sở Di trú ở New York thì mỗi lần gia hạn thị thực lại như một lần phải chịu sỉ nhục. Mỗi thành viên trong gia đình sáu người của tôi phải đến tận nơi, xếp hàng, ngồi đó hàng giờ đồng hồ chỉ để chờ một cái đóng dấu, không điền mẫu đơn, không được hỏi gì, không ai giải thích. Cảm giác bị đối xử như những kẻ "nước ngoài không được chào đón" thật khó chịu trong khi chúng tôi là người được chính phủ Mỹ mời sang. Tôi đã quyết định nếu có lần nào khác phải sang Mỹ thì chỉ đi bằng thị thực định cư. Chúng tôi không muốn lặp lại cảnh bị đối xử như vậy nữa.

Trong lần đi thác Niagara ấy, thị thực của tôi đã hết hạn từ lâu mà tôi thì không buồn trải qua cái thủ tục xin gia hạn đầy phiền toái và đáng ghét ấy. Chúng tôi có thể "ở lậu" trên đất Mỹ như thế thì cũng chẳng sao, đơn giản vì chúng tôi vốn không phải là khách du lịch ngay từ đầu. Công bằng mà nói, nếu viên cảnh sát di trú Canada đã buộc tôi quay lại thì tôi cũng không thể trách người "anh em họ" Mỹ nếu ông ta từ chối cho tôi tái nhập cảnh, nếu mọi chuyện có thể đến mức đó. Họ chỉ làm đúng bổn phận vì giấy tờ của tôi rõ ràng là không hợp lệ chút nào. Điều khiến tôi khó chịu là cả cái trò ngớ ngẩn đó do hai cơ quan của cùng một chính phủ, mỗi bên kéo một hướng, lại còn bị làm cho rối rắm thêm bởi Đại sứ quán của "Quốc gia Việt Nam" dưới thời Bảo Đại, nơi một "tiểu thư" kiêu kỳ, con gái của một tay sai tham nhũng, ngang nhiên đòi chúng tôi phải đích thân đến để cúi đầu diện kiến! Tôi không màng chuyện bị tống giam hay bị kẹt luôn tại vùng đất vô chủ "No Man's Land" giữa cây cầu International

Bridge, phải chạy qua chạy lại giữa Canada và Mỹ.

Thế nhưng, khi tiến gần về phía Mỹ, tôi tự nhủ rằng tốt hơn hết là mình nên nhún nhường một tí. Tôi nghĩ đến vợ và bốn đứa con đang chờ ở New York, rồi thở dài, chuẩn bị tinh thần để đối phó. Tôi trấn an Diên: "Ổn thôi." Anh ấy sợ cho tôi chẳng khác gì sợ cho chính mình. Đó là tâm lý của người Việt, sau hàng chục năm bị thực dân Pháp răn đe bằng nỗi sợ rằng chỉ cần liên quan là có tội; và nếu bạn đi chung với một kẻ bị tình nghi thì mặc định bạn cũng là một tội phạm. Tôi rút thẻ nhân viên VOA ra cho Diên xem, một chiếc thẻ nhân viên Chính phủ Hoa Kỳ đàng hoàng, có tên và ảnh, được bọc nhựa kỹ lưỡng. Tôi nói: "Chắc cái này đủ thay cho cái hộ chiếu vô dụng kia." Diên nhảy cẫng lên vì sung sướng. Và viên sĩ quan di trú Hoa Kỳ — một ông già tốt bụng — mỉm cười, vẫy tay cho chúng tôi vào Mỹ. Có vẻ như ông ấy còn tin vào tấm thẻ chính phủ của tôi hơn là tin vào hộ chiếu và thị thực nước ngoài của Diên! Như người ta vẫn nói: "Nhập gia tùy tục."

Khi trở về lại New York, Thành và tôi ghé ngang qua Ithaca để tiễn cô Nguyễn Minh Đẩu và Huỳnh Sanh Thông về lại trường. Chính Thông là người đưa chúng tôi đến căn hộ của anh, nơi anh đang sống chung với hai người bạn cùng phòng: Marjorie Weiner và một anh sinh viên Mỹ. Cả hai đều vắng mặt trong đêm chúng tôi ghé qua.[50] Chúng tôi không gặp họ, nhưng đã thấy "thành quả" của họ — hay đúng hơn là "sự vô tích sự" của họ. Với sự "hỗ trợ" của Thông, căn hộ ấy trông bẩn đến mức không lời

50 Luận văn thạc sĩ của Marjorie Weiner vẫn là một nghiên cứu có giá trị về hai năm đầu tiên của chính quyền Ngô Đình Diệm. Xem "Chính quyền và chính trị ở Nam Việt Nam, 1954-1956," luận văn thạc sĩ (Ithaca: Đại học Cornell, 1960).

nào có thể diễn tả nổi. Cho đến giờ, tôi vẫn chưa từng thấy căn hộ nào dơ bẩn hơn thế, đặc biệt là cái bồn rửa đầy chén đĩa chưa rửa, bốc mùi như xác thối. Sàn nhà trông như được phủ một lớp đất dày mấy phân, đóng bánh lại thành một thứ thảm nhầy nhụa và bốc mùi hôi khó chịu. Những chiếc giường trên cái "tấm thảm" bốc mùi kinh khủng ấy thì chẳng khác gì những đám hỗn độn của gối, ga, và chăn màn. Một bãi chiến trường sau trận đụng độ, nơi người ta chưa kịp dọn dẹp vết tích đẫm máu, cũng chưa chắc đã gây cảm giác ghê tởm hơn thế.

Vậy nên khi nghe nói về lối sống không theo khuôn phép gì của những người sống trong căn hộ đó, chúng tôi cũng chẳng lấy làm lạ. Marjorie, chẳng hạn, thường thản nhiên nằm ườn trên một trong những chiếc giường đó, ngủ vùi đến tận trưa trong bộ đồ ngủ mỏng manh nhất, mà thực chất chỉ là một chiếc quần lót, trong khi cánh cửa thì để hé, và các chàng trai thì tự do ra vào căn hộ thoải mái. Mãi sau này tôi mới gặp Marjorie. Cô không đến mức xấu, nhưng trông luộm thuộm từ đầu đến chân. Đôi mắt xanh nhạt của cô như chưa từng được rửa sạch, đục ngầu như bị phủ sương mù, khóe mắt đóng đầy ghèn. Thế rồi chỉ vài năm sau, chúng tôi gặp lại cô ở Sài Gòn — một con người hoàn toàn khác, như thể một loại trái cây đã đến độ chín mọng, hấp dẫn đến mức hình ảnh nàng Lọ Lem sau khi được bà tiên hóa phép lập tức hiện lên trong đầu tôi. Với đôi má ửng hồng, dáng vẻ duyên dáng trong từng cử chỉ, mái tóc vàng uốn xoăn đổ xuống vai thành từng lọn óng ánh, Marjorie lúc ấy giống hệt Madame Récamier đang ngồi trong phòng khách,[51] đặc biệt là khi cô ấy tiếp

---

51 Juliette Récamier (1777-1849), một người phụ nữ thượng lưu người Pháp vào đầu thế kỷ 19, nổi tiếng với vẻ đẹp tuyệt trần và tiệm

khách vào mỗi chiều thứ tư và thứ năm trong căn hộ được trang trí trang nhã trên phố Bà Huyện Thanh Quan. Marjorie trong những ngày ở Cornell, tại Ithaca, là một cô gái trẻ hoàn toàn không gây được chút hấp dẫn nào đối với Thông và anh bạn cùng phòng người Mỹ của anh, đến mức cả ba người có thể sống chung với nhau rất tự nhiên, không dè dặt.

Thế nhưng, mỗi vẻ đẹp chưa được khám phá đều có nét duyên riêng của nó và chỉ hiện ra trong ánh mắt của chính "chàng hoàng tử hào hoa" của nàng, trong khi thế giới xung quanh vẫn tiếp tục xoay vần, chẳng khác gì câu chuyện cổ tích "Công chúa ngủ trong rừng" (*La Belle au bois dormant*). Trong phiên bản truyện cổ tích mà tôi biết, chàng hoàng tử kém may mắn ấy không thể đánh thức nàng công chúa trong suốt một thời gian dài, và kết cục là suýt bị suy sụp tinh thần hoàn toàn. Chính vì vậy, tôi và Thành đã không khỏi choáng váng khi, chỉ vài tháng sau ngày tiễn Thông và cô Đẩu xuống xe, chúng tôi được tin rằng "hoàng tử" của Marjorie lại chính là một đồng môn Cornell – anh chàng Nguyễn Chí Hiền, nổi tiếng với cái bụng không đáy và tính cách lúc nào cũng niềm nở. Tuy nhiên, với tôi, tình yêu — vốn chỉ là một khái niệm chứ không phải một thực tại — chính là định nghĩa *l'amour* theo kiểu Proust mà tôi ngày càng thấm thía và yêu thích. Và như thế, Hiền có lẽ còn may mắn hơn khi là kẻ thua cuộc — hơn là bắn trúng con chim sẻ bằng mũi tên của mình và thực sự có được điều anh ta ao ước đến tuyệt

làm đẹp của bà ở Paris thu hút nhiều thành viên của giới tinh hoa văn hóa và chính trị.

vọng.[52]

Rải rác trong suốt chiều dài của cuốn hồi ký này, tôi tự cho phép mình hòa quyện hiện tại với tương lai, không phải vì nóng vội hay kém cỏi về phương pháp kể chuyện, mà vì một cảm nhận thôi thúc về sự liên tục trong cuộc sống và cả sau khi người ta đã chết đi. Hiện tại – quá khứ – tương lai, xét cho cùng, chẳng là gì khác ngoài một dạng vĩnh cửu thu nhỏ, sống động và rực rỡ, dành cho bất kỳ ai có con mắt tinh tường để chiêm nghiệm.

Trên đường trở về New York, chúng tôi giúp Thông bằng cách chở toàn bộ sách của anh về và cất tạm trong căn hộ của tôi trong suốt thời gian anh còn học ở Đại học Cornell. Sách của anh rất nhiều vì Thông là một người ham đọc sách đến mức gần như sống ngập tràn trong sách vở, nên chúng tôi chất chúng kín cả cốp chiếc xe Dodge, băng ghế sau, thậm chí tràn cả xuống sàn xe. Chúng tôi chọn con đường vòng vèo và khó đi hơn, thay vì đường cao tốc chính vốn luôn đông nghẹt xe và chẳng có cảnh quan gì để ngắm. Tận đêm hôm sau chúng tôi mới về tới nhà, và vất vả khuân từng chồng sách của Thông lên gác. Phải đến hơn một năm sau, khi Đài Tiếng nói Hoa Kỳ đã hoàn toàn chuyển văn phòng xuống Washington, D.C. xong, và cả chúng tôi cũng phải dọn đi, Thông mới quay lại để lấy đống sách đó.

---

52 Ở Việt Nam cổ đại, Hoàng đế chọn chồng cho con gái yêu của mình bằng cách tổ chức một cuộc thi bắn cung. Vào ngày đã định, tất cả những người ghi danh thi nhận được một mũi tên và cung của hoàng gia, sau đó cố gắng bắn hạ một con chim sẻ được thả trên cao. Ứng cử viên thành công bắn trúng con chim ngay lần đầu tiên sẽ được phong làm Hoàng thân và lễ cưới với Công chúa sẽ là dịp để ăn mừng trong cả nước, đặc biệt trong trường hợp đó là con gái duy nhất của Hoàng đế. (Au.)

19. ĂN NÓI KIỂU MỸ

Trong suốt phần còn lại của năm 1953, chú Thành và gia đình tôi gắn bó với nhau hơn bao giờ hết, nhất là khi chúng tôi chuẩn bị rời New York mãi mãi. Chúng tôi từng nghĩ rằng việc chuyển văn phòng sẽ diễn ra sớm, nhưng vô tình, Ban Việt ngữ của Đài lại là một trong những đơn vị rời đi sau cùng, và tôi là người cuối cùng rời khỏi thành phố.

Kỳ nghỉ Giáng sinh năm đó, bạn bè cũ mới từ các trường đại học ngoài bang tìm về tụ họp với chúng tôi. Dư Phước Long và một người bạn mới tên là Khương Hữu Điểu — sinh viên ngành kỹ thuật tại MIT ở thành phố Cambridge, bang Massachusetts — cũng đến. Điểu đến từ Mỹ Tho, một tỉnh miền Tây nơi tôi đã chào đời. Cha anh, ông Khương Hữu Lân, có một tiệm kim hoàn và một cửa hàng tạp hóa trong vùng. Tôi biết đến ông Lân từ khi còn bé, lúc theo ông nội vào thị xã để mua hàng cho cửa hàng của gia đình tôi ở một khu chợ quê cách Mỹ Tho khoảng một cây số, tên là Gò Cát. Khi ấy, Điểu còn nhỏ xíu, không biết gì về tôi. Nhưng sau này, khi chúng tôi phát hiện mình cùng quê, và tôi lại từng lui tới cửa hàng, kho hàng của cha anh, thì tình bạn giữa chúng tôi trở nên thân thiết hơn.

Đêm Giáng sinh ấy, tuyết rơi dày đặc khi cả nhóm lên tàu điện ngầm đến Trung tâm Rockefeller. Ai nấy quấn mình trong áo khoác dày, quàng khăn len, nắm tay nhau đi ngắm cây thông Noel khổng lồ lung linh rực rỡ, sân trượt băng, Promenade des Anglais (Phố Ăng-lê), quán cà phê, và những ngõ hẻm sáng đèn dọc theo hiệu sách Pháp. Chúng tôi ngẩn ngơ trước các món đồ trang trí dọc Đại lộ số 5, những ánh đèn quảng cáo của Radio City Music Hall, Nhà thờ St. Patrick, và tất cả những kỳ quan của New York — hiện thân sống động của sự phồn thịnh và giàu có của nước Mỹ. Với Long và Điểu, đây là lần đầu họ được chứng kiến cảnh tượng ấy, và trong ánh mắt rạng ngời thán phục của họ, tôi nhìn thấy chính niềm hân hoan đã từng dâng trào trong mình trong những mùa đông trước.

Không có Tiệc khuya đêm Giáng Sinh (Réveillon) rộn ràng hay rượu vang chảy tràn ly cho chúng tôi hôm ấy. Mặc dù ở Mỹ (và hầu hết phương Tây), gà tây nướng là món chính của bàn tiệc Giáng sinh, nhưng bữa sáng hôm sau của chúng tôi chỉ có món gà ta bình thường. Một phần vì gà ta rẻ hơn. Phần khác, với tôi, gà tây vàng ươm vẫn luôn gợi nhớ đến truyện *Ba Thánh Lễ Vội* (Les Trois Messes Basses) của Alphonse Daudet, nơi một cha xứ làng nghèo quanh năm bị ám ảnh bởi món gà tây đến mức ông cầu nguyện bằng tiếng Latin qua loa, mong sao cho thánh lễ kết thúc thật nhanh để được ăn tiệc. "Dominus vobiscum. Et cum spiritu tuo" — mà ông đọc thành: "*Dominus vob — cum, et cum ---tu---o —*" Đó là một bối cảnh làng quê, giản dị, chân thành, và đầy xúc cảm mà chúng tôi không thể nào tìm thấy ở New York. Tôi nhớ những đêm Giáng sinh xưa của chính mình, tuy du nhập từ phương Tây nhưng đã được người Việt biến hóa kỳ diệu thành một nghi lễ gần gũi và phù hợp với nếp sống của cả người trong đạo lẫn ngoại đạo. Những đêm đó luôn là đại tiệc — cà ri gà ăn kèm bánh mì Pháp, bên cạnh các món truyền thống Việt Nam, là niềm vui khó diễn tả, nhất là sau sáu giờ nhịn ăn theo quy định của Giáo hội Công giáo trước Lễ nửa đêm. Cha tôi, một người say mê nhạc cổ truyền, thỉnh thoảng tập hợp các bạn nhạc sĩ để tặng cả nhà một buổi nhạc cổ truyền sau bữa tiệc Réveillon và kéo dài đến tận rạng sáng ngày hôm sau.

Với các con tôi, Giáng sinh là một dịp lễ thuần phương Tây, bởi chúng không có gì để so sánh. Ngoại trừ Marie, các con tôi chưa từng trải qua Tết hay Tết Trung thu — những ngày hội lớn ở Việt Nam. Nhưng vợ tôi và tôi không quá lo lắng về chuyện đó. Chúng tôi tin rằng ngày trở về không còn xa nữa, và hai, ba, hay thậm chí bốn năm ở Mỹ chỉ là một trải nghiệm thú vị, đáng quý cho cả gia đình. Ngày trước, khi còn là một người chồng trẻ (tôi cưới vợ lúc mới hai mươi) và cha của mấy đứa nhỏ, tôi từng khao khát được ra nước ngoài một vài năm — rời khỏi đất nước mình, đến những miền đất xa lạ, lý tưởng nhất là châu Âu, để học cao hơn. Dù chỉ cần có "đi nước ngoài" thôi cũng đã giúp tôi có được vị thế cao hơn trong bất kỳ công việc nào — hơn rất nhiều so với những ai chưa từng bước chân ra khỏi Đông Dương. Thực tế, ở các thuộc địa, người bản xứ luôn chịu một địa vị thấp kém hơn — nói thẳng ra là như nô lệ — đối với người Pháp, và cả với bất kỳ ai mà họ đưa vào làm việc trong bộ máy hành chính hay các công ty thương mại. Người Việt chúng ta bị gọi là "dân An Nam" hay "người miền Nam đã được bình định" [pacified Southerners] cho đến tận năm 1945. Dù sau này Pháp miễn cưỡng cho phép chúng ta gọi đất nước mình là "Việt Nam" — một đất nước thực ra còn lâu đời hơn cả nước Pháp — thì bản chất sự việc cũng chẳng khác. Dù quân đội và các quan chức Pháp có rút đi, nhưng tinh thần và bản chất thuộc địa vẫn còn nguyên đó.

Nếu tôi là một nhà cách mạng, có lẽ tôi đã gia nhập hàng ngũ dài dằng dặc những người đi trước — những người đã sẵn sàng hiến dâng mạng sống mình cho Tổ quốc, mà tiếng hô xung trận duy nhất của họ là: "Việt Nam!" Nhưng tôi là người cưu mang cả gia đình, và vì hiểu rằng chẳng có gì sẽ thay đổi trong tương lai gần, nên điều duy nhất tôi kỳ vọng khi ấy là một cuộc sống tốt đẹp hơn cho vợ con khi chúng tôi trở về quê nhà. Quả thực, tôi đã cố gắng cải thiện học vấn bằng cách đăng ký vào Đại học Fordham khi còn ở New York, nhưng học phí và lệ phí cao đến mức không thể kham nổi. Vợ tôi theo học buổi tối ở một trường trung học công lập, còn tôi thì chỉ còn cách tự học là khả thi. Những người đàn ông tự học như Phạm Quỳnh[53], Nguyễn Phan Long[54], hay anh rể tôi, Trần Phạm Hộ, là những tấm gương lớn để tôi noi theo. Mục tiêu của tôi vẫn không thay đổi: có một cuộc sống xứng đáng hơn cho gia đình sau khi kết thúc thời gian làm việc tại Đài Tiếng nói Hoa Kỳ.

Giờ đây, khi Ngô Đình Diệm đang ở Pháp, mọi hy vọng về việc ông sẽ nắm quyền, mang lại một nước Việt Nam

---

53 Phạm Quỳnh (1892–1945), một nhà hoạt động văn hóa, nhà văn, nhà báo, tổng biên tập sáng lập của tạp chí *Nam Phong*, và từng là một vị Thượng thư trong triều đình ở Huế.

54 Nguyễn Phan Long (1888–1960), một nhà báo, người sáng lập tờ *L'Écho Annamite*, Phó Chủ tịch Đảng Lập hiến, và từng giữ chức Thủ tướng Quốc gia Việt Nam dưới thời Bảo Đại từ tháng 1 đến tháng 4 năm 1950.

công bằng, nhân phẩm, và tự do đã tan thành mây khói, chỉ còn lại trong những giấc mơ nhen nhóm. Tôi quay trở lại tập trung cho gia đình mình. Những sự giúp đỡ âm thầm mà vợ chồng tôi vẫn dành cho các sinh viên Việt Nam được ông Diệm giới thiệu đến chỗ chúng tôi ở New York vẫn tiếp tục, nhưng tinh thần sục sôi của chủ nghĩa dân tộc, cùng những hệ quả nguy hiểm từng bủa vây gia đình tôi, đã lắng xuống. Nguyễn Đức Thanh và đồng bọn cũng im ắng. Mối hiềm khích xưa vẫn còn đó, chỉ là nhân vật chính, Ngô Đình Diệm đã rút lui khỏi ván cờ, và rất ít khả năng ông sẽ xuất hiện trở lại như một nhà lãnh đạo đáng kỳ vọng.

Và thế là năm 1953 trôi qua, với một chủ đề thời sự duy nhất bao trùm mọi thứ: chủ nghĩa McCarthy và sự bùng phát dữ dội nhất của nó. Một hôm, bác sĩ Melzer — hàng xóm của chúng tôi, người từng chữa đau lưng cho ông Diệm — nhờ vợ chồng tôi cho Marie tham gia một buổi trình diễn của nhóm thiếu nhi mà ông tổ chức cho các gia đình bệnh nhân của ông ấy. Tôi lập tức từ chối vì đang lo ngại về mọi hệ lụy có thể xảy ra cho vị trí công tác của mình tại Đài Tiếng nói Hoa Kỳ, một cơ quan thuộc chính phủ liên bang. Nghe vậy, bác sĩ Melzer tỏ ra rất bực. Ông thốt lên, "Tôi đã quên mất là chúng ta đang sống trong thời đại nào rồi!"

Vợ chồng tôi dõi theo từng ngày Muriel lớn lên khỏe mạnh và cứng cáp. Vì chúng tôi dự định sớm rời New York để chuyển đến Washington, D.C., nên Marie và mẹ tranh thủ thay phiên nhau đi tham quan hoặc ra rạp xem phim. Trước kia bọn họ quá bận rộn lo tiếp sinh viên và khách khứa nên chưa có dịp tự mình khám phá thành phố. Hầu như ngày nào sau giờ tan học, mẹ cũng đi đến rạp chiếu bóng yêu thích trong khu phố — rạp Nemo. Chưa bao giờ cô ấy xem nhiều phim đến thế trong đời — mà toàn những phim hay! *Cuốn theo chiều gió*, chẳng hạn, cô ấy xem đến ba lần! Khi mẹ đi xem phim hoặc đi chợ thì Marie ở nhà trông em, nấu ăn, giặt giũ và làm việc nhà. Dù đã học lớp Bảy và sắp tròn mười ba tuổi vào tháng Hai, nhưng Marie vẫn chưa đủ trình độ tiếng Anh để học hoàn toàn bằng ngôn ngữ này và phải cố gắng rất nhiều mới theo kịp các môn học. Ba của Marie, dù là một biên dịch viên, nhưng vẫn còn lúng túng với tiếng Anh, đặc biệt là khi gặp các thành ngữ hay tiếng lóng Mỹ, đôi khi dẫn đến những hiểu lầm dở khóc dở cười.

Lúc ấy, Đài Tiếng nói Hoa Kỳ đang phát sóng một chương trình dạy tiếng Anh mỗi ngày cho thính giả Việt Nam. Là người được đánh giá là dịch giả giỏi nhất trong Ban Việt ngữ, tôi được phân công dịch một loạt bài học do một người Đông Âu biên soạn. Ông ta có thể là nhà ngôn ngữ học, nhưng chắc chắn không giỏi tiếng Anh. Ông ta soạn những bài học đầy rẫy những thành ngữ và tiếng lóng — một sự lựa chọn cực kỳ tệ cho người mới học — và tôi dịch để phát về Sài Gòn. Những câu như "It's raining cats and dogs" thì có thể chuyển sang tiếng Việt thông tục là "*Trời mưa như cầm bình mà đổ*".

Nhưng những cụm như "You know what!" thì gần như không có cụm từ tương đương nào rõ ràng trong tiếng Việt. Ngoài ra, người học tiếng Việt cũng rất xa lạ với những tên tuổi nổi tiếng của Mỹ chưa từng được biết đến tại Việt Nam. Ví dụ, trong một đoạn thoại có yêu cầu nhân vật nữ hát, bà Pruett — người phụ trách phát thanh các vai nữ — trả lời: "Tôi đâu phải Dinah Shore!" Về mặt tuyên truyền thì có lẽ nên giới thiệu các ca sĩ Mỹ qua chương trình, nhưng như vậy lại đi xa mục tiêu dạy tiếng Anh. Cả ông và bà Pruett đều đồng tình với tôi. Hai người là những người Mỹ đầu tiên mà tôi từng thấy thấu hiểu người Việt. Ông Pruett còn đảm nhận vai nam trong các bài hội thoại và phần giải thích tiếng Việt của ông — sau nhiều năm làm mục sư ở Việt Nam — thật sự xuất sắc. Tôi là người dẫn chương trình, giới thiệu ông bà Pruett là phát thanh viên tiếng Anh và thường xuyên pha trò để làm cho bài học thú vị hơn. Mỗi buổi phát sóng đều bắt đầu với phần nhạc dạo từ bộ phim nổi tiếng *The King and I*, rồi khi nhạc kết thúc, tôi cất giọng quen thuộc bằng tiếng Việt: "Đây là Bùi Công Văn ..."

Những bài học tiếng Anh này rất được ưa chuộng ở Việt Nam, không chỉ vì người dân háo hức học tiếng Anh, mà còn vì Đài Tiếng nói Hoa Kỳ hiểu rằng nếu không tuyên truyền trực tiếp, thì các chương trình như âm nhạc hay dạy ngôn ngữ là lựa chọn tốt nhất để giữ khán giả. Trong nội bộ, chúng tôi — những biên dịch viên kiêm phát thanh viên — vẫn thường gọi đùa mình là "lính đánh thuê," mặc dù không ai dại gì mà ghi vậy vào mẫu "Góp ý" do văn phòng yêu cầu điền định kỳ. Anh Hoà thì ghen tị ra mặt vì tôi được phép nêu tên mình khi giới thiệu chương trình. Anh từng phàn nàn một cách vô ích với ông Pruett rằng phát thanh viên không nên nói tên thật trên sóng. Thực ra, tất cả chúng tôi đều hiểu rằng việc nêu tên khi đọc các bài bình luận chính trị — thường rất mạnh mẽ, chống cộng và chỉ trích Việt Minh — là cực kỳ nguy hiểm. Nhưng các bài học tiếng Anh thì vô hại.

Quay lại chuyện tôi chưa quen với các cách nói kiểu Mỹ và tiếng lóng, một buổi tối nọ, tôi và Marie ghé vào một tiệm tạp hóa gần nhà trên đường Broadway. Sau khi trả tiền xong, tôi hỏi cô thu ngân: "Tôi có thể lấy cái slip mang về cho mẹ cháu ở nhà được không?" Ý tôi là tờ biên lai — slip giấy. Cô thu ngân liếc nhìn chúng tôi rồi trả lời đầy ranh mãnh: "Bà ấy mặc cỡ số mấy vậy ông?" [chơi chữ, vì slip còn có nghĩa là cái quần lót] Tôi vẫn còn nhớ rõ ấn tượng về các cửa tiệm của người Do Thái ở New York. Họ vốn dĩ đã không dễ chịu với khách hàng, lại càng khó chịu hơn với người nước ngoài. Họ xem chúng tôi như "bọn người Triều tiên đói khát", bán rau củ dở, tính giá đắt, rồi cười sau lưng chúng tôi. Một hôm vì tức quá, tôi bỏ đi mà không thèm lấy vài xu tiền thối từ lát dưa hấu rõ ràng bị hét quá giá. Người bán lớn tiếng gọi với theo: "Thì tiền của ông đấy! Muốn lấy thì lấy, không lấy thì thôi!" Lại có lần khác, trên tàu điện ngầm, tôi thấy một người đàn ông mặc đồ giáo sĩ, liền cúi đầu chào: "Chào Cha." Ông ta bĩu môi, rồi chỉ vào người phụ nữ ngồi bên cạnh: "Còn đây là 'Mẹ' của anh đấy!" Đúng là đáng đời vì đã nhầm một mục sư Tin Lành với một linh mục Công giáo. Tôi sớm hiểu rằng, sự lịch thiệp không phải là phẩm chất tiêu biểu của người New York — kể cả giới tu hành. Bùi Văn Thinh từng kể rằng trên tàu điện ngầm, có lần anh nhường ghế cho một phụ nữ đứng gần. Nhưng thay vì cảm ơn, bà ấy gần như hét lên: "Anh tưởng tôi là người tàn tật hay sao?!" Lúc ấy ở Mỹ chưa có phong trào "Giải phóng Phụ nữ", nhưng những gì là phép lịch sự *bắt buộc* trong hệ thống tàu điện Pháp dường như đã mất hết ý nghĩa khi vượt qua Đại Tây Dương. Bị xấu hổ không biết bao nhiêu lần chỉ vì sự nhã nhặn, Thinh cuối cùng cũng bỏ luôn cái "thói xấu" ấy, nhưng không phải là trước khi đã dạy cho người New York một vài bài học sơ đẳng về phép lịch sự. Ví dụ, một lần nọ, sau khi nhường ghế cho một phụ nữ hay người lớn tuổi mà chẳng nhận được một lời cảm ơn, Thinh khẽ cúi người xuống, giả vờ điếc và hét lớn: "CÔ NÓI GÌ CƠ? TÔI NGHE KHÔNG RÕ!" Người kia bối rối hét lại: "Tôi đâu có nói gì đâu!" "Ồ," Thinh nhấn mạnh, "TÔI TƯỞNG CÔ NÓI 'CẢM ƠN!'" Xung quanh anh, đám hành khách mệt mỏi và vô cảm vẫn giả vờ đắm chìm trong thế giới riêng của họ, nhưng Thinh hy vọng ít nhất cũng có vài người tiếp thu được chút gì đó từ bài học về quy tắc ứng xử. Chú Thinh — một người tốt đến mức thường xuyên bị lợi dụng bởi những người như Nguyễn Đình Hòa, nhà nghiên cứu sinh tiến sĩ "giỏi chữ nhưng thiếu học" [nguyên văn: well-learned but uneducated] — đã bình thản kết luận: "Dù sao thì, New York không đại diện cho nước Mỹ đâu, tin tôi đi." Và rồi tôi cũng học được rằng: quả thật, đúng là như thế.

20. XIN BAN CHO CHÚNG CON TỰ DO VÀ NIỀM VUI!

GIA ĐÌNH TÔI VÀ TÔI khi ấy háo hức chờ đợi được rời khỏi một "Babylon hiện đại" để đến Washington, D.C. — thủ đô của Hợp chủng quốc Hoa Kỳ, nơi chúng tôi hy vọng sẽ được chứng kiến và cảm nhận "nước Mỹ thật sự". Dominic lúc ấy đã đi học, vẫn là một cậu bé gầy gò, cổ cao và có một thói quen không thể sửa nổi: luôn khiến chị Marie đến lớp trễ, như thường lệ. Mẹ chúng thì vẫn tiếp tục thú vui xem phim tại rạp chiếu bóng Nemo gần nhà như một cách thư giãn sau hai năm rưỡi xa quê, làm việc cật lực không ngơi nghỉ. Ở Việt Nam, dù nghèo đến mấy, các gia đình vẫn có thể tìm được người giúp việc. Nhưng ở Mỹ, cô ấy chỉ có Marie. Chúng tôi tưởng sẽ chuyển đến Washington ngay đầu năm mới, nhưng mãi đến cuối năm 1954 mới hoàn tất việc dời đi.

Tết năm 1954 trôi qua âm thầm, không một buổi họp mặt, không một buổi lễ tiệc, bởi chỉ vừa sau tháng Giêng, những tin tức từ Việt Nam đã bắt đầu rộ lên theo chiều hướng bất lợi cho phía Pháp và kéo dài liên tục suốt mấy tháng liền. Những thất bại quân sự nối tiếp nhau, cho đến khi lên đến đỉnh điểm vào cuối mùa xuân với Trận Điện Biên Phủ. Trong suốt nhiều tháng liền, chương trình phát thanh hằng ngày của VOA hầu như chỉ xoay quanh các diễn biến ở Điện Biên Phủ. Chúng tôi thuộc lòng tên tuổi của các chỉ huy Pháp, anh hùng cũng có, mà không phải anh hùng cũng có — đến mức cứ nhắc đi nhắc lại hàng ngày khiến cho bản tin đôi khi nghe rất sáo rỗng. Một nữ y tá, Trung úy Geneviève de Galard, 29 tuổi, được ca tụng suốt ngày là "Thiên thần của Điện Biên Phủ". Còn chúng tôi — những người phụ trách chương trình — thì lại phát bực vì cô ta. Nếu đây là cách mà Hoa Kỳ thể hiện sự ủng hộ dành cho người Pháp, thì thật khó tưởng tượng còn gì có thể tệ hơn. Vả lại, giữa cơn binh lửa mà số phận Việt Nam đang được định đoạt — tất nhiên là theo cách người Pháp muốn — thì một người Việt Nam, dù có thân Pháp đến đâu, liệu có thể vui mừng trước một chiến thắng của Pháp không?

Khát vọng độc lập của dân tộc Việt Nam mạnh mẽ đến mức, cho dù người đó là "đứa con hư" của đất mẹ, thì khi giây phút quyết định đến, chẳng ai có thể dửng dưng — chứ đừng nói là mong đất nước mãi mãi là thuộc địa, bất kể cái tên có được thay đổi mỹ miều đến đâu.

Và rồi điều tất yếu đã xảy ra: Pháp thua trận Điện Biên Phủ!

Sự sụp đổ rúng động ấy — vừa là dấu chấm hết của một cuộc vây hãm khốc liệt, vừa là hồi chuông kết thúc cho một thời đại thực dân — vang lên khắp toàn cầu. Thế nhưng bản tin và bình luận của Đài Tiếng nói Hoa Kỳ thì lại như thể ở một hành tinh khác: lạc lõng, vô hồn, gần như phản tuyên truyền — hoặc tệ hơn, là xuyên tạc. Chúng tôi không đưa tin về các tù binh Pháp, không nói đến sự nhục nhã của quân đội Pháp. Những gì thế giới đã biết rõ, VOA cố tình giấu nhẹm trước thính giả Việt Nam. Lúc đó, Đảng Cộng hòa của Mỹ hoàn toàn theo sát lập trường của Pháp và lo sợ việc Pháp có thể bỏ cuộc. Chính phủ Hoa Kỳ thì e ngại làm mất lòng Pháp, nên cố tình giảm nhẹ tác động của Trận Đại Bại đó còn nhiều hơn cả chính người Pháp. Đài VOA hoàn toàn làm ngơ trước những cuộc thương lượng căng thẳng đang diễn ra tại Geneva, và bản thân chúng tôi — những người đang ở nước Mỹ — cũng chẳng hiểu rõ hơn đồng bào yêu nước ở trong nước là bao về những gì thật sự đang xảy ra. Tất nhiên, những kế hoạch tối mật như Chiến Dịch Kền Kền, nhằm giải cứu quân Pháp đang bị vây hãm ở Điện Biên Phủ — vốn đã bị Eisenhower hủy bỏ vào phút chót — không bao giờ là đề tài được phép bàn luận hay đưa tin. Vì không có được những bản tin đúng nghĩa — dù là "bí mật công khai" mà lẽ ra cả thế giới phải được biết — chúng tôi đã đánh mất cảm giác đang được sống trong một khoảnh khắc lịch sử, khi một quyết định trọng đại được đưa ra, quyết định cho chính tương lai của chúng tôi, và cũng là cho tương lai của nước Mỹ.

Dù vậy, không thể nói rằng những ngày ấy tại văn phòng VOA là những ngày bình thường như bao ngày khác. Một bầu không khí khẩn trương lạ thường bao trùm. Những nhân vật cấp cao mà chúng tôi chưa từng thấy trước đây liên tục ra vào. Chỉ sau một đêm, Ban Việt ngữ trở thành đơn vị quan trọng nhất của toàn Đài. Các sếp của sếp chúng tôi đến họp, giọng trầm lắng, kéo dài, và khi rời phòng họp bằng kính, nét mặt của họ lúc nào cũng đượm vẻ lo âu sâu sắc.

Và chính trong bầu không khí ấy, Nguyễn Đình Hòa bất ngờ có một màn trình diễn gây chấn động. Là một diễn viên bẩm sinh mà không hề biết là mình có khiếu diễn, Hoà đóng vai một người Việt Nam yêu nước đang phấn khích trước chiến thắng của dân tộc, một điều khiến không ít các vị tai to mặt lớn trong Đài ngỡ ngàng. Hậu quả là, anh ta bị đuổi khỏi VOA. Hòa nhảy tưng tưng và hét vang: "Chiến thắng rồi! Điện Biên Phủ thắng rồi!" — một màn bộc lộ cảm xúc đầy trẻ con, đan xen tiếng chửi tục, dại dột, nhưng cũng rất thật thà. "Tội nghiệp mấy ông Pháp!" — anh ta nói. Có lẽ Hoà đang cố chuộc lại những năm tháng thân Pháp trước đây, hoặc ít nhất là thái độ dửng dưng của anh với nền độc lập dân tộc. Dù sao, anh cũng thừa biết — như tất cả chúng tôi — rằng "Đại sứ quán Việt Nam" của chính phủ Bảo Đại ở Washington chỉ là một văn phòng do người Pháp điều khiển. Mới đây thôi, Hoà còn dự Tết ở đó, có đủ cả bàn thờ Tổ quốc, áo dài khăn đóng. Một quan chức Mỹ, theo tôi nhớ tên là Angus, thì thào hỏi tôi: "Tại sao ông Hoà lại mừng đến vậy khi Pháp thua? Có phải ông ấy ủng hộ Việt Minh không?" Tôi trả lời, không giấu được vẻ mỉm cười trước sự ngây thơ đó: "Chắc chắn là không. Bất kỳ người Việt nào cũng sẽ mừng nếu đất nước mình giành được độc lập từ tay Pháp."

Nhưng lời giải thích của tôi không khiến cả ông Angus và ông Hudson - một nhân viên cấp dưới của ông - thấy yên tâm. Chưa đầy một năm sau, Hoà bị cho nghỉ việc, đúng vào lúc anh ta cần việc hơn bao giờ hết. Theo lời bà Sarah Newman kể lại, dù Hoà tha thiết xin được quay lại, mọi nỗ lực đều vô ích. Một thời gian sau, bằng cách nào đó, anh ta cũng được nhận lại vào làm toàn thời gian, lần này anh có vẻ thận trọng hơn, và tiếp tục làm việc cho đến khi lấy được bằng tiến sĩ giáo dục và trở về Việt Nam. Tuy nhiên, trước đó, anh từng thất bại khi cố chen chân vào vị trí Bí thư thứ nhất của Đại sứ quán Việt Nam Cộng hoà dưới thời Đại sứ Trần Văn Chương của chính phủ Ngô Đình Diệm.

Từ thời điểm ấy cho đến khi chúng tôi rời New York vào cuối tháng 11 năm 1954, mọi việc diễn ra dồn dập, đột ngột và kịch tính đến mức một lần nữa, đời sống riêng tư của gia đình tôi lại bị cuốn trôi theo dòng xoáy thời cuộc. Mối hiềm khích xưa với nhóm của Đức Thanh gần như đã tan biến vì gió đã đổi chiều, và theo chiều gió ấy là lá cờ và cả những người từng giương cao lá cờ đó. Không những nhóm Đức Thanh cũ trở nên dửng dưng, mà một nỗ lực hòa giải — nếu không nói là tìm cách kết thân trở lại với những "kẻ phản bội" — lại vô tình dẫn đến kết quả ngược hẳn với mong muốn, lần này là với chính những người ủng hộ ông Ngô Đình Diệm. Tôi sắp có thêm những kẻ thù mới — được rút ra từ hàng ngũ của các chiến hữu cũ. Và tất cả những điều đó khởi nguồn từ một sự kiện bất ngờ: việc ông Ngô Đình Diệm lên nắm quyền vào tháng Sáu năm 1954.

VỚI THẤT BẠI CỦA PHÁP tại Điện Biên Phủ vào tháng Năm, Hội nghị Geneva được triệu tập gấp rút — đầy căng thẳng và cũng đầy vô vọng. John Foster Dulles chơi "Trò đánh lừa thị giác " với các bên tham dự. Và rồi, tin sét đánh đã đến: Hoàng đế Bảo Đại chỉ định Ngô Đình Diệm làm Thủ tướng! Ai đã giật dây sau quyết định đó? Là ai đã đẩy Bảo Đại đến việc chọn ông Diệm? Với chúng tôi — những người ủng hộ ông, những người tin vào ông gần như mù quáng — điều đó hoàn toàn không quan trọng.

Điều quan trọng là ông đã có cơ hội. Và một khi nắm được quyền, ông sẽ thực hiện tất cả những gì ông đã suốt đời theo đuổi: một nền độc lập thực sự cho Việt Nam. Nếu có ai trong thời đại ấy đủ tư cách tuyên bố mình là người duy nhất có thể kết thúc trò chơi "thực dân trá hình" của Pháp, thì người đó chỉ có thể là Ngô Đình Diệm. Ông lên nắm quyền bằng cách nào không quan trọng, miễn là ông có thể buộc các thế lực trong và ngoài nước phải để ông thực hiện đến cùng con đường mà ông đã chọn. Và nếu một lần nữa họ làm ông thất vọng, đẩy ông trở lại bóng tối, thì họ sẽ chẳng còn ai để trông cậy ngoài... Hồ Chí Minh.

Chúng tôi hồi hộp dõi theo tin tức trong mùa hè oi ả năm ấy ở New York, khi có tin ông Ngô Đình Diệm đã có được từ vua Bảo Đại trao toàn quyền và trở về Việt Nam. Nhưng khi các diễn biến quan trọng xảy ra, tin tức lại không đến từ Sài Gòn, mà từ Geneva — nơi Mendès-France gần như chiếm trọn sự chú ý của hội nghị: lúc đầu với hình ảnh vô hại "uống sữa" của ông, và sau đó, khi những ngày nóng bức kéo dài, bằng lời đe dọa kịch tính rằng ông sẽ từ chức Thủ tướng Pháp nếu những gì được thương lượng không được ký kết đúng hạn chót giữa tháng Bảy do chính ông đặt ra. Và rồi, Hiệp định Geneva đã được ký kết.

Chúng tôi khi ấy sống trong một trạng thái chập chờn giữa lo âu, hy vọng và mù mờ vì không biết quê nhà đang diễn biến ra sao. Rồi một đêm, tôi nhận được điện tín của bác sĩ Bùi Kiến Tín — cha của Thành, người bạn thân của gia đình tôi, đang học tại Columbia. Bác sĩ Tín vừa được bổ nhiệm làm Bộ trưởng Thông tin trong nội các mới của Ngô Đình Diệm. Trong điện tín, ông kêu gọi cộng đồng người Việt ở New York và khắp nước Mỹ lập tức tổ chức một cuộc biểu tình rầm rộ phản đối việc chia cắt đất nước theo Hiệp định Geneva.

Tình cờ đêm đó, gia đình tại New York không có khách khứa. Chúng tôi nhìn nhau, lòng đầy lo lắng. Phải làm gì bây giờ? Gọi cho ai trước? Ngay cả Bùi Kiến Thành, con trai của bác sĩ Tín, cũng không có mặt trong thành phố. Tôi gọi điện thoại đường dài cho cha Jacques. Như thường lệ, ông trả lời bằng giọng điệu đầy lo lắng và căng thẳng: "Nhưng đây không còn là chuyện của sinh viên nữa rồi! Giờ ta đã có một chính phủ, có ngân sách, có cơ quan, có phương tiện. Sinh viên nghèo như chúng ta thì làm được gì, mà nên làm gì?"

Không chút do dự, tôi yêu cầu tổng đài viên lúc khoảng hai giờ sáng tìm Thành bằng bất kỳ số điện thoại nào mà tôi có thể nhớ ra. Tổng đài viên hôm ấy thật tử tế và dễ mến. Cô dành rất nhiều thời gian để dò tìm và cuối cùng đã tìm thấy anh ấy ở tận Ithaca, New York. Chúng tôi chẳng nghi ngờ gì rằng người bạn trẻ của mình đã trúng mũi tên của thần Ái tình, và anh chàng si tình ấy đã lén lút quay về nơi hạnh phúc của mình: không ai khác ngoài cô gái xinh đẹp Nguyễn Minh Đẩu — người đã chiếm trọn trái tim anh, người cùng chia sẻ lý tưởng với anh, và người mà anh gặp tại buổi giới thiệu ở Đại học Buffalo. Không còn nghi ngờ gì nữa! Thật là may mắn — người chú "thất lạc" của chúng tôi đã được tìm thấy. Và chiếc điện thoại MONUMENT 3-9499 của gia đình tôi chưa bao giờ trở nên hữu dụng và đáng giá đến vậy. Cũng không thể có một tổng đài viên nào tốt bụng hơn cô gái đã giúp chúng tôi truy tìm "người chú thất lạc" đó.

Thành bay trở lại New York, mang theo Đẩu và tất cả những người bạn mà cô có thể huy động từ Ithaca. Điện thoại réo không ngớt, bạn bè lần lượt đổ về căn hộ của chúng tôi trên đường 111: Đỗ Vạn Lý, Đỗ Trọng Chu, Trần Long và Nguyễn Văn Mừng từ Washington, D.C. đến, dẫn theo Huỳnh Văn Lang — một đồng chí mới từ Canada, lần đầu đặt chân đến Mỹ. Những ngày sau đó vô cùng bận rộn. Mỗi người đều dốc hết sức để chuẩn bị cho cuộc biểu tình. Lang phụ trách phần khẩu hiệu, vẽ tay lên các tấm bìa bằng chính tiền túi của chúng tôi. Không có một đồng nào từ chính phủ! Đại sứ quán ở Washington — dù khi ấy đã có người chỉ đạo mới từ Sài Gòn — cũng không buồn mảy may giúp đỡ. Việc chính bác sĩ Tín phải gửi điện thẳng cho chúng tôi thay vì thông qua Đại sứ quán đã đủ nói lên mức độ cố chấp của ông Khá, một kiểu cố chấp ông vẫn mang theo từ quá khứ sang hiện tại. Cha Jacques lại một lần nữa từ chối giúp đỡ chúng tôi về mặt tiền bạc — và ông nói rất đúng rằng toàn bộ số tiền trong tài khoản ngân hàng của ông cũng không thể ứng nổi lấy một xu. Tất nhiên, chúng tôi không đá động gì đến nhóm Đức Thanh cả. Chúng tôi không cần họ, không cần sự ủng hộ tinh thần, và càng không đụng đến tiền của họ.

Thế là, bằng những phương tiện tạm bợ, ngẫu hứng, và một nguồn năng lượng dồi dào, chúng tôi đã huy động mọi nguồn lực, ngoại trừ nhóm Đức Thanh. Tôi mời tất cả các đồng nghiệp "trung lập" tại Đài Tiếng nói Hoa Kỳ, nhưng không một ai dám đến vì họ lo sợ cái bóng ma của McCarthy, dù chiến dịch của ông ta đã đến hồi kết. Ông Pruett vẫn nhất quán với quan điểm không ủng hộ Ngô Đình Diệm, người mà ông cùng rất nhiều người khác, trừ chúng tôi, cho rằng sẽ không trụ được quá vài tuần. Ông đã khuyên tôi nên giữ việc làm và duy trì quyền ở lại Mỹ hợp pháp, thay vì dính vào một "nhiệm vụ vô ích". Thực sự, vào thời điểm ông Diệm mới lên nắm quyền, triển vọng của ông yếu ớt đến mức ngay cả nếu chúng tôi có ngỏ lời nhờ nhóm Đức Thanh, họ cũng sẽ lảng tránh hoặc từ chối. Cẩn trọng và khôn khéo luôn là sở trường của họ. Và như ông Pruett đã nhấn mạnh, rủi ro là có thật. Vào những thời khắc đầu tiên, khi chính phủ của ông Diệm còn chưa vững vàng, chẳng ai dám dấn thân tấn công đồng thời cả người Pháp lẫn người Mỹ. Chẳng ai, ngoại trừ chúng tôi, những kẻ vui vẻ dấn thân thực hiện "nhiệm vụ được giao phó".

Tình cờ, lúc ấy có một đồng nghiệp cũ từ USIS-Sài Gòn tên là Nguyễn Kim Đính cũng đang có mặt tại Mỹ. Anh chọn ở tạm tại nhà tôi giống như Từ Ngọc Bích và Đinh Lê Ngoạn từng làm khi sang Mỹ công tác năm 1951. Nhưng Đính, dù mới từ Sài Gòn sang, nhưng còn sợ rắc rối hơn cả những đồng nghiệp VOA của tôi. Không những anh không đồng tình với cuộc biểu tình mà chúng tôi đang tổ chức, mà anh còn chuẩn bị sẵn tinh thần… dọn ra khỏi nhà tôi nếu mọi việc trở nên tồi tệ. Cũng như nhiều người khác đã rút lui, Đính nghĩ rằng ván bài này không đáng chơi, rằng phần thưởng, nếu có, sẽ không đủ bù cho công sức và nguy cơ bỏ ra.[55]Dưới danh nghĩa là một 'tình bạn' mơ hồ vì chúng tôi đã từng làm việc chung trong cùng một văn phòng, Đính tự mời mình vào nhà tôi với tư cách là khách. Không một chút đắn đo, hắn ăn uống, ngủ nghỉ

55 "Le jeu ne vaut pas la chandelle" có nghĩa là "trò chơi không đáng giá bằng ngọn nến". Một câu được nhà văn người Pháp **Michel de Montaigne** sử dụng vào năm 1580 ám chỉ đến việc đánh bạc dưới ánh nến: chi phí mua nến không đáng giá bằng số tiền thắng cược tiềm năng. (Au.)

thoải mái mà chẳng hề hoàn trả gì (trong khi vẫn đều đặn nhận trợ cấp cho chi tiêu hằng ngày từ USIS). Vậy mà hễ con tàu có dấu hiệu đắm là hắn lập tức sửa soạn nhảy xuống trước tiên. Hèn như chuột thấy nước! Nhiều năm sau, khi nghe tin tôi được bổ nhiệm làm Tổng lãnh sự tại Hồng Kông, điều duy nhất anh ta buông ra là: "Trời ơi! Văn được thưởng lớn vậy chỉ vì cái cuộc biểu tình khốn khổ ấy thôi sao?!"

Huỳnh Văn Lang và những người còn lại trong nhóm vẫn ở cùng gia đình tôi, nhưng Đỗ Vạn Lý, người đã sớm cảm thấy thời của mình đã tới, thì tham gia cùng chúng tôi một cách đầy khí thế. Có lẽ là người duy nhất trong nhóm sở hữu một chiếc ví dày dặn, anh ta thuê hẳn một phòng suite trong khách sạn để làm "bộ chỉ huy" cho suốt thời gian diễn ra biểu tình. Anh ta đăng ký ở khách sạn với danh xưng: "Tiến sĩ Đỗ Vạn Lý, Washington, D.C." Và kể từ đó, ít nhất là với tất cả những ai không thuộc nhóm chúng tôi, anh ta luôn tự giới thiệu mình là Tiến sĩ ("Dr.") — và không chỉ là danh xưng, mà như thể đang thực sự sở hữu một học vị tiến sĩ danh giá.

Trong khi mọi người bận rộn chuẩn bị (ngoại trừ Đỗ Vạn Lý), chúng tôi làm việc và sinh hoạt trong căn hộ nhỏ của mình. Lý thì không rảnh cho những chuyện "vặt vãnh" như tô sơn, viết khẩu hiệu lên bìa cứng, vẽ bản đồ đường diễu hành, v.v. Anh ấy tự gán cho mình vai trò "chính khách" và quá bận tâm với những "việc hệ trọng" nên không thể để ý đến những việc chân tay. Anh muốn là người phát ngôn của nhóm, nếu không muốn nói là nhà lãnh đạo. Thế là anh lui về căn phòng khách sạn ở khu Đông sang trọng đối diện trụ sở Liên Hiệp Quốc, nơi dự kiến diễn ra cuộc biểu tình.

Tôi không nhớ vì sao chúng tôi lại tổ chức biểu tình vào cuối giờ chiều kéo dài đến tối thay vì từ sớm trong ngày. Tất cả chúng tôi — trừ Đỗ Vạn Lý — có mặt tại công viên nhỏ đối diện trụ sở Liên Hiệp Quốc. Vợ tôi, các con và cả đứa nhỏ nhất đều có mặt để ủng hộ. Tôi không thể xin nghỉ làm cả ngày, nhưng khi tan sở, đến nơi gặp gia đình, tôi đã xúc động đến mức nước mắt trào ra khi thấy vợ tôi đang cầm một tấm áp phích, còn hai cô con gái nhỏ thì dán lên mấy tấm bảng có hàng chữ: "PLEASE KEEP OUR COUNTRY WHOLE!" ("GIỮ TRỌN VẸN LÃNH THỔ VIỆT NAM!") **và** "MY VIETNAM: UNDIVIDED AND INDEPENDENT!" ("VIỆT NAM ĐỘC LẬP, KHÔNG CHIA CẮT CỦA CHÚNG TÔI!") Dominic — cậu con trai bé nhỏ — cầm một tấm bảng nhỏ xinh với những dòng chữ được sơn bằng ba màu đỏ, vàng, xanh:

Though just a little boy
It's Vietnam I love.
It's my country, not a toy
Prayer to God above:
Grant us freedom and joy!"

(Mặc dù con chỉ là trẻ nhỏ
Con yêu Việt Nam vô cùng.
Đó là quê hương của con, không phải món đồ chơi.
Xin Thượng Đế ban tự do và niềm vui cho chúng con!)

Thằng bé trông dễ thương đến lạ — người cầm biểu ngữ đáng yêu nhất mà tôi từng thấy. Nhiều người qua đường và khách bộ hành tò mò đã dừng lại để chụp hình Dominic cùng tấm bảng nhỏ của nó.

Thế nhưng, cuộc biểu tình mà chúng tôi tổ chức chỉ mang danh nghĩa hơn là thực chất. Không có phóng viên nào đến đưa tin, chụp ảnh hay ghi nhận sự kiện để chúng tôi còn có cái gì đó gửi về Bộ Thông tin. Người tham gia quá ít — chỉ một nhúm nhỏ — và khi trời đã tối, mọi nỗ lực dường như tan vào bóng đêm. Chỉ có ba hoặc bốn tấm biểu ngữ, được Huỳnh Văn Lang vẽ bằng đôi tay khéo léo, với nội dung:

DO NOT MAKE ANOTHER MUNICH

OF VIETNAM!

and

STOP THE COLONIALISTS FROM

CUTTING UP AND SELLING

OUT OUR MOTHERLAND

AFTER THEIR

INGLORIOUS

DEFEAT!

(ĐỪNG LẶP LẠI THẢM HỌA MUNICH VỚI VIỆT NAM!
và
"NGĂN CHẶN BỌN THỰC DÂN
CHIA CẮT VÀ BÁN RẺ
ĐẤT MẸ VIỆT NAM
SAU KHI CHÚNG BỊ
ĐÁNH BẠI NHỤC NHÃ!)

"Buổi trình diễn" đã thất bại! Các cuộc biểu tình ở Mỹ,

nhất là trước trụ sở Liên Hiệp Quốc, khi ấy không liên quan gì đến Hội nghị Geneva hay chuyện chia cắt Việt Nam. Chúng chưa hề mang sắc thái dữ dội như các cuộc biểu tính phản chiến hai mươi năm sau đó.

Có thể, chính chúng tôi cũng nhận ra sự yếu ớt và vô vọng trong nỗ lực của mình. Có thể, ngay cả chúng tôi cũng không thật sự tin vào hiệu quả của cuộc biểu tình này. Cô Bài và mẹ cô ấy đến xem — có lẽ để tỏ lòng thương hại với những đứa trẻ nhỏ bị kéo vào chuyện chính trị thầm nghĩ: "Chính trị đấy! — Chính trị sẽ đẩy các con đến chỗ đó đấy, tội nghiệp quá!" Tuy vậy, nhóm chúng tôi vẫn hăng hái. Sau cuộc biểu tình, tất cả kéo đến phòng khách sạn của Đỗ Vạn Lý để nghỉ chân và chờ "màn trình diễn" tiếp theo của anh ấy. Lý đã cặm cụi gõ một bản thông cáo báo chí trong lúc chúng tôi đang giơ biểu ngữ ngoài trời, với nội dung:

(...) tuyên bố cho biết...

(...) người phát ngôn phát biểu...

Ký tên: TS. Đỗ Vạn Lý

Đây là lần đầu tiên Lý công khai tự xưng "Tiến sĩ" và ký tên là "Người phát ngôn của nhóm". Do đó, bản "tuyên bố" này thực chất chỉ là của riêng anh ta. Đáng tiếc thay cho "Tiến sĩ", không có phóng viên nào đến; không một cuộc họp báo nào diễn ra. Căn phòng khách sạn thì đắt đỏ (ít nhất theo chuẩn mức lương còm của chúng tôi) và được bài trí sang trọng. "Tiến sĩ" Lý ăn mặc bảnh bao, với nụ cười chính trị được luyện tập kỹ càng trước gương suốt buổi chiều, nhưng toàn bộ sự việc chỉ là một… THẤT BẠI to tướng! Không khí trong phòng trở nên trầm xuống, phần vì Lý thất vọng, phần vì ai nấy đều quá mệt. Một hình ảnh vụn vặt nhưng tôi nhớ rất rõ về buổi tối hôm đó. Tôi thoáng thấy Nguyễn Minh Đẩu đã kiệt sức, đang thiếp đi trong căn phòng nhỏ bên cạnh. Bộ quần satin và chiếc áo dài Việt Nam của cô được treo gọn ghẽ trên đầu giường, tránh để bị nhăn. Căn phòng ấy không phải là phòng khách chính, không dành để tiếp khách hay họp báo, nên nội thất đơn sơ hơn, không hào nhoáng như phòng của "Ngài Tiến sĩ" đáng kính. Ngoài hành lang, vợ con tôi kiên nhẫn đứng chờ, sẵn sàng về cùng nhóm "chiến hữu" cũ của tôi từ USIS–Sài Gòn. Tối đó, một số thành viên quyết định ngủ lại khách sạn, còn Huỳnh Văn Lang về lại căn hộ cùng chúng tôi. Sáng hôm sau, những người từ các bang khác cũng rời New York để quay về trường. Riêng Lang ở lại thêm vài ngày để tiếp tục chuyến tham quan đầu tiên của anh tại Manhattan, một chuyến đi đã bị gián đoạn một cách thô bạo trong những ngày điên cuồng vừa qua vì bức điện tín từ Bộ Thông tin Sài Gòn.

Tôi không thể không sống lại những ngày này với cảm xúc lẫn lộn buồn vui. Niềm vui vì tuổi trẻ và lòng tận tụy hết mình với đất nước, với Ngô Đình Diệm và với những người bạn của chúng tôi. Nỗi buồn vì chúng tôi nhận ra sự thiếu hồi đáp quá rõ ràng từ hầu hết những người được gọi là "đồng chí" của chúng tôi, ngoại trừ một người bạn duy nhất, trung thành và thương mến: Bùi Kiến Thành. Chỉ hai năm sau, khi tôi và gia đình dừng chân tại Việt Nam trên đường đến Hồng Kông để đảm nhiệm chức vụ ngoại giao của tôi với tư cách Lãnh sự của Việt Nam Cộng hòa, tôi đã bị sốc và vô cùng phẫn nộ khi thấy một Huỳnh Văn Lang "mới" và đầy kiêu ngạo đã được bổ nhiệm làm Tổng Giám đốc của Văn phòng Giao dịch tại Sài Gòn.

Anh ta thậm chí chẳng buồn giúp tôi chuyển tiền, mà thay vào đó lại chỉ đạo tôi gặp thư ký để giải quyết việc đó. Nhân tiện xin nói luôn, vợ anh ta cũng chính là cô gái mà Nguyễn Tư Bân đã túm lấy và hôn ở Quảng trường Times vào năm 1952, sau khi tuyên bố rằng ở Mỹ vào đêm Giao thừa, đàn ông được quyền hôn bất kỳ người phụ nữ nào họ muốn vào lúc nửa đêm. Cô thư ký trở lại văn phòng sau vài việc vặt, lướt vào trong bộ *áo dài* bằng lụa bồng bềnh, móng tay sơn bóng loáng và mái tóc đỏ tươi được chải chuốt hoàn hảo. Tôi không bao giờ hiểu được tại sao cô ta lại chỉ móng tay nhọn hoắt cra cửa và hét vào mặt tôi một cách rất không nữ tính: "Ra ngoài!" mà thậm chí không thèm nhìn tôi, cũng không hỏi tại sao tôi đang ngồi đó đợi.

Tuy nhiên, nỗi buồn lớn hơn của tôi đến từ "ông chủ" — Tổng Giám đốc — người từng vui vẻ ăn ở và ngủ nghỉ miễn phí tại nhà tôi ở New York. Huỳnh Văn Lang có thể đã quên rất nhiều điều, nhưng tôi thì không. Ngay cả những cuộc trò chuyện của chúng tôi trong những đêm hè năm 1954 vẫn còn nguyên vẹn trong ký ức tôi, bởi đối với tôi, những khoảnh khắc mà tôi giữ chặt trong tim mình thì không bao giờ thay đổi. Trong suốt cuộc đời mình, tôi luôn ý thức rằng mọi biến cố đã cô đặc lại thành một khối duy nhất, như một cuộn phim ký ức riêng tư mà tôi có thể tua lại bất cứ lúc nào, chẳng cần chút gắng sức. Và cũng có thể lồng ghép thêm những khoảnh khắc mới vào một cõi vĩnh hằng phổ quát — nơi những ngày tháng không bao giờ kết thúc cứ tiếp nối mãi mãi.

Những vị khách không mời, những người đồng chí không muốn gặp, và thậm chí cả những đối thủ chính trị bí mật trong nhóm chúng tôi, cuối cùng cũng đã biến mất! Giờ đây chỉ còn lại chúng tôi với người bạn trung thành của mình, "chú" Bùi Kiến Thành. Hiệp định Geneva cho phép những người tị nạn từ miền Bắc một khoảng thời gian 100 ngày để chạy khỏi trước khi "bức màn" buông xuống mảnh đất khốn khổ này của chúng tôi. Thời hạn đó cũng vừa khớp với những ngày cuối cùng của chúng tôi tại New York, khi Đài Tiếng nói Hoa Kỳ chuẩn bị "di tản" Ban Việt ngữ đến Washington, D.C. vào cuối tháng 10 năm 1954.

Vì tin tức từ quê nhà đến rất thất thường, nên chúng tôi cũng chẳng có nhiều việc để làm — hay thậm chí để lo — ngoài một nỗi bất an mơ hồ về những ngày sắp tới đầy u ám cho ông Ngô Đình Diệm và cho cả Việt Nam nói chung. Như một màn dạo đầu cho "cuộc chiến truyền hình của cuối thập niên 1960", tất cả các đài truyền hình lớn đều đưa tin về tình hình Việt Nam, đặc biệt là các trận đánh ở Hà Nội và các tỉnh, những ngày cuối cùng của người Pháp, và những ngày đầu tiên của Việt Minh khi nắm chính quyền. Gia đình tôi lúc này đã có một chiếc tivi trắng đen (về sau chúng tôi tặng lại cho Thông và Yến trước khi rời nước Mỹ), và tối nào cũng chăm chú theo dõi bản tin 8 giờ. Một đêm nọ, người ta phát một "phóng sự" được dàn cảnh đến mức lố bịch. Cho đến giờ chúng tôi vẫn không rõ ai là tác giả thực sự: phía Việt Minh, với khả năng qua mặt phóng viên Mỹ một cách dễ dàng, hay chính các nhà báo Mỹ — như trong các cuộc biểu tình đẫm máu của Phật giáo ở Sài Gòn đầu thập niên 60 — đã sẵn sàng *trả tiền để có được những cảnh quay giả* (métrage)?

Những gì được phát sóng đêm ấy là một cảnh không

thể tin được. Hình ảnh rõ nét và âm thanh sống động cho thấy một phóng viên của CBS đang phỏng vấn một người nông dân miền Bắc trong túp lều tranh của ông ta, trong khi phía sau rõ ràng là một cán bộ Việt Minh đang đứng lù lù một cách nham hiểm. Cuộc trao đổi diễn ra như sau:

Phóng viên: "Xin ông cho biết ấn tượng của ông về việc chính phủ mới tiếp quản?"

Nông dân: "Tôi không biết, tôi chỉ là một người nông dân nghèo..."

Phóng viên: "Nhưng làm ơn, ông phải cảm thấy điều gì đó chứ—"

Cán bộ (nói tiếng Việt): "Đừng sợ, cứ làm theo lời tôi nói..."

Nông dân: "Vâng, thưa ông."

Cán bộ: "Bắt đầu liên tục đếm từ một lên — mau lên nào!"

Máy quay vẫn tiếp tục ghi hình rõ từng biểu cảm và toàn bộ cuộc đối thoại. Phóng viên bỗng im lặng.

Người quay phim (nói tiếng Anh): "Được rồi, tôi đã thuyết phục được ông ấy chia sẻ cảm nghĩ rồi..."

Nông dân (đếm chậm rãi, ai cũng thấy rõ anh ta chẳng hề đưa ra ý kiến gì): "Một, hai, ba, bốn, năm..."

Cán bộ: "Ông ấy nói rằng ông ấy cực kỳ hài lòng với chính phủ mới..."

Nông dân: "Tám, chín, mười, mười một, mười hai..."

Người quay phim: "Ông ấy cảm ơn Hồ Chí Minh vì..."

Cuộc phỏng vấn chuẩn bị kết thúc khi người nông dân đếm đến hai mươi. Phóng viên nồng nhiệt cảm ơn anh ta, và sau đó cán bộ ký tên: "Đây là X của CBS News, phát từ đâu đó gần Hà Nội. Chúc quý vị ngủ ngon."

Sáng hôm sau, khi tôi kể lại chuyện đó cho ông Pruett, ông thở dài than về sự thiếu hiểu biết của phóng viên Mỹ không chỉ về Việt Nam và tình hình ở đó, mà cả về ngôn ngữ nói chung. Ông lập tức gọi điện đến CBS để khiếu nại, nhưng dường như chẳng ai biết gì hoặc quan tâm gì đến việc họ vừa bị biến thành trò cười.

Giống như ông Pruett, tôi tin rằng chính cán bộ đã đưa phóng viên vào hiện trường, và mặc dù điều đó thật đáng xấu hổ và gây khó chịu, nhưng cũng thật buồn cười. Tuy nhiên, khi nhìn lại, phần lớn tôi tin rằng đó là một vụ việc được dàn dựng có trả tiền của ba người đó ở Việt Nam, và công chúng Mỹ mới thực sự là những kẻ dễ tin trong câu chuyện này. Thứ nhất, vào năm 1954, cực kỳ hiếm có chuyện một cán bộ Việt Minh được cử đến nông thôn lại thông thạo tiếng Anh. Thứ hai, người nông dân ấy có thể là một kẻ ngốc và sợ cán bộ thật, nhưng cái khiếu hài hước dân dã của anh ta sẽ không dễ để biến mình thành trò cười trước máy quay. Thuyết phục người khác tin rằng một người nông dân đếm số đếm là đang phát biểu về chính trị thì không chỉ là điều không thể tin được, mà là một sự phỉ báng lớn lao. Trừ phi, người nông dân ấy biết rằng cuộc phỏng vấn hoàn toàn là bịa đặt, và anh ta được trả tiền cho màn diễn xuất của mình.

Dù là cả tin hay thiếu hiểu biết, thì rõ ràng, tuyên truyền

của Mỹ trên sóng một bản tin quốc gia cũng chỉ là một sản phẩm nghiệp dư được dàn dựng bởi những người cộng sản Việt Minh "lạc hậu". Với tôi, đó giống như một báo hiệu sớm cho cuộc chiến tranh Mỹ ở Việt Nam sau này. Các tướng lĩnh và chính trị gia không hành động dựa trên hiểu biết lịch sử hay thực tế chính trị của đất nước này, mà dựa trên các ý tưởng và định kiến có sẵn từ phương Tây. Họ phớt lờ những sự thật hiển nhiên mà chỉ cần một nghiên cứu sơ bộ về lịch sử Việt Nam cũng có thể biết. Dù sao đi nữa, bản "phỏng vấn giả" ấy cũng chẳng gây nên làn sóng nào và nhanh chóng bị quên lãng.

Chính phủ Ngô Đình Diệm khi đó vẫn còn đang trong giai đoạn trứng nước — vừa mới hình thành, chật vật tồn tại, và tưởng chừng như tuyệt vọng. Dù vậy, nó vẫn gắng gượng. John Foster Dulles không còn đe dọa "trả đũa ồ ạt" nữa, còn Tổng thống Eisenhower thì hôm trước vừa hùng hồn thổi phồng Thuyết Domino, hôm sau đã dịu giọng hạ thấp nó xuống.[56] Đã có những kế hoạch rằng, nếu tình hình trở nên tồi tệ hơn và người Pháp từ bỏ một miền Nam Việt Nam bị chia cắt nhưng vẫn được "bảo vệ", thì Hoa Kỳ sẽ tiếp quản đất nước này, để rồi việc chia cắt Việt Nam có thể được xem là "phúc họa lẫn lộn" được che giấu dưới lớp vỏ ngụy trang. Nhưng như chúng ta đều biết, điều đó đã không xảy ra. Bởi vì, ngay cả khi người Pháp

56 °°°Trong một cuộc họp báo, Tổng thống Eisenhower tuyên bố Việt Nam là hoàn toàn không thể thiếu đối với việc bảo vệ Đông Nam Á, vì đây là điểm then chốt của 'Thuyết Domino'. Tuy nhiên, khi trả lời câu hỏi của một phóng viên tại một cuộc họp báo vài ngày sau đó, Eisenhower đã mâu thuẫn với tuyên bố trước đó của mình. Trên thực tế, ông nói rằng Đông Dương và Việt Nam rốt cuộc không quan trọng đến vậy. Đông Nam Á có thể được bảo vệ an toàn mà không cần Đông Dương trong Thế giới Tự do. (Au.)

không đủ kiên trì, thì miễn là ông Diệm còn nắm quyền, ông sẽ không để cho Hoa Kỳ — hay bất kỳ thế lực nào khác — tiếp quản. Tất cả những điều ấy, may thay, đều bị che khuất khỏi chúng tôi. Và chúng tôi, cũng may thay, vẫn tiếp tục cuộc sống thường nhật cho đến khi, vào mùa thu năm 1954, cuối cùng chúng tôi rời New York để đến thủ đô Hoa Kỳ.

21. RỜI KHỎI NEW YORK

BAN VIỆT NGỮ ĐÀI VOA đã lần lượt được chuyển đi từng phần, từ lâu trước khi đến lượt chúng tôi rời New York. Ngay cả ông Pruett cũng đã rời đi trước. Khi ngày chia tay ấy đến gần, chúng tôi phải lo chuyện tìm người khác «tiếp quản» lại căn hộ chúng tôi đang ở và sẵn sàng trả lại cho chúng tôi khoản tiền "chìa khóa" cửa, tức số "lệ phí" 120 đô-la mà chúng tôi đã trả cho công ty môi giới cho thuê trước khi dọn vào (một loại phí đảm bảo hợp đồng thuê). Gia đình tôi lúc ấy hết sức thiếu tiền mặt — chuyện xưa như trái đất, tôi biết — và người tiếp quản nhất định phải là một đồng hương, bởi chẳng có người nước ngoài nào hiểu hay chịu trả khoản «tiền chìa khóa» lại cho một người đi thuê như chúng tôi. Họ chỉ trả cho một tay môi giới có tên tuổi mà thôi.

Chỉ vài tuần trước đó, một sự cố liên quan đến khoản lương đã cho thấy rõ tình cảnh tài chính ngặt nghèo của gia đình tôi: tấm chi phiếu lương hai tuần như thường lệ được gửi đến, nhưng lần này lại bị ghi nhầm chỉ bằng một nửa số tiền lẽ ra tôi phải nhận. Tôi phải cầu cứu ông Pruett can thiệp ngay với bộ phận lương ở Washington để họ gửi nốt phần còn lại trong cùng ngày, nếu không thì tôi không kham nổi tiền nhà. Ông sếp của tôi có hứa sẽ tạm ứng cho tôi nếu Washington xử lý chậm, nhưng may thay, tấm séc đã đến kịp lúc.

Một sinh viên Hà Nội đang học ở New York, tên là Nguyễn Nhân, ngỏ ý thuê lại căn hộ của chúng tôi, và hứa sẽ trả cho vợ tôi đúng khoản tiền chìa khóa mà chúng tôi đã đưa cho công ty thuê nhà. Thế nhưng đến hạn thanh toán, Nhân lại khất lần, xin thêm thời gian để xoay tiền, mặc dù chúng tôi đã ưu ái để anh ta và bạn cùng phòng dọn vào ngay khi chúng tôi rời đi. Sau đó, anh ta lặn mất tăm. Chuyện ấy khiến chúng tôi chẳng còn cách nào khác ngoài việc giao lại căn hộ cho Nguyễn Nhân đúng ngày đã định, chẳng được đền bù lấy một đồng, coi như mất trắng khoản 120 đô-la dành dụm đầy chật vật. Sự việc đó lưu dai dẳng trong trí nhớ của vợ tôi, và Nguyễn Nhân từ đó trở thành biểu tượng sống động của sự láu cá và thất tín kiểu Bắc Kỳ — hay Bắc Việt, tùy cách gọi.

NHƯ THỂ CHƯA ĐỦ PHIỀN TOÁI, giữa lúc Việt Nam đang bước vào một giai đoạn chuyển tiếp đầy biến động, thì Đài Tiếng nói Hoa Kỳ lại giao cho đơn vị chúng tôi thực hiện một chương trình dài, có sự tham gia của một nhân vật chính đến từ Phong trào Tự do Hungary. Chương trình được biên soạn như một tiết mục nghệ thuật tổng hợp, có phần đệm nhạc bằng đàn cầm phím cổ harpsichord, sáo và vĩ cầm làm nền, trong khi nhân vật chính — một thi sĩ kiêm người kể chuyện du ca — cất giọng hô hào đồng bào mình vùng lên đấu tranh cho tự do qua những bản thánh ca và bài thơ đầy khí khái. Tôi được giao phụ trách cả phần dịch lẫn lồng tiếng cho toàn bộ chương trình, gồm cả thơ, và thủ luôn vai chính — nhà thơ ấy.

Phải mất nhiều tháng trời mới hoàn thành bản thu trọn vẹn. Trong suốt thời gian ấy, chương trình được phát sóng theo kiểu cuốn chiếu: bản ghi của ngày hôm trước sẽ lên sóng trong khi phần hôm nay vẫn còn đang hoàn thiện. Nhà sản xuất của chương trình là một thanh niên Mỹ gốc Ý, tên Joe Campanella. Sau này anh ấy trở thành một diễn viên truyền hình nổi tiếng, nhưng hồi đó chỉ là một chàng trai trẻ khiêm nhường, tài hoa trong âm nhạc và nghệ thuật. Joe chọn nhạc cụ, phối trộn vào lời dẫn và thơ ca, mọi thứ đều nhuần nhuyễn và chỉn chu. Anh ấy cũng là người rất dễ chịu khi làm việc cùng, điều không phải lúc nào cũng gặp được. Chúng tôi cùng nhau thu âm, làm hậu kỳ suốt mấy tháng trời, dù Joe không phải là nhà sản xuất thường trực của đơn vị, mà chỉ được điều sang VOA tạm thời.

THÁNG MƯỜI NĂM 1954, gia đình tôi rời New York. Chính phủ cấp cho chúng tôi vé trọn một toa tàu riêng đến Washington. Họ cũng chi trả luôn chi phí thuê xe chở đồ đạc, hành lý, vật dụng gia đình. May cho chính phủ là chúng tôi tìm được một căn hộ có sẵn nội thất ở Washington, D.C., nên chi phí chuyển dọn không đội lên quá nhiều cho văn phòng.

Cả gia đình đều thích chuyến đi tàu này — rời New York trong một ngày nắng hanh, có chút se lạnh đầu mùa thu. Chúng tôi lên tàu vào cuối buổi sáng, chẳng ngờ là nguyên toa tàu đã được đặt cho riêng gia đình chúng tôi. Cảm giác riêng tư thật tuyệt vời. Khi tàu lăn bánh, chúng tôi ngồi trong "phòng khách" nhìn ra cửa sổ lớn, ngắm khung cảnh dọc đường trôi qua nhẹ nhàng. Những chiếc ghế sofa to có thể kéo thành giường, và các cũi nhỏ bọc nỉ cho hai đứa nhỏ được bố trí chu đáo. Marie và Dominic, hai đứa lớn, mê chuyến đi này — có lẽ cũng gần bằng ba mẹ chúng — vì chúng đã đủ lớn để hào hứng với trải nghiệm đi tàu "hạng nhất". Mỹ Châu và Mỹ Nga thì còn bé, mới bốn và hai tuổi, nhưng cũng được chiều chuộng với bao nhiêu là đồ ăn ngon và đồ chơi xinh. Chúng tôi gọi đồ uống và thức ăn, được phục vụ trên bàn trải khăn trắng muốt, bày biện với dao nĩa sáng bóng. Ngẫu nhiên mà hóa ra suốt hai chuyến công vụ với VOA — một lần từ Sài Gòn sang New York, và giờ là từ New York đến Washington, D.C. — cả hai lần chúng tôi đều được đi vé hạng nhất.

Tôi nhớ lần công tác khó chịu duy nhất ở VOA là chuyến bay, do Không quân Hoa Kỳ tài trợ, đến St. Louis, Missouri, cùng với một đồng nghiệp người Hàn Quốc để phỏng vấn một số học viên Không quân Việt Nam mà người Pháp đã gửi từ Sài Gòn sang. (Vào đầu những năm 1950, khi Quân đội Việt Nam non trẻ vừa được thành lập dưới sự giám hộ của Pháp, Tướng Jean de Lattre de Tassigny đã có sáng kiến thúc đẩy việc thành lập một lực lượng để Việt Nam có thể "chiến đấu cho chính đất nước của mình"). Tướng Nguyễn Văn Hinh, con trai cựu Thủ tướng Nguyễn Văn Tâm, là Tổng tham mưu trưởng đầu tiên của Quân đội Quốc gia Việt Nam và cũng là người Việt Nam đầu tiên trong quân đội Pháp được phong hàm tướng. Cả cha lẫn con đều là công dân Pháp.

Anh bạn người Hàn và tôi được phát mỗi người một cái dù — cảnh tượng ấy khiến chúng tôi sợ phát khiếp — rồi được xếp ngồi trên những chiếc "ghế xô" bằng thép, vừa cứng vừa lạnh. Khoang máy bay không có cửa sổ, chỉ là loại phi cơ vận tải bình thường của Không quân, vẫn thường dùng để chở phóng viên nước ngoài đi đưa tin chiến trường. Ở St. Louis hai ngày, chúng tôi được ở tại B.O.Q. (khu nhà ở dành cho sĩ quan độc thân) và ăn tại Câu lạc bộ sĩ quan. Đó là lần đầu tiên tôi gặp các học viên Không quân Việt Nam trên đất Mỹ. Họ đều là những thanh niên khỏe mạnh đến từ Nam Việt Nam, con của nông dân, dân quê, được tuyển vào quân đội vì không đủ điều kiện tài chính để xin hoãn nghĩa vụ quân sự. Thế nhưng, đây lại là cơ hội để họ được đào tạo ở nước ngoài, và nếu không kể đến nhiệm vụ chiến đấu sau này, thì đó là một điều tốt lành đối với họ. Chúng tôi đã có một buổi tối tuyệt vời bên nhau tại căn cứ ở St. Louis, nơi họ đang đồn trú.

Những năm sau đó, các phi công Việt Nam đến Mỹ ngày một đông, nhưng chẳng còn ai đến phỏng vấn họ nữa. Cái sự "mới lạ" thuở ban đầu đã qua rồi. Riêng tôi, vẫn xem lần đầu tiên ấy là một trải nghiệm đầy cảm động: được ở cùng họ vào một đêm cách quê nhà đến cả chục ngàn dặm. Những thanh niên chất phác ấy đến từ đồng ruộng lần đầu bước ra thế giới cách quê nhà cả 10.000 dặm, và thấy rất hạnh phúc vì bắt gặp bên mình có một đồng hương.

Đêm hôm đó, không ai trong chúng tôi ngờ rằng những cuộc chiến trên quê hương mình rồi sẽ bùng lên, càng lúc càng dữ dội, và lên tới đỉnh điểm bằng những trận ném bom khủng khiếp với tổng trọng tải còn vượt cả Thế chiến thứ II lẫn Chiến tranh Triều Tiên. Không ai biết, trong số năm hay sáu chàng trai đêm ấy, ai rồi sẽ lên đến chức vị cao trong đời, và ai sẽ gục ngã sớm giữa cuộc chiến dữ dội đang chờ phía trước.

NGAY SAU CUỘC BIỂU TÌNH phản đối việc chia cắt Việt Nam, nhóm sinh viên và trí thức Việt đầu tiên từ Mỹ trở về nước dưới sự dẫn đầu của Đỗ Vạn Lý. Trong nhóm có Đỗ Trọng Chu, Trần Long, Nguyễn Văn Mừng (người sau này đính hôn với Nguyễn Thị Quít, một trong những thành viên của đại hội đầu tiên của Hội Sinh viên Công giáo Việt Nam tại Chicago năm 1952), Dư Phước Long và Nguyễn Thái. Bùi Kiến Thành cũng về Sài Gòn trên cùng chuyến bay, tuy nhiên anh không thuộc nhóm quy tụ quanh kế hoạch của Đỗ Vạn Lý.

Chuyến bay đầu tiên đã diễn ra như thế nào thì tôi không biết — thật sự không biết gì cả. Chỉ biết rằng Đỗ Vạn Lý cảm thấy đã đến lúc ông ta phải "đảm nhận vai trò lãnh đạo" và bắt đầu hành xử như thể mình là người phát ngôn của nhóm Ngô Đình Diệm — thậm chí là toàn bộ phong trào ủng hộ ông Diệm tại Hoa Kỳ. Đương nhiên, tôi là người đầu tiên mà Lý gạch khỏi danh sách. Mọi nỗ lực đều được thực hiện để giữ bí mật về âm mưu và kế hoạch hành động của ông ta. Không một ai trong nhóm từng lui tới nhà tôi suốt hai năm qua, từng cộng tác với chúng tôi, từng ăn ở, chia sẻ lo âu và niềm vui với chúng tôi, và mới chỉ vài ngày trước còn ào tới nhà tôi ở New York để cùng biểu tình trước trụ sở Liên Hiệp Quốc — không một ai trong số đó hé nửa lời với tôi về chuyến trở về Việt Nam sắp tới của họ. Có lẽ, thực sự không nhiều người trong họ biết được âm mưu của "Tiến sĩ". Lý luôn hành động trong bóng tối. Ngay cả Trần Long — người đã tách khỏi Lý, chán ngán trước lối làm việc độc đoán và xem ông như một kẻ "Việt gian" phản quốc — cũng giữ im lặng. Có thể chú Thành đã biết, nhưng biết quá muộn để kịp nói với tôi, mà dù sao thì chú cũng không có mặt ở New York lúc ấy. Gia đình tôi chỉ biết được cái gọi là "chiến công vang dội" của Đỗ Vạn Lý vào ngày họ đến New York để bắt chuyến bay về Việt Nam, quá cảnh Paris.

Có lẽ hôm ấy là Chủ Nhật, hoặc là một ngày nghỉ của tôi, vì tôi nhớ mình đang ở nhà, không có việc gì đặc biệt. Chính vì vậy, cả nhà chúng tôi đều ngạc nhiên khi nghe tiếng chuông cửa reo. Chúng tôi không hề nghĩ ai trong nhóm lại có thể quay trở lại sớm đến vậy, chỉ sau những ngày biểu tình đầy bận rộn. Cũng chẳng ai ngờ có người mới đến từ Việt Nam, dù là sinh viên hay du khách, vì bao giờ chúng tôi cũng được thông báo trước. Marie ra mở cửa. Khi chú Thành bước chậm chạp qua hành lang dài và tối, từng là phòng ngủ "Ông nội Maryknoll", tôi nghe thấy con bé thốt lên, vừa buồn vừa giận: "Trời ơi! Cháu tưởng chú sẽ không bao giờ trở lại nữa!"

Chú Thành không nói lời nào. Chú lặng lẽ bước vào, buông mình xuống sofa, thở dài nặng nề. Vợ chồng tôi nhìn chú — không cần hỏi, chúng tôi đã hiểu. Nhưng hiểu không có nghĩa là đã biết đủ. Thật ra, chúng tôi chẳng biết gì nhiều về chuyện gì đang thực sự diễn ra. Kể từ khi "Tiến sĩ" Đỗ Vạn Lý bước ra sân khấu, chúng tôi chẳng còn lúc nào yên ổn.

Cuối cùng, Thành cũng cất tiếng. Anh kể cho chúng tôi nghe về chuyến ra đi của *họ* – chính là hôm nay, về cái âm mưu im lặng của *họ*, về việc họ cố tình giấu tôi mọi chuyện, và về sự từ chối đến gặp vợ chồng tôi lần cuối để nói lời từ biệt. Cả bọn họ, từ "tiến sĩ" Đỗ Vạn Lý trở xuống! "Chỉ có mình tôi đến," Thành kết luận, vẻ còn buồn hơn cả chúng tôi trong khoảnh khắc ấy. Chúng tôi chỉ im lặng trong giây lát, vì biết thời gian không còn nhiều. Chú phải đi gấp, và chúng tôi cũng phải vội vã nói lời chia tay với người bạn tốt ấy — chú Thành — chúc chú, cha chú, và đặc biệt là ông Ngô Đình Diệm, mọi điều tốt lành nhất. Thành đã gửi lại hành lý của mình cho *họ*, rồi vội vàng "về nhà" để kịp ghé chào chúng tôi, giờ lại phải vội vã quay lại sân bay Idlewild cho kịp chuyến bay cùng *họ*. Chú là người bạn duy nhất đã bước xuống con đường vắng vẻ để chào tạm biệt chúng tôi trước khi quay về với đất nước — và với một tương lai chưa ai biết rõ. "Tạm biệt chú Thành!" Chúng tôi nghẹn lời, nuốt nước mắt. Và trong lòng, sự giận dữ đối với họ cứ thế dâng lên — vì chúng tôi đã bị bỏ lại phía sau. Người bạn duy nhất của chúng tôi… giờ cũng không còn ở bên chúng tôi nữa.

CHÚNG TÔI KHÔNG THỰC SỰ NGẠC NHIÊN trước cách cư xử của Đỗ Vạn Lý đối với mình. Điều khiến chúng tôi không hiểu nổi là thái độ của những người khác — những người từng thường xuyên lui tới nhà chúng tôi, làm việc chặt chẽ với chúng tôi — như Nguyễn Thái, Đỗ Trọng Chu, Dư Phước Long… và còn nhiều nữa. Dư Phước Long, chẳng hạn, hoàn toàn không có lý do gì để trở mặt với chúng tôi, và cách cư xử của anh ta vào phút chót đã nói lên nhiều điều về bản chất hèn nhát của con người này — một kẻ "gan bé" đúng như chúng tôi từng miêu tả trong bài thơ Tết: nhu nhược, hèn nhát, và trên hết là một tay cơ hội hạng nhất, vì anh ta theo Ngô Đình Diệm chỉ vì toan tính cá nhân. Trong mắt chúng tôi, anh ta cũng chẳng khá gì hơn Đức Thanh. Và quả thật, cái tính cơ hội ấy lộ rõ khi Long vội vã rời bỏ Sài Gòn và ông Diệm ngay khi anh ta cảm thấy "con tàu" đang bắt đầu ngập nước.

Còn Nguyễn Thái — một kẻ khoác lác và cơ hội không

kém Dư Phước Long — theo tôi, hoàn toàn không có chút liêm sỉ hay nguyên tắc nào. Anh ta đã lợi dụng Hội Sinh viên Công giáo Việt Nam, lợi dụng Cha Jacques, lợi dụng cả tôi... làm bàn đạp. Giờ đây, khi tưởng rằng mình đã vươn tới một vị trí cao hơn, Thái chẳng buồn ngoái đầu nhìn lại.

Riêng Đỗ Trọng Chu — một người mà tôi từng đánh giá là lý tưởng hơn cả đám — tôi thực sự thất vọng. Thất vọng đến buồn bã khi thấy anh mù quáng đi theo "Tiến sĩ" Lý, không một chút do dự. Tôi từng rất kính trọng Chu, nhưng kể từ khi anh rời xa chúng tôi cùng với *họ*, không một cuộc gọi, không một lời chào tạm biệt, tôi đã mang trong lòng một nỗi hận không nguôi. Tôi cũng không gặp lại anh nữa, ngoại trừ một khoảnh khắc ngắn ngủi ở Sài Gòn khi anh dạy ở Trường Bình Dân, và một lần khác vào mùa hè 1974, khi tôi đi nghỉ ở Bangkok và tình cờ ghé thăm trung tâm văn hóa Rose Garden. Vợ anh — trước đây là bà Mâu — đã đến nhà anh trai tôi, Minh, để thu xếp một cuộc gặp gỡ. Nhưng tôi đã trốn, và dặn Minh nói rằng tôi không có nhà. Tôi hận như thế, đơn giản chỉ vì tôi từng quý trọng anh hơn rất nhiều so với, chẳng hạn, Nguyễn Văn Mừng hay vợ anh ta — cô Quít.

Không phải ngẫu nhiên mà tôi đã mua cuốn *Chính trị không có đạo đức* của cựu Tổng thống Herbert Hoover khi tình cờ thấy nó trong một hiệu sách ở Quảng trường Times. Tôi mua về nhưng chưa bao giờ mở ra xem — chỉ riêng nhan đề đã đủ để nhắc tôi nhớ đến những kẻ thù chính trị của mình. Chính trị chưa bao giờ chảy trong huyết quản tôi. Tôi không sinh ra để làm chính trị, và nó cũng chẳng có chút hấp dẫn nào đối với tôi. Tôi bước vào con đường ấy chỉ vì tình cảm mà vợ tôi và tôi dành cho Ngô Đình Diệm — người mà chúng tôi quen biết tại Mỹ như một kẻ tị nạn cô đơn, không một xu dính túi, không người thân thích. Các con chúng tôi cũng quý mến ông, gọi ông là "ông nội", và chúng tôi đối xử với ông đúng như vậy — giúp đỡ ông bằng bất kỳ cách khiêm tốn nào mà chúng tôi có thể. Việc gặp gỡ ông Diệm là một biến cố tình cờ trong đời sống của chúng tôi, mang lại không ít cay đắng, nhưng cũng nhiều niềm vui. Một trong những niềm vui lớn ấy là tình bạn với Bùi Kiến Thành — người bạn trẻ tuổi nhưng chín chắn và rất trung thành của chúng tôi. Suốt gần tám năm phục vụ dưới quyền Ngô Đình Diệm, ngay cả khi ở Hồng Kông, tôi luôn cố gắng giữ khoảng cách với chính trị Việt Nam. Điều đó vô tình giúp tôi tránh được nhiều phiền phức. Nhưng không phải ai cũng may mắn như tôi. Người bạn trẻ mà các con tôi gọi thân thương là "chú", theo đúng cách gọi của người Việt, đã không tránh khỏi. Thành bị cuốn vào vòng xoáy ấy, mang trong lòng bao vỡ mộng và ghê tởm, buộc phải đóng một vai trò bạc bẽo cho đến tận cùng, để rồi bị giam cầm suốt nhiều năm sau khi nhà Ngô sụp đổ, trước khi cuối cùng bị trục xuất.

May mắn thay, tương lai luôn bí ẩn đối với con người. Ánh đèn sân khấu vẫn chưa chiếu rọi vào góc khuất nơi những xe bọc thép, máu đổ, chế độ quân phiệt, án tù dài hạn và một cuộc chiến khốc liệt với những loại vũ khí và phát minh tối tân nhất đang chờ đợi. Nhưng dù tất cả vẫn nằm ngoài tầm mắt của những diễn viên-khán giả đang háo hức bước lên sân khấu, thì chúng tôi — những con người trần thế — vẫn cứ bước đi, mù quáng và vô tình, diễn trọn vai của mình cho đến hồi kết của đời sống có ý thức.

22. ĐẾN WASHINGTON, D.C.

Tàu của chúng tôi vào ga Union. Dư Phước Long đã có mặt ở đó từ bao giờ để đón chúng tôi. Hồi trước, tôi từng ở lại nhà Long tại Washington, để tìm hiểu địa hình, chuẩn bị để đưa cả gia đình đến sau. Lúc ấy, Long vừa mới trở về Mỹ sau chuyến về nước do Đỗ Vạn Lý và phe nhóm của ông ta thu xếp. Anh ta chỉ lưu lại Sài Gòn một thời gian ngắn, sau khi nhận ra rằng tình hình không còn có thể duy trì được nữa — cả với ông Ngô Đình Diệm lẫn chính bản thân mình. Long đã xin và được chấp thuận vào làm Bí thư tại Đại sứ quán, hiện do chính phủ mới bổ nhiệm, với Đại sứ là Trần Văn Chương — thân sinh của người mà sau này tai tiếng khắp nơi: bà Trần Lệ Xuân, tức phu nhân của em trai ông Ngô Đình Diệm. Bị cô lập trong Dinh Độc Lập, ông Diệm đã cho Long "ân huệ" này như một sự ban thưởng vì sự ủng hộ và phục vụ của Long từ trước tới nay, với niềm tin rằng ông cần có thêm người trong hàng ngũ để tranh thủ sự hậu thuẫn từ phía người Pháp, nhất là đối với các giáo phái và lực lượng vũ trang còn nằm trong vòng kiểm soát của họ và đang chống lại ông. Dù sao đi nữa, Long cũng không phải là người duy nhất nhảy khỏi một con tàu chính trị khi thấy nó bắt đầu đắm. Không ít người khác — như Trần Văn Đỗ, anh ruột

Đại sứ Chương và là Ngoại trưởng đầu tiên của chính phủ Việt Nam tại Hội nghị Genève — cũng đã hoảng sợ mà từ chức. Nhưng Long thì không chỉ nhảy nhanh mà còn nhảy xa nữa. Dù ông Diệm có thể đã đồng ý cho Long một vị trí trong bộ máy, nhưng ông chắc chắn cũng không quên rằng Long đã từng bỏ rơi ông đúng lúc ông cần người nhất.

Trong chuyến "thám hiểm" khu phố mới của Long, tôi tìm thuê được một căn nhà (townhouse) có sẵn nội thất tại số 805 đường Buchanan NW. Tiền thuê là 120 đô-la một tháng giống hệt như ở New York, nhưng căn nhà này thoải mái hơn hẳn: có sân sau trồng hoa hồng đỏ, và sân trước viền hoa đỗ quyên tím đang nở lần thứ hai vào cuối thu.

Trong lúc Long tạm thời đóng vai chủ nhà và ân nhân để "đền ơn đáp nghĩa" hai năm trời chúng tôi từng cưu mang anh ta, thì anh ta lại để lại trong tôi một vị đắng khó quên với thái độ của mình lúc đó. Long không rộng rãi như vẻ bề ngoài, và bộc lộ đủ mọi thói quen vụn vặt, sở thích tầm thường của một tay *nouveau riche* (mới giàu lên). Tệ hơn nữa, điều quan trọng nhất đối với anh ta dường như là gây ấn tượng với tôi bằng cái địa vị ngoại giao mới — như thể để mỉa mai gia đình tôi đã tận tụy với ông Ngô Đình Diệm bao nhiêu mà chẳng được ban thưởng gì, vẫn tiếp tục sống trong cảnh cơ hàn như thuở mới chân ướt chân ráo đến nước Mỹ.

Trong khoảng mười ngày tôi ở với Long, trong lúc chờ gia nhập đội ngũ nhân viên VOA trước khi gia đình tôi đến, tôi đã phải trải qua một "liều thuốc đắng" mang tên Dư Phước Long: sự kiêu căng mới nổi, cái vỏ bọc mỏng manh của một "quý ông tư sản" (bourgeois gentilhomme) mà anh ta ra sức tô điểm. Anh ta ăn mặc theo một khái niệm *kỳ quặc* nào đó về trang phục ngoại giao, luôn tìm cách làm nổi bật biển số xe ngoại giao của mình với dòng chữ DPL — trùng hợp thay, cũng chính là viết tắt tên anh ta. "Định mệnh đấy, anh không nghĩ vậy sao?" — anh ta vừa hỏi vừa cười đắc thắng. Điều khiến tôi tức giận nhất là Long cư xử như thể mình hơn tôi về mọi mặt — cả về hiểu biết về nước Mỹ. Tôi không bao giờ quên cái ngày anh ta chở tôi đi dạo trên chiếc Chrysler (hoặc Mercury) mới toanh — và tất nhiên, không quên dành cho tôi một bài diễn văn dài dòng về sự thông minh và khả năng tài chính của mình khi mua được chiếc xe "cao cấp" ấy. Khi dừng lại ở một góc phố, Long chỉ về phía một nhóm nam nữ sinh đang đi bộ trên đường và hào hứng nói: "Anh nhìn kìa, những cô đội trưởng đội kèn xinh đẹp đang dẫn đầu ấy! Tôi cá là anh chưa từng thấy như vậy ở Mỹ bao giờ!" Bạn tưởng tượng xem — tôi đã sống ở Mỹ cả năm trời trước khi Long xuất hiện, người vừa đặt chân lên đất nước này mới một thời gian ngắn, lại sống ẩn mình trong khuôn viên trường ở Naperville, Illinois — một nơi mà gọi là "vùng quê" cũng không sai. Ấy vậy mà anh ta, giờ đã xuất hiện lại ở Washington, D.C. với cái chức Bí thư Đại sứ quán mới toanh, cứ như thể tất cả ánh hào quang ấy khiến anh ta quên luôn con người thật của mình. Chậm rãi nhưng chắc chắn, tôi đã học được chính trị vận hành như thế nào cũng như các chính trị gia hoạt động ra sao. Chính chúng đã dạy tôi phải luôn cảnh giác, mỗi ngày một ghét chính trị hơn, và tiêm cho tôi một liều hoài nghi mà tôi chưa bao giờ có thể rửa sạch, nhất là đối với những "người làm việc thiện chuyên nghiệp" và giới chính khách, đặc biệt là người Việt Nam.

Dư Phước Long chở cả gia đình tôi đến căn nhà mới, và đó là tất cả những gì anh ta làm để đền đáp công lao, sự ưu ái mà chúng tôi đã tự nguyện dành cho anh suốt hai năm qua. Chúng tôi bắt đầu ổn định cuộc sống mới tại thủ đô. Marie và Dominic được gửi đến học ở trường giáo xứ gần nhà, thuộc giáo phận của Đức Cha McNamara. Mỹ Châu và Mỹ Nga (mà chúng tôi gọi bằng những biệt danh yêu thương: "Lulu" và "Mumu") giờ đã đủ lớn để chạy nhảy tung tăng, khám phá tầng hầm rộng rãi và chơi đùa ở cả sân trước lẫn sân sau. Ngôi nhà được trang bị theo kiểu cũ, với thảm dày, và chiếc chuông hai tông ở cửa trước reo lên vui tai mỗi khi có khách. Căn nhà có ba phòng ngủ. Chúng tôi dành cho Marie một phòng nhỏ nhìn ra phố Buchanan. Lần đầu tiên đứa con gái lớn của chúng tôi có một căn phòng riêng. Bên cạnh là phòng ngủ chính, nơi vợ chồng tôi và mấy đứa nhỏ ngủ chung. Chiếc cũi của Muriel được gửi xuống từ New York. Có lẽ nó là vật duy nhất mang dáng dấp của tương lai mà chúng tôi từng sở hữu trên đất Mỹ. Dominic và Lulu thì ngủ chung một chiếc giường lớn bằng cỡ giường Ba mẹ vì cả hai đều không chịu ngủ riêng tầng dưới.

Phòng khách lớn được trải thảm kín từ tường bên này sang tường bên kia, với đồ nội thất đẹp do chủ nhà để lại. Chúng tôi đã mua thêm một cây đàn piano hoàn toàn mới để Marie học chơi. Chiếc tivi mang từ New York xuống được đặt giữa căn phòng sáng sủa và đầy ánh nắng, nơi lúc nào cũng có một bình hoa hồng đỏ mà Marie hái từ vườn sau mang vào. Ôi, biết bao lần cả gia đình chúng tôi quây quần bên chiếc tivi ấy, cùng xem tin tức hay những phim truyền hình dài tập trong sự tĩnh lặng tuyệt đối, vì lúc này chúng tôi chẳng còn bận tâm đến những cú điện thoại, khách viếng thăm hay sinh viên từ Việt Nam nữa. Bọn trẻ mê mẩn các chương trình chúng yêu thích, và mỗi khi đến đoạn quảng cáo có Bugs Bunny nhảy nhót theo điệu nhạc của Canada Dry rồi giẫm liên hồi lên một chú thỏ khác — mà con đó dù bị giẫm nhưng vẫn luôn bật dậy sau đó — bọn trẻ lại phá lên cười, vừa vỗ tay vừa la to bằng tiếng Việt: *"Coi! Coi! Nó đạp lên con ma!"*

Liền kề phòng khách là phòng ăn rộng rãi, với chiếc bàn ăn lớn chắc chắn, làm bằng gỗ sồi đỏ. Tám hay mười người có thể ngồi ăn thoải mái trên những chiếc ghế cao bọc nhung đỏ thẫm. Gần đó là tủ kính lớn trưng bày bộ chén đĩa, ly tách và dao nĩa. Từ phòng ăn mở nhìn ra một nhà bếp nhỏ gọn gàng, với hai cánh cửa — một mở ra sân sau, một mở tới hướng cầu thang có tay vịn bóng loáng dẫn lên lầu. Tầng hầm cũng được trang bị nội thất theo phong cách hiện đại, do người thuê trước để lại — nghe nói là sinh viên. Một cánh cửa khác mở ra khu vườn sau xinh xắn của chúng tôi, nơi những bụi hoa hồng đỏ và cây táo gai bao quanh lối đi nhỏ dẫn đến nhà để xe — thực ra chỉ là một cái kho bằng gỗ.

Sự mới mẻ của căn nhà, với hai "khu vườn" — như chúng tôi gọi sân trước và sân sau đầy cỏ và hoa — cùng với nhà kho trống và con phố rợp bóng cây, khiến chúng tôi có cảm giác như đang sống ở vùng quê yên bình nào đó. Mọi thứ quá khác so với thành phố quốc tế New York, ồn ào với tám triệu con người. Về mặt tinh thần, vợ chồng tôi như thể đã dứt khỏi cuộc sống cũ — cuộc sống chất chứa bao ký ức cay đắng — để hoàn toàn dành tâm trí cho hạnh phúc của con cái và tận hưởng một chương mới của cuộc đời. Chúng tôi thích việc không còn những cú điện thoại từ khách thập phương, và cảm thấy một sự nhẹ nhõm sâu lắng khi không còn phải tiếp những vị khách không mời mà đến, những sinh viên nước ngoài và những "đồng chí" mà chúng tôi từng nghĩ là những người trung thành với ông Diệm, nhưng thực chất chỉ là những kẻ cơ hội lạnh lùng, sẵn sàng loại bạn khỏi cuộc chơi khi cần.

Lần đầu tiên kể từ khi đặt chân đến Mỹ, tôi có thể tự đưa đón các con đi học và về nhà. Một buổi chiều đầu đông, tuyết rơi sớm và rất dày. Tôi vừa xong ca đêm nên được nghỉ cả sáng và trọn buổi chiều. Khi những bông tuyết đầu tiên rơi xuống, ban đầu nhẹ nhàng nhưng nhanh chóng chuyển thành một cơn bão tuyết kèm theo gió giật mạnh, tôi bắt đầu lo lắng cho Dominic — con trai bé bỏng của tôi — sắp tan học. Tôi mặc áo khoác, đội mũ, rồi vội vàng đi ra phố, băng qua những con đường đã phủ đầy tuyết trơn trượt. Người đi đường hối hả, các cửa tiệm bật đèn sớm hơn thường lệ. Đến nơi, tôi thấy cổng trường đã đóng và sân trường vắng tanh, nhưng tuyệt nhiên không thấy bóng dáng Dominic đâu. Gần như hoảng loạn, tôi lùng sục quanh trường rồi chậm rãi quay về nhà, hy vọng con mình đã đi lối khác. Gần đến một tiệm kẹo, tôi bất chợt liếc vào cửa kính, và kìa — Dominic của tôi đang ngồi ở quầy, miệng ngậm một cây kẹo mút! Nhẹ nhõm nhưng cũng tò mò, tôi bước nhanh vào, ôm chầm lấy thằng bé và hỏi vì sao không về nhà ngay khi tuyết bắt đầu rơi. "Con đang đi bộ về," Dominic đáp, "thì một ông già tốt bụng cho con mười xu và bảo con mua một cây kẹo mút. Thế là con ghé vào đây, Ba ạ. Đừng lo, con sẽ ăn nhanh thôi, rồi mình có thể đợi trong này đến khi tuyết ngừng rơi."

Và đúng là chúng tôi đã ngồi chờ. Khi hai cha con trở về nhà, người phủ đầy tuyết, ướt sũng bước vào thảm, mẹ và Marie bật cười: "Hai người trông y như người tuyết vậy đó!" Nhưng nụ cười ấy là nụ cười nhẹ nhõm, bởi vì họ cũng đã bắt đầu lo lắng không biết hai cha con đã đi đâu giữa trận bão tuyết.

Một ngày khác, vào một sáng Chủ Nhật trời nắng và oi ả, Dominic đi chơi với hai đứa trẻ hàng xóm tên David và Allen. Tôi bắt đầu trở nên lo lắng khi ba đứa đi quá lâu. Sau khi tìm khắp khu phố, tôi sốt ruột đứng đợi trên bậc thềm dẫn lên sân trước. Mồ hôi túa ra vì nóng nực. Tôi vừa lau mặt vừa lẩm bẩm rủa đám bạn "hư đốn" — hai đứa nhỏ nổi tiếng tinh nghịch từng phá rào, trèo lên tận nóc ga-ra để xe. Từ xa, tôi thấy ba đứa đang lững thững quay về. David và Allen chạy trước nhanh như gió bằng cặp giò ngắn của chúng, bỏ lại Dominic lặng lẽ đi sau, rõ ràng là đang sợ hãi. Thằng bé biết là đã trễ nên nó rụt rè xin lỗi và nói rằng bạn nó không cho nó về. "Chúng con chỉ chơi ở Trường trung học Roosevelt thôi, Ba ạ, cũng không xa lắm đâu!" — thằng bé lí nhí. Sau một tràng khiển trách gay gắt của tôi, Dominic lặng lẽ bước vào nhà với vẻ mặt buồn bã, trách móc và chán nản.

NĂM ẤY KẾT THÚC một cách yên ắng với gia đình tôi. Chúng tôi đón một mùa Giáng sinh lặng lẽ, bên cây thông lớn hơn mọi năm, trang trí rực rỡ hơn, và mừng vì không còn bị quấy rầy bởi những vị khách không mời mà đến. Trái ngược với bầu không khí ấm cúng trong nhà, tình hình chính trị cả ở văn phòng lẫn tại Việt Nam lại vô cùng dữ dội. Chính phủ non trẻ của Ngô Đình Diệm đang vật lộn giữa cơn bão khốc liệt nhất trong quãng thời gian tồn tại ngắn ngủi của nó. Cơn bão ấy kéo dài từ cuối năm 1954 sang hết năm 1955. Ngày nào tin tức từ Sài Gòn cũng ngập tràn những khó khăn chồng chất lên đầu ông Diệm tội nghiệp, và tiếp theo sau là những trở ngại tưởng như không thể vượt qua. Người ta đồng tình gần như tuyệt đối rằng Ngô Đình Diệm sẽ không thể trụ nổi qua hết năm đó, chứ đừng nói gì đến năm kế tiếp.

Ngay từ đầu, ông Diệm đã trở về nước và lên nắm quyền trong những điều kiện tệ hại nhất có thể. Đó là sau thảm họa Điện Biên Phủ, rồi làn sóng tị nạn từ miền Bắc cộng sản. Được Bảo Đại bổ nhiệm làm Thủ tướng, ông vào Sài Gòn với hai bàn tay trắng, ngoại trừ một tờ giấy có chữ ký của Quốc trưởng. Ông không có quân đội, không có ngân sách, không có bộ máy hành chính để dựa vào. Mọi thứ phải xây dựng lại từ con số không. Trong khi ấy, người Pháp bắt tay với các giáo phái Cao Đài, Hòa Hảo và cả Bình Xuyên — vốn không phải là giáo phái gì cả, mà là một nhóm cựu giang hồ, cướp sông, giết người, chẳng theo ai ngoài chính mình. Để được một khoản "trợ cấp" hàng tháng trị giá vài triệu đồng Đông Dương, Bảo Đại đã giao cho họ quyền kiểm soát lực lượng cảnh sát, và giờ đây, họ đang ra sức lật đổ ông Diệm ngay từ những ngày đầu ông mới tiếp quản chính quyền.

Ông Diệm đã làm một điều chưa từng có chính phủ nào trước đó dám làm. Ông đã thách thức người Pháp — và gián tiếp là Bảo Đại — bằng cách khởi xướng những thay đổi thật sự cho đất nước. Để bắt đầu, ông ra sắc lệnh đóng cửa các sòng bạc và nhà thổ do đám giặc Bình Xuyên điều hành — cái bọn mà đã "trợ cấp" hàng tháng cho Bảo Đại. Chúng trực tiếp kiểm soát cả lực lượng cảnh sát. Và vì ông Diệm chẳng có quyền lực nào ngoài thẩm quyền đạo đức và danh nghĩa của một Thủ tướng được bổ nhiệm, nên sắc lệnh ấy, về mặt thực tế, chẳng khác gì một hành động tượng trưng cho có lệ. Nhưng đó là một động thái đầy ý nghĩa. Phản ứng trước hành động ấy sẽ cho thấy rõ liệu chính phủ mới có thực quyền hay chỉ là một trò hề.

Không cần nói ra cũng biết rằng đối với người Pháp và Bảo Đại, chẳng có gì thay đổi. Mọi thứ vẫn tiếp diễn như bình thường. Vấn đề, như xưa nay vẫn thế, vẫn là vấn đề quân sự. Pháp đã thua cuộc chiến, nhưng họ vẫn giữ được một nửa Việt Nam và cả hai nước còn lại trong khối Đông Dương — Campuchia và Lào (hoặc ít nhất là phần lớn Lào). Quân đội viễn chinh Pháp vẫn còn nguyên vẹn. Điện Biên Phủ là một sai lầm cá biệt, một ngoại lệ không nhất thiết phải dùng để chứng minh cho quy luật chung, và quân đội Việt Nam lúc này đang ngày càng trở thành một mối quan tâm lớn. Hơn nữa, người Mỹ lúc ấy đã cam kết sẽ viện trợ toàn diện về quân sự và kinh tế, và nếu cần thiết, sẽ can thiệp để ủng hộ phía Pháp, bởi họ nay đã không còn bị vướng bận bởi cuộc chiến Triều Tiên nữa.

Ngô Đình Diệm có thể là người khó chịu trong đối thoại, nhưng không vì thế mà người ta phải chiều theo mọi đòi hỏi của ông, bởi ông chẳng có cảnh sát, không có quân đội, cũng không có một lực lượng chính trị đủ mạnh để chống lưng. Rõ ràng, ông hoặc tiếp tục cuộc chơi hoặc rút lui. Và mọi người đều đồng ý rằng ông nên tiếp tục.

Dư Phước Long, tân Bí thư Đại sứ quán, gọi điện cho tôi liên tục trong ngày để bàn luận về những động thái "thiếu khôn ngoan" của ông Diệm. Anh ta hỏi tôi: "Nếu lệnh cấm các ổ tệ nạn bị chống lại, ông Diệm sẽ làm gì để thực thi nó?" Chính mắt anh ta đã nhìn thấy ông Diệm chỉ là một ông già tội nghiệp, đơn độc, không bạn bè, chẳng quyền lực, lủi thủi trong Dinh Độc Lập suốt ngày. Long đã bỏ về Mỹ vì không thể chịu nổi hình ảnh đó. Anh ta đã "thấy trước" sự sụp đổ của ông Diệm từ trước cả khi ông Diệm thực sự nắm quyền. Và bây giờ, theo Long, hành động liều lĩnh như đóng cửa các ổ tệ nạn này là quá lố. "Rồi anh sẽ thấy," Long dự đoán, "Ngô Đình Diệm sẽ trở thành trò cười của cả nước Việt Nam!"

Tôi cũng gặp thái độ dè bỉu y hệt ở Đài VOA, nơi ông Diệm bị coi như một kẻ lập dị. Mọi người — từ ông Pruett trở xuống — nhìn tôi bằng ánh mắt thương hại. Không ai bình luận gì về việc đóng cửa các ổ tệ nạn ở Sài Gòn — theo tôi là một nước cờ quan trọng — mà chỉ im lặng như thể đạo đức là thứ có thể nhường chỗ cho chính trị bất cứ lúc nào. Người ta có thể công nhận rằng đạo đức là một mục tiêu cao đẹp, nhưng ai quan tâm đến đạo đức khi điều họ thực sự chơi là trò chơi quyền lực?

Thái độ thù địch ấy, trước tiên, xuất phát từ cách mỗi người Việt lẫn Mỹ cảm nhận về Ngô Đình Diệm. Thật đáng chú ý, trong số hàng chục nhân vật mà người Pháp đã dựng lên như một phần của cái gọi là "giải pháp Bảo Đại", chỉ duy nhất ông Diệm có khả năng khơi dậy những cảm xúc mãnh liệt, hoặc vô cùng kính trọng lập trường độc lập mà ông kiên trì theo đuổi, hoặc ngược lại, xem ông là kẻ không tưởng, hấp tấp, thậm chí nguy hiểm. Không ai thấy thờ ơ với ông. Và vì tôi là người ủng hộ trung thành duy nhất của ông Diệm tại VOA, nên mọi sự yêu ghét dữ dội ấy đều nhắm vào tôi.

Về mặt lý thuyết, bất kỳ người Việt Nam hay người

Mỹ nào có thiện chí đều ủng hộ tự do và độc lập cho Việt Nam. Ngay cả những người ủng hộ Pháp nhất cũng tin vào một giai đoạn chuyển tiếp "cần thiết" trong đó người dân Việt Nam phải hợp tác với người Pháp trước khi có thể giành được nền độc lập thực sự. Ngay cả những người trung lập, hay thuộc dạng *ba phải* — những người không thể, hoặc không muốn, đưa ra lập trường rõ ràng về cuộc đấu tranh giành độc lập của đất nước — cũng không làm vậy vì yêu mến chủ nghĩa thực dân Pháp, mà vì họ cảm thấy (dù đúng hay sai) rằng Việt Nam chưa đủ sẵn sàng để tự đứng vững, nhất là trong bối cảnh xung đột ý thức hệ giữa Thế giới Tự do và Chủ nghĩa Cộng sản.

Tuy nhiên, xét về thực tế, chín năm chiến tranh và bất ổn chính trị, đỉnh điểm là sự chia cắt đất nước, đã để lại một dư vị đắng chát trong lòng mỗi công dân. Vì vậy, khát vọng độc lập bị kìm nén bởi nhu cầu sinh tồn trước mắt. Đó cũng là lý do người ta có thái độ dè chừng trước những nhân vật mạnh mẽ như Ngô Đình Diệm. Ông khơi dậy nhiều nỗi sợ và lo âu hơn là niềm hy vọng và sự tin tưởng. Thêm vào đó, việc ông không nắm được quyền lực thực sự khiến ông càng trở nên khó chịu và trở thành mối đe dọa với những ai có nhiều thứ để mất. Tại Đài VOA, tôi là người gánh chịu mọi hệ lụy từ những bất ổn chính trị đang diễn ra ở Sài Gòn, tuy ở một quy mô vô cùng nhỏ bé so với những gì ông Diệm đang phải đối mặt.

Trước sự ngỡ ngàng của tất cả những người quan tâm theo dõi, Ngô Đình Diệm đã sống sót sau cơn khủng hoảng đầu tiên. Các sòng bạc và nhà thổ bị đóng cửa và cuộc nổi loạn mà ai cũng chờ đợi đã không xảy ra. Nhưng những cơn bão khác đã hình thành, khốc liệt hơn bao giờ hết, đang chờ thời cơ để nổi lên và quét sạch vị Thủ tướng "không mong muốn" này! Các giáo phái, các băng nhóm côn đồ và cả quân đội — với sự hậu thuẫn của thực dân Pháp — sẵn sàng ra tay để loại bỏ Diệm một lần và mãi mãi. Những kẻ gièm pha và đối thủ của ông Diệm, những kẻ đã tin chắc ông sẽ không trụ nổi vòng đầu tiên, chỉ im lặng chờ đợi. Dư Phước Long cũng vậy. Cả các đồng nghiệp của tôi trong Ban Việt ngữ của Đài Tiếng nói Hoa Kỳ cũng vậy.

Còn tôi, tôi không nao núng. Tôi tiếp tục công việc như thể không có gì đang xảy ra. Dịp Giáng sinh, tôi gửi một tấm thiệp chúc mừng đến ông Diệm qua đường bưu điện Mỹ như thường lệ. Mong ước duy nhất và mãnh liệt nhất của tôi trong đó là được trở về nhà, không phải để phục vụ chính phủ của ông ấy với tư cách gì, mà chỉ đơn giản là để hồi hương. Tôi đã quá mệt mỏi với cuộc sống xa xứ, và nói thật lòng, tôi rất nhớ nhà. Tôi không mong đợi hồi âm — và cũng chẳng nhận được sau đó. Trong lúc đó, một nguồn vui lớn và cũng là niềm an ủi quý báu đến từ cuộc hội ngộ với người bạn tốt của tôi, Trần Đức Nhuận — người đang có chuyến thăm Hoa Kỳ do Cơ quan Thông tin Hoa Kỳ bảo trợ vào tháng 11 năm 1954.

Nhuận và tôi thân nhau từ đầu những năm 1950. Khi tôi mới vào làm ở USIS và tạm trú ở Sài Gòn vài tháng trước khi lên đường sang New York, anh là người miền Nam duy nhất trong khoảng ba mươi phiên dịch viên — tất cả đều là người Bắc. Chúng tôi lập tức thân nhau. Ngoài ra, còn có một người Việt lớn tuổi hơn trong nhóm *personnel indigène* (nhân viên bản địa) — cách gọi của thực dân dành cho những người không phải dân Âu châu —

tên là Cao Huấn Ngự. Ông là một tay lập dị, nghiện thuốc phiện, miệng mồm không kiềm chế, chửi rủa cả người Pháp lẫn nhân viên người Bắc. Ông chẳng giống ai trong thế hệ phiên dịch viên đương thời, và càng không thể là bạn với tôi hay Nhuận. Thật ra, ông thuộc về một tầng lớp hiếm hoi và ngày càng thu hẹp — giới trí thức vỡ mộng (*désabusés*) của một thế hệ cũ, những người đã bị hoàn cảnh khắc nghiệt dưới chế độ thực dân mài mòn đến mức trở thành những kẻ hoài nghi cố hữu, tìm lối thoát trong khói thuốc phiện. Vì thế, dù được học hành tử tế, nhưng ông Ngự sống trong cõi mộng mị do thuốc gây ra, gần như chẳng còn biết gì đến những biến động ngoài đời thực.

Nhuận đến Mỹ trễ hơn tất cả các nhân viên Việt Nam khác, đơn giản vì anh không hề quan tâm đến chuyện du lịch Mỹ, ngay cả khi được đi miễn phí. Anh không phải kiểu người xu nịnh, không bon chen để được khen thưởng hay chú ý. Điều này, xét ở một góc độ nào đó, giải thích vì sao người Mỹ ở Sài Gòn thường có thiện cảm với người Bắc hơn người Nam, bởi người Bắc có vẻ điềm đạm hơn, trong khi người Nam dễ bị xem là quá đề cao cái tôi của mình. Và thế là, sau hai năm liên tiếp phải tiếp đón hết lượt khách không mời mà đến từ Việt Nam, cuối cùng tôi cũng được đoàn tụ với một người bạn thật sự từ quê nhà.

Có thể nói, nếu không vì mong muốn được gặp lại tôi ở Washington, D.C., Nhuận đã từ chối chuyến đi này. Anh mong chờ cuộc hội ngộ ấy đến mức mọi thứ khác đều trở nên vô nghĩa. Anh là một người Việt Nam mà không quốc gia hay lối sống nào khác có thể đủ hấp dẫn để khiến anh rời xa quê hương, dù chỉ trong một thời gian ngắn. Chính vì vậy, trong nỗi nhớ nhà day dứt của tôi, tình bạn nồng hậu giữa chúng tôi đã trở thành ánh sáng ấm áp nhất trong dịp cuối năm 1954 buồn bã.

Tôi sẽ không bao giờ quên một buổi chiều tháng Mười Một đầy mây và cái khách sạn tồi tàn mà VOA đã thu xếp cho Nhuận. Bất chấp thời tiết ảm đạm, trong lòng chúng tôi vẫn rực nắng khi nắm tay nhau vui vẻ bước lên xe điện, chuẩn bị về nhà tôi trên phố Buchanan, ngay trung tâm thành phố và sát bên Đại lộ Georgia. Cảm giác được đón người bạn thân yêu đến ngôi nhà mới của mình thật ngọt ngào — khác hẳn với cảm giác khi hàng đống người đổ xô đến căn hộ của tôi ở New York! Đây là một vị khách quý — không giống với những người Việt mà tôi mới gặp ở New York trước khi chuyển đến Washington. USIS Sài Gòn khi ấy thường xuyên cử các đoàn nhà giáo và viên chức đến thăm nước Mỹ từ nhiều vùng khác nhau ở Việt Nam — có lẽ để chuẩn bị cho viễn cảnh nước Mỹ sẽ thay thế người Pháp kiểm soát miền Nam phi cộng sản. Một vị khách mà tôi đặc biệt vui mừng được đón là thầy Đậu, người từng dạy tôi thời trung học ở Cần Thơ. Tôi đưa thầy về nhà để vợ tôi nấu một bữa Việt Nam thật đậm đà, sau bao tuần thầy phải sống nhạt nhẽo với xúc xích và hamburger. Khi trở lại quê nhà, thầy không ngừng kể với cha tôi về chúng tôi bằng lời lẽ đầy biết ơn và trìu mến. Một người thầy khác — ông Trương Văn Di, từng dạy tôi thời trung học — cũng ghé Mỹ, nhưng tôi không gặp được ông vì ông phải di chuyển theo lịch trình dày đặc trong chuyến công du. Có một nhóm nhà giáo đến từ miền Trung Việt Nam, trong đó ông Huỳnh Hoà — thân phụ của Huỳnh Anh, một người bạn của con gái tôi, Marie. Ông đã gây cho tôi ấn tượng ông như một viên chức điển hình của thời Đông Dương thuộc địa. Họ khiếp sợ "Ông chủ

Pháp" và luôn nhanh chóng gạt bỏ bất kỳ cuộc nói chuyện mang tính "chính trị" nào có thể gây phiền phức cho một sự nghiệp yên ổn, lâu dài, gắn chặt vào một hiện trạng do hệ thống Pháp cũ xưa định đoạt. Nếu tôi nhắc đến Hiệp định Genève và việc chia cắt Việt Nam, ông liền kêu lên: "Thôi. Xin đừng nói chuyện chính trị nữa." Tôi nhớ mình từng khăng khăng rằng cần có một "cuộc cách mạng thật sự, trong đó ông Ngô Đình Diệm sẽ tiến hành cải cách, vì đây là cơ hội cuối cùng để Việt Nam thoát khỏi sự kiểm soát của cộng sản ở nửa quốc gia còn lại," điều này khiến ông Hoà hoảng sợ vô cùng. Ông chỉ muốn con thuyền của mình tiếp tục lướt êm trên mặt biển phẳng lặng. Khác hẳn những vị khách như vậy, mỗi khi người bạn thân Trần Đức Nhuận của tôi đến chơi, chúng tôi tha hồ bàn luận đủ mọi chuyện trên đời. Một trường hợp kinh điển của câu: "*Cửu hạn phùng cam vũ. Tha hương ngộ cố tri*" — hạn lâu ngày gặp mưa ngọt, đất khách gặp bạn xưa.

Trần Đức Nhuận chỉ lưu lại nhà tôi một ngày rồi quay về khách sạn để tiếp tục các chuyến tham quan có hướng dẫn. Sau đó, anh nhanh chóng được đưa đi các bang khác theo một chương trình đón tiếp khách nước ngoài khuôn mẫu do USIS sắp xếp. Tôi không gặp lại Nhuận cho đến vài tuần sau, khi anh quay trở lại Washington, D.C. để chuẩn bị về Sài Gòn. Hai ngày ngắn ngủi ấy thật khó gọi là đủ để chúng tôi hồi tưởng lại những ngày đẹp đẽ thuở mới làm bạn với nhau. Chúng tôi nhớ lại những trò lố bịch của Cao Huấn Ngự, tay nghiện thuốc phiện vốn đều đặn buông lời sỉ vả dân Bắc vào đúng 9 giờ sáng mỗi ngày; nhóm thông dịch viên nam nữ người Pháp làm việc tại USIS Sài Gòn, vốn bất mãn khi bị đặt dưới quyền giám sát của tôi, trong số đó, điều khiến tôi tiếc nuối mãi là đã không nhận ra tài năng văn chương của Jean Hougron, người mà nhiều năm sau đã nổi tiếng với loạt tiểu thuyết *Les Nuits Indochinoises* (Những đêm Đông Dương); và trên hết, chúng tôi nhớ những buổi tối tôi và Nhuận cùng dạo bước bên bờ Quai Le Myre de Vilers, nơi chẳng bao lâu sau được đổi tên thành *Bến Bạch Đằng*.

Từ tháng 7 năm 1950 đến tháng 4 năm 1951, hầu như mỗi tối sau giờ làm việc, Nhuận và tôi — đôi khi có thêm vài người trong văn phòng — lại lang thang nơi ấy, uống bia, thưởng thức những món ăn Việt tuyệt vời ở các quán ăn ngoài trời dọc theo bến tàu, từ khu *Pointe des Blagueurs* cho đến tận bến du thuyền *French Marina*.[57] Nhìn lại, tôi nhận ra rằng đó là quãng thời gian duy nhất mà Nhuận và tôi thực sự tận hưởng cuộc sống ở Sài Gòn sau những biến cố của năm 1945 — vì ngay sau đó, tôi rời khỏi quê hương và không bao giờ quay lại nữa.

Chúng tôi ngồi ở bến tàu, gió mát từ sông Sài Gòn thổi qua mặt, nhìn ngắm hàng trăm chiếc thuyền tam bản neo đậu gần đó, nơi cư dân trôi nổi sinh sống; nhìn đám đông hối hả trên đại lộ; và xa xa, hoàng hôn đổ xuống phía bên kia Thủ Thiêm — nơi Việt Minh từng đặt các cứ điểm và thỉnh thoảng vẫn bắn đạn cối sang trung tâm Sài Gòn. Cảnh tượng điển hình vào mỗi buổi tối là hình ảnh vị linh

---

57 Khu vực bờ sông từ Pointe des Blagueurs (Điểm Joker) đến Bến du thuyền Pháp từng là nơi tụ tập phổ biến của người dân thuộc địa và người dân địa phương. Bài viết và hình ảnh có trong *Tòa nhà cổ của tuần tại Sài Gòn: Cột tín hiệu - Saigoneer*: "…mũi đất cạnh Cột cờ hiệu đã có tên gọi phổ biến là Pointe des Blagueurs ("Góc của những gã hề") và vào buổi tối, nhiều người Pháp lưu vong sẽ đến đây sau bữa tối để ngắm thuyền đi qua. Từ những năm 1920 trở đi, tòa nhà dưới chân cột cờ được cho các doanh nhân địa phương thuê, những người này điều hành nó như một quán bar." (Au.)

mục người Pháp ngoan đạo, đi ngang qua chúng tôi đều đặn mỗi ngày: áo tu xắn lên đến ngang hông, chiếc cặp lủng lẳng treo trên tay lái xe đạp, miệng gọi vọng từ bên kia đường: "Bonsoir Messieurs!" (Chào buổi tối, các quý ông!) Chúng tôi thường vừa ngồi xuống là ông đã đạp xe lướt qua — như thể đã quan sát đâu đó, chỉ đợi chúng tôi xuất hiện để thực hiện nghi lễ: áo tu, xe đạp, và một câu chào đúng lúc. Dần dần, Nhuận và tôi tự tạo thành thói quen: mỗi lần ra bến tàu, chúng tôi sẽ chờ "Người Cha Không Thể Tránh Khỏi" [*'l'Inévitable Pèr]* đi ngang qua, rồi mới gọi đồ uống.

Một trong những hình ảnh in sâu nhất trong trí nhớ tôi là buổi sáng tháng Mười Một ấy, khi Nhuận và tôi cùng nhau đi bộ đến đại lộ Georgia để bắt xe điện vào trung tâm Washington. Chúng tôi đã thức trắng đêm ở nhà tôi trên phố Buchanan, trò chuyện đến tận khuya, và giờ đây, sự chia ly đang đến gần. Không ai trong chúng tôi biết lúc nào sẽ lại được gặp nhau. Nhuận đã quyết định sẽ rời khỏi USIS càng sớm càng tốt, và anh ấy thực sự đã làm vậy một năm sau đó, còn tôi thì vẫn ở lại Mỹ, không có cơ hội đoàn tụ. Chúng tôi đi lên một con dốc nhỏ, và tôi nhớ như in chiếc áo khoác màu be của Nhuận, không có đai, bay phấp phới quanh người anh như thể anh đang lội ngược dòng một con nước vô hình.

Theo nhiều cách, tình bạn của chúng tôi là hình ảnh phản chiếu cho những cuộc đời tách biệt kể từ lần đầu gặp nhau, và có lẽ sẽ còn tiếp tục như vậy trong tương lai gần. Đó là thứ tình bạn sâu sắc giữa hai người đồng hương bị số phận xô đẩy cách nhau hàng chục nghìn dặm, thỉnh thoảng mới có dịp tái ngộ, và luôn là trong thời gian rất ngắn. Nhưng chính sự chia xa ấy lại làm cho tình bạn của chúng tôi thêm phần sâu đậm. Ngoài những chuyến thăm Sài Gòn định kỳ trong suốt những năm sau đó, chúng tôi không bao giờ sống cùng một thành phố nữa. Và dường như, cơ hội gặp lại nhau ngày càng trở nên mong manh.

Năm 1954 khép lại. Dù chứa đựng những sự kiện có thể sẽ mãi mãi định đoạt số phận của Việt Nam, nhưng đối với gia đình tôi, đó lại là một năm tương đối dễ chịu hơn so với những năm trước. Chúng tôi đã thoát khỏi vòng xoáy nội bộ đầy ganh đua của cái gọi là "chính trị" — và tôi đã thốt lên: "Tuyệt vời!" Tôi vốn chẳng bao giờ thích chính trị. Nhưng cuộc tranh giành quyền lực khốc liệt ở Sài Gòn là một lời nhắc nhở không thể nào bỏ qua, đã khiến tôi nhận ra rằng không một người Việt Nam nào thực sự có thể làm ngơ trước chính trị. Dù vậy, tôi vẫn giả vờ đứng ngoài vòng, cố gắng sống bình thản và tận hưởng cuộc sống gia đình của mình.

23. MỘT KỶ NGUYÊN MỚI

VÀO NĂM 1955, chưa đầy một năm sau khi chúng tôi rời New York, cuộc sống của gia đình tôi đã trở nên yên bình hẳn. Vì ông Ngô Đình Diệm không còn ở cùng chúng tôi nữa, nên chúng tôi có cảm giác như có thể quay trở lại những tháng ngày vô tư, nhẹ nhõm. Thêm vào đó, chuỗi "khách trọ" đến rồi đi, chủ yếu để tiết kiệm tiền khách sạn, cũng chấm dứt: những sinh viên ghé qua New York trên đường đến trường đại học và tá túc lại với chúng tôi; những sinh viên khác đã ở Mỹ lâu năm nhưng đến thành phố để du ngoạn; rồi những vị khách đến để tìm ông Diệm—người mà nếu không ngủ lại tại nhà tôi thì cũng chiếm trọn phần lớn thì giờ ngày lẫn đêm của chúng tôi; hoặc là những "người bạn," "bạn của bạn," hay đồng nghiệp cũ, những người đã tận dụng tối đa lòng hiếu khách truyền thống của người Việt bằng cách gửi hành lý, túi xách, và cả chính họ đến nhà tôi với lý do "ghé chơi vài hôm". Họ tự nhủ rằng vợ chồng tôi đã "may mắn" được sống ở Mỹ, vậy thì hẳn nhiên là phải "giàu có" hơn họ, và vì thế, chúng tôi có bổn phận phải mở rộng lòng đón tiếp họ - những người đến sau. Vả lại, Washington, D.C. dù là thủ đô nước Mỹ, nhưng lại không hấp dẫn sinh viên hay du khách Việt Nam như New York.

Vợ chồng tôi cuối cùng cũng có thể thong thả ngắm nhìn lũ trẻ lớn lên và dành thời gian cho chúng. Chúng tôi mua một cây đàn piano trả góp để Marie bắt đầu tự học. Con bé đã chơi khá thành thạo bản nhạc yêu thích của mình, *The Green Cathedral (Nhà thờ Xanh)*. Dominic, khi đó bảy tuổi, nhờ cuộc sống "kiểu thôn quê" ở thủ đô, đã trở nên khỏe mạnh và cứng cáp hơn nhiều, dù vẫn không thiếu những trò nghịch ngợm với hai bạn thân David và Allen. Hai cô con gái của tôi, Mỹ Châu và Mỹ Nga, năm và ba tuổi, là những đứa trẻ khỏe mạnh, hồng hào, lanh lợi. Tóm lại, chúng tôi đã có gần nửa năm được sống trọn vẹn trong riêng tư—một điều quá đỗi xa xỉ so với thời ở New York—và cho đến lúc rời nước Mỹ vào đầu năm 1956, chúng tôi không còn phải tiếp những vị khách bất đắc dĩ hay dính vào những biến cố chính trị ảnh hưởng trực tiếp đến mình. Tôi còn nhớ rõ những buổi tối dài *en famille (quây quần với gia đình)* trong căn nhà nhỏ của chúng tôi: Marie đàn piano cho cả nhà nghe, bọn trẻ chạy đùa quanh phòng, còn vợ chồng tôi thì trò chuyện về những cuộc phiêu lưu cũ và những hy vọng phía trước. Tôi rất trân quý sự quan tâm và chăm sóc mà vợ tôi, trước hết và trên hết, là hình mẫu của một người nội trợ Việt Nam truyền thống, đã dành cho gia đình. Phòng tắm nhà tôi (chúng tôi vẫn giữ tấm biển "Lò thiêu" mà người thuê trước để lại) là nơi diễn ra những buổi sáng đáng nhớ khi tôi chuẩn bị đi làm. Giống như Dominic, tôi thường lười biếng, kéo dài buổi sáng trên giường và dành rất nhiều thời gian cho các "*thủ tục*" vệ sinh —đúng cái từ mà bạn tôi, Tào Phước, rất ưa thích (anh này tốt và thân với tôi cũng y như Nhuận, và tôi sẽ kể thêm về anh ấy sau). Vợ tôi, sợ tôi đi làm trễ, liên tục nhắc giờ trong khi tôi vẫn thảnh thơi ngâm mình trong bồn tắm đầy nửa nước. Cô ấy giúp tôi rút ngắn "thủ tục" và, giống như một đứa trẻ hư, tôi được vợ dỗ dành lôi ra khỏi bồn tắm rồi vội vã cho ăn sáng để tôi có thể bắt kịp nhịp sống vô tình của cái đồng hồ mà phần còn lại của thế giới đang tuân theo.

Ở WASHINGTON, D.C., may mắn thay, những vị khách không mời mà đến đã ít đi rất nhiều so với New York. Ngoại trừ Nhuận, tôi chỉ đưa vài người bạn về nhà dùng bữa tối và trò chuyện vài tiếng, hoặc ở lại một đêm. Họ là những người tôi lựa chọn, và luôn nhận được sự tiếp đãi đầy đủ, chân thành.

Một người bạn học thời niên thiếu của tôi đến thăm: Valentin Thức sang Mỹ theo học bổng ngành điện ảnh, và sau một thời gian ở Hollywood, anh ghé qua thăm tôi. Tôi vui vẻ đón tiếp và cho anh ở lại vài ngày. Ngoài việc từng là bạn học, bạn chơi suốt nhiều năm ở Cần Thơ hồi đầu thập niên 1930, anh còn là con đỡ đầu của cha tôi, vì vậy theo quan niệm về mối quan hệ thiêng liêng trong đạo Công giáo truyền thống của người Việt, anh xem mình là người thân thiết với gia đình tôi. Valentin được nuông chiều từ nhỏ. Dù gia cảnh nhà anh đã sa sút, anh vẫn giữ dáng vẻ như con nhà triệu phú. Anh không bao giờ động tay vào việc gì. Tôi vẫn còn nhớ rõ một hôm anh quay sang con gái tôi và nói: "Marie ơi, con giặt giúp chú cái áo sơ mi này nhé? Nhớ chà kỹ xà phòng ở cổ áo đấy." Marie ngoan ngoãn và lễ phép làm theo, vì con bé cũng là một cô con gái Việt Nam trước hết và trên hết, luôn coi việc hiếu thảo không phải là gánh nặng mà là niềm vui. Một buổi tối trước khi ra Washington, D.C., Valentin gọi điện đường dài từ Hollywood để tôi có thể nói chuyện với em trai tôi là Bùi Công Lập, khi ấy đang là sĩ quan trên một con tàu chuẩn bị nhổ neo ở California. Lập không bay qua bờ đông của nước Mỹ được, vì tàu của em khởi hành ngay sau đó, nhưng được nghe giọng em qua đầu dây bên kia xuyên lục địa, sau bao năm xa cách, cũng đủ khiến tôi có cảm giác như đang được nghe tiếng nhà vọng lại.

Một lần khác, bác sĩ Đặng Văn Chiêu—một bác sĩ quân y Quốc gia Việt Nam đang thăm Hoa Kỳ—ghé nhà dùng cơm tối. Chiêu từng là bạn học cùng tôi ở Trung học Cần Thơ gần hai mươi năm trước. Một vị khách đặc biệt khác đến vào tháng 8 năm 1955 là Đinh Văn Bân, cũng là đồng nghiệp cũ tại USIS-Sài Gòn. Bân đến để gia nhập đội ngũ biên dịch của Đài Tiếng nói Hoa Kỳ—và về con người này, còn nhiều chuyện đáng kể về sau.

Trong khi đó, những biến cố từ Sài Gòn bắt đầu ảnh hưởng tới chúng tôi, và lần này, tôi đón nhận chúng với cảm xúc rất lẫn lộn. Lúc đó, ông Ngô Đình Diệm đang gặp vô vàn rắc rối với các giáo phái, người Pháp và một yếu tố mới: quân đội. Ông không có được sự ủng hộ rộng rãi trong dân chúng, ngoài cảm giác mơ hồ rằng ông là người ngay thẳng, có thiện chí, đang cố gắng làm điều có lợi cho đất nước trong hoàn cảnh vô cùng ngặt nghèo và bất lợi. Người Việt vốn thực tế. Ai cũng hiểu rằng một mặt, Việt Minh—dưới danh nghĩa một lực lượng giải phóng dân tộc—đã đánh bại được ách thực dân, và có thể sẽ còn tiếp tục đấu tranh nếu như chế độ cũ vẫn còn níu kéo những thủ đoạn xưa cũ. Mặt khác, một ông Thủ tướng tay trắng không có lấy một đơn vị quân đội, vừa được Bảo Đại bổ nhiệm đứng đầu một chính phủ đang hấp hối, lại bị Pháp lặng lẽ thao túng và ngầm phá hoại—rõ ràng không phải là một viễn cảnh sáng sủa. Nhìn chung, nếu ông Diệm rốt cuộc bị chính bọn thực dân và tay sai của chúng loại bỏ, thì cũng không ai có thể làm gì để cứu ông. Ông sẽ trở thành một liệt sĩ—người đầu tiên và duy nhất trong suốt thời kỳ nhục nhã được gọi là "Giải pháp Bảo Đại." Người ta sẽ còn nhớ đến ông Diệm như một nhà ái quốc trong sáng, gần như thuần khiết tuyệt đối — một *"simon-tinh khiết"* — trong cả ý chí lẫn hành động.[58] Đó hẳn là sự tôn vinh xứng đáng dành cho một người đàn ông chính trực không thể chối cãi—một người đã hiến trọn đời mình cho sự nghiệp giành độc lập cho Việt Nam.

Nhưng không ai thực sự tin rằng Ngô Đình Diệm sẽ chiến thắng. Đối đầu với ông là người Pháp, lực lượng sở hữu cả một Quân đoàn Viễn chinh — dù vừa mang nỗi ê chề vì thất bại ở Điện Biên Phủ, nhưng vẫn được trang bị đầy đủ đạn dược mới và nhận được sự hậu thuẫn từ nước Mỹ đang phẫn nộ. Quân đội Quốc gia Việt Nam khi ấy chỉ mang danh nghĩa là quân đội "Việt Nam", bởi các sĩ quan trong hàng ngũ này luôn răm rắp tuân theo mọi mệnh lệnh do Tướng Ely, Cao ủy Pháp, ban ra. Các giáo phái thì không một ai là ngoại lệ — tất cả tồn tại được chỉ nhờ vào những khoản tiền rót đều đặn từ các thế lực ủng hộ Giải Pháp Bảo Đại. Còn Mỹ thì chỉ hiện diện ở Việt Nam

58 "Simon-pure" có nghĩa là "chân chính, thuần khiết, xác thực, thật sự", xuất hiện năm 1815 trong cách nói thông tục, bắt nguồn từ cụm "the true Simon Pure" nghĩa là "người hoặc vật đích thực" (1795), lấy từ tên một người cầu hôn bị người khác mạo danh trong vở hài kịch "A Bold Stroke for a Wife" (1717). Nhà viết kịch kiêm diễn viên người Anh Susannah Centlivre là tác giả vở kịch, trong đó Simon Pure thật bị xem là kẻ giả mạo và chỉ được tin khi chứng minh được danh tính của mình. Tham khảo thêm: mục từ "simon-pure" trong từ điển từ nguyên tại etymonline. (Au.)

qua đại diện riêng của Tổng thống Eisenhower: Tướng J. Lawton Collins, người cũng ủng hộ việc phế truất Ngô Đình Diệm.

Đó là một ván bài. Đó là trật tự đã được thiết lập—hay đúng hơn là những gì còn sót lại của nó—trên phần đất phía Nam Việt Nam, trong khoảng thời gian chưa đầy hai năm trước khi cuộc tổng tuyển cử toàn quốc dự kiến diễn ra vào năm 1956 để quyết định vận mệnh thống nhất đất nước. Người Pháp không có ý định rút lui. Các giáo phái không có ý định từ bỏ lãnh địa và đặc quyền của mình. Bảo Đại thì chỉ xem Diệm như một quân bài tạm thời, và có người còn nói rằng nhà vua thật sự trông đợi Diệm thất bại để có thể chứng minh dứt khoát rằng không ai, kể cả ông, có thể làm tốt hơn.

Các giáo phái kết thành liên minh chống lại chính phủ Diệm. Dù sẵn sàng chia sẻ quyền lực, họ vẫn nhất quyết muốn lật đổ ông. Trần Văn Đỗ từ chức Bộ trưởng Ngoại giao và đại diện của Quốc gia Việt Nam tại Hội nghị Geneva. Các tướng lĩnh quân đội, dưới quyền chỉ huy của Nguyễn Văn Hinh—con trai của Nguyễn Văn Tâm đang giữ chức Tham mưu trưởng—cũng chẳng mong gì hơn ngoài việc gạt Diệm sang một bên. Từ Paris, Bảo Đại gửi điện triệu ông ta sang để nhận chỉ thị mới. Ngay cả "Điệu hổ ly sơn"—chiêu dụ hổ rời núi vốn nổi tiếng trong văn hóa Việt Nam—cũng không thể áp dụng trong trường hợp này, vì Ngô Đình Diệm không phải là hổ, mà cũng chẳng được xem là một người mạnh mẽ gì cho cam.

Tất cả đều chống lại Diệm, trừ E. Lansdale nổi tiếng với biệt danh "Người Mỹ xấu xí, một nhân vật lập dị của CIA". Với nguồn tiền dồi dào, Lansdale đã mua chuộc các giáo phái, mua cả người, cả đạn dược, cả vũ khí: Cao Đài, Hòa Hảo, lính Nùng, Trình Minh Thế, v.v. Ông ta điều động, dụ dỗ, lừa lọc, nịnh bợ và đe dọa—và phần lớn đều có tác dụng, chủ yếu nhờ sức mạnh của đồng tiền. Hòa Hảo và Cao Đài đồng ý gia nhập chính phủ; lực lượng Trình Minh Thế đồng ý kéo quân về Sài Gòn vào đúng ngày Diệm cần, miễn là được cung cấp vũ khí và tiền bạc. Còn những chiến binh Nùng dữ tợn thì sẵn sàng làm lính đánh thuê cho bất kỳ ai trả giá cao nhất.

Thế nhưng, quân đội, Bình Xuyên và Ông chủ Pháp đứng sau họ thì không dễ lay chuyển. Không phải vì họ có đạo đức hơn, mà vì quyền lực thực tế—quân đội, cảnh sát, tài chính, sòng bạc, nhà thổ—tất cả đều đang nằm trong tay họ, và họ không hề có ý định buông ra. Như La Fontaine từng nói: *"Un tiens vaut mieux que deux tu l'auras." (Thà rằng được sẻ trên tay, còn hơn được hứa trên mây bạc vàng.)*

Còn Washington thì vẫn chưa đưa ra quyết định. Nếu Ngô Đình Diệm không thể chứng tỏ được sức mạnh của mình, quả bóng sẽ rơi vào tay người khác. Diệm và các đối thủ đứng nhìn nhau, chờ xem bên nào sẽ nắm được thời cơ. Lansdale đã thuyết phục Diệm ở lại Sài Gòn thay vì sang Paris rồi chìm vào quên lãng. Trong lúc đó, bọn Bình Xuyên—được người Pháp khích động—phát động tấn công chính phủ. Cuộc chiến tuy đẫm máu nhưng ngắn ngủi, và Diệm đã trụ vững. Đại sứ Collins, khi ấy đang trên đường từ Washington đến Sài Gòn với chỉ thị thay thế Diệm, đã gần đến nơi thì nhận được điện tín từ Bộ Ngoại giao Mỹ, cũng vừa mới gửi đến Sài Gòn, thông báo hủy bỏ quyết định "Phế truất Diệm." Ván cờ đã ngã ngũ. Tướng

Ely, Tham mưu trưởng quân đội Pháp—người cho đến phút chót vẫn cố giữ quân trong doanh trại—cuối cùng cũng rút khỏi Việt Nam. Các sĩ quan còn lại nhanh chóng đầu hàng thời cuộc. Giờ đây, chính *họ* quay sang phục vụ Ngô Đình Diệm. Đại tá Minh (về sau là Tướng Dương Văn Minh) đã chỉ huy lực lượng đánh bật quân Bình Xuyên ra khỏi các cứ điểm, rồi tiêu diệt chúng trong vùng Rừng Sát vào tháng 10 năm 1955. Sau khi củng cố quyền lực, Diệm tổ chức một cuộc trưng cầu dân ý để người dân lựa chọn giữa ông và Bảo Đại. Kết quả gần như tuyệt đối nghiêng về phía ông—một con số vẫn còn gây tranh cãi cho đến ngày nay. Sau đó, ông tuyên bố thành lập nước Việt Nam Cộng hòa và trở thành vị Tổng thống đầu tiên.

Một kỷ nguyên mới bắt đầu. Gần như hoàn toàn là công lao của Lansdale: chính ông đã quyết định ủng hộ Ngô Đình Diệm, bất chấp phần lớn người Mỹ lúc ấy đang có mặt tại Sài Gòn đều chống lại; chính ông là người đã "tìm thấy" Diệm đơn độc và tuyệt vọng trong Dinh Độc Lập trống vắng, bị những người từng trung thành bỏ rơi và bị kẻ thù vây quanh; chính ông đã gửi bức điện đầu tiên về Washington báo tin chiến thắng Bình Xuyên, qua đó vô hiệu hóa lệnh "Phế truất Diệm"[59]. Bởi lẽ, mặc dù Dulles quyết tâm cứu một "Việt Nam tự do" khỏi chủ nghĩa cộng sản, toàn bộ Washington — kể cả Dulles — cũng không kém phần quyết tâm trong việc loại bỏ Diệm. Vì vậy, Lansdale xứng đáng với biệt danh chua cay nhưng

59 Các nghiên cứu gần đây đã phủ định quan điểm cho rằng sự trỗi dậy của Ngô Đình Diệm hoàn toàn là công lao của Lansdale. Xem: Edward Miller, *Misalliance: Ngo Dinh Diem, the United States, and the Fate of South Vietnam* (Cambridge, Mass: Harvard University Press, 2013).

chính xác mà những người phản đối ông đặt cho: "Người giật dây quyền lực".

SAU KHI NGÔ ĐÌNH DIỆM nắm vững quyền lực ở Sài Gòn, đám đông từng thờ ơ với ông nay ùn ùn quay lại, đổ xô tìm kiếm chức vụ trong bộ máy chính quyền mới. Nhiều người trong số đó—bao gồm cả những "người đầu tiên" trong nhóm Diệm ở New York—thậm chí còn thực hiện một "cuộc hành hương" đến Washington, ghé qua thăm chúng tôi. Cùng lúc đó, gia đình tôi lại có thêm một vị khách mới được đón tiếp niềm nở: Đinh Văn Bân.

Mùa hè trôi qua gần như không ai hay biết giữa những biến động dồn dập từ quê nhà. Marie, khi đó 14 tuổi, vừa tham gia cuộc diễu hành Nữ hoàng Tháng Năm cuối cùng của mình ở bậc trung học cơ sở. Con bé sắp vào trung học phổ thông, và chúng tôi gần như chưa kịp bàn đến chuyện chọn trường, chứ đừng nói đến chuyện học phí. Dominic, bảy tuổi, tuy có lén đi chơi với Allen và David, nhưng không phải là một đứa trẻ hư. Mỹ Châu và Mỹ Nga, năm và ba tuổi, vẫn quấn quýt bên mẹ—giờ đây có thể thoải mái chơi đùa trong sân sau phủ đầy cỏ mềm và hoa hồng đỏ, hay sân trước được bao quanh bởi hàng rào rậm rạp. Trong những ngày đen tối nhất của ông Diệm ở Sài Gòn, tôi đã đến thăm Đức Cha MacNamara của giáo phận. Ngài phụ trách nhà thờ St. Gabriel trong xứ đạo của chúng tôi, và một buổi tối, khi tôi đang tìm Dominic trong khuôn viên trường, ngài đã mời tôi vào nhà xứ trò chuyện. Vị giám mục già hiền lành và có thiện chí tìm hiểu thêm về Việt Nam cũng như về ông Ngô Đình Diệm, nhưng ngoài những lời cầu nguyện, ngài cũng chẳng thể giúp được gì thêm.

Còn Dư Phước Long ở Đại sứ quán thì liên tục gọi điện cho tôi, lúc nào cũng săn tin từ quê nhà. Khi những dự đoán ảm đạm của ông ta không thành sự thật và ông Diệm giành được chiến thắng, các cuộc gọi của Long thưa dần rồi tắt hẳn. Chúng tôi gần như không liên lạc gì, dù nhà cách nhau không xa. Giống như những cơn gió mùa bất chợt nóng lạnh, các biến cố chính trị cứ cuốn chúng tôi đi rồi thả ra, để mặc chúng tôi một lần nữa rời xa chính trị trong nhẹ nhõm. Ít nhất, với cá nhân tôi, tôi thấy mừng vì đã thoát khỏi mớ hỗn độn ấy, bởi xưa nay tôi vốn chẳng tha thiết với chuyện chính trị. Tôi không hề biết rằng vợ tôi, âm thầm và lặng lẽ, đang lo lắng cho tương lai của lũ trẻ đang lớn, và đã bắt đầu hành động—những hành động mà hậu quả tôi sẽ sớm phải chứng kiến.

THÁNG TÁM NĂM ẤY, Đinh Văn Bân đến mà không báo trước. Khi đó, ở Đài VOA, chúng tôi đang phiên dịch và thu âm như thường lệ thì một gương mặt quen bất ngờ xuất hiện—Bân, hốc hác, trông có phần lạc lõng. Không ai trong văn phòng biết anh ta là ai, nên ai nấy đều ngạc nhiên khi được thông báo rằng USIS-Sài Gòn cử anh ta sang làm biên dịch viên kiêm phát thanh viên mới. Tôi là người duy nhất nhận ra anh ta là đồng nghiệp cũ, và niềm vui gặp lại là hoàn toàn chân thành. Vì Bân đến không báo trước, nên chẳng ai ra đón anh ở sân bay như thông lệ, và ngay cả chúng tôi cũng không hiểu vì sao USIS-Sài Gòn không gửi điện báo trước về việc anh sắp tới. Phải rất lâu sau tôi mới biết lý do.

Bân dần trở nên nổi tiếng như một tay buôn bán lắt nhắt nhưng theo nghĩa tích cực nhất: anh là người tháo vát, biết xoay xở, một *debrouillard par excellence (bậc thầy tháo vát)* đúng nghĩa, người tuy không có học vấn chính quy nhưng lại có cái khôn khéo cần thiết (*savoir-faire*) để thành công ở bất cứ đâu anh làm việc — luôn biết cách tận dụng tối đa lợi nhuận và quyền lợi, và cuối cùng thì leo lên đến vị trí cao nhất mà hoàn cảnh cho phép. Gọi là "lắt nhắt" vì lúc đó anh chưa thể nhắm đến những tham vọng lớn hơn; mãi về sau, khi anh đã tiến xa hơn trong xã hội, đủ để ngồi ngang hàng với những nhân vật quyền thế và đàm phán với các đại sứ, tướng lĩnh, hay những phó thủ tướng, bộ trưởng tương lai, thì Bân vẫn thiếu một yếu tố mà người ta gọi là "vận may thuần túy". Khi mới từ Sài Gòn sang, anh vẫn còn ở bước đầu trong hành trình phát huy tài ứng biến, và quy mô nhu cầu lúc ấy còn rất nhỏ. Anh được lợi ở chỗ được cử sang Mỹ làm việc một mình, thay vì nhập nhóm với đợt tuyển đầu tiên bốn năm trước. Anh đã thuyết phục được USIS–Sài Gòn để trống ngày đến Mỹ, nhằm có thể ghé càng nhiều nước châu Âu càng tốt trước khi về làm việc ở bàn tin của Đài VOA. Với khả năng thuyết phục như thế, việc khiến một bức điện tín được gửi đi thì có gì là không thể?

Không hề biết những "mánh" nhỏ đó, tôi thương cảm cho "người đồng nghiệp tội nghiệp" và trách USIS đã đối xử với anh như công dân hạng ba—khác hẳn với nhóm của tôi từng được đưa đi đàng hoàng và đón tiếp trọng thể tại sân bay Idlewild. Vì không ai biết chuyện, tôi liền đưa anh ta về nhà chiều hôm đó—và kể từ đó, Bân không rời khỏi nhà chúng tôi cho đến tận ngày chúng tôi rời nước Mỹ. Bân nhanh chóng trở thành "Chú Bân" của các con tôi. Trong suốt sáu tháng ở chung, vợ tôi thường xuyên phải đuổi theo anh mỗi dịp lĩnh lương để nhắc anh trả tiền trọ. Nhưng vì anh luôn tiêu trước tiền lương, nên lúc nào cũng thiếu hụt. Anh mê ăn mặc lòe loẹt bắt chước cái anh ta nghĩ là "kiểu Mỹ," và hễ nghe được câu gì nghe "ra vẻ Yankee" là lập tức bắt chước ngay. Thực ra, anh đã nghiện thứ này từ trước khi đặt chân đến Mỹ. Ở Sài Gòn, anh nổi tiếng với lối sống phô trương. Trên người anh là đủ kiểu hàng Mỹ đầu thập niên 1950: sơ mi Manhattan, quần nylon sọc, kính râm Rayban... Bân giống như một ma-nơ-canh di động cho thời trang nam kiểu Mỹ, dù là kiểu rẻ tiền và hơi diêm dúa. Anh ta chỉ "bảnh" ở bề ngoài, nhưng vẫn giữ nguyên thói quen cố chen lên hàng thượng lưu như thường lệ.

Chúng tôi nhường cho Bân một trong hai phòng ngủ lớn phía sau, nhìn ra vườn. Marie có phòng riêng, còn tôi, vợ tôi, Dominic, Lucie và Muriel phải chen chúc nhau trong phòng ngủ còn lại. Ngây thơ và dễ tin, chúng tôi chẳng nghi ngờ gì những điều anh nói và cũng không thấy việc anh ở chung là điều gì quá bất tiện. Chỉ ba ngày sau khi đến Mỹ, việc đầu tiên Bân làm là rủ chúng tôi đứng tên chung để mua trả góp một chiếc ô tô—một chiếc Bel Air Chevrolet màu đỏ thẫm. Với Bân, chiếc xe kiểu Mỹ này là biểu tượng tối thượng cho "chủ nghĩa Mỹ" mà anh ta theo đuổi—rõ ràng là một giấc mơ mà anh đã ấp ủ từ lâu.

Bân hoàn toàn dựa vào tôi để ra mắt tại Đài Tiếng Nói Hoa Kỳ. Anh đã đền đáp tôi hết sức có thể, và ngoài chuyện nợ tiền trọ với gia đình tôi suốt nhiều năm, anh cũng không phải là một người bạn tệ. Là người thực tế, giản dị và thẳng thắn, Bân đã dạy tôi nhiều điều về cách ứng xử với những khắc nghiệt của đời sống thực tế. Anh luôn vui vẻ, chưa bao giờ từ chối bất kỳ việc gì khi chúng tôi nhờ đến. Thực ra, gia đình tôi biết ơn anh vì đã chở chúng tôi đi khắp nơi khi cần, và các con tôi—những đứa trẻ không có "Ông nội Maryknoll"—chắc hẳn đã tìm thấy ở "Chú Bân" một người thân thay thế, mang đến cho chúng nhiều niềm vui nho nhỏ. Bân luôn nhắc nhở tôi nhìn vào thực tế trước mắt, và chính nhờ anh mà tôi có thêm được những giờ làm cuối tuần để tăng thu nhập—một khoản tiền thưởng mà tôi chưa từng nghĩ đến, tất nhiên là được chia đều với các đồng nghiệp khác. Những nét lập dị của Bân, tôi chỉ coi là vài "tật nhỏ," chẳng đáng để bận tâm. Tôi thậm chí còn dặn vợ phải kiên nhẫn mỗi khi đến kỳ đóng tiền trọ mà Bân lại "biến mất."

CHIẾC KÈN TÔI MUA ở Quảng trường Times vào đêm giao thừa năm 1952 vẫn theo chúng tôi từ New York về Washington, và hiện đang nằm trên bàn làm việc của tôi tại văn phòng VOA. Năm mới đầu tiên—1952—được tôi đánh dấu bằng bút chì đỏ trên vỏ kèn, rồi tiếp theo là 1953, 1954, và giờ là 1955—năm đầu tiên của chúng tôi ở Washington, D.C. Chẳng bao lâu nữa, tôi sẽ đánh dấu năm 1956—một năm quan trọng, vì đó là năm ông W. A. Pruett, Trưởng Ban Việt ngữ, sẽ nghỉ việc.

Cuối mùa thu năm 1955, ông Pruett, mỏi mệt vì công việc không được ghi nhận xứng đáng tại Đài Tiếng Nói Hoa Kỳ, đã chính thức chia tay tất cả chúng tôi để trở về với công việc truyền giáo ở Oklahoma City. Sự ra đi của ông là một thời khắc xúc động, dẫu không thiếu những đấu đá nội bộ và chính trị vặt vãnh—những thứ chính trị lắt nhắt thường thấy trong guồng máy liên bang.

Từ lâu trước đó, kể từ khi tôi đến New York và chứng kiến chuỗi sự kiện kịch tính dẫn đến sự chia cắt Việt Nam cùng viễn cảnh bất ổn sau này, ông Pruett luôn là người công khai ủng hộ độc lập cho Việt Nam và phản đối Pháp. Ông nhiều lần ngỏ ý muốn nghỉ làm việc tại VOA, nhưng do tuyên bố của ông thường nửa vời và không đi kèm hành động, nên không ai thực sự nghĩ ông sẽ nghỉ làm. Tôi không chắc liệu ông có bị cấp trên gây sức ép buộc từ chức hay không, nhưng linh cảm của tôi cho thấy có điều gì đó không bình thường. Ông phản đối chính sách thân Pháp ra mặt nên không thể làm hài lòng cấp trên của mình—những người luôn lo sợ Thượng nghị sĩ McCarthy sẽ kéo họ vào cơn sốt truy lùng cộng sản tại Mỹ. Tôi cũng nghi ngờ rằng ông ngầm có cảm tình với Việt Minh—tức là cảm tình với lý tưởng độc lập dân tộc. Ông không ghét ông Diệm chỉ vì ông là người Công giáo, mà đơn giản vì ông không xem ông Diệm là một nhà lãnh đạo đủ tầm cho một Việt Nam độc lập thực sự, nhất là khi quyền lực của ông Diệm ban đầu đến từ tay Bảo Đại.

Chắc chắn ông Pruett không đồng tình với chính sách ủng hộ Pháp của Dulles. Ông vô tình phản đối cả Diệm. Là một người từng sống ở Việt Nam ba mươi năm, ông đã chứng kiến tận mắt những tác hại của chủ nghĩa thực dân. Nếu không nói ra bằng lời, thì ánh mắt, thái độ, và cách ông bênh vực người Việt Nam cũng đủ nói lên tất cả. Với ông, Việt Minh là "những người chiến đấu cho độc lập," chứ không đơn thuần là Cộng sản miền Bắc. Trong các cuộc họp chính sách của giới lãnh đạo cấp cao tại Đài Tiếng nói Hoa Kỳ, ông Pruett hẳn đã nhiều lần lên tiếng bày tỏ những quan điểm khó nghe, và chắc chắn ông cũng đã cảm nhận được sự bực bội trong lời lẽ của họ, nếu không muốn nói là sự phản đối thẳng thừng. Vào thời điểm diễn ra cuộc di cư từ miền Bắc vốn được ca ngợi rầm rộ cùng với chiến dịch thổi phồng về việc "bỏ phiếu bằng chân", ông Pruett đã nói về những người tị nạn từ miền Bắc như sau: "Họ sẽ đi đâu nữa khi tổng tuyển cử diễn ra và Việt Minh thắng?" Toàn bộ trải nghiệm của ông tại Việt Nam đều nằm ở miền Bắc, thậm chí ông còn nói tiếng Việt với giọng Bắc Kỳ. Nếu ông có sự cảm thông sâu sắc với toàn thể người Việt Nam, thì vị trưởng đơn vị của tôi hẳn là "yêu quý" người Bắc hơn đôi chút so với những người anh em của họ ở miền Nam.

Vì thế, cấp trên đã dần khiến môi trường làm việc của ông tại VOA trở nên khó chịu. Sự hiện diện của ông ngày càng lạc lõng, nhất là khi tình hình cho thấy Ngô Đình Diệm không chỉ trụ lại mà còn đang củng cố quyền lực từng ngày. Sếp của tôi không ghét Diệm một cách cá nhân, nhưng ông phản đối mạnh mẽ chiến dịch chống cộng mù quáng mà Hoa Kỳ khi đó đang đẩy mạnh, với Diệm là người lĩnh xướng. Khi tin chính thức về việc ông nghỉ việc được công bố, guồng máy "chính trị nhỏ" trong nội bộ VOA lập tức vận hành.

Một bữa tiệc chia tay được tổ chức cho ông Pruett. Biết rõ rằng suốt bốn năm làm việc cùng nhau, giữa tôi và ông Pruett từng có nhiều cuộc tranh luận (đôi khi gay gắt) về các bất công trong công việc, và tuy những lần đối đầu ấy luôn khép lại một cách êm xuôi, thì cấp trên của ông—có lẽ vẫn muốn dằn mặt ông lần cuối—đã lên kế hoạch làm bẽ mặt ông ngay tại buổi tiệc chia tay. Chính Henry Hudson, khi đó là Phó Giám đốc của VOA, đã kéo tôi sang một bên và thì thầm vào tai rằng tôi được chỉ định phát biểu chia tay trong buổi tiệc. Ông ta không phải nói rõ mình mong đợi tôi phát biểu như thế nào. Ông ta cho rằng tôi đang dốc toàn lực để "hạ bệ" cấp trên của mình, có lẽ như một hành động trả đũa cho cách quản lý của ông ta. Hudson bất ngờ tiết lộ điều này với tôi chỉ vài phút trước khi chúng tôi bước vào nhà hàng Trung Hoa đã được đặt trước cho buổi tiệc.

Tôi vẫn nhớ đêm hôm đó rõ mồn một! Tuyết rơi dày đến nỗi đường phố ngập trong một lớp trắng xóa cao đến hai inch, như thể được phủ bởi một tấm chăn sạch trắng tinh. Tôi đi đôi giày cao su, và khi bước vòng quanh những chiếc bàn tròn trong căn phòng lớn để đọc bài phát biểu mà tôi vừa đi vừa soạn, đế giày cao su ướt của tôi phát ra tiếng "slop-slop" và để lại một vệt tuyết tan dài trên sàn nhà. Bữa tối diễn ra chóng vánh—quá nhanh, đến mức có cảm giác như chủ tiệc đang nóng lòng muốn kết thúc, nếu không muốn nói là chỉ tổ chức qua loa để "tống tiễn" ông Pruett—một cử chỉ hờ hững hơn là một lời chia tay chân thành. Tối hôm đó, tôi nói khá trôi chảy và dễ dàng, được tiếp sức bởi cảm xúc và hoàn cảnh:

Thưa ông Pruett và các bạn thân mến,

Thật là một vinh dự và niềm vui khi được thay mặt cho ông Henry Hudson phát biểu trước người bạn tốt của chúng ta, ông Pruett. Cảm ơn ông đã giao cho tôi vinh dự phát biểu trong buổi tối có phần buồn này, bởi ông Pruett sắp rời xa chúng ta mãi mãi.

Ở châu Á, chúng tôi—người Trung Hoa cũng như người Việt Nam—đều tuân theo lời dạy của Khổng Tử, hết lòng kính trọng người thầy, người mà chúng tôi xếp cao hơn cả người cha. Các bạn thân mến, ông Pruett ở đây xứng đáng được tôn kính như vậy. Trong ba mươi năm, ông đã giảng dạy cho những đồng hương theo đạo Thiên Chúa của chúng tôi ở Việt Nam; và trong bốn năm qua, ông đã cùng chúng tôi trong Ban Việt ngữ của Đài Tiếng nói Hoa Kỳ, tận tụy hướng dẫn và dìu dắt chúng tôi.

Đôi khi chúng tôi có va chạm—đó là chuyện thường tình trong một quốc gia dân chủ. Nhưng đừng ai nghĩ rằng những bất đồng nhỏ ấy, hay thậm chí là những khác biệt nghiêm trọng hơn, lại dẫn đến sự chia rẽ, oán giận hay thù hằn. Giữa ông Pruett và tôi, có nhiều bất đồng về chính trị và hành chính. Nhưng có một điều chúng tôi tuyệt đối đồng thuận: đó là chúng tôi đều ghét cay ghét đắng chủ nghĩa thực dân Pháp. Xin nói rõ: chúng tôi chưa bao giờ ghét người dân Pháp—điều chúng tôi phản đối là chủ nghĩa thực dân, đặc biệt là phiên bản kiểu Pháp của nó. Cả ông Pruett và tôi đều biết rõ mình đang nói đến điều gì, bởi cả hai chúng tôi đều từng sống dưới chế độ ấy.

Và giờ đây, xin cho phép tôi mang đến một chút nhẹ nhàng cho buổi tối. Ông Pruett, bên cạnh vai trò là thầy, còn là bạn của chúng tôi. Ông quan tâm đến đời sống cá nhân của chúng tôi, đến thăm khi chúng tôi ốm đau. Nếu được phép mượn tạm lời dạy của Khổng Tử về trật tự kính trọng Quân – Sư – Phụ, tức Vua – Thầy – Cha mà người làm tôi con cần ghi lòng, thì tôi xin được linh hoạt áp dụng tinh thần ấy vào tình bạn. Xin thay chữ "Friends" ("Bạn Hữu" *trong tiếng Quảng Đông — nhân dịp tối nay có vài đồng nghiệp người Hoa cùng đến chung vui) vào câu nói "[Người dạy mình] một chữ cũng là thầy, nửa chữ cũng là thầy":*

"Một ngày là bạn
Nửa ngày cũng là bạn
Đã là bạn thì mãi mãi là bạn:
(Thời gian không quyết định tình bạn ấy là sâu sắc hay thoáng qua.)"

Vậy thì, tạm biệt bạn Pruett! Như người Pháp — dân tộc mà tôi ngưỡng mộ về mặt văn hóa nhưng lại ghét về mặt chính trị — vẫn thường nói: "Partir, c'est mourir un peu" — "Ra đi là chết đi một ít." *Thưa ông Pruett kính mến, với sự ra đi của ông, một phần nơi ông — và cả nơi chúng tôi — cũng chết đi một chút. Mong ông sớm trở lại với chúng tôi khi "trời yên biển lặng".*

Tiếng vỗ tay vang dội, một sự tán thưởng nồng nhiệt cho bài phát biểu ứng khẩu mà tôi cho là vừa hùng biện, vừa dí dỏm, lại đúng vào trọng tâm. Ông Pruett rõ ràng xúc động; ông cảm ơn tôi và cả căn phòng với giọng gần như nghẹn ngào. Tuy nhiên, có một người không hài lòng với bài phát biểu của tôi: ông Hudson. Vài ngày sau, ông ta đích thân đến văn phòng tôi và nói một cách đầy hàm ý: "Tôi không ngờ anh lại phát biểu như vậy—tôi *không* thích những người làm tôi thất vọng!"

Trái ngược với ông Hudson, biên kịch của chúng tôi — cô Sarah Newman — thì hoàn toàn nhẹ nhõm và vui vẻ. Người phụ nữ đáng mến ấy đã chứng kiến cảnh Hudson giao cho tôi vai trò phát biểu sau bữa tiệc, và cô thầm lo sợ tôi có thể sẽ đồng ý thực hiện một "đòn kết liễu" làm xấu hổ, thậm chí xúc phạm, đối với ông Pruett và quãng thời gian ông làm sếp của chúng tôi. Sau khi tiệc chia tay kết thúc, ông Pruett ân cần lái xe đưa Sarah và tôi về tận nhà. Tôi không bao giờ được gặp lại ông nữa.

MỘT HẬU QUẢ CHÍNH TRỊ của việc Ngô Đình Diệm lên nắm quyền là sự xuất hiện của người từng được coi là lãnh đạo Đảng Đại Việt—ông Nguyễn Tôn Hoàn, người mà tôi từng gặp tại Hà Nội năm 1950. Cuối năm 1955, ông đến Washington, cố gắng trong vô vọng kéo ông Ngô

Đình Diệm ra khỏi vòng tay của người Mỹ. Hoàn là một người đàn ông lịch lãm, ở độ tuổi ngoài ba mươi, ăn mặc chỉn chu và khá đẹp trai. Ngay lập tức, ông tìm được một người bạn đồng hành và cũng là người ủng hộ: Huỳnh Sanh Thông—người bạn thân thiết của chúng tôi, nhưng lúc này đã công khai chống lại Ngô Đình Diệm rất mạnh mẽ. Tất nhiên, chuyện này cũng có lý do của nó.

Lần cuối tôi gặp Thông là vào cuối năm 1954, trước khi tôi chuyển về Washington, D.C. Khi đó, anh đang chuẩn bị hành lý cho chuyến đi Việt Nam. Anh đã nhận được điện tín mời gia nhập nhóm của Đỗ Vạn Lý—người vừa trở về Sài Gòn vài tháng trước. Nhưng rất nhanh sau đó, một bức điện tín thứ hai đến, hủy bỏ nội dung bức đầu tiên, khiến anh không biết chuyện gì đang xảy ra trong nước và tại sao có sự thay đổi đột ngột ấy. Từ đó, không còn điện tín nào, cũng không có bất kỳ liên lạc nào khác. Sau nhiều tháng biến động, Ngô Đình Diệm cuối cùng đã củng cố được quyền lực, nhưng từ phía Đỗ Vạn Lý hay bất kỳ ai khác vẫn không có một lời nhắn gửi nào. Thông dần trở nên cay đắng hơn. Chúng tôi vẫn là bạn thân, nhưng không bao giờ bàn đến câu chuyện lạ lùng đó. Trong lúc rảnh rỗi, Thông dạy tiếng Anh cho vợ tôi; và khi gia đình tôi đã ổn định hơn ở Washington, chúng tôi thường vui vẻ rủ nhau đến quán pizza và uống bia thật nhiều. Tuy vậy, anh vẫn giữ im lặng mỗi khi nhắc đến cái tên Ngô Đình Diệm. Sau khi được giới thiệu với Nguyễn Tôn Hoàn, tôi mới hiểu trọn vẹn sự tức giận của Thông về vụ việc liên quan đến bức điện tín. Hoàn không hề giấu giếm quan điểm của mình về Ngô Đình Diệm, và tờ *Washington Post* đã đăng bức "Thư gửi tòa soạn" đầu tiên của Thông, trong đó anh lên án và chế giễu Diệm. Thông đã "trả ơn" Đỗ Vạn

Lý và, một cách gián tiếp, cả Ngô Đình Diệm với một mức độ cay độc nhất định. Tôi hoàn toàn thông cảm với bạn mình, dù tôi không thể chấp nhận lập trường chính trị của Hoàn, bởi chính tôi cũng từng thất vọng vì Lý và những đệ tử của ông ta—nếu quả thực có thể gọi đám người bay sang Sài Gòn giữa năm 1954 đó là "đệ tử." Về phần Hoàn, ông ta đã ngộ nhận rằng những lời chỉ trích của tôi đối với chính quyền Ngô Đình Diệm—đặc biệt là đối với đại sứ của ông ta tại Washington—là thư giới thiệu để tôi nhập phe của ông ta. Phải đến vài tháng sau, khi về lại từ Pháp, ông ta mới nhận ra sai lầm của mình và tỏ ra bất mãn vì tôi không viết thư cho ông, dù ông đã thúc giục. "Anh vẫn là người theo Diệm," ông ta nói, đầy cay cú, "tôi cứ tưởng anh không ưa ông ta!" Tôi không trả lời, nhưng trong đầu tôi nghĩ: bị gọi là "người theo Diệm" vẫn còn tốt hơn gấp ngàn lần so với "*người theo Hoàn*." Ít ra thì ông Diệm đã trực diện chiến đấu và giành thắng lợi trước kẻ thù, trong khi Nguyễn Tôn Hoàn lại bắt tay với Bảo Đại ngay từ đầu.

Việc Thông công khai đồng hành cùng Nguyễn Tôn Hoàn khiến chính phủ Mỹ để ý, thậm chí thấy khó chịu. Lúc ấy, Ngô Đình Diệm đã có được sự hậu thuẫn mạnh mẽ từ một nhóm vận động hành lang ở Mỹ, nên chống lại ông, dù chỉ bằng lời nói, cũng có thể mang lại rủi ro. FBI bắt đầu điều tra Thông và cử đặc vụ đến nhà tôi để hỏi thăm về anh ấy. Tôi nói với họ một cách dứt khoát rằng họ nhầm người rồi, và theo tôi biết, Thông vẫn là một người ủng hộ trung thành của Ngô Đình Diệm. Họ rời đi mà không hỏi thêm gì nữa, nhưng sau khi Thông có bài đăng trong mục "Thư gửi Ban biên tập" của báo Washington Post, - một bài rất hay (chỉ trích Diệm) - chẳng có gì đáng ngạc nhiên khi không lâu sau đó anh bị mất việc ở Bộ Quốc phòng.

Tôi không hề biết chuyện này cho đến tận năm 1956, sau khi tôi rời khỏi Mỹ. Tàn dư của chủ nghĩa McCarthy vẫn còn tồn tại, và trớ trêu thay, Thông lại trở thành nạn nhân chỉ vì anh đã theo Đỗ Vạn Lý.

Để thay thế ông Pruett, Đài VOA đã cử Dale Purtle đến—một người trẻ tuổi, bề ngoài có vẻ thô ráp nhưng có học thức, đa năng, và là một nhà ngôn ngữ học. Chúng tôi rất hợp nhau và vẫn giữ liên lạc nhiều năm sau, ngay cả khi tôi đã rời khỏi Mỹ. Khi Pruett không còn hiện diện, bầu không khí tại Ban Việt ngữ ngay lập tức thay đổi hẳn. Trước đây, sự bực dọc gần như là món ăn hằng ngày, khi Pruett giám sát từng chút một. Hễ chúng tôi vừa hoàn tất bản dịch hay bất kỳ công việc gì, thì gần như ngay lập tức một nhiệm vụ mới được giao xuống—nhẹ nhàng nhưng không kém phần ràng buộc. Với Purtle, chúng tôi trở lại với "nếp làm việc kiểu Sài Gòn"—tức là nhàn nhã. Ngoại trừ những buổi ghi âm và phát sóng bắt buộc phải đúng giờ, chúng tôi được tự do giải quyết công việc dịch thuật hằng ngày theo cách của mình. Hệ quả là, chúng tôi không phải chuẩn bị bản dịch nháp trước để dùng sau; tất cả là theo kiểu "gặp đâu làm đó." Nhưng dẫu sao, khoảng thời gian thoải mái ấy kéo dài cho đến ngày tôi rời đài VOA.

Tôi từng nhắc đến vô số "kẻ lắm chuyện" từ Sài Gòn kéo sang Washington sau khi chế độ Diệm trỗi dậy và vững chắc ở đỉnh cao quyền lực. Hầu như ngày nào cũng có ít nhất một vị khách đến thành phố hoặc gọi điện đến Ban Việt ngữ của VOA. Đó là những gương mặt mới—người vừa được tuyển dụng, hoặc những "kẻ phản bội cũ" được định hình lại thành "người của ông Diệm." Hầu hết đều là công chức các loại, một số là cựu tỉnh trưởng, nhưng không có ai thuộc giới quân sự. Có một người tên Võ Lăng—một cái tên khá xa lạ với tôi—được đồn là cộng sự thân cận của ông Diệm, dù tôi chưa từng nghe đến ông ta trước đó. Người ta đồn rằng ông Lăng đến Washington để quảng bá cho "Phong trào Cách mạng Quốc gia" thông qua một tờ báo cùng tên được xuất bản hàng ngày tại Sài Gòn. Nhưng nội dung của tờ báo ấy khiến chúng tôi cảm thấy chán ngán với chính cái "cuộc cách mạng" mà phong trào ấy tự nhận là đang cổ xúy.

Và có một người nữa luôn sẵn sàng đối kháng chúng tôi, ít nhất là liên quan đến những thành tựu ban đầu của chính phủ ông Diệm, chính là Nguyễn Đình Hoà. Tiến sĩ Hoà không hề ngần ngại ca ngợi mọi điều liên quan đến chính phủ Ngô Đình Diệm, đến mức ông đã long trọng trao cho ông Diệm cái danh hiệu rỗng tuếch "Lãnh tụ quốc gia." Trước khi ông Diệm lên nắm quyền, chính Hoà đã từng gọi ông là một người thiếu văn hóa và kém hiểu biết về chính trị, còn giờ đây, Diệm đã biến thành một nhà lãnh đạo "hoàn hảo, hoàn hảo, hoàn hảo một cách hoàn hảo." Sự bực tức của tôi trước việc Hòa lặp đi lặp lại hình ảnh một ông Diệm "hoàn hảo" đã tích tụ đến mức một ngày nọ, nó bùng nổ thành một cuộc đấu khẩu khá dữ dội, trong đó Hoà đã ném thẳng vào mặt tôi: "Vâng, tôi biết, ông Diệm không nên quên … *Bát Cơm Phiếu Mẫu*!"[60] Trong số tất cả mọi người, chính Hoà là

60 "Bát Cơm Phiếu Mẫu" có nghĩa đen là "bát cơm của Mẹ Phiếu", bắt nguồn từ một câu chuyện trong *Tam Quốc Chí* của Trung Quốc. Một trong những nhân vật chính, Hàn Tín, về sau trở thành Tể tướng dưới triều đại Lưu Bang, người đã đánh bại các đối thủ và lên ngôi Hoàng đế. Khi còn trẻ, Hàn Tín nghèo đến mức mỗi ngày đều phải sống nhờ vào bát cơm của một bà lão tên là Mẹ Phiếu. Sau này khi đã thành đạt và quyền lực, Hàn Tín không quên ân tình thuở hàn vi, luôn

người cứ cằn nhằn chuyện tôi bị bỏ lại phía sau—không chỉ bởi ông Diệm, người được cho là nợ tôi một món nợ, mà còn bởi chính nhóm của Hoà, những kẻ giờ đây đang nắm giữ các chức vụ cao ở Sài Gòn và coi thường tôi. Đó cũng chính là băng nhóm mà không lâu trước đây từng lên án dữ dội nhóm của Đức Thanh. Tôi không thể nói là mình hoàn toàn dửng dưng trước cú đòn xéo sắc ấy. Quả thật, cũng như Thông, tôi có cảm giác bị lãng quên; nhưng khác với Thông, điều tôi mong mỏi duy nhất là được trở về quê hương, sống một cuộc đời yên ổn giữa một Việt Nam nay đã yên bình, và tôi thực sự đã viết thư cho ông Diệm để xin được như thế. Quá mệt mỏi và chán chường trước thứ chủ nghĩa cơ hội của cái gọi là giới tinh hoa Việt Nam — mà Tiến sĩ Hoà là một ví dụ điển hình — tôi đáp trả mũi tên ấy bằng câu trả lời: "Đừng bao giờ suy bụng ta ra bụng người. Anh và tôi không cùng cốt cách." Với tôi, Hoà chỉ là một kẻ nhiều chuyện nữa mà thôi.

Lúc đó tôi chưa hề biết rằng mình đã hoàn toàn đúng. Tôi không hề hay biết rằng Hoà đã âm thầm vận động Đại sứ Trần Văn Chương để được bổ nhiệm vào chức Bí thư Tòa Đại sứ, và có vẻ như ông Chương cũng đã chuyển ý kiến tán thành của mình về Sài Gòn. Trên thực tế, Hoà còn chuẩn bị cho "sự nghiệp ngoại giao" của mình bằng cách sắm hẳn một chiếc Chevy màu đen mới cáu cạnh. Một tối, anh ta còn chở tôi đến Lầu Năm Góc, nơi anh sẽ có một bài phát biểu về Việt Nam trước một nhóm sĩ quan, bên cạnh hai nhà ngoại giao khác: một người đại diện Campuchia, người kia đại diện Lào. Tối hôm đó, hẳn là Hoà đã cười thầm trong bụng khi thấy tôi vô tư không hề hay biết gì về

---

ghi nhớ lòng tốt của Mẹ Phiếu đã cưu mang mình lúc cơ hàn. (Au.)

thành công sắp tới của anh ta. Nhưng chính việc tôi không biết gì về bí mật ấy lại khiến Hoà quyết định sớm hạ đòn làm tổn thương tôi, bóng gió về phần thưởng mà anh ta sắp nhận được, trong khi tôi thì vẫn còn bị người đỡ đầu của mình bỏ mặc.

ĐAU ĐỚN HƠN CẢ là sự xuất hiện của hai kẻ gây bực bội khác vào cuối năm: Nguyễn Thái và Đỗ Vạn Lý. Nguyễn Thái là một trong ba người đầu tiên thuộc nhóm Thông–Thái–Hiền đến từ Đại học Cornell ở Ithaca; còn "Tiến sĩ" Đỗ Vạn Lý thì khỏi phải nói—chính là người đã dẫn cả nhóm mình quay về Việt Nam để giành lấy các chức vụ trong chính phủ. Thái ghé qua phố Buchanan một buổi tối, ở lại khá muộn, khoe khoang về thành công của mình ở Sài Gòn. Giờ đây anh ta là Giám đốc Thông Tấn Xã Việt Nam, được biết đến và kính trọng như một trong những cộng sự thân cận nhất trong kế hoạch phát triển tương lai của Tổng thống Diệm. Không, anh ta không biết liệu Tổng thống có nhận được thư của tôi hay không. Có, "Tiến sĩ" Đỗ Vạn Lý đang ở Mỹ, nhưng chính xác ở đâu thì anh ta không rõ. Và vâng, tất cả chúng tôi ở Sài Gòn đều rất vui vẻ.

Tôi gọi điện cho Dư Phước Long. Anh ta có vẻ ngạc nhiên khi tôi gọi, nhưng rất hào hứng muốn thông báo tin tức mới nhất đến tôi. Anh ta tưởng rằng tôi giận lắm khi cả "băng nhóm" của mình—giờ đang đứng đầu chính phủ—lại quay lưng với tôi, và nhấn mạnh rằng mọi nỗ lực của tôi chẳng mang lại gì từ một kẻ vô ơn như Ngô Đình Diệm. À, và thật ra, ngay cả anh ta—Dư Phước Long—giờ đây cũng đã là một nhà ngoại giao! Anh ta hân hoan báo với tôi rằng "Tiến sĩ" Đỗ Vạn Lý đang ăn tối cùng Đại sứ

Chương tối hôm đó, và nếu tôi gọi cho Lý, chắc chắn tôi sẽ gặp được anh ta. Và tôi đã làm thế. Lý vẫn còn một món nợ cần thanh toán với tôi!

Đỗ Vạn Lý tỏ ra rất lịch sự khi bắt máy: "Vâng, tôi đang rất bận, bận lắm. Vâng, dĩ nhiên rồi. Đây là số điện thoại và địa chỉ khách sạn của tôi. Tối nay à? Ờm... sao anh không...? Được thôi, và tiện thể, tôi có một thứ rất hay muốn đưa anh. Ồ không, dĩ nhiên rồi—mời anh cứ đến nhé." Nhưng rõ ràng, Đỗ Vạn Lý không hề háo hức gặp tôi, mặc dù tỏ ra rất lịch sự ngoài mặt. Anh ta biết mình còn nợ tôi, và điều đó khiến anh ta sợ. Trên đường quay lại khách sạn tối hôm đó, hẳn là anh ta đã rủa thầm kẻ nào đã "mách" chỗ ở của mình cho tôi. Anh ta cần một thứ gì đó để tự vệ trước cơn giận dữ của tôi!

Khi tôi bước vào phòng khách sạn vài giờ sau cuộc gọi, tôi thấy Lý đang ngồi cùng một nhân viên của Đại sứ quán tên Phạm Đặng Tài. Lý mỉm cười chào tôi và nhanh chóng đưa cho tôi một phong bì nhỏ. Chỉ liếc qua nét chữ, tôi biết ngay đó là thư của chính ông Diệm. Tôi bỏ phong bì vào túi rồi quay sang Lý. Không mất thời gian vòng vo, tôi thẳng thừng trách anh ta rằng thật đáng khinh khi anh ta dẫn cả nhóm từ Washington sang New York rồi trở về Sài Gòn mà không một lời chào tạm biệt. Phải chăng anh ta sợ tôi sẽ can thiệp vào chuyện anh ta nhận chức trong chính phủ Ngô Đình Diệm? Trước cơn thịnh nộ của tôi, Lý chỉ biết giữ gương mặt vô cảm, tái đi khi tôi giơ cao phong thư và quát: "Và tại sao anh không đưa tôi bức thư này? Tại sao anh giữ nó trong túi mà không hề nhờ ai chuyển? Tại sao?!" Càng nói, tôi càng nổi giận và tiến lại gần, khiến Lý rụt người lại vào ghế như thể tôi sắp đánh anh ta. Tôi liếc sang Phạm Đặng Tài đang ngồi bên và thấy khuôn mặt anh ta còn tái hơn cả Lý. Toàn bộ cảnh tượng lúc ấy đột nhiên trở nên thật nực cười. Tôi nhún vai, quay người bước ra, không nói thêm lời nào. Tôi không gặp lại Đỗ Vạn Lý nữa trong suốt bảy năm, cho đến khi một cảnh tượng tương tự, nhưng dữ dội hơn, lại tái diễn.

Sáng hôm sau, tôi thấy tức cười khi đọc trên Washington Post lời tuyên bố phủ nhận sau đây của Đại sứ quán Việt Nam:

"Tòa Đại sứ Việt Nam bác bỏ mọi tuyên bố của ông Đỗ Vạn Lý liên quan đến việc ông ta tự xưng là 'đặc sứ cá nhân của Tổng thống Ngô Đình Diệm.' Ngài Trần Văn Chương kiên quyết phủ nhận tất cả những lời tuyên bố như vậy và khẳng định rằng Đỗ Vạn Lý không hơn không kém chỉ là một *kẻ mạo danh*."

24. "HÃY NGHĨ ĐẾN CON CÁI CỦA BẠN"

NĂM 1956 BẮT ĐẦU một cách khá thường lệ với một buổi tiệc mừng năm mới tại Đại sứ quán Việt Nam Cộng hòa. Đây là buổi tiệc đầu tiên của Đại sứ quán mà tôi tham dự—với một tâm trạng không mấy hứng khởi. Ngài Trần Văn Chương, một người có vóc dáng rất nhỏ bé nhưng tham vọng thì không nhỏ chút nào, dường như tự coi mình ngang hàng—nếu không muốn nói là vượt trội hơn—Tổng thống Ngô Đình Diệm. Trong văn phòng của ông, không hề có lấy một tấm ảnh nào của Tổng thống Diệm, nhưng lại có một bức chân dung của vợ ông được trưng bày một cách trang trọng trên mặt cây đàn piano. Trước đó, từng có một bức tranh lớn chân dung Bảo Đại treo trên tường ngay phía sau lưng ông khi ngồi làm việc; nhưng kể từ khi cựu hoàng bị phế truất, bức tranh đã bị tháo xuống và không có gì thay thế. Chỉ riêng chi tiết đó cũng đủ để gợi điềm chẳng lành—cả cho Đại sứ Trần Văn Chương lẫn cho Tổng thống Ngô Đình Diệm. Tôi thầm nghĩ: nếu một người như Chương được phép đại diện cho Việt Nam và cho vị nguyên thủ quốc gia, thì e rằng ông ta nên đại diện cho vợ mình trước nhất, sau đó là Quốc gia Việt Nam của ông Bảo Đại đã không còn, và cuối cùng mới là Tổng thống sau khi đã đổi chỗ ngồi với ông Bảo Đại (nguyên văn: "a musical chairs president").

Tôi đã có dịp gặp Đại sứ Chương hai lần ở cự ly gần, đủ để có cái nhìn rõ hơn về con người ông. Lần đầu là khi tôi phỏng vấn ông cho Đài Tiếng nói Hoa Kỳ. Lúc ấy, bức tranh Bảo Đại vẫn còn treo trên tường, và trong suốt cuộc phỏng vấn, ông nhấn mạnh rằng Đức vua vẫn rất được kính trọng. Ông khoe mối quan hệ của mình với cựu hoàng, và không để lại trong tôi chút nghi ngờ nào rằng ông chẳng mấy tôn trọng Ngô Đình Diệm. Từ "kẻ mạo danh" mà ông dùng sau này để nói về Đỗ Vạn Lý chắc chắn cũng từng hiện hữu trong đầu ông khi nói về Tổng thống trong cuộc phỏng vấn ấy—tôi thấy rõ điều đó.

Lần khác, ông mời tôi và ông Pruett dự tiệc tối tại Đại sứ quán, nơi tôi thấy rõ ông là người sợ vợ. Bà Chương chủ trì bữa tiệc, và người chồng bé nhỏ của bà trông chẳng khác gì một trợ lý ngoan ngoãn dưới quyền Bà Đại sứ ("Madame L'Ambassadeur"). Không có gì ngạc nhiên khi chân dung của *bà* là thứ được trưng bày trong văn phòng ông, thay vì ảnh của Tổng thống Ngô Đình Diệm. Francis Cunningham, Jr. cũng có mặt tại buổi tiệc tối đó, nhưng ông không nhắc gì đến Tổng thống hay đến Việt Nam. Câu chuyện chủ yếu xoay quanh Madame Chương, nhất là khi nhắc đến danh hiệu của bà thời còn là thành viên Hội đồng Liên hiệp Pháp. Tôi nhớ rõ cuộc trò chuyện kết thúc bằng sự đồng thuận rằng danh hiệu Bà Hội Đồng ("Madame Le Conseiller") là phù hợp nhất với bà, và bà đã gật đầu tán thành. Giá như chúng tôi biết cúi đầu nhiều lần theo kiểu Nhật Bản, thì *phép xã giao* hẳn sẽ được hoàn thiện hơn nữa. Lúc đó, vị thế của Ngô Đình Diệm cùng vợ chồng người em là ông bà Ngô Đình Nhu ở Sài Gòn vẫn còn rất bấp bênh [nguyên văn: là những ẩn số], và không ai trách họ vì cách hành xử của Đại sứ Chương.

Chính kiểu sùng bái chế độ quân chủ cũ này giải thích vì sao những chuyện bất hợp lý vẫn tồn tại—từ những *người* của chính thể Bảo Đại, những kẻ trung thành với Pháp, đến những người ủng hộ chủ nghĩa thực dân không biết ngượng. Elizabeth Đệ—con gái của cựu Chánh văn phòng Nội các Bảo Đại, hay Henry Trần—con trai cựu Đại sứ Trần Văn Khá, đều vẫn giữ những vị trí trong Đại sứ quán của ông Chương. Thực chất, chính ông bà Chương cũng là những tàn tích của chế độ cũ: họ là công dân Pháp, cùng một "đẳng cấp" với Nguyễn Văn Tâm và Trần Văn Hữu—nhỉnh hơn một chút so với Trần Văn Khá, chẳng hạn. Và tất cả điều này lại diễn ra đúng lúc chính phủ Ngô Đình Diệm đang hô hào một cuộc "Cách mạng quốc gia!"

NGAY SAU TẾT, vào tháng 2 năm 1956, tôi được mời đến Đại sứ quán để trò chuyện riêng với Đại sứ. Dưới chân dung bà Trần Văn Chương, ngài Đại sứ hỏi tôi có bằng đại học không. Khi tôi trả lời là không, ông nói: "Không phải vì tôi coi trọng mấy thứ bằng cấp đó đâu. Chính Tổng thống Diệm cũng chẳng có bằng đại học!" Một lời hạ thấp gián tiếp dành cho chính Tổng thống của ông. Tôi không biết rằng ông Diệm đã yêu cầu Đại sứ liên lạc với tôi để đề nghị một vị trí tại Đại sứ quán! Sau vài câu vòng vo, Đại sứ Chương hỏi tôi muốn giữ chức vụ gì. Tôi đáp ngay, không do dự:

"Xin lỗi nếu câu trả lời của tôi quá thẳng. Tôi không

quan tâm đến một chức vụ nào trong Đại sứ quán của ông. Nhưng nếu đó là chỉ thị của Tổng thống Ngô Đình Diệm, thì tôi chỉ mong một vai trò cố vấn—*conseiller*."

"Xin anh giải thích thêm."

"Cũng chẳng có gì cần giải thích nhiều. Ông hiểu ý tôi mà." Tôi không muốn nhấn mạnh lối chơi chữ ấy, nhất là sau bữa tối với Lý đêm qua. Thay vào đó, tôi tiếp:

"Chức năng của một *conseiller* là để cố vấn. Về nhiều vấn đề—chẳng hạn như cách thoát khỏi những kẻ tay sai của chủ nghĩa thực dân."

Ngài Đại sứ không vui. Ông quay lại chủ đề "thiếu học vấn" của tôi, sau khi tôi nói mình không có bằng cấp. Nhẹ nhàng, ông bắt đầu khoe khoang về trí tuệ của bản thân—không chỉ so với tôi, mà còn so với những gì Tổng thống Diệm còn thiếu. Rằng Ngô Đình Diệm chưa từng có bằng đại học, chưa từng giữ chức vụ cao nào ngoài chức tỉnh trưởng. Trong khi ông Chương từng là một luật sư nổi tiếng, từng là Bộ trưởng Ngoại giao trong nội các Trần Trọng Kim. Nếu ông ta không có ý hạ thấp Tổng thống và xem nhẹ điện tín ông gửi cho tôi, thì sao lại khoe khoang như vậy? Sau đó, Chương còn hỏi tôi một câu nực cười: có phải Tổng thống quý trọng tôi vì vợ tôi từng… nấu ăn cho ông ấy?! Một vị Đại sứ mà hỏi một câu như vậy!

Ông chuyển sang chủ đề Nguyễn Đình Hòa—người mà ông rất muốn tuyển dụng. Ông ám chỉ rằng bằng cách nào đó tôi đã khiến tiến sĩ Hòa bị từ chối chức vụ tại Đại sứ quán—bởi chính Tổng thống. Tôi hoàn toàn không biết gì: không biết đơn xin việc của Hòa, càng không biết việc ông ta bị từ chối. Vài ngày sau, chính Hòa nhờ Sarah

Newman hỏi tôi rằng liệu tôi có báo cáo gì lên Ngô Đình Diệm về đơn xin việc của ông ta hay không. Tôi chỉ bảo Sarah rằng Tổng thống không cần tôi phải nói—ông ấy có thể tự đưa ra quyết định. Và nếu giả sử Hòa có được giao một chức vụ nào đó—mà thực tế không hề có—thì đáng lẽ Đại sứ nên lên tiếng. Ông ta hoàn toàn có thể tuyển dụng cho bằng được bất kỳ ai ông muốn vào làm dưới quyền. Còn nếu không được thì ông nên từ chức. Thay vì làm vậy, ông lại chọn hỏi tôi—đột nhiên tôi trở thành người có ảnh hưởng đến thế sao?

Đại sứ Trần Văn Chương đã gửi điện về Sài Gòn — không phải để báo cáo về Tiến sĩ Hòa, mà liên quan đến cuộc phỏng vấn của ông với tôi — trong đó ông nói rằng ông không muốn dùng *tôi*. Đó là cách ông trả miếng Tổng thống Diệm vì đã bác đơn xin việc của Hòa. Tôi tin rằng nếu Tổng thống nhất mực yêu cầu nhận tôi thì có lẽ Chương sẽ từ chức. Câu trả lời từ Sài Gòn cho bức điện của Chương lại là một câu hỏi khác: "Ông Bùi Công Văn có muốn nhận chức Trưởng phái bộ tại Hồng Kông không?" Tôi chưa từng đọc bức điện này, bởi vì Đại sứ Chương chỉ thuật lại nội dung một cách sơ sài, đến mức tôi không thể hiểu được ý thực sự của nó. Ông ta bỏ qua cụm từ "Trưởng phái bộ" và chỉ hỏi tôi rằng liệu tôi có muốn phục vụ tại phái bộ ở Hồng Kông hay không.

Tôi không hỏi thêm gì thêm lúc ấy. Sau khi về nhà, tôi kể lại cuộc gặp kỳ quặc ấy cho chú Bân và viết xuống câu hỏi của tôi: "*Bản chất* của cái vị trí ở Hồng Kông là gì?" Bân háo hức về việc này hơn tôi—anh ta nhìn thấy một cơ hội. Suốt đêm, anh nói chuyện không dứt, cố thuyết phục tôi rằng tôi không nên từ chối lời đề nghị này, rằng đây là thời điểm thích hợp để tôi trở thành một nhà ngoại giao! Hôm sau, tôi quay lại gặp Đại sứ để hỏi thẳng. Chương bật cười lớn, và chỉ lúc ấy ông mới thừa nhận rằng tôi sẽ được bổ nhiệm làm Lãnh sự—và rằng không có gì gọi là 'bản chất' của vị trí nào cả. Đó là một sự chế giễu—cố ý và không cần thiết. Nếu ông ta nói rõ với tôi ngay từ đầu, thì tôi đã không cần phải quay lại Đại sứ quán để dò đoán. Tôi cắt ngang buổi trò chuyện và ra về, nhưng vừa bước ra cửa, ông gọi với theo: "Tôi cần trả lời Sài Gòn: Có hay Không?"

TRONG NHIỀU NGÀY LIỀN, tôi trăn trở giữa đồng ý hay từ chối. Cho đến thời điểm đó, tôi còn không biết rằng Việt Nam có bất kỳ đại diện ngoại giao nào ở Hồng Kông, và tôi cho rằng mình chưa đủ sẵn sàng để đảm nhiệm một vị trí như Trưởng phái bộ—một chức vụ quan trọng, ít nhất theo tôi nghĩ, cần phải được đào tạo kỹ lưỡng. Tôi không hề biết rằng, trong một đất nước bị chia cắt như Việt Nam, và đặc biệt ở miền Nam, thì bất kể chức vị có cao đến đâu, thứ cần có là sự pha trộn giữa savoir-vivre và savoir-faire—một chút biết điều, nhiều cúi mình, và rất ít hiểu biết, nếu có.

Ở nhà thì chú Bân vẫn ra sức thuyết phục tôi nhận lời. Chú không tiếc lời: "Nếu lời đề nghị này đến với tôi, tôi sẽ chấp nhận ngay mà không chớp mắt! Ngô Đình Diệm nợ anh một món nợ, và giờ ông ấy đang trả—hãy để ông ấy trả! Hãy cho ông ấy niềm vui ấy. Hãy cho gia đình anh được bớt cực nhọc trong cuộc sống."

Tôi vẫn chưa quyết định hôm đó, hay trong những ngày sau đó. Vợ tôi không nói lời nào—dù theo chiều nào. Các con tôi, kể cả Marie, còn quá nhỏ để hiểu chuyện.

Mong muốn mạnh mẽ nhất trong tôi, như mọi khi, là được trở về quê hương—với tư cách một công dân bình thường. Tôi chưa bao giờ khao khát một sự nghiệp chính trị. Nó khiến tôi thấy bất an. Tôi sợ mình sẽ phải bán linh hồn.

Tôi không rõ chú Bân có nói gì với Gilbert Newbold, chỉ huy Ban Thái Ngữ, hay không—nhưng vài hôm sau, "Chú" Gil đến gặp tôi và nhẹ nhàng khuyên: "Văn à, hãy nghĩ đến các con anh." Anh nói đúng. Tôi chưa từng nghĩ đến điều đó. Vì các con còn nhỏ, tôi không thấy cần phải kiếm nhiều tiền hơn—chúng tôi đã sống đủ đầy và hạnh phúc rồi. Nếu trở về Việt Nam, với kinh nghiệm làm việc ở Mỹ, tôi nghĩ mình có thể có một công việc tốt. Tôi chưa bao giờ nghĩ đến chuyện "để ông Diệm trả ơn tôi", như Bân nói. Tôi thật sự chỉ muốn sống ở quê nhà—và vẫn còn đủ ngây thơ để nghĩ rằng, dù không giữ chức vụ gì, tôi vẫn có thể tác động đến Tổng thống để làm điều tốt cho đất nước. Thật xúc phạm—thậm chí đáng ghê tởm—khi Bân gợi ý rằng tôi sẽ có nhiều cơ hội để "kiếm tiền" ở Hồng Kông. "Kiếm bằng cách nào?" Tôi hỏi lại. Bân chỉ cười lớn trước sự ngây thơ tội nghiệp của tôi, nhưng vẫn đủ tử tế để đáp: "Dễ thôi mà! Rồi anh sẽ biết... khi anh đến đó."

Một lời khuyên cũng đến từ nơi tôi ít ngờ tới nhất: Việt Nam. Tôi nhận được một lá thư từ quê nhà, trong đó nói rằng cha vợ của em trai tôi — ông ta là một bác sĩ — đã nhận xét rằng nếu tin đồn tôi là bạn thân của Tổng thống Diệm là đúng, thì tôi thật điên rồ khi vẫn còn ở lại Hoa Kỳ.

Dù vậy, không lời khuyên nào trong số đó ảnh hưởng đến tôi theo cách này hay cách khác. Tất cả những gì tôi quan tâm là được trở về quê hương. Điều này lại kéo theo một nỗi lo khác trong danh sách những nỗi trăn trở của tôi: làm thế nào để có một cuộc sống tử tế ở Sài Gòn. Về lý thuyết, tôi có thể tránh xa chính trị và tìm việc trong giới thương mại, nhưng tôi không chắc mình giỏi khoản ấy. Nghĩ đến việc trở lại làm cho USIS khiến tôi lắc đầu ngay lập tức. Nếu vậy, tôi thà ở lại Đài Tiếng nói Hoa Kỳ ở Washington còn hơn. Để bảo toàn một lối thoát, cuối cùng tôi quyết định nhận lời đề nghị đi Hồng Kông — rồi khi về Sài Gòn, sẽ tính tiếp. Nếu tình hình không thuận lợi, tôi vẫn còn con đường quay lại VOA như phương án cuối cùng. Sau khi đã quyết định, tôi lập tức đem chuyện ra bàn với Dale Purtle, người trấn an tôi rằng tôi hoàn toàn có thể trở lại nếu cần.

Khi tôi chấp nhận lời mời của Đại sứ Chương, ông chúc mừng tôi và không quên nhắc nhở bằng một câu đầy ngụ ý: "Thấy chưa? Như tôi đã nói, tốt hơn là nên xin Sài Gòn một vị trí Trưởng phái đoàn còn hơn là làm việc tại Đại sứ quán của tôi." Tôi nhướng mày trong lòng: ông ta chưa từng nói câu ấy, và tôi cũng chẳng hề xin chức vụ đó! Nhưng tôi không phản bác gì, chỉ lặng lẽ cảm ơn. Sau đó, khi Sài Gòn qua Đại sứ Chương thúc giục tôi đến Hồng Kông ngay lập tức để tiếp quản lãnh sự quán, tôi xin mượn 60 đô la từ quỹ khẩn cấp của Đại sứ quán. Gia đình tôi cạn tiền mặt.

Nhìn lại, tôi hiểu vì sao lúc ấy mình lại miễn cưỡng chấp nhận chức vụ Lãnh sự ở Hồng Kông. Trên hết, yếu tố quyết định là sự túng thiếu nghiêm trọng và cấp bách. Chúng tôi lúc nào cũng nợ nần. Điều đáng xấu hổ nhất là tôi vẫn còn nợ Đỗ Vạn Lý số tiền mà anh đã cho tôi vay không chút do dự khi chúng tôi còn thân thiết — số tiền ấy dùng để chuyển hành lý của ông Diệm sang Pháp. Và vào tháng Chín năm ngoái, khi tôi đưa Marie đi ghi danh vào Trường Trung học Holy Name ở Takoma Park, ở khu uptown Washington, D.C., tôi nhận ra tôi sẽ cần nhiều tiền hơn nữa cho con cái mình. Hôm ấy, trời đã tối, tôi giới thiệu con bé với Mẹ Bề trên trong ánh đèn vàng nhạt. Cả hai cha con đều mệt mỏi sau một ngày dài. Tôi phải nài nỉ bà nữ tu tốt bụng ấy cho Marie được nhận vào trường theo chế độ giảm học phí đặc biệt, trả thành nhiều đợt. Bà đồng ý, và điều đó khiến chúng tôi nhẹ nhõm đi phần nào, nhưng trải nghiệm đó đã in hằn trong tâm trí tôi. Đến nỗi, khi chú Gil ở VOA nói, "Hãy nghĩ đến các con của anh," thì câu nói ấy dội lại như tiếng chuông trong đầu tôi — vọng từ khoảnh khắc chiều hôm đó tại Holy Name.

VIỆC CHUẨN BỊ CHO CHUYẾN ĐI CỦA CHÚNG TÔI diễn ra nhanh chóng. Chú Bân rất nhiệt tình, vui vẻ cùng tôi đi sắm sửa quần áo và hàng trăm thứ cần thiết khác. Để thể hiện lòng kính trọng đặc biệt với Huỳnh Sanh Thông, chúng tôi tặng lại chiếc TV của mình cho anh. Điều này khiến Bân thấy khó chịu — có lẽ vì trong lòng, anh cảm thấy bị gạt ra ngoài. Sau cùng, chính anh là người duy nhất còn ở lại với tôi giữa lúc tất cả những người khác đều hối hả quay về Sài Gòn, nhập vào nhóm Nguyễn Đình Hòa. Để an ủi, tôi bảo: "Khi tôi đến Hồng Kông, tôi sẽ nghĩ cách đưa anh sang làm việc với tôi." Bân nghe xong liền rạng rỡ: "À, chuyện đó hay đấy, để xem sẽ tiến triển đến đâu!"

Ngày khởi hành từ Phi trường Quốc gia Washington đi Sài Gòn đến rất nhanh — đầu tháng Ba năm 1956. Chúng tôi phải có mặt ở Sài Gòn trước ngày sinh nhật của tôi, ngày 7 tháng 3. Toàn thể Ban Việt Ngữ của đài VOA ra sân bay tiễn chúng tôi, bao gồm cả Tiến sĩ Hòa — người không hề tỏ ra có ác cảm gì với tôi. Tuy nhiên, trên bản lưu niệm *Walden Pond* của Thoreau mà các đồng nghiệp VOA tặng tôi, Hòa đã viết một câu đầy mỉa mai:

"Tiếng Nói Hoa-Kỳ Thừa Âm Hưởng,
Cộng-Hòa Nam Việt Góp Anh Tài"

Nghĩa đen:

Danh tiếng của anh vang vọng ở VOA,
Về Việt Nam Cộng hoà anh hiến dâng tài năng.

Nhưng nếu dịch tinh tế hơn:

VOA khuyết một nhân viên,
Cộng hòa Nam Việt lại được người!

Và cái tinh tế ấy mới là điểm đắt. Sự chế giễu của Hòa ẩn dưới một lời chúc đầy văn vẻ. Đó là lối hành văn của các nhà thơ Việt theo trường phái cũ — đâm chọc nhẹ nhàng nhưng sắc lẹm. Đã hai lần, Hòa tưởng rằng tôi ngây ngô đến mức không hiểu được những lời giễu cợt ấy. Lần đầu là khi anh ta bóng gió nhắc đến điển tích *Bát Cơm Phiếu Mẫu* trong quan hệ của ông Diệm với tôi. (Không phải ngẫu nhiên mà anh ta có bằng *Tiến sĩ Văn chương* — một PhD!)

Để ghi lại cho đầy đủ, tôi xin nói rõ: tôi không ưa Tiến sĩ Hòa nhưng cho rằng anh ta vô hại. Anh luôn biết cách xếp mình vào phe thắng cuộc như chính anh đã chứng minh nhiều lần. Và cũng để ghi chép lại, tôi xin chép ở đây bài thơ tôi làm theo thể Đường luật để chúc mừng đám cưới của Nguyễn Đình Hòa tại New York:

Hữu duyên ngàn dặm cũng đưa sang,
Tân Tấn từ đây gả nghĩa vàng.
Nữu Ước ngày nay vui họp mặt,
Hà Thành thuở ấy thắm đôi đàng.
Trai thanh phong nhã trang tài tuấn,
Gái lịch yêu kiều bậc đảm đang.
Đừng bảo Ông Tơ còn hủ lậu,[61]
Tàu bay, biển cả – ổng đi càn!

Tôi xin khẳng định rằng bài thơ ấy hoàn toàn không mang dụng ý sâu xa hay mỉa mai gì. Chỉ đơn giản là một bài thơ chúc mừng, tán dương đôi tân lang tân nương.

Nguyễn Đình Hòa và tôi, xét cho cùng, có lẽ đã có thể là bạn bè — nếu không có một khoảng cách không thể vượt qua trong cách tiếp cận cuộc sống của mỗi người. Cả hai chúng tôi đều yêu thích văn học Việt Nam, và anh ấy dường như không hề coi thường tôi, dù tôi chẳng có nổi một phần mười số bằng cấp hay học thức của anh. Nhưng, một lần nữa, chính trị lại là nguyên nhân dẫn đến bất đồng giữa chúng tôi.

61 Ông Tơ: Trong thần thoại Trung Quốc, mọi cặp đôi trên trái đất đều được định sẵn là vợ chồng. Vị thần phụ trách hôn nhân là một ông già có nhiệm vụ trên trời là đan hai sợi dây tơ, mỗi sợi tượng trưng cho yếu tố Âm (nam) và Dương (nữ) của các cá nhân trên trái đất. Khi hoàn thành, không ai có thể tách sợi dây của ông ra. Trong văn học Trung-Việt, vị thần được gọi là "Ông Tơ" (Au.)

25. VỀ NƯỚC

TẠI SÂN BAY QUỐC GIA chiều hôm đó, gia đình tôi và tôi đã chia tay nhiều bạn bè — và cả một vài kẻ thù — đến tiễn chúng tôi. Đã gần năm năm trôi qua kể từ ngày rời khỏi Việt Nam, giờ đây chúng tôi sắp được trở về nhà. Khi máy bay cất cánh cho chặng đầu tiên về phía bờ biển Thái Bình Dương, tôi cảm thấy như thể mình đang được tái sinh, như sống lại từ cõi chết. Giấc mơ được trở về nhà của tôi cuối cùng cũng đã thành hiện thực! Người vợ yêu quý của tôi — người đã phải gánh chịu năm năm vất vả, lo toan và thiếu thốn triền miên — xứng đáng được nghỉ ngơi. Cuộc sống của các con tôi rồi sẽ khác hẳn cuộc sống duy nhất mà chúng từng biết đến, nhất là với Marie. Con bé đã mang trên vai biết bao trách nhiệm, quán xuyến việc nhà, chăm sóc các em, trong khi không có đủ tiền cho việc học của chính mình, chưa nói đến những bộ quần áo tươm tất hay chút niềm vui nho nhỏ cho riêng nó. Giờ đây, con bé đã mười lăm tuổi — không còn là một đứa trẻ nữa. Tôi đã sống trên mây quá lâu, bản tính vốn dĩ không mấy quan tâm đến mặt thực tế của cuộc sống. Theo truyền thống cũ của người Việt, đó lại là đặc quyền của người đàn ông, là chồng, là cha: để mọi lo toan cho người vợ. Tôi sinh ra quá muộn — lẽ ra tôi nên sống sớm hơn ít nhất một thế kỷ.

Trong dòng suy tưởng hối hận đó, tôi nắm lấy tay vợ, cô đang ngồi cạnh cửa sổ, rồi cả hai chúng tôi cùng quay nhìn các con, khuôn mặt chúng bừng sáng niềm vui trong bộ quần áo mới. Dominic mặc bộ vest xanh nhạt rất chỉn chu, còn Lucie và Muriel xúng xính trong váy xanh lá và vàng hoàng yến — những bộ đồ mà trước đây chúng chưa từng tỏ ra thích thú.

Chiếc máy bay bốn động cơ (khi ấy máy bay phản lực chưa ra đời) đưa chúng tôi vượt đến bờ Tây nước Mỹ. Về mặt kỹ thuật, chúng tôi đã đi vòng quanh thế giới: lần này là để khép lại nửa vòng tròn còn lại, quay về nơi chúng tôi khởi hành cách đây năm năm. Máy bay hạ cánh ở một thành phố miền Trung Tây để thay phi hành đoàn, rồi tiếp tục bay đến San Francisco. Trong ánh nắng chiều tà, tôi lặng lẽ quan sát những đứa con đang chơi đùa và miên man hồi tưởng. Lucie, khi đến Mỹ mới tám tháng tuổi, nay đã sáu tuổi. Muriel còn chưa sinh ra khi chúng tôi rời Việt Nam, nay ba tuổi và chuẩn bị lần đầu được thấy quê hương. Dominic, cậu bé từng hát vang trên chuyến bay Constellation từ Sài Gòn sang Paris bằng tiếng Việt ngọt ngào, nay đã tám tuổi và không còn hát bằng tiếng mẹ đẻ nữa. Marie — con gái lớn — đã trưởng thành sớm hơn tuổi rất nhiều sau năm năm gánh vác việc gia đình. Giờ đây, khi nhìn qua khung cửa máy bay vào khoảng trời vô tận ngoài kia, con bé đang nghĩ gì? Một cuộc sống nhẹ gánh hơn? Một tương lai tốt đẹp hơn? Hay một điều gì khác nữa mà cha mẹ nó cũng không thể đoán được? Chúng tôi chỉ biết rằng, lúc ấy, được thấy con mình tươi vui tận hưởng chuyến bay đã là một niềm vui, dù các con còn chưa ý thức hết mình đang đi đâu, về đâu. Khi máy bay bắt đầu hạ độ cao xuống San Francisco, tôi choàng tỉnh khỏi những mộng tưởng riêng. Cuốn *Walden Pond* của Thoreau vẫn nằm chưa đọc trên đùi tôi.

Tại sân bay San Francisco, một chiếc Pan American Air Clipper đã chờ sẵn để đưa chúng tôi thực hiện chặng cuối cùng của hành trình trở về nhà. Máy bay cất cánh trong đêm, và lần này chúng tôi được cung cấp giường nằm để nghỉ — khác hẳn với chuyến bay Air France Constellation năm năm trước, khi cả gia đình phải ngủ gật trên ghế, chỉ có Mỹ Châu là được duỗi người trên chiếc võng nhỏ xíu treo trên đầu ghế. Chúng tôi hạ cánh xuống Honolulu lúc tám giờ sáng, và vì phải chờ gần cả ngày cho chuyến bay đêm, Pan Am đã cho chúng tôi lựa chọn: hoặc nghỉ ngơi ở khách sạn, hoặc tham gia một chuyến tham quan quanh đảo. Chúng tôi chọn chuyến tham quan và rất thích thú trước vẻ đẹp của hòn đảo — thậm chí còn ghé qua những trang trại trồng dứa và khu vực đóng hộp của họ.

Đêm đó, chúng tôi lại lên đường, tiếp tục hành trình hướng về phía tây, với các điểm dừng tại Guam và đảo Wake, rồi đáp xuống sân bay Clark ở Philippines vào chiều hôm sau. Chúng tôi đã rất gần quê nhà! Vợ tôi và tôi bắt đầu cảm thấy một cơn cuộn trào của xúc động nghẹn ngào trong lồng ngực. Cái nóng nực không thể chịu đựng nổi ở Manila lập tức nhắc nhở chúng tôi — một cách vô cùng rõ ràng — về cái nóng đặc trưng của Sài Gòn. Nhanh lên, Chim Sắt! Nhanh hơn nữa để đưa chúng ta về nhà!

Chỉ vài giờ sau, chúng tôi đã đặt chân xuống sân bay Tân Sơn Nhứt — và với tôi, nơi này bỗng hiện lên một cách buồn bã và cô liêu đến lạ. Tôi không có thời gian để phân tích cảm giác kỳ lạ ấy, chỉ biết lặng lẽ dẫn gia đình đi qua các chốt hải quan và cảnh sát, tiến về cổng ra. Từ đám đông chờ đón, bỗng một cảnh tượng kỳ diệu hiện ra — Bùi Kiến Thành và vợ anh, chị Đẩu, bước tới nghênh đón chúng tôi!

Tôi có đang mơ không? Tôi có thực sự nghe thấy ai đó gọi tên mình không? CÓ — tôi đã nghe thấy thật! Chú Thành bắt tay tôi rồi kêu lên: "Trời ơi! Anh chị về nhà có việc gì vậy?" Khi tôi còn chưa hết sững sờ, chú nói thêm: "...mà còn đưa cả gia đình về nữa chứ...!" Chú Thành và vợ lái xe đưa chúng tôi rời sân bay. Khi xe chạy ra khỏi cổng, tôi quay lại nhìn đám đông đang tản dần và toàn cảnh sân bay Tân Sơn Nhứt phía sau lưng mình, lòng vẫn không dứt được cảm giác hoang vắng, cô đơn — tại sao lại thế? Có phải vì tôi đã quá quen với sự hào nhoáng, thậm chí là lộng lẫy, của mọi thứ theo kiểu Mỹ, đến mức khi quay về, Việt Nam thân thương xưa cũ bỗng trở nên tuềnh toàng? Hay chính lời chào hỏi có phần mệt mỏi của chú Thành đã khiến tôi chùn lòng? Có phải nỗi thất vọng của tôi bắt nguồn từ khía cạnh vật chất của một Việt Nam nghèo khó sau năm năm tôi vắng mặt, hay là một điều gì đó sâu xa hơn về mặt tâm lý — thậm chí là một điềm báo?

Tôi không đủ can đảm để suy nghĩ sâu hơn. Xe lao đi trên con đường đất bụi bặm dưới ánh nắng chiều gay gắt. Nhà chú Thành ở không xa sân bay, và vì đường vắng hoe, chẳng mấy chốc chúng tôi đã đến nơi. Chiếc xe rẽ vào bãi cỏ rải sỏi, bên những cây cúc buông rủ khiến tôi cảm thấy như nỗi buồn đang lơ lửng trong không khí, phủ đầy phấn hoa vô hình. Có lẽ chỉ những ai dị ứng mới cảm nhận được — còn phần còn lại của thế giới thì vô tư đi qua, miễn nhiễm và dửng dưng.

Trên chiếc bàn dài ở hiên trước biệt thự của Thành và Đẩu, một bữa tiệc đang chờ sẵn để đón tiếp chúng tôi: tất cả những món ngon Việt Nam bạn có thể nghĩ đến để quyến rũ những người vừa từ Mỹ trở về — từ *chả giò* đến *nem, chả lụa* xen giữa *rau húng* và *lá quế*, cùng vô số món khác, tất cả được bày biện đẹp mắt và điểm xuyết bằng hai chai whisky lớn. Người bạn thân của tôi và vợ anh ấy đã chuẩn bị một bữa tiệc thịnh soạn để chúng tôi được thưởng thức hương vị đầu tiên khi trở lại quê nhà — những món ăn ngào ngạt, đậm đà, và không thể thiếu vị mắm nồng nàn.

Cả gia đình tôi quây quần quanh bàn, vui vẻ thưởng thức bữa tiệc — nhưng thật ra, phần lớn chỉ theo thói quen. Tất cả chúng tôi đều kiệt sức sau hành trình dài dằng dặc, còn riêng tôi, không hiểu vì sao lại cảm thấy uể oải về mặt tinh thần. Chủ nhà đã ăn trưa từ trước, nên bữa tiệc này được chuẩn bị đặc biệt chỉ cho chúng tôi. Thế nên, chúng tôi mỉm cười, trò chuyện, và ăn thật nhanh trong khi Thành và Đẩu chăm chú nhìn. Bọn trẻ bắt đầu buồn ngủ và được đưa vào nghỉ ngơi trong căn phòng bên cạnh. Khi chỉ còn người lớn, tôi kể cho chú Thành về nhiệm vụ được giao ở Hồng Kông. Điều đó lập tức làm chú thở phào nhẹ nhõm — chú lo sợ rằng tôi đưa cả gia đình về nước một cách bồng bột, thậm chí có thể là trái lệnh, và vì thế đã vô cùng lo lắng cho chúng tôi.

Về sau tôi mới biết tình hình Nam Việt Nam lúc đó vẫn chưa ổn định, đặc biệt là ở nông thôn, dù chính phủ đã có vài chiến thắng trước các giáo phái. Tổng thống Diệm vẫn chưa kiểm soát được hoàn toàn Sài Gòn chứ đừng nói các tỉnh ly. Thành đưa tôi xem một loạt ảnh anh chụp ở Bến Tre trong chuyến đi gần đây: Việt Minh đã dựng xác người bị chặt đầu, thi thể bị cắt xẻo giữa chợ làng như một lời cảnh cáo rõ ràng cho những ai dám nghĩ rằng họ không còn nắm quyền nữa. Thành nhìn tôi, ánh mắt buồn bã, nhún vai: "Tôi muốn Tổng thống xem những tấm ảnh này để ông ấy biết rằng tình hình ở đồng bằng sông Cửu Long không hề yên ổn."

Đây là tín hiệu cảnh báo đầu tiên mà tôi nhận được từ một người bạn tin cậy, và nó lập tức đè nặng lên tâm trí tôi. Tuy nhiên, tôi không đưa ra bình luận gì. Tôi cũng không nói với Thành rằng tôi đã nghĩ đến khả năng sẽ ở lại Sài Gòn nếu tình hình thuận lợi, thay vì sang Hồng Kông nhậm chức. Nhưng có lẽ tôi không cần phải nói ra, vì trong lòng tôi đã quyết định một nửa: chúng tôi sẽ phải đi. Không biết những suy nghĩ ấy đang quay cuồng trong đầu tôi, Thành chỉ nhẹ nhàng khuyên tôi nên nghỉ ngơi trước khi anh đưa tôi đến Bộ Ngoại giao để tìm hiểu xem họ đã chuẩn bị gì cho tôi trước khi tôi chính thức nhận nhiệm vụ ở Hồng Kông.

Trong lúc chúng tôi nghỉ ngơi, một vị khách bất ngờ xuất hiện: Marjorie Weiner — "con vịt xấu xí" ngày nào từ thời Huỳnh Sanh Thông ở Ithaca! Gương mặt quen thuộc giờ đây là một thiếu nữ khá chỉn chu (và không còn lôi thôi nữa). Marjorie bước vào phòng và ôm tôi — điều mà chúng tôi chưa từng làm ở Mỹ — nhưng dù sao đây cũng là Sài Gòn, nơi cô đã học được kha khá cách cư xử kiểu Pháp. Hơn hết, niềm vui gặp lại bạn cũ của cô là hoàn toàn chân thành. Chúng tôi trò chuyện vui vẻ như chưa từng có năm tháng nào ngăn cách.

Gia đình họ Bùi bên ngoài Khách sạn Catinat, Sài Gòn, trước khi rời đến Hồng Kông (Mùa Hè 1956)

Dominic Nghiệp và Lucie Mỹ-Châu tại Sở Thú Sài Gòn trước khi đi Hồng Kông (Mùa Hè 1956)

Chúng tôi đã làm náo động cả khu phố! Hàng xóm đổ ra xem, trầm trồ trước những đứa trẻ khỏe mạnh đã lớn vượt bậc, và ngạc nhiên hơn cả là thành viên nhỏ tuổi mới nhất của gia đình — "Made in the U.S.A" — bé Muriel Bùi Mỹ Nga! Khi bà tôi biết rằng chúng tôi không về ở hẳn mà chỉ ghé qua trước khi sang Hồng Kông, bà sững sờ không nói nên lời. Với bà, Hồng Kông xa xôi chẳng khác gì mặt trăng. Và chúng tôi lại chẳng mang theo nhiều hành lý! Nhà — đối với chúng tôi — dường như không còn là Việt Nam, mà là một nơi nào đó xa vời vợi. Ngay đêm đầu tiên trở về sau ngần ấy năm xa cách, chúng tôi cũng không được ngủ lại bên bà. Ôi, bà nội thân yêu của con, làm sao con có thể xoa dịu được nỗi đau trong lòng bà và giải thích vì sao vừa mới đoàn tụ, con lại có vẻ như sắp rời đi lần nữa? Đó là số phận, hay là sự lựa chọn của con? Con không thể vì bà mà nói: "Vâng, con sẽ ở nhà." Con chưa kịp gặp Tổng thống Ngô Đình Diệm, nhưng khi gặp, con có thể nói rằng: "Cảm ơn ông, nhưng tôi muốn ở nhà với bà nội hơn" sao?

Cuộc đời hiếm khi mang đến cho ta những lựa chọn rõ ràng. Chúng ta sống gần như bị bịt mắt, bước theo điều mà vào khoảnh khắc đó có vẻ là con đường tốt nhất trong muôn vàn lối rẽ. Tôi đã quyết định sang Hồng Kông. Nền độc lập mà người Việt Nam quý trọng biết bao, điều mà tôi cũng đã góp phần nhỏ nhoi đấu tranh và phải trả giá — tất cả những điều ấy liệu có thật, hay chỉ là ảo tưởng? Việt Nam có thực sự độc lập? Hay chúng ta chỉ tồn tại nhờ Hoa Kỳ, như một nửa còn lại không Cộng sản của đất nước?

Ngày đầu tiên trở lại quê nhà, sau khi thăm lại ngôi nhà cũ và gia đình, chúng tôi trở về Khách sạn Catinat, nơi cô Ba, dì Tám và dì Cúc cũng vừa tới và ở lại với vợ tôi suốt những ngày còn lại ở Sài Gòn. Tôi cũng đã gọi điện đến Dinh Độc Lập để xin hẹn gặp Tổng thống và được báo rằng một chiếc xe công vụ sẽ đến đón vào tối hôm đó.

Tôi để lại lời nhắn cho vợ chuẩn bị mọi người, rằng cả nhà sẽ cùng đi khi xe đến. Sau đó, tôi bước ra ngoài đi dạo. Nhưng Marie hiểu lầm: con bé tưởng tôi đã đến Dinh Độc Lập một mình, bỏ lại mọi người phía sau! Nó đợi tôi mãi không thấy về, rồi tự mình đi bộ đến dinh thự, nói với người lính gác rằng "Cha tôi đang nói chuyện với Tổng thống ở trong đó." Sau khi kiểm tra, người gác khẳng định rằng Tổng thống đang bận và không tiếp ai cả. Marie không tin, nhưng đành trở về khách sạn trong nỗi thất vọng. Chỉ đến khi gặp lại tôi ở đó, con bé mới tin lời người lính. Ngay sau đó, xe công vụ đến. Cả gia đình chúng tôi chen chúc lên xe, bọn trẻ rộn ràng vui sướng khi sắp được gặp lại "ông nội Maryknoll" của chúng.

Lúc đó khoảng tám giờ tối. Đèn đường sáng rực, đường phố vắng xe. Xe chúng tôi lướt qua cổng và tiến vào lối chính của Dinh Độc Lập như thể chúng tôi là khách quý. Sáu thành viên gia đình tôi bước xuống trước ánh mắt kinh ngạc của lính gác. Họ đứng nghiêm, không hẳn là để chào đón chúng tôi (dù chúng tôi muốn nghĩ thế), mà vì họ buộc phải giữ tư thế nghiêm chỉnh bất kể ai bước vào cổng chính của dinh.

Chúng tôi đi qua những tấm thảm dày, dưới ánh đèn chùm lấp lánh, băng qua trần nhà cao vút và bước lên cầu thang tráng lệ dẫn đến khu làm việc và nơi ở của Tổng thống. Dinh Độc Lập, với phong cách rococo, được xây dựng bởi vị đô đốc Pháp đầu tiên sau khi họ chiếm miền

Nam và đặt tên là Nam Kỳ. Hơn 80 năm đã trôi qua kể từ ngày dinh được xây, và giờ đây, người Việt Nam đầu tiên cư ngụ nơi này chính là Ngô Đình Diệm — Tổng thống đầu tiên của Việt Nam Cộng hòa! Tôi cũng thầm ý thức được vinh dự của gia đình tôi khi được mời vào nơi này. Tôi siết nhẹ tay vợ khi chúng tôi bước lên cầu thang, các con sánh bước hai bên, trong đầu tôi vang vọng một ý nghĩ duy nhất: "Đây là sự thật... không phải giấc mơ." Người Pháp từng "sở hữu" chúng tôi và đất nước chúng tôi từ khi tôi còn bé — giờ đây thực sự đã rút lui khỏi cung điện này, biểu tượng tối cao của quyền lực họ từng nắm. Hy vọng rằng, chẳng bao lâu nữa, tất cả sẽ ra đi mãi mãi!

Chúng tôi được đưa đến một phòng tiếp khách rộng lớn, sang trọng với những chiếc ghế bành êm ái, bàn gỗ đánh bóng cẩn thận, bày biện những *món đồ nghệ thuật* Việt Nam. Trên tường là những bức tranh sơn mài khổng lồ, rực rỡ và tinh xảo. Chúng tôi ngồi chờ, lòng phấn chấn, giác quan choáng ngợp, và trái tim tràn đầy niềm tự hào về người đàn ông đang kiểm soát tất cả những điều này — người đang kiểm soát cả Việt Nam và số phận của chúng tôi. Chúng tôi ngồi yên, trong im lặng và háo hức, thì như từ trong không khí, một cánh cửa bên mở ra và ông bạn thân thiết — cũng là "ông nội Maryknoll" của bọn trẻ — Tổng thống Ngô Đình Diệm, bước vào.

Tất cả chúng tôi đều đứng dậy. Marie phải giúp các em đứng lên vì với chúng, ông chỉ là ông nội quen thuộc, người từng chơi đùa với chúng vài năm trước. Ông Diệm mỉm cười thân mật, ra hiệu cho chúng tôi ngồi xuống, không bắt tay, rồi ngồi xuống chiếc ghế dài đối diện và mở lời: "À, vậy là các bạn mới về à?"

Người đàn ông từng sống gần gũi với chúng tôi suốt nhiều tháng ở New York, giờ đây đã là Tổng thống Việt Nam. Ông không thay đổi gì nhiều, ngoại trừ một vẻ trang trọng nhẹ nhàng. Nhưng điều đó cũng bình thường, vì là một nguyên thủ quốc gia và một người theo đạo Khổng, ông buộc phải tuân thủ một số nghi thức nhất định, kể cả với "con cái" mình. Chúng tôi trò chuyện dài, thỉnh thoảng thân mật. Ông vẫn kể lại vài câu chuyện hài hước quen thuộc. Còn chúng tôi thì vui vẻ mỉm cười, nhưng vẫn giữ đúng mực, không dám đùa lại hay tỏ vẻ thân tình quá mức. Ông vẫn gọi tôi là *"Ông"* như xưa, còn tôi, dù chưa gọi ông là "Ngài Tổng thống," cũng không thấy cần phải đổi cách xưng hô thành "ông Ngô." Và ông cũng chẳng tỏ ra khó chịu gì.

Về việc ông gọi gia đình tôi về nước vào thời điểm này chứ không phải sớm hơn, ông Diệm giải thích như sau: Vâng, ông đã nhận được bức thư Giáng sinh năm 1955 của tôi (mọi thư từ cá nhân đều được chuyển tới ông hàng ngày và được cất giữ cẩn thận trong một chiếc hộp khóa kín), nhưng tôi hẳn cũng hiểu rằng việc trở về sớm hơn sẽ không an toàn — nhất là đối với gia đình tôi. Hơn nữa, ông cho biết chính sách của mình xưa nay là không bao giờ chủ động gọi người khác trở về: nếu làm vậy, những người đó có thể không thấy hài lòng với cuộc sống ở đây, hoặc không đồng thuận với công việc được giao, rồi quay lại trách cứ Tổng thống. Không — bất kỳ ai trở về đóng góp cho chính phủ đều phải tự quyết định. Khi họ đã quyết, chính phủ sẽ hỗ trợ hồi hương — như trong trường hợp của Đỗ Vạn Lý và một số người khác, họ đều trở về theo đề nghị cá nhân. Ngoại lệ duy nhất, theo ông nói, là tôi và gia đình tôi. Ông đã chủ động tạo ra một công việc mà ông tin là phù hợp với tôi và gọi chúng tôi về vào thời điểm ông thấy thuận tiện. Vợ chồng tôi vô cùng cảm động và chân thành cảm ơn, dù chúng tôi biết rằng không lời lẽ nào có thể diễn tả hết lòng biết ơn của mình đối với sự quan tâm ấy. Tuy nhiên, ông Diệm cũng không bỏ lỡ cơ hội nhắc đến Dư Phước Long — người đã bỏ rơi ông vào lúc khó khăn nhất khi phải đối mặt với quân nổi loạn và lực lượng Bình Xuyên. "Nếu ông Long không khăng khăng rời Sài Gòn một cách vội vã," ông Ngô nói, "thì giờ này chắc đã được cử làm Lãnh sự ở đâu đó rồi!"

Lúc này, những đứa nhỏ đã bắt đầu thiếp đi. Chúng tôi lần lượt đặt các cháu nằm xuống ghế sofa trong phòng tiếp khách, trong khi cuộc trò chuyện vẫn tiếp tục. Cho đến giờ, Marie vẫn chưa nói gì với Tổng thống — nhưng cũng chỉ có con bé là còn thức để theo dõi toàn bộ cuộc đối thoại dài dằng dặc của ông Ngô với chúng tôi. Sự hiện diện của gia đình tôi đêm ấy rõ ràng là một sự kiện hiếm thấy ở Dinh Độc Lập, nhưng có một chi tiết đã khiến buổi tối hôm đó trở nên đặc biệt hơn. Khi ông Diệm đang tiếp tục câu chuyện, chúng tôi ngồi nghe ông nói, cảm giác không khác bao nhiêu so với những năm trước tại căn hộ nhỏ bé của chúng tôi ở New York — dẫu nơi đó khiêm tốn hơn rất nhiều so với phòng khách lộng lẫy của Tổng thống. Từ khóe mắt, tôi bỗng thấy một cái bóng màu hồng lướt ngang từ cánh cửa bên trái. Bóng ấy tiến lại gần, đi sau lưng Tổng thống rồi biến mất qua cánh cửa bên phải — không quên phóng một cái nhìn quét ngang khắp phòng, xuyên thấu từng người khách bằng đôi mắt sắc lạnh ẩn dưới hàng lông mày cong như vẽ. Cái bóng ấy là một người phụ nữ mặc áo dài hồng, và dù chỉ lướt qua như một luồng gió nóng, chúng tôi đều nhận ra ngay đó là Bà Ngô Đình Nhu — em dâu của ông Diệm. Theo cách nói bình dân của người Việt thì, *"Còn ai trồng khoai đất này nữa!"*

Thật vậy, bóng hồng ấy chính là người vợ quyền uy của người em trai Tổng thống — bà mệnh phụ duy nhất trong Dinh. Chúng tôi chưa từng gặp bà trước đó, nhưng không thể nào nhầm được. Chính cách bà bước qua — rất uy quyền mặc dù kín đáo — cùng ánh mắt soi xét, đã nói lên tất cả. Trong đầu bà hẳn đang bật ra hàng loạt câu hỏi rất đỗi phụ nữ: "Họ là ai? Nhóm người lạ này từ đâu đến? Lại có cả một người đàn bà trong đó!" Và điều đáng nói là, Tổng thống tiếp đón chúng tôi như thể chúng tôi là thân quyến của dòng họ Ngô lừng danh. Không ai khác hơn, bà chính là con gái của Đại sứ Trần Văn Chương có vóc dáng nhỏ bé tại Washington, D.C.

Buổi gặp gỡ ấy kéo dài nhiều giờ liền, kết thúc gần nửa đêm (chắc chắn không phải theo lịch làm việc tiêu chuẩn của một nguyên thủ quốc gia theo phong cách Anh). Trước khi ra về, tôi trao tận tay ông chiếc cặp da đen đựng thư từ của ông với Hoàng thân Cường Để — những lá thư tôi chưa kịp gửi theo hành lý sang Paris. Tổng thống rất trân trọng vì biết tôi đã gìn giữ những tài liệu này: đây là thư tay của cố Hoàng thân, có giá trị lịch sử không thể thay thế. Gia đình tôi chào tạm biệt Tổng thống. Tôi bế Muriel đang ngủ trong tay, các cháu khác thì tựa đầu vào người cha mẹ, lặng lẽ theo tôi bước ra khỏi phòng tiếp khách, đi xuống cầu thang như trong mộng. Cuộc gặp đầu tiên với Tổng thống cũng là cuộc gặp cuối cùng mà ông vẫn giữ lại phần nào sự thân mật của những năm tháng cũ, khi còn chưa là Tổng thống. Đó cũng là lần cuối cùng Marie và các con tôi — những đứa trẻ từng chơi đùa với "ông nội Maryknoll" trong công viên Riverside — gặp lại ông. Từ đó cho đến lúc qua đời, ông Diệm không bao giờ gặp lại lũ trẻ nữa.

Sau đó, vợ chồng tôi vẫn gặp Tổng thống thêm vài lần nữa trước khi lên đường đi Hồng Kông, mười hai ngày sau. Không giống như lần gặp đầu tiên trong phòng khánh tiết trang trọng, những lần sau chúng tôi đều được phép vào phòng riêng của ông, cũng nằm trên tầng ấy, một cách thân mật và không cần nghi thức. Nhưng trong bất kỳ lần thăm nào — kể cả lần đầu tiên — tôi cũng chưa bao giờ đề cập đến việc có thể sẽ ở lại Sài Gòn, đảm nhận một công việc như ông nói là "phù hợp với khả năng của tôi", có lẽ trong khu vực tư nhân. Tôi linh cảm rằng điều đó là bất khả. Không thể nào trở lại con đường cũ, như thể chưa từng có nước Mỹ, chưa từng có Hội nghị Genève, và chưa từng có Ngô Đình Diệm chen ngang quãng đời của chúng tôi. Bên cạnh đó, như chú Thành đã cố gắng nói rõ với Tổng thống và những người xung quanh ông, tình hình không hoàn toàn tốt đẹp như họ vẫn tưởng.

GIỮA NHỮNG CUỘC VIẾNG THĂM chính thức — đến chào Bộ trưởng Ngoại giao, ông Vũ Văn Mẫu; đến Bộ trưởng Tài chính để xin ứng trước tiền lương (chúng tôi thường xuyên túng thiếu!); đến Bộ Tài chính, nơi ông Ngô Trọng Hiếu — một người đàn ông béo, nói nhiều, và đang được trọng dụng — giữ chức Tổng giám đốc; rồi đến Sở Giao dịch, nơi ông Huỳnh Văn Lang làm giám đốc — một gương mặt không xa lạ với tôi, người từng là "họa sĩ" vẽ tranh cổ động cho cuộc biểu tình chống chia cắt đất nước ở Liên Hợp Quốc tại New York — tôi phải xoay xở với đủ loại thủ tục rườm rà và những việc lặt vặt mà các nhân viên nhỏ nhen bắt tôi phải trải qua. Phù! Tôi thở phào nhẹ nhõm khi tờ giấy cuối cùng được ký và đóng dấu — cuối cùng tôi có thể dành trọn thời gian, năng lượng và niềm vui cho bạn bè và người thân.

Với tôi, bạn bè luôn đến trước người thân và họ hàng. Chú Thành cũng biết điều đó, nên kín đáo lùi lại để tôi có khoảng riêng gặp lại những người bạn cũ mà chú biết tôi rất muốn gặp. Người đầu tiên trong danh sách là Trần Đức Nhuận — lúc ấy đang sống với vợ tại đường Cô Bắc, không xa chợ Cầu Ông Lãnh. Vợ chồng tôi không chậm trễ — chúng tôi đến gõ cửa căn hộ của họ lúc chạng vạng, không báo trước. Cả hai vợ chồng Nhuận gần như chết lặng. Vì ngoài chú Thành ra, không ai biết chúng tôi đã trở về, nên bạn tôi gần như không tin vào mắt mình. Từ đó cho đến ngày tôi rời đi Hồng Kông, không ngày nào trôi qua mà chúng tôi không gặp nhau ít nhất một lần — cùng nhau đi lại những nơi xưa cũ mà năm năm trước chúng tôi thường lui tới. Nhiều thứ đã đổi thay, như Bến Bạch Đằng không còn là trung tâm ăn uống ngoài trời nữa. Nhưng tinh thần phấn chấn của chúng tôi vẫn nguyên vẹn, và niềm vui hội ngộ dường như không có hồi kết.

Nhuận giới thiệu tôi với một người quen cũ — Trần Thọ Phước — lúc ấy đang làm việc cho hãng Hàng không Việt Nam. Tôi từng biết sơ qua về anh, ngày trước anh có cùng Trần Văn Khê đến Cơ quan Thông tin Anh, nơi tôi từng làm việc. Đã nhiều năm trôi qua kể từ hôm đó, nhưng một người bạn của Nhuận tất nhiên là bạn của tôi, nên Phước và tôi kết thân ngay từ buổi gặp mặt ấy.

Anh gầy gò, lúc nào cũng mặc áo khoác và thắt cà vạt

như thầm trách mắng rằng tôi và Nhuận vì luôn ăn mặc loè loẹt hay xuề xoà. Chúng tôi đi hầu hết các nhà hàng sang trọng vào ban ngày và vì không còn giới nghiêm, hiếm khi rời bàn ăn trước giờ đóng cửa lúc rạng sáng.

Theo truyền thống Trung – Việt, một trong những niềm hạnh phúc hiếm hoi của kiếp người là được trò chuyện cùng bạn tri âm, nên chúng tôi không bỏ phí một khoảnh khắc nào. Còn nếu lượng whisky hay rượu mạnh tiêu thụ khiến ai đó phải cau mày, thì chỉ xin nói một câu:

Tửu phùng tri kỷ thiên bôi thiểu,
Thoại bất đầu cơ bán cú đa.[62]

(Rượu gặp bạn hiền, ngàn ly vẫn thấy ít,
Lời không hợp ý, nửa câu cũng thành thừa.)

Và phép màu của mọi phép màu! Thật trùng hợp đến khó tin, một người bạn thân từ thời ba chúng tôi còn làm việc ở Air France — Nguyễn Văn Ba — đã chọn quay về Sài Gòn đúng vào ngày tôi có mặt! Tôi đã xa nhà suốt năm năm ở Mỹ, còn Ba thì chuyển sang Pháp nhiều năm, nơi anh làm huấn luyện viên cho các tiếp viên xinh đẹp của Liên đoàn Hàng không Vận tải (UAT) tại Paris.

Người ta thường nói rằng các sao chổi bay theo quỹ đạo riêng biệt và hiếm khi trở lại cùng một vị trí trong vũ trụ sau hàng thập kỷ, thậm chí hàng thế kỷ lang thang giữa không gian vô tận. Vậy mà một "sao chổi" đã trở lại vào đúng năm phúc lành của Chúa chúng ta, 1956. Việc Ba có mặt ở Sài Gòn khi tôi cũng ở đó là một sự kiện mà không nhà chiêm tinh nào có thể dự báo — và rất có thể sẽ

62 Những câu thơ này là từ một bài thơ của Âu Dương Tu [Ouyang Xiu] (1007–1072).

không bao giờ lặp lại.

Thế là ba chúng tôi đã nghiêng "ngàn cốc" với nhau nhiều đến mức tôi suýt quên rằng mình còn có một nhiệm vụ đại diện cho chính phủ của Ngô Đình Diệm tại Hồng Kông. Trụ sở UAT của Ba ở Khánh Hội, ngay đối diện Arroyo Chinois — nơi dòng kênh đen kịt rửa trôi những chất nhớt hôi hám mà các sạp bán cá ngày ngày đổ xuống từ Cầu Ông Lãnh và chợ. Dòng nước ấy luồn qua các vòm cao của Cầu Mống (hay Cầu Vồng), trôi về Pointe des Blagueurs, và cuối cùng đổ ra con sông Sài Gòn buồn nhưng thanh bình. Cả hai người bạn tôi đều bị công việc văn phòng chiếm gần hết thời gian ban ngày, nên dù chúng tôi cố gắng bù đắp bằng các buổi trưa và những giấc ngủ ngắn, thì vẫn chẳng bao giờ đủ thời gian để bên nhau. Thật vậy, chúng tôi mang trong mình tinh thần *bỉnh chúc dạ du* — cầm đuốc rong chơi trong đêm — như thơ thời Đường của Đỗ Phủ và Lý Bạch đã mô tả sinh động:

Thắp sáng ngọn đuốc mà rong chơi đêm,
Vì ban ngày quá ngắn cho những cuộc tao phùng chân thành.

Những ngày xưa ấy, chúng tôi không được tận hưởng vì sinh ra quá muộn — dù chúng tôi đã cố gắng hết sức để giành lại chút ít cho mình, bất chấp chủ nghĩa cộng sản hay bất kỳ chủ nghĩa nào khác.

CHA TÔI khi ấy đang làm việc tại Sài Gòn, sống cùng Cô Bốn — hay Cô Tư — trong ngôi nhà lá đơn sơ của bà ở vùng đầm lầy Xóm Chiếu, không xa Cầu Vồng. Ngôi nhà chính của gia đình tôi ở Cần Thơ do mẹ kế tôi trông coi, và ngay khi có thể, cả nhà dọn lên Sài Gòn. Dì Ba, chị vợ tôi, cùng với em gái cùng cha khác mẹ của bà, Dì Cúc, đã đến ở cùng chúng tôi tại Khách sạn Catinat suốt thời gian chúng tôi ở Việt Nam. Mẹ đỡ đầu của vợ tôi, bà Jean Lambert Cẩn — người chồng từng dạy tôi tiếng Anh vào cái thời mà đám thực dân Pháp không thể tưởng tượng nổi một người An Nam có thể phát âm được một chữ tiếng Anh — cũng đến thăm chúng tôi. Chính ông ấy đã mở ra cho tôi con đường sự nghiệp, dẫn đến chuyến đi làm việc ở Mỹ. Bà cụ ngọt ngào ấy không thể hiểu được tại sao, từ nước Mỹ trở về, chúng tôi lại không mang theo vàng trong va-li! Quan niệm xưa cũ về sự giàu sang của người Mỹ là thế đấy!

Chúng tôi khá bận rộn trong vài ngày ở Sài Gòn. Vợ tôi đi uốn tóc kiểu mới, bỏ lại phía sau kiểu tóc cũ với búi thấp ngay ngắn; cô cũng tranh thủ đi mua sắm, sắm sửa cả những món thiết yếu lẫn vài thứ để vui lòng bản thân. Tôi cố gắng làm xong công việc để có thể dành nhiều thời gian hơn cho bạn bè, trong khi cha Kiệm — người từng giúp đỡ gia đình tôi rất nhiều ở New York và nay đã trở về nước — đưa lũ trẻ đi tham quan những cảnh đẹp, hưởng những mùi vị của Sài Gòn. Riêng Marie thì dành thời gian với Dì Cúc và các bạn gái cũ ở Gia Định. Trừ Marie, không đứa nào trong các con tôi còn nhớ được Sài Gòn. Cuối cùng, kỳ nghỉ kết thúc khi có tin từ Dinh Độc Lập báo rằng tôi đã quá hạn nhận nhiệm vụ ở Hồng Kông. Ngày khởi hành được ấn định là ngày 20 tháng 3 năm 1956.

26. MỘT NGƯỜI THEO CHỦ NGHĨA LÝ TƯỞNG Ở HỒNG KÔNG

VÀO LÚC 6 GIỜ SÁNG đúng ngày hẹn, Phước đại diện cho Hàng không Việt Nam đến tiễn chúng tôi. Đây không chỉ đơn thuần là một cuộc gọi công vụ từ phía Hàng không Việt Nam — có lẽ lúc ấy hãng đang hợp tác với Air France — mà còn là một sự kết hợp khéo léo giữa công việc và tình bạn, như thường lệ đối với Phước. Với anh, việc lồng ghép niềm vui vào công việc là điều hoàn toàn chính đáng. Và trong trường hợp này, tình bạn chính là một niềm vui lớn. Có thể nói, đó cũng là cách để anh xoa dịu lương tâm nghề nghiệp của mình.

Chúng tôi không có xe đưa đón từ Bộ Ngoại giao, nhưng có hai chiếc xe của Hàng không Việt Nam chở ra sân bay. Đây không phải là một cuộc chia tay sướt mướt vì chúng tôi đang tràn đầy phấn khích và hân hoan. Nguyễn Thái, khi ấy là Tổng giám đốc Việt Tấn Xã, cũng có mặt bắt tay tiễn tôi; tôi không nghĩ vì lý do nghề nghiệp, mà có lẽ đây là một động thái quan hệ công chúng của riêng ông ấy. Có thể ông cảm nhận được quan hệ của tôi và Tổng thống, nên thấy khôn ngoan khi làm thân lại với một "người quen cũ" — không giống như Huỳnh Văn Lang cù lần.

Trong lúc vợ tôi bận rộn lo liệu cho các bà con thân thích đổ xô đến sân bay Tân Sơn Nhứt để chia tay "chiến thắng" của chúng tôi, tôi tranh thủ cùng Phước bàn bạc một kế hoạch cho những buổi hội ngộ thường xuyên hơn trong vài tháng tới. Khi ấy, chúng tôi đã hình dung về một kỳ nghỉ ngắn ở Đà Lạt — vừa chơi vừa làm — để cùng nhau tận hưởng cảnh sắc cao nguyên. Kế hoạch đó được thực hiện sớm hơn dự tính, chỉ vài tuần sau.

Chuyến bay hai tiếng đến Hồng Kông diễn ra suôn sẻ, và chiếc Super Constellation chở chúng tôi hạ cánh xuống Kowloon tại sân bay Kai Tak cũ — một mỏm đất đá nhô ra từ sườn núi. Sân bay chật hẹp đến mức máy bay phải hạ độ cao sát mặt nước rồi từ từ lượn vào như thể một con chim khổng lồ nhẹ nhàng đáp xuống mảnh đất ven Trung Hoa đại lục, ngay trước mỏm núi Lion Rock. Khi đang lăn bánh, máy bay vô tình quệt vào một sợi cáp ngang tầm cánh, nhưng may mắn là không gây thiệt hại gì. Lúc cửa máy bay mở ra và luồng không khí nóng phả vào, tôi thấy một cảm giác quen thuộc ùa về — tôi từng đáp xuống Kai Tak nhiều lần trong những năm làm việc cho Hàng không Việt Nam. Lần đầu tôi đặt chân đến Hồng Kông là vào đêm giao thừa năm 1950, khi cả hai bờ cảng Victoria đều treo cờ đỏ sao vàng của Trung Quốc Cộng sản.

Đón chúng tôi dưới chân cầu thang là François Lê Quang Nhã, Lãnh sự sắp mãn nhiệm của Việt Nam mà tôi sẽ thay thế. Chúng tôi bắt tay, rồi Nhã để mặc tôi và gia đình đi qua các trạm kiểm tra y tế, cảnh sát và hải quan như những du khách thông thường. Tôi không biết phải phản đối thế nào cho hợp lý, và thực ra cho đến lúc ở Sài Gòn tôi mới biết rằng Việt Nam có một lãnh sự quán ở Hồng Kông. Lúc còn ở Washington, D.C., tôi từng mường tượng mình sẽ phải dựng một lãnh sự quán mới từ con số không, chẳng biết phải làm gì với những ràng buộc tài chính hay các yêu cầu thực tiễn — nhưng tôi vẫn vững tin vào lời của Cha Jacques trong đợt biểu tình chống chia cắt ở New York: "Chính phủ nào thì cũng phải có đủ phương tiện."

Lê Quang Nhã là một người đàn ông thấp bé, cực kỳ hoạt bát, có phong cách rất Pháp (ông là công dân Pháp), và rất khá tiếng Anh. Ông đã bị Tổng thống Diệm sa thải, nên nếu chuyện ông để tôi và gia đình bị đối xử như khách du lịch bình thường trong tay hải quan và cảnh sát trưởng Hồng Kông là một cú trả đũa vô hại với chính quyền Ngô Đình Diệm — thì cũng chẳng đến nỗi quá tệ. Tôi vui vẻ dẫn cả gia đình thực hiện các thủ tục, vẫn giữ vẻ bình thản của một nhà ngoại giao "mới ra lò," hòa thuận với chính mình và với thế giới.

Khi đã đặt chân đến Hồng Kông, gia đình tôi bước ra khỏi nhà ga trong ánh nắng trưa chói chang, tất cả đều nheo mắt nhìn quanh. Ngay lập tức, một nhóm phóng viên vây quanh, và tôi vừa nắm tay Dominic — ăn mặc chỉnh tề như một quý tử nhà ngoại giao — vừa trả lời các câu hỏi. Không, tôi nói, tôi chỉ là một công dân bình thường; đây là công việc đầu tiên không chỉ trong ngành ngoại giao mà còn trong bất kỳ chức vụ nào trong chính phủ — dù là Pháp hay Việt Nam. Không, tôi chưa có kế hoạch tương lai gì cụ thể — tất cả đều tùy vào Tổng thống Ngô Đình Diệm. Và vâng, tôi rất yêu Hồng Kông, vì đã nhiều lần đặt chân đến thuộc địa Anh này trong quá khứ.

FRANÇOIS LÊ QUANG NHÃ không đưa chúng tôi về khách sạn để nghỉ ngơi, cũng không đưa đến lãnh sự quán của ông nằm bên phía đảo Hồng Kông ở bên kia cảng mà thay vào đó, đưa cả gia đình chúng tôi đi thẳng đến nhà hàng Tien Hong Lau, nổi tiếng với món 'gà nướng ăn mày' (*Beggar's Chicken*). Nhã chiêu đãi chúng tôi một bữa trưa thân mật. Khi dùng bữa xong, ông dặn tài xế tên Chan — một người Hoa cao gầy, lúc nào cũng có vẻ lo lắng — đưa chúng tôi đến khách sạn Miramar, nơi đã được đặt sẵn phòng cho gia đình tôi ở trong vòng mười ngày hoặc lâu hơn, trong thời gian Nhã thu xếp dọn ra khỏi nơi cư trú của ông trên đỉnh The Peak.

Mỗi ngày, tôi rời Cửu Long băng qua cảng trên một chiếc phà chở xe hơi để đến nơi làm việc ở lãnh sự quán trên đường Queen's Road Central, thuộc đảo Hồng Kông — hay tên chính thức là Thành phố Victoria. Lãnh sự quán do chính Nhã lập vào năm 1954, trông giống một văn phòng thương mại hơn là cơ quan ngoại giao. Nó y hệt như những văn phòng nhỏ điển hình mà các nhà buôn thuê trong thời điểm đó trên hòn đảo đông đúc này. Điểm thuận lợi là lãnh sự quán rộng hơn nhiều văn phòng cùng loại, có dạng hình chữ L, nằm giữa hai đầu: một đầu là dãy thang máy, đầu còn lại là văn phòng nhỏ của một thương gia người Hoa. Nơi này gồm năm phòng: phòng của Lãnh sự, Phó lãnh sự, Trợ lý riêng, một phòng đọc sách, và khu vực tiếp tân. Tất cả các phòng đều được dán bảng chữ đen trên kính màu khói. Một quầy dài ngăn cách phần tiếp tân với các phòng làm việc bên trong, nằm ở phía cuối dành cho các vị trí chính thức, còn khu vực phía trước là nơi công chúng có thể vào ra qua cánh cửa chính duy nhất ở đầu dãy.

Phòng đọc được bảo quản một cách cẩu thả, với những chồng sách và tạp chí nằm ngổn ngang khắp nơi; lại thoang thoảng mùi cá, vì đây cũng là nơi nhân viên dùng bữa trưa. Căn phòng này là điểm dừng chân của những người Việt định cư — những người thấy tiện ghé qua để nghỉ ngơi và thỉnh thoảng liếc mắt xem vài mẩu báo hay bài điểm sách. Các cửa sổ mở ra đường Queen khiến tiếng ồn xe cộ kinh khủng tràn vào, càng khiến nơi này trở thành một lựa chọn tệ hại cho một Phòng đọc! Ngay từ đầu, tôi đã không thích căn phòng này và nhanh chóng thu dọn nó, chờ dịp chuyển toàn bộ Lãnh sự quán đến một địa điểm khác hợp ý tôi hơn.

Đội ngũ nhân viên của tôi — tất cả đều do người tiền nhiệm chọn — gồm có bà Eileen King, một phụ nữ Anh lớn tuổi, mảnh khảnh và nghiêm nghị, có quan điểm bảo thủ nhưng làm việc rất hiệu quả và tận tụy. Trợ lý riêng là Nguyễn Văn Tiến, người Việt, ngoài bốn mươi tuổi, đã sống trọn đời ở Thượng Hải, nơi vợ và các con người Thượng Hải của ông vẫn cư trú. Ông thường xuyên gọi điện đường dài về cho họ từ điện thoại Lãnh sự quán. Ông là *"chancelier"*, là thư ký chính của Lãnh sự — người có trách nhiệm sàng lọc, phân loại và chuẩn bị hàng loạt hồ sơ xin thị thực, công chứng, v.v... mỗi ngày để tôi ký duyệt. Phạm Văn Cúc, một thanh niên gốc Bắc, có vợ là người Quảng Đông, là thư ký của văn phòng lãnh sự, phụ trách ghi chép sổ sách. Cuối cùng là một thanh niên người Hoa rất lanh lợi tên Wong, về mặt chức danh là nhân viên văn phòng, nhưng thực chất đảm nhận đủ thứ việc từ mang túi ngoại giao ra sân bay Kai Tak hai lần mỗi tuần, đến pha trà cho khách, hay thanh toán lặt vặt các khoản chi của văn phòng.

Cả bốn người đều là nhân viên địa phương. Không ai trong số họ là công chức của bất kỳ Bộ nào, hay từ Sài Gòn cử sang. Người ta đồn rằng François Lê Quang Nhã đã sắp xếp như vậy để giữ cho hoạt động của mình tránh khỏi sự giám sát quá chặt từ Bộ Ngoại giao — một lý do khiến ông bị bãi nhiệm. Với cách sắp xếp như vậy, ông hoàn toàn có thể khiến Bộ "mù tịt", miễn là giấy tờ thủ tục được xử lý đúng cách.

Tôi thì hoàn toàn mù tịt về công việc của một lãnh sự và đã nói thẳng như vậy với François. Ông tỏ ra hài lòng, và tôi nhờ ông chỉ bảo về đống rối rắm này. Một người bạn học cũ của tôi ở trường Petrus Ký — khi đó đang là Tổng thư ký ở Bộ — có yêu cầu tôi "nương tay" với Nhã, và tôi đã làm như vậy: cho ông ta toàn quyền thu xếp trước khi rời Hồng Kông mãi mãi. Thế nhưng, Nhã chẳng chỉ dẫn gì cho tôi — chứ đừng nói đến chỉ bảo. Ông lén lút ra vào, nói chuyện thì thầm với bà King hoặc Tiến như để tránh bị nghe thấy, và xử lý các công việc của mình mà không đả động gì đến công việc chính thức của tôi. Tất cả những gì ông để lại là một xấp giấy đánh máy do ông soạn, liệt kê kho hộ chiếu, tem thuế, tài khoản tài chính và những thứ khác — yêu cầu tôi ký nhận là "chấp nhận đúng và chính xác". Tôi ký mà không có cách nào để kiểm tra các con số, vì không có hệ thống kiểm soát nào rõ ràng hoặc khả thi — ngoài các báo cáo ngân hàng mà Nhã chưa bao giờ chia sẻ. Sau đó, François Lê Quang Nhã lặng lẽ biến mất.

Lãnh sự quán còn hai nhân viên "phụ" — cũng là

người địa phương — có mối liên hệ hết sức mỏng manh với nhiệm vụ chính của cơ quan. Ông Trương Anh Mẫn là một nhà báo ngoài sáu mươi, làm việc bán thời gian cho tờ báo tiếng Hoa riêng, đồng thời phụ trách dịch và tóm tắt báo chí Hoa ngữ hàng ngày cho lãnh sự quán gửi về Sài Gòn. Bà Võ Thị Diệu Viên, gọi là Cô Hoa, là một nhà văn (tác giả *Gió Bấc*) kết hôn với một người Hoa, nhưng theo phong cách nghệ sĩ, vẫn giữ tên con gái — "Cô". Lúc ấy, Cô Hoa hầu như không có việc gì ngoài việc phụ ông Mẫn biên tập một tờ "tạp chí" tiếng Việt do lãnh sự quán in ronéo và "xuất bản". Tạp chí được gửi vài tháng một lần đến một số cư dân Việt ở Hồng Kông — không phải để thông tin hay tuyên truyền — mà vì mọi cơ quan đại diện đều phải có "ấn phẩm" như một phần hình thức. Cộng đồng Việt ở Hồng Kông nhỏ nhất thế giới, và lại là nhóm lưu vong dễ chịu nhất vì đã quen sống theo kiểu "sống và để người khác sống" của người Hoa. Nhã, vị Lãnh sự sắp mãn nhiệm, không quan tâm lắm đến họ — rõ ràng ông còn bận tâm những chuyện khác hơn là phúc lợi của cộng đồng này, hay chính phủ Ngô Đình Diệm mà ông thầm khinh thường.

Cô Hoa và ông Mẫn tuy là nhân viên "phụ" nhưng lại trở thành những cộng sự thân cận nhất của tôi — khiến các nhân viên chính thức, vốn được Nhã đào tạo để coi thường họ, phải kinh ngạc. Dù lương còn thấp hơn cả Wong, họ không phàn nàn vì biết nếu mở miệng, có thể sẽ mất luôn khoản lương ít ỏi ấy. Cuộc sống ở Hồng Kông vốn không dễ dàng.

Ngay từ ngày đầu tiên đặt chân đến Lãnh sự quán, tôi đã thấy một bầu không khí buồn bã và lo lắng. Tôi chẳng biết gì về điều hành một phái bộ, và thừa nhận điều đó một cách công khai. Nhã và Phạm Khao Rậu (khi ấy là Lãnh sự tại Singapore) đều từng được đào tạo hàng tháng tại Tổng Lãnh sự quán Pháp ở Hồng Kông trước khi nhậm chức. Tôi thì không có cơ hội đó. Vì vậy, tôi "dân chủ" mời tất cả những người có mặt cùng góp sức giúp tôi làm tốt công việc, vì tôi muốn làm đúng và từ chối thứ tác phong hình thức đã ăn sâu vào lối làm việc của nhiều viên chức Việt Nam.

Tôi cũng nhấn mạnh rằng sẽ không chấp nhận bất kỳ khoản "tiền trà nước" nào — kiểu tiền lót tay trả dưới bàn cho các dịch vụ được cung cấp tại đây. Cựu lãnh sự, tôi lưu ý, "có lẽ đã sai" khi bị cáo buộc tham nhũng và thậm chí "bán chữ ký lấy tiền mặt." François Lê Quang Nhã và gia đình ông là sản phẩm tiêu biểu của thời Pháp thuộc — một tầng lớp ưu đãi hiếm hoi. Cha ông là Lê Quang Hổ, Đốc phủ sứ; chú ông là Lê Văn Hoạch, người Việt đầu tiên mang quốc tịch Pháp, từng làm Thủ tướng Chính phủ Nam Kỳ tự trị; một người chú khác là Lê Quang Nghị, sĩ quan hỗ trợ kỹ thuật. Và, dĩ nhiên, chính Nhã. Người ta nói rằng, cảm nhận được hồi kết sắp đến khi Ngô Đình Diệm lên nắm quyền và thời đại Pháp cáo chung, Nhã đã vội vã "tích lũy chút vốn riêng" trước khi bị buộc rời khỏi Lãnh sự quán Hồng Kông — và Việt Nam — mãi mãi.

Tôi đã lên tiếng một cách "vô tội" – tức là ngây thơ và đầy lý tưởng viển vông – để phản đối những hành vi từng được dung thứ trong quá khứ, và tuyên bố rằng kể từ nay tất cả chúng ta sẽ bước đi trên một con đường mới. Tôi đã hứa – không mảy may nghi ngờ rằng lời hứa ấy phi thực tế đến mức nào – rằng tôi sẽ vận động và giành được một khoản tăng lương cho mọi nhân viên, để họ có thể sống đàng hoàng và từ bỏ những thói quen xấu từng tồn tại tại Lãnh sự quán. Các nhân viên lắng nghe bài phát biểu của tôi với ánh mắt cụp xuống và nét mặt dài thườn thượt. Không một ai lên tiếng. Họ hiểu thực tế cuộc sống, trong khi tôi thì không, cũng giống như tôi vừa thú nhận rằng mình chẳng biết gì về cách điều hành một Lãnh sự quán. Ở Hồng Kông, hối lộ và tham nhũng là chuyện thường ngày.

Không một ai hưởng ứng lời kêu gọi chân thành nhưng vô vọng của tôi. Không một ai – trừ hai "nhân viên thừa", ông Trương Anh Mẫn và bà Võ Thị Diệu Viên, tức cô Hoa. Chỉ có hai gương mặt ấy là còn ánh lên nụ cười và cái gật đầu nhẹ với đôi mắt sáng. Họ luôn là những "kẻ ngoại cuộc" giữa một tập thể ít lãnh đạo nhưng đầy đặc quyền. Và rồi tôi xuất hiện, như một trận mưa rào giữa cơn hạn kéo dài: "*Đang cơn nắng hạn gặp mưa rào!*" – hoặc như một cơn gió nồm mát lành giữa mùa hè oi ả:

"May gặp nồm Nam cơn gió thoảng
Đàn ta, ta gảy khúc Nam nghe…"[63]

Hai người này không thể không chào đón cách tiếp cận mới của tôi. Biết cô Hoa bị đồng nghiệp trong văn phòng coi thường, tôi quyết định mỗi chiều tan sở sẽ đưa cô về bằng xe Lãnh sự. Tên nhân viên văn phòng vốn thô lỗ với tất cả mọi người – và còn thô lỗ gấp đôi với cô Hoa – gần như không thể giữ nổi tay khỏi run khi phải mở cửa xe cho tôi rồi đóng sầm lại khi cô ngồi vào ghế. Trong những chuyến phà chở xe qua cảng, tôi có thời gian để hỏi cô về công việc và những "thói quen cũ" trong quá khứ ở Lãnh sự quán, và cô Hoa đều đặn hướng dẫn tôi từng chút mỗi

63 Những câu thơ này thuộc bài thơ có tựa đề 'Vào Hè' của Dương Bá Trạc (1884–1944).

ngày.

Còn ông già Trương Anh Mẫn, tôi gần như ngày nào cũng ăn trưa với ông – hoặc ở một nhà hàng trong thành phố, hoặc thường xuyên hơn, ở quán trà Dim Sum trên tầng cao của tòa nhà, vốn rất đông khách. Dần dần, tôi biết rằng ông là một nhà cách mạng đã sống lưu vong hơn ba mươi năm, và người chú tuyệt vời của ông – cụ Nguyễn Thượng Hiền[64] – là môn đệ và cộng sự thân cận nhất của nhà cách mạng Phan Bội Châu. Bản thân ông Mẫn rời Việt Nam năm 18 tuổi, sau khi thi đậu kỳ thi Hán học cuối cùng để lấy học vị Cử nhân dưới triều đình xưa. Sau kỳ thi đó, nền giáo dục Việt Nam chuyển hẳn sang mô hình Pháp. Ông từng sống với cụ Phan Bội Châu và người chú của mình tại Trung Quốc, gần Hồ Hàng Châu – vùng danh thắng mà Nixon sẽ đến trong chuyến thăm đầu tiên sang Trung Quốc năm 1972 – rồi sang Nhật Bản, trở lại Quảng Châu, và cuối cùng định cư tại Hồng Kông.

Tôi cũng biết rằng trong thời gian ông Ngô Đình Diệm trú tại Hồng Kông năm 1947 – khi ông đang thuyết phục Bảo Đại từ chối những đề nghị của Pháp, vốn chẳng khác nào biến ông thành con rối cho chủ nghĩa thực dân – ông Diệm đã kết bạn với ông Mẫn, và đôi bên từng cùng nhau sang Trung Quốc đại lục nhiều lần. Nhờ thế, tôi đã kết thân được một người bạn mới đầy đồng cảm, và kể từ đó, chúng tôi thường xuyên đi cùng nhau, gần như mỗi ngày, khiến những người còn lại trong tập thể cũ của François Lê Quang Nhã tức tối ra mặt.

64 Nguyễn Thượng Hiền (1865?–1925) là một nhà nho và nhà hoạt động cách mạng chống thực dân của Việt Nam.

Tổng lãnh sự Bùi Công Văn và phu nhân, Hồng Kông (1957)

Phu nhân Bùi Công Văn và Thống đốc Hồng Kông Sir Alexander Grantham tại một buổi tiếp tân (22/2/1957)

Thống đốc Hồng Kông Sir Robin Black và phu nhân cùng ông bà Bùi Công Văn (1958 hoặc 1959)

Ảnh chụp tập thể của đoàn ngoại giao tại buổi tiệc mặc quốc phục, với ông Bùi Công Văn đứng hàng sau, thứ tư từ trái sang và vợ ông ngồi hàng trước, thứ hai từ phải sang (khoảng năm 1962)

RẤT NHANH CHÓNG, nhóm "người cũ bị bỏ lại" – như lời Phạm Văn Cúc nói sau lưng tôi – đã đồng lòng cho rằng tôi là một kẻ ngu dốt hoàn toàn. Một kẻ không tự lượng sức, không đủ tinh tế để làm Lãnh sự, và trên hết, là một phần tử "phản động" vô phương cứu chữa. Làm Trưởng phái bộ, hay làm việc ở Lãnh sự quán để làm gì, nếu lại muốn tránh tham nhũng? Chỉ có một tên phản động mộng tưởng hoặc một kẻ nói dối trơ trẽn mới có thể rao giảng một thứ đạo lý như vậy – mà lại là ngay giữa Hồng Kông, chứ chẳng đâu xa! Họ phớt lờ tôi, nhưng vẫn kín đáo theo dõi, bởi tôi đã nhiều lần "can thiệp không đúng lúc" vào các giao dịch riêng của họ. Họ vẫn tiếp tục mọi thứ hệt như thể François Lê Quang Nhã chưa từng rời khỏi.

Đầu tháng Ba, khi gia đình tôi vẫn còn ở khách sạn Catinat, tôi tiếp nhiều người đến thăm tại Sài Gòn. Một số bóng gió ám chỉ "muốn giúp đỡ", nhưng chỉ có Đỗ Văn Cửu – anh họ tôi bên phía mẹ kế – là đủ thẳng thắn để "khai sáng" cho tôi về những con đường "tiến bộ" đã được cả thế giới thử nghiệm thành công. Không quanh co, Cửu nói thẳng: "Rồi anh sẽ giàu to ở Hồng Kông," và thêm vào – y như Đinh Văn Bân đã từng cảnh báo tôi – "Rồi anh sẽ thấy, rồi anh sẽ thấy!" Tôi bực bội vì Cửu cho rằng tôi thuộc cùng trường phái, nên giận giữ nói lại: "Anh nhầm rồi! Không phải tôi! Nếu Ngô Đình Diệm thật sự tồi tệ đến mức để tôi làm việc cho ông ta ở Hồng Kông bằng cái cách mà anh vừa nói, thì tôi e ông ta sẽ chẳng giữ được chức Tổng thống lâu đâu!" Cửu nghệt mặt ra, từ đó không bao giờ nhắc lại chuyện ấy nữa, để mặc tôi với những quan niệm cổ hủ của mình.

Trong tuần đầu tiên ở Hồng Kông, tôi tổ chức một bữa tiệc tối mời toàn thể cộng đồng Việt kiều đến tham dự. Tại đây, tôi cũng công khai giải thích về những thay đổi trong cách vận hành Lãnh sự quán, bằng đúng giọng điệu tôi từng nói với nhân viên. Mọi người tiếp nhận bài phát biểu khá tốt, dù vài người tâm sự với tôi rằng "nói thì dễ, làm mới khó". Lời thú nhận của tôi – rằng tôi không biết gì nhưng mong muốn chân thành được "phục vụ" từng người – xem ra hơi lạc lõng! Hầu hết kiều dân đều theo khuynh hướng bảo thủ, và khó mà chấp nhận rằng một viên chức chính phủ thật sự lại là người phục vụ họ. Một doanh nhân thành đạt kể với tôi về câu trả lời của ông khi nghe ý kiến của Phạm Văn Cúc về tôi lúc đang làm thủ tục xin visa. Ông ấy nói với Cúc rằng: "Ông Lãnh sự có thể là một thằng ngốc thiệt, như anh nghĩ, nhưng ông ta lại có quyền đuổi việc anh!"

Điều đầu tiên tôi làm, đúng với chính sách của mình, là xóa bỏ cái gọi là "hệ thống làm thêm giờ". Từ khi Phái đoàn được thành lập vào đầu năm 1954, một cơ chế đã được thiết lập, theo đó bất kỳ người xin thị thực nào cũng phải trả thêm một khoản phí, được gọi sai tên là "phí làm thêm giờ". Nếu đúng nghĩa, khoản phí này lẽ ra phải do chính quyền trong nước chi trả, chứ không phải là người nộp đơn. Ban đầu, François lập ra hệ thống này nhằm tạo một "phụ cấp đặc biệt", để cấp dưới có chút tiền chia nhau, trong khi bản thân ông ta thì tự xoay sở riêng với các doanh nghiệp và giới thương gia lớn. Hệ thống này chủ yếu đánh vào những người cần làm thủ tục "gấp", đặc biệt là các trường hợp nộp đơn vào cuối tuần, khi Lãnh sự quán – cũng như tất cả văn phòng khác trong thành phố – đóng cửa.

Mức phí được tính tùy tiện – nói lịch sự là "ấn định sẵn" – theo giờ, gom lại mỗi tuần cũng có thể lên tới vài trăm, thậm chí vài nghìn đôla Hồng Kông. François chia khoản tiền này cho tất cả mọi người, trừ ông Mẫn và cô Hoa. Công bằng mà nói, phần lớn số tiền đó vẫn về tay ông ta, như lẽ đương nhiên. Điều khiến tôi ngạc nhiên là người nộp đơn dường như không bao giờ phàn nàn, thậm chí sẵn lòng chi trả. Họ biết rõ đó là cách "ít tệ hơn trong hai cái tệ": hoặc trả một khoản nhỏ để được làm nhanh, hoặc chờ hàng tuần chỉ để nghe câu "Sài Gòn chưa có hồi âm gì về đơn của ông/bà".

Lúc đầu, tôi từ chối nhận phần chia lớn nhất vốn theo quy định là của Lãnh sự. Tôi để nhân viên tự chia theo ý họ. Điều này làm cả nhóm mừng rỡ vì số tiền chia thêm ấy không nhỏ. Tuy nhiên, chẳng bao lâu sau, tôi chấm dứt hoàn toàn hệ thống này, hứa sẽ xin tăng lương chính thức cho tất cả mọi người, và tôi đã viết thư đề nghị Bộ ngay lập tức. Nhưng nhiều tuần trôi qua không một dòng xác nhận, cũng không có hồi đáp nào, dù tôi liên tục nhắc nhở. Sự căng thẳng mỗi kỳ lương không chỉ đọng lại ở ngày lĩnh lương, mà lan dần sang tất cả các ngày trong tuần. Hiểu rõ mức lương ít ỏi của họ, tôi đành nhượng bộ, cho phép tính một khoản phí nhỏ, vào khoảng một phần mười mức cao nhất từng thu – và chỉ áp dụng vào cuối tuần, khi "làm thêm giờ" đúng nghĩa là... làm thêm giờ, chẳng hạn với các công ty vận tải cần visa gấp cho lô hàng. Dĩ nhiên, nhân viên tìm đủ cách để thu được mức "hợp lý" cao nhất có thể, và tôi thì không còn thời gian hay năng lượng để áp đặt kiểm soát cá nhân cho từng vụ.

Một điều kiện tôi đưa ra là anh Mẫn và cô Hoa cũng

phải được chia phần. Nếu – tôi lập luận – Sài Gòn chấp nhận cho các anh thu thêm từ công chúng để bù lương thấp, thì hai người có mức lương thấp hơn các anh cũng phải được hưởng phần tương xứng. Thế là hệ thống "làm thêm giờ" vẫn tồn tại, dù đã được điều chỉnh phần nào.

Tuy vậy, "làm thêm giờ" không phải là căn bệnh chính. Chẳng hạn, Nguyễn Văn Tiến – người phụ trách visa hộ chiếu – có thể kiếm gấp mười lần lương bằng cách chỉ làm đúng phần việc được giao. Người Trung Quốc đến tận nhà ông ta, cầu xin được... hối lộ. Tôi đứng trước một lựa chọn dở: hoặc thay thế ông ta (nhưng tìm đâu ra người "thuần khiết" hơn mà không nhận hối lộ?), hoặc giám sát sát sao đến mức ông ta không thể tiếp bất kỳ ai liên quan đến lãnh sự tại nhà riêng.

"Anh chẳng làm được gì đâu," bác sĩ François Sun – một nha sĩ người Việt lâu năm tại Hồng Kông, bạn mới của tôi từ tuần đầu tiên – đã cảnh báo như vậy. Tên Trung của ông là Sun Tsung Tak, bản dịch của tên Việt Thân Trọng Đức, thuộc dòng Thân Trọng danh giá ở Huế. Ông là hậu duệ cùng họ với bà Trần Văn Chương – nhũ danh Thân Thị Nam Trân – vợ của Đại sứ Việt Nam tại Washington. Ông Sun tiếp lời: "Nếu anh kiểm soát Tiến hay bất kỳ ai khác, anh sẽ làm tê liệt cả Lãnh sự quán. Nhân viên vẫn cứ nhận tiền, nhưng bất kỳ sự chậm trễ nào – dù không phải lỗi của anh – cũng sẽ đổ lên đầu anh. Tin tôi đi, lỗi sẽ là của anh! Đừng ngây thơ đến mức bị quy là chống Trung Quốc. Thực tế, không nhận hối lộ ở thành phố này mới là hành vi chống Trung Quốc tệ hại nhất. Ai cũng làm vậy, từ Thống đốc Hồng Kông trở xuống."

Dần dần, tôi đã học được bài học của mình. Dù bác sĩ

Sun cố làm tôi sợ về chuyện có thể xảy ra nếu Tiến bị sa thải, tôi không mấy lo, nhưng cuối cùng vẫn quyết định giữ lại ông ta. Đó là thực tế trần trụi của đời sống – điều mà từ trước đến nay, tôi luôn cố tình làm ngơ. Nhưng những bài học đau đớn và sâu sắc hơn đang đợi tôi phía trước – những bài học mang theo hệ quả nghiêm trọng không chỉ cho cá nhân tôi mà còn cho cả Ngô Đình Diệm và miền Nam Việt Nam – phần đất tự do còn lại của chúng tôi.

TRONG THỜI GIAN ẤY, sau khoảng mười ngày ở Khách sạn Miramar tại Cửu Long, chúng tôi nhận được tin rằng cựu Lãnh sự đã rời khỏi ngôi nhà của mình trên đỉnh The Peak. Khu vực này nằm trên những đỉnh đồi cao nhất của đảo Hồng Kông, ngay sau Dinh Toàn quyền và nhìn xuống trung tâm thành phố Victoria. Đây là nơi cư ngụ của giới thượng lưu tự cho mình là tinh hoa của Hồng Kông. Sở hữu, hay chỉ cần thuê được một ngôi nhà trên đỉnh The Peak, là đồng nghĩa với việc được bước vào câu lạc bộ độc quyền của "giới quý tộc" thuộc địa. Tất cả các chức sắc được phong tước Hiệp sĩ hay được ban tước hiệu bởi Triều đình St. James – bất kể lý do – đều phải có nhà trên The Peak. Nơi đây từng là khu vực "cấm người Hoa vào" – tương tự như các công viên ở Thượng Hải thời xưa – dù khác biệt là không nhắc đến chuyện cấm chó, vào thời kỳ hoàng kim của chế độ thực dân Anh trước Trân Châu Cảng. Tuy nhiên, từ đó đến nay, nhiều người Hoa – các "Ngài này", "Ngài nọ" – hoặc đơn giản chỉ là các triệu phú, đã dần chia sẻ The Peak với tầng lớp quý tộc da trắng. François Lê Quang Nhã đã thuê một ngôi nhà trên một đoạn đường trung lưu của The Peak, cuối một con đường quanh co chạy dọc sườn đồi đá.

Gia đình tôi nhanh chóng dọn đến, và những phiền toái với nhân viên người Việt tại Lãnh sự quán lại lặp lại với đội ngũ giúp việc người Hoa tại tư dinh. Một gia đình khá giả điển hình ở Hồng Kông lúc bấy giờ thường có một "Number One Boy" – tức quản gia trưởng giám sát mọi người giúp việc – một tài xế, một đầu bếp và một vú em (amah) lo giặt giũ. Wong, người quản gia trưởng, từng ăn cắp từ François, nhận hối lộ từ các đơn hàng vật tư, thậm chí vét sạch kho thực phẩm và rượu. Anh ta cũng nghe nói về sự "ngây thơ" của tôi trong ngoại giao nên đã mong chờ một cơ hội béo bở khi chúng tôi chuyển đến. Nhưng sự ngạo mạn của anh ta khiến tôi lập tức quyết định sa thải ngay tại chỗ. Vài ngày sau, Wong đến Lãnh sự quán tấn công tôi. Khi cảnh sát được gọi đến, hai sĩ quan người Hoa – "thuộc phe anh ta" – đến hiện trường, và bằng cách lịch sự nhất, dạy cho tôi một bài học khác về tội danh "chống lại chủ nghĩa Trung Hoa".

Lần đầu tiên, gia đình tôi được sống trong một ngôi nhà tử tế. Marie, khi ấy 15 tuổi, đã đủ lớn để trân trọng điều đó hơn các em mình. Con bé viết thư về nhà: "Con thích sống dưới lá cờ Việt Nam." Thật vậy, một lá cờ vàng lớn với ba sọc đỏ tung bay trước ngôi nhà, gắn trên một cột trụ vững chãi. Gần đó, ở phía bên kia ngọn đồi, là cờ Mỹ và cờ Hà Lan. Dù không hẳn là Khu Đại sứ quán, nhưng các phái bộ ngoại giao ở thuộc địa Anh này không chỉ thích vẻ bề ngoài ngạo nghễ, mà còn cố ý thể hiện nó.

Khi thấy gia đình tôi dọn đến trong bộ dạng giản dị, hành lý sơ sài, những giúp việc người Hoa lập tức định giá "đẳng cấp" của chúng tôi theo tiền tệ – cả theo giá trị tài chính lẫn giá trị uy tín. Sự kiêu ngạo của Wong khi bị đuổi là điều dễ hiểu, nhưng những người còn lại cũng chẳng thực tế hơn. Thói quen nói "Cảm ơn" của tôi với họ vì bất kỳ dịch vụ nào đã khiến họ dần lấy lại được tự tin, đến mức vợ tôi phải nhắc tôi không biết bao lần: "Chúng ta không còn ở Mỹ nữa đâu!" Ồ, tôi còn phải học cách thích nghi với phương Đông đến bao giờ? Hay đúng hơn, với những giá trị phương Đông – khác hoàn toàn với phương Tây? Tham nhũng là một tội lỗi phổ biến, dù bị cả phương Tây lẫn người châu Á đã được Tây hóa lên án trong tiến trình phi thực dân hóa và xây dựng nhà nước. Và tôi, rõ ràng, là một trong những kẻ theo chủ nghĩa lý tưởng ngây thơ nhất trong số đó.

Năm 1956, tôi không phải là người duy nhất rơi vào chủ nghĩa lý tưởng này. Từ Tổng thống Ngô Đình Diệm trở xuống, nhiều người cũng bị cuốn theo làn sóng lạc quan vô căn cứ – không đến từ phân tích chính trị sâu sắc mà là từ một niềm tin gần như "huyền bí" vào sứ mệnh thiêng liêng. Có thể chính niềm tin ấy đã thấm vào các tầng lớp siêu hình trong Dinh Độc Lập và lan rộng ra toàn bộ bộ máy chính quyền, rồi như sóng nhẹ trên Biển Đông truyền đến cả các cơ quan ngoại giao tại khu vực Đông Nam và Đông Bắc Á.

Thực tế – đặc biệt là thực tế chính trị – cuối cùng sẽ dội gáo nước lạnh vào những người lý tưởng, nếu không phải là bản thân Tổng thống Diệm, thì cũng là những người ủng hộ ông. Nhưng năm 1956 chính là đỉnh cao trong sự nghiệp và quyền lực của ông Ngô Đình Diệm. Bên cạnh chiến thắng trước các giáo phái, quân đội nổi loạn, Bảo Đại và chính người Pháp, ông còn có một danh tiếng không thể bị hoen ố: suốt đời liêm khiết, không tham nhũng. Tham nhũng dường như không tồn tại trong chính quyền của ông – ít nhất là theo các ấn phẩm chính thức thời ấy. Chủ nghĩa cộng sản, kẻ thù chính, thì đang trong trạng thái "ngủ yên" – kỳ tổng tuyển cử tháng 7/1956 như quy định của Hiệp định Geneva xem như đã chết, và do đó không còn là ưu tiên trước mắt. Báo chí lúc đó nghiêm túc viết rằng: "Tham nhũng không còn tồn tại dưới thời Ngô Đình Diệm."

Tinh thần đó cũng tồn tại trong thế giới nhỏ của tôi, ít nhất là với cá nhân tôi. Tôi tiếp tục cuộc thập tự chinh chống tham nhũng một cách... hão huyền. Là một phần trong nỗ lực cải cách ấy – trung thành với tinh thần nếu không nói là ngôn từ của "Cách mạng Quốc gia" tại quê nhà – tôi đặc biệt quan tâm đến những người bị bỏ rơi. Một buổi tối nọ, có một vị khách đến thăm chúng tôi tại Khách sạn Miramar trong tuần đầu tiên ở Hồng Kông. Ông kể rằng Lãnh sự quán thời François Lê Quang Nhã về cơ bản là "một cơ sở tư nhân" của chính ông Nhã, vận hành với số nhân viên ít ỏi. Ông khách kể hoàn cảnh mình: thất nghiệp, gần như chết đói tại Hồng Kông. Ông từng nhiều lần đến lãnh sự quán không phải để xin bố thí, mà chỉ để xin một công việc nhỏ – làm nhân viên văn phòng, dù chỉ là vị trí thấp hơn Wong, nhân viên người Hoa. "Ông Lãnh sự," người đàn ông ấy nói, chỉ vào ngực mình, "dù sao thì *tôi cũng là* một công dân Việt Nam!" Tôi quyết định thuê anh ta ngay lập tức, bảo anh sáng hôm sau đến trình diện tại văn phòng. Tên anh là Nguyễn Văn Nhu, và sau này được giao phụ trách tiếp đón du khách từ trong nước – những người, theo thời gian, ngày càng đến Hồng Kông nhiều hơn. Cho đến khi chúng tôi rời khỏi, Nhu trở thành người bận rộn nhất Lãnh sự quán, vì bất kỳ ai – dù là ai –

cũng đều tìm đến anh, từ lúc họ đặt chân tới cho đến khi rời đi. Đó là khởi đầu của một "danh tiếng" mới mẻ – và mệt mỏi – cho Lãnh sự quán của chúng tôi. Trong những năm sau đó, nơi này dần được biết đến là "Văn phòng cấp visa miễn phí và dễ dãi", đến mức những người xin visa du lịch – đặc biệt sang châu Âu – được Bộ Nội vụ mách rằng: "Cứ sang Hồng Kông, Lãnh sự ở đó sẽ cấp cho anh visa đi bất cứ nước nào mà anh muốn!"

Mò mẫm một mình, tôi dần dần gieo vào đầu các nhân viên một ý niệm rằng "Cách mạng" là có thật. Và họ bắt đầu thay đổi thái độ – hoặc ít nhất cũng hiểu rằng chống lại thì vừa vô ích vừa nguy hiểm. Tuy vậy, công việc hàng ngày của Lãnh sự quán thực ra rất ít. Ngoài việc cấp thị thực hộ chiếu đã được Sài Gòn phê chuẩn từ trước và xem như thủ tục thông thường, phần việc khó nhất là xử lý thị thực cho các hóa đơn thương mại. Bất kỳ công ty nào có giao dịch với Sài Gòn đều phải nộp hóa đơn tạm thời và hóa đơn chính thức để Lãnh sự xác nhận rằng "hàng hóa liên quan được định giá chính xác theo báo giá thị trường hiện tại". Việc xác minh xem hàng hóa ghi trong hóa đơn có thực sự khớp về chất lượng và số lượng với lô hàng thực tế hay không thì gần như bất khả thi. Từ lâu, Hồng Kông đã có một phương thức "thông dụng": chuyển một số lượng hàng hóa với chất lượng nhất định từ một công ty Trung Quốc ở Hồng Kông sang một công ty khác – cũng là người Hoa – tại Sài Gòn, với bất kỳ giấy tờ nào… miễn sao đủ để hợp thức hóa quy trình. Việc yêu cầu Lãnh sự xác nhận các giấy tờ đó chẳng khác nào mở ra một con đường hợp pháp để nhận "trà phí" – một tập quán đã trở thành truyền thống. Nhiệm vụ ấy thật sự gian nan: kiểm tra hàng trăm hóa đơn – mỗi tờ liệt kê cả nghìn mặt hàng –

để đối chiếu với giá thị trường biến động từng ngày. Thêm vào đó là bài toán hóc búa của thời Chiến tranh Lạnh: làm sao phân biệt đâu là hàng hóa do phe Cộng sản sản xuất, đâu không phải – chỉ dựa vào những tờ "Giấy chứng nhận xuất xứ" mỏng như giấy lụa. Rõ ràng, đây là một nhiệm vụ không thể hoàn thành một cách trung thực hoặc tận tâm – và vì không thể làm được, nên rốt cuộc chẳng ai làm cả. Tôi ngạc nhiên khi thấy các hóa đơn chất đống mỗi ngày trên bàn làm việc mà không ai đụng đến. Cứ hai ngày tôi lại gom chúng lại để lấy chỗ cho đống hóa đơn mới. Rồi có lời đồn rằng tôi đang "mặc cả" để nhận hối lộ trước khi ký. Sự thật là tôi không biết phải xử lý thế nào và cũng không tìm được ai sẵn sàng giúp tôi. Liệu tôi nên trả lại toàn bộ những giấy tờ này, đồng nghĩa với việc ngưng mọi giao thương giữa Hồng Kông và Sài Gòn – cũng chính là lý do Lãnh sự quán tồn tại? Hay nên áp dụng một quy trình đơn giản hơn – chẳng hạn như bỏ qua yêu cầu thị thực hoàn toàn? Tại sao Lãnh sự lại phải ký những giấy tờ mà ông ta hoàn toàn không hiểu?

Sau khoảng mười ngày, tôi tự nhủ rằng nếu không tìm ra giải pháp, tôi nên từ chức. Ngay cả Thống đốc Hồng Kông cũng không thể trụ lại nếu can thiệp vào "thương mại tự do" giữa Thuộc địa này và phần còn lại của thế giới. Thậm chí Hà Nội cũng đã bắt đầu giao thương với Hồng Kông rồi. Một vài người bạn tốt bụng thì thầm vào tai tôi rằng: nếu "tiền không có mùi", thì ở Hồng Kông, nó càng không có mùi hơn nữa. Vậy tại sao tôi lại phải dằn vặt vì kiểu làm việc quá rõ ràng như thế?

Tôi tự nhủ: mình cần người giúp – một người đáng tin cậy, tốt nhất là từ Bộ, và càng hay nếu là người tôi từng biết. Người đó ít nhất có thể giúp tôi xử lý giấy tờ, rà soát hàng hóa so với giá cả niêm yết. Tôi không thể ký đại bất kỳ giấy tờ nào như François Lê Quang Nhã từng làm – người ta nói rằng ông ấy thậm chí ký sẵn cả xấp hóa đơn trắng (tất nhiên là có tính phí), để các công ty tùy ý điền sau. Và chính vì điều này mà người ta bảo ông ấy đã bị cách chức. Tuy nhiên, chẳng ai từ Bộ cho tôi biết nên làm gì, những điều cần tránh, hay những hỗ trợ nào có thể nhận được. Tôi phải tự lần mò tất cả, không chỉ thiếu chỉ dẫn mà còn phải tự chịu hậu quả.

Mặc dù hóa đơn vẫn chất đống, tôi vẫn viết thư cho Bộ Ngoại giao trình bày vấn đề và yêu cầu cử một người đáng tin cậy đến hỗ trợ. Trong lúc đó, tôi vẫn phải tiếp tục các nhiệm vụ ngoại giao – chủ yếu là đón tiếp, đãi tiệc và tiễn các quan chức cấp cao từ trong nước. Quan khách đầu tiên trong số đó – cũng là người có vị trí cao nhất – là ông Nguyễn Hữu Châu, lúc ấy là Bộ trưởng Phủ Tổng thống. Tôi rất mừng khi biết ông là người được cử đi, vì nếu là ai kém thế lực hơn thì tôi hẳn đã phải tự mình đối mặt với cả núi hóa đơn và sự bất mãn đang lên từ cộng đồng thương nhân Hồng Kông.

Ngoài chức vụ Bộ trưởng Phủ Tổng thống và cố vấn thân cận của Tổng thống Ngô Đình Diệm, ông Châu còn là chồng cũ của chị gái bà Ngô Đình Nhu, hiện đang trong quá trình ly dị. Dù đang chờ quyết định của Tổng thống (vì chuyện ly dị liên quan đến nhà họ Ngô), ông vẫn là "người trong cuộc" – có lẽ là nhân vật quyền lực thứ ba sau ông Nhu và bà Nhu. Tôi bám vào hy vọng đó để cầu viện sự chỉ dẫn từ ông và hồi hộp chờ ngày ông tới.

Chính quyền Hồng Kông cử Giám đốc Ngoại thương

– ông Barlow – ra sân bay Kai Tak đón tiếp Ngài Nguyễn Hữu Châu. Tôi đến sớm và đang ngồi uống nước tại nhà hàng sân bay thì ông Barlow xuất hiện. Trong lúc luống cuống đứng lên bắt tay, tôi làm đổ một chiếc ghế và lúng túng xin lỗi khi ông cúi xuống dựng nó lại. Ông không phiền, mà còn nhẹ nhàng khoác tay tôi, cùng đến quầy Di trú và Hải quan, nơi chúng tôi chờ máy bay từ Sài Gòn.

Lúc ấy, tôi còn quá ngây ngô để biết – và không một ai trong Lãnh sự quán nhắc tôi – rằng một quan chức cấp cao như ông Châu phải được đón tiếp tại phòng VIP sân bay. Có lẽ ông Barlow đã mất công tìm tôi ở phòng VIP trước khi thấy tôi trong nhà hàng, nhưng ông đủ tinh tế để không nói gì. Khi máy bay đáp xuống đường băng, cả hai chúng tôi tiến ra đón ông Châu. Ông Barlow cầm hộ chiếu, nhanh chóng làm thủ tục nhập cảnh, và rồi chúng tôi rời sân bay bằng xe chính thức của Lãnh sự quán. Giờ nghĩ lại, đáng lẽ tôi phải nhận ra: đó chính là cách mà một đại diện Việt Nam Cộng hòa nên được đón tiếp khi đến Hồng Kông. Hơn cả một vị khách như ông Châu – người rốt cuộc cũng chỉ là người quá cảnh. Thế mà khi tôi đến, François Lê Quang Nhã cố tình không ra đón, cũng không cử ai, và tôi – cùng gia đình – lặng lẽ xếp hàng nhập cảnh như bất kỳ du khách nào. Nhưng thôi, điều đó không quan trọng. Tôi bận tâm vào những khó khăn của công việc hơn là nghi thức xã giao. Ngày đặt chân đến nơi, tôi nhìn công việc của mình như một nghệ sĩ nhìn phong cảnh, như một nhà thơ bước vào cuộc phiêu lưu thị giác. Tổng thống Diệm đã từng nói với tôi: "Tôi cử anh đến đó vì tôi biết Hồng Kông sẽ làm anh hài lòng với cảnh sắc tuyệt vời của nó."

Dù có tuân thủ nghi thức đón tiếp VIP hay không, tôi

vẫn nhanh chóng thực hiện những bước đi không chính thống, có phần lập dị của riêng mình. Nguyễn Hữu Châu được đưa thẳng đến Nhà trà Trung Hoa trên tầng thượng của tòa nhà Lãnh sự quán – một cử chỉ mang hơi hướm từ thời Lê Quang Nhã, không hề bị người mới vào nghề như tôi bỏ qua! Sau khi thưởng thức các món dim sum thơm ngon bốc khói từ những xửng tre do các cô hầu Trung Hoa duyên dáng mang đi khắp phòng trên những chiếc khay treo dây – vừa đi vừa hô to tên món ăn – vị Bộ trưởng bày tỏ mong muốn được tham quan Dinh thự Tiger Balm, một "kỳ quan" nổi tiếng mà ông đã nghe nói nhiều và xem như điểm đến không thể bỏ qua tại Hồng Kông. Trớ trêu thay, tôi lại là người dẫn ông đi tham quan, dù bản thân chưa từng đặt chân đến nơi đó. Dinh thự là một công trình mang phong cách Trung Hoa baroque, màu mè sặc sỡ, hình khối kỳ dị – một thứ mỹ thuật trẻ con quá rộng, trải dài trên nhiều bậc đá và suối nhân tạo.

Chuyến tham quan kéo dài vài tiếng. Khi thấy mệt hoặc đơn giản là muốn trốn tránh sự nghiêm túc, tôi lại quay về với lối ứng xử quen thuộc của mình – than thở về sự mệt mỏi và để ngài Châu một mình khám phá cái gọi là "Địa ngục Phật giáo" bằng bê tông xi măng, hoàn chỉnh với "Mười cổng trừng phạt." Tuy nhiên, khi ngài mới đi được nửa đường, tôi từ dưới gọi vọng lên, chỉ cho ông một xe đẩy bán mì và bún Phúc Kiến đang dừng dưới bóng tre và lá chuối bên cạnh một tảng đá giả. Vị Bộ trưởng mỉm cười gật đầu và vui vẻ nhận bát bún của mình, trong khi tôi thì đã bắt đầu húp bát của mình ngon lành. VIP nào kỳ vọng được tôi đối đãi đúng nghi thức ngoại giao hẳn sẽ phải thất vọng!

Nhờ tâm trạng phấn chấn, ngài Châu đã nghe tôi trình bày vấn đề và hứa: "Tôi sẽ gửi bất kỳ người nào anh đề nghị về công việc đó cho Lãnh sự quán của anh." Tôi thở phào nhẹ nhõm khi có được lời hứa ấy – và cho đến nay vẫn nhớ lại "lỗi ngoại giao" đầu tiên ấy với niềm vui không giấu nổi, vì nó đã giải quyết được một trong những vấn đề khó chịu nhất của tôi. Lời hứa của ngài Châu thực sự có hiệu lực: ông lập tức điều Huỳnh Văn Tư từ Bộ Kinh tế sang Bộ Ngoại giao và cử đi Hồng Kông. Điều tuyệt vời hơn cả: Tư là bạn thân thời thơ ấu của tôi ở làng Mỹ Phong – nơi nổi tiếng với nghề trồng hoa. Chỉ trong thời gian ngắn sau khi đến nơi, Tư đã giúp tôi xử lý đống hóa đơn tồn đọng. Ít nhất thì trên giấy tờ, tôi có thể xác nhận rằng các mức giá ghi trong hóa đơn là "đúng và chính xác" và "không quá cao cũng không quá thấp," miễn là hàng hóa thực sự được vận chuyển đúng như vậy – điều may mắn là tôi không phải chịu trách nhiệm kiểm tra!

Tuy nhiên, phải mất hai tháng dài Tư mới đến – sáu mươi ngày đầy mệt mỏi, trong đó tôi một mình vật lộn với một lối làm việc đã bám rễ lâu đời. Không lâu sau đó, tôi đã yêu cầu – và được cử đến – một Linh mục từ Bộ hỗ trợ, nhưng ngay cả khi có thêm người, nhân viên Lãnh sự quán vẫn khó lòng làm việc một cách đàng hoàng và lương thiện. Trước khi "người của tôi" tới, tôi giống như Wong – "Cậu bé văn phòng" khôn ngoan kiêm nhiệm mọi vai trò: từ giải mã điện tín, ghi sổ kế toán, sắp xếp tiệc tùng… Một người thợ đa năng buộc phải xoay sở đủ mọi nhu cầu liên tục thay đổi, mà không có ai hỗ trợ. Có những đêm, tôi phải ở lại văn phòng đến khuya vật lộn với sổ mật mã để giải mã điện khẩn từ Bộ – một việc mà trước đây chính François Lê Quang Nhã từng làm sau nhiều năm huấn luyện và thực hành (nhân viên địa phương không bao giờ được đụng đến sổ mật). Sau đó, tôi lại mang sổ về nhà và làm việc đến sáng để mã hóa điện trả lời.

Tôi vừa mới thoát khỏi khối lượng công việc chồng chất và áp lực liên miên thì K.C. Leong – ông trùm Pepsi-Cola, chủ biệt thự The Peak mà Lãnh sự quán đang thuê – nhắn rằng hợp đồng đã hết hạn và chúng tôi phải chuyển đi. Sau một tháng tìm nhà, đến tháng 6, chúng tôi dọn về một biệt thự hoàn toàn mới tại số 11 đường Perkins, khu Jardine's Lookout. Chúng tôi ổn định tại đó và trải qua những năm tháng đẹp nhất trong thời gian ở Hồng Kông – cho đến khi bi kịch ập đến vào cuối năm 1962, đỉnh điểm là vụ sụp đổ và ám sát Tổng thống Ngô Đình Diệm năm 1963. Như vậy, chúng tôi có được khoảng bảy năm yên ổn – như chú Gil nói, "để nghĩ đến con cái của mình" – và quả thật đã đến lúc phải nghĩ đến tụi nhỏ, đến việc học hành của chúng lâu nay bị bỏ bê.

Sau hơn hai tháng chờ đợi, Marie được nhận vào Trường Trung học Maryknoll ở Cửu Long, do các nữ tu Maryknoll điều hành. Mỗi sáng, con bé rời nhà sớm, băng qua cảng bằng phà Star. Chan – tài xế – đưa Marie đi và đón về mỗi ngày. Sau đó, anh đưa Dominic (8 tuổi) và Mỹ Châu (6 tuổi) đến trường Royden House – một trường tư thục ở phía Hồng Kông – rồi đón các con về vào buổi chiều. Trong thời gian đó, Chan được tự do nghỉ ngơi cả ngày nếu chúng tôi không có tiệc hay sinh hoạt ngoại giao vào buổi tối.

Ông Bùi Công Văn đọc diễn văn trong trang phục dân tộc nhân dịp Quốc khánh Việt Nam Cộng hòa (10 tháng 10, không rõ năm)

Thư từ Việt Nam gửi đến Phái bộ tại Hồng Kông

Muriel Mỹ-Nga và Lucie Mỹ-Châu tại Hồng Kông vào Ngày Quốc khánh, trên bàn có đĩa sứ in hình ông Diệm (10 tháng 10 năm 1960)

27. TÌNH BẠN

TỔNG KẾT, những năm tháng ở Hồng Kông là một giai đoạn bận rộn, liên tục gây phiền nhiễu theo cách này hay cách khác, nhưng chúng tôi đã vượt qua phần lớn khó khăn bằng cách luôn giữ Tổng thống Diệm trong tâm trí. Nghĩ đến ông, hiểu rằng nhiệm vụ của ông còn khó khăn hơn nhiều, vợ chồng tôi tự nguyện làm hết sức mình để đáp lại lòng tin và sự ưu ái mà ông đã dành cho chúng tôi. Năm đầu tiên đối với chúng tôi chính là năm định hình cho toàn bộ giai đoạn Phái bộ ở Hồng Kông. Khoảng thời gian này để lại trong cuộc sống của chúng tôi nhiều kỷ niệm vừa xúc động, vừa dễ chịu – và tình cờ cũng là năm thành công nhất của chính quyền Ngô Đình Diệm. Chúng tôi không thể nói rằng những năm sau đó không hạnh phúc, vì bên cạnh quê nhà là Việt Nam, Hồng Kông chính là nơi đáng sống và làm việc nhất. Một lý do nữa là nơi đây quá gần Sài Gòn, đến mức ta có thể xem như đang ở nhà – và điều này cho tôi cơ hội về quê lần đầu tiên chỉ sáu tháng sau khi nhận nhiệm vụ, vào cuối mùa hè, khi Phó Tổng thống Nixon đến thăm Sài Gòn.

Tôi được giao chuyển một lô pháo hoa đặc biệt, đặt gấp từ Ma Cao, cần kịp chuyển về Sài Gòn trong ngày để phục vụ buổi lễ đón Nixon tối hôm đó. Hãng Air France đã tháo sáu dãy ghế trên một chuyến bay đặc biệt để vận chuyển, vì pháo hoa – cũng như súng đạn – bị cấm mang vào khoang hành khách. Tôi bay về một mình, không có hành khách nào khác ngoài tổ bay. Khi máy bay đáp xuống Tân Sơn Nhứt lúc chạng vạng và viên chức Bộ Ngoại giao nhận lô hàng, tôi nhanh chóng biến vào đám đông, ẩn danh, để tận hưởng hai ngày thăm gia đình và bạn bè. Lúc đó, tôi xác định rõ: công việc của tôi là ở Hồng Kông chứ không phải ở Sài Gòn – và chẳng ngại gì một lần "lạc mất" vài ngày khỏi những công việc bận rộn và cơn nhức đầu thường trực. Một kiểu nghỉ phép hồi sức (R&R) cho giới ngoại giao, dù theo chiều ngược lại – nhưng cũng đáng giá như vậy.

Cũng tối hôm đó, tôi đến thăm ba lần đầu tiên tại ngôi nhà sàn của cô Tư (còn gọi là cô Bốn) trên vùng nước lầy Xóm Chiếu, gần Khánh Hội. Khi chúng tôi về từ Mỹ vào tháng Ba, tôi chưa kịp gặp ba vì quá bận, dù từng ghé thăm ba của Huỳnh Sanh Thông theo lời đề nghị của anh ấy. Trong ánh hoàng hôn mùa hè hôm đó, căn nhà sàn của cô Tư trông nhỏ bé và nghèo nàn. Ba tôi nằm trên chiếc giường tre, gầy gò và hốc hác đến mức khi ông vội vàng đứng dậy đón tôi như thể tiếp một vị khách quan trọng, tôi thấy vô cùng xúc động. Tôi quyết định bằng mọi cách phải đưa ông ra khỏi cảnh nghèo túng này. Trí óc tôi lập tức nhớ lại quá khứ – ngôi nhà của cha con tôi vào năm 1936, khi tôi tốt nghiệp Trung học Cần Thơ (Diploma of Higher Primary Education). Khi ấy, hoàn cảnh chúng tôi tốt hơn nhiều. Ba tôi sống vui vẻ, tôi thì tràn đầy sức trẻ, và cùng các em trai, chúng tôi đã trải qua những năm tháng tươi đẹp.

Đó là chuyến đầu tiên trong chuỗi những lần tôi thường xuyên về thăm nhà từ Hồng Kông. Mỗi lần về, tôi đều cố gắng gặp gỡ gia đình, và lôi các bạn thân như Nhuận, Phước và Lương ra khỏi bất kỳ công việc nào họ đang làm. Vì tình cảm dành cho tôi, họ vui vẻ bỏ cả giấc ngủ trưa – và thế là thành thông lệ: mỗi chuyến tôi về là một lần tụ họp, cùng nhau tận hưởng từng phút giây một cách mãnh liệt. Như thể trong thâm tâm, chúng tôi đều biết quãng thời gian sống trên quê hương như thế này là vay mượn – có thể kết thúc bất cứ lúc nào – và chẳng ai biết trước khi nào điều đó sẽ đến.

Và như thế, vào đêm thứ ba – cũng là đêm cuối cùng của tôi ở Sài Gòn – bạn bè tôi đang đợi tôi ở quán Đồng Quê, một quán ăn vùng ngoại thành, thì tôi lại bị giữ chân tại Dinh Độc Lập trong một trong những "buổi họp" bất tận với Tổng thống Diệm. Giờ nọ nối giờ kia, Tổng thống vẫn nói liên hồi. Tám giờ, chín giờ, rồi mười giờ... sắp bước sang giờ thứ mười một. Một điều chưa từng xảy ra trước đây trong các cuộc "trò chuyện" với ông đã xảy ra: tôi đứng dậy giữa lúc ông đang độc thoại, không nói thêm gì, chỉ bảo rằng "bạn bè tôi đang đợi từ bảy giờ tối." Tôi xin phép rời đi. Cả Tổng thống lẫn viên đại úy phục vụ riêng đều sửng sốt – người đại úy vừa mới rót đầy ly rượu của tôi, một chuyện "chưa từng nghe đến" đối với bất kỳ ai từng được Tổng thống khoản đãi bằng rượu – loại rượu vang là đồ uống có cồn duy nhất ông dùng. Thay vì để bạn bè tôi tiếp tục chờ thêm, tôi đã xin lỗi và rời đi. Người ta nói hành động đó chưa từng có tiền lệ – gần như là bất lịch sự với Tổng thống – nhưng tôi không bị trách cứ. Trái lại, việc tôi dám làm như vậy và vẫn "thoát tội" đã khiến "uy tín" của tôi trong mắt những người trong Phủ Tổng thống tăng lên đáng kể.

Năm 1956 là năm cuối cùng mà Tổng thống Diệm vẫn còn là "mới" – mới rũ bỏ được di sản thực dân, và chưa bị bao vây bởi lực lượng đối lập mới – nhất là khi chiến dịch còn non của Đảng Cộng sản chưa leo thang thành Mặt trận Giải phóng Dân tộc[65] . Khoảng lặng ấy đủ để ông tiếp tục những buổi "trò chuyện riêng" với tôi – những cuộc gặp *mặt đối mặt* kéo dài tưởng như vô tận. Một đêm nọ, giữa một trong những "buổi họp" với tôi, ông Ngô nhấc điện thoại gọi cho Phó Tổng thống Nguyễn Ngọc Thơ, bảo: "Đợi chút, ông Lãnh sự sẽ ghé qua nhà ông và hai người sẽ cùng nhau nói chuyện." Diệm muốn ám chỉ đến những buổi báo cáo định kỳ của tôi về những vấn đề đang xử lý ở Hồng Kông, cụ thể là chủ đề thương mại kinh tế giữa Hồng Kông và Sài Gòn. Nhưng đúng theo thói quen của ông, Diệm nói miên man rồi quên khuấy đi cuộc gọi đó. Khi tôi rời Dinh Độc Lập và được đưa đến tư dinh của ông Thơ thì đã ba giờ sáng! Người đàn ông tội nghiệp ấy không dám gọi lại phản đối lệnh của Tổng thống, cũng không dám để lại lời nhắn cho người gác cổng để hẹn tôi vào hôm sau. Thay vào đó, ông mặc nguyên bộ đồ ngủ nhăn nheo, mắt ngái ngủ và ngáp dài khi tôi được đưa vào gặp.

---

65 Mặt trận Dân tộc Giải phóng miền Nam Việt Nam (MTDTGPMN) được thành lập vào tháng 12 năm 1960 để che giấu vai trò lãnh đạo của miền Bắc trong cuộc nổi dậy của cộng sản ở miền Nam.

Bùi Công Văn cùng các quan chức khác tại Sài Gòn,
ngày 27 tháng 4 năm 1961

Các trưởng phái bộ Việt Nam xuống máy bay tại Sài Gòn để dự cuộc họp cấp Bộ trưởng do Tổng thống Diệm triệu tập (Bùi Công Văn đứng ở tiền cảnh, bên trái người cầm mũ trắng) (1961)

VÀO MÙA THU năm đó, Hội nghị Trưởng Phái bộ đầu tiên được triệu tập tại Bộ Ngoại giao, do chính Bộ trưởng Vũ Văn Mẫu chủ trì. Đây cũng là hội nghị đầu tiên – và cuối cùng – tôi còn đủ hăng hái lẫn thực tế để lên tiếng mạnh mẽ, nêu rõ những khó khăn tôi gặp phải, hô hào cải cách và cải thiện, dù điều đó có phần làm phiền lòng các đồng nghiệp "lão luyện" – tức là, những người hoài nghi.

Trần Văn Chương, Đại sứ tại Hoa Kỳ, và đặc biệt là Ngô Đình Luyện (em trai của ông Diệm), cư xử như thể họ thuộc đẳng cấp cao hơn so với mọi người. Họ phát biểu một cách lạnh lùng, cộc lốc và thiếu lịch sự – không chỉ với chúng tôi mà cả với Bộ trưởng Ngoại giao. Chính quyền Ngô Đình Diệm về sau bị buộc tội là một "chế độ gia đình trị," điều này quả không sai. Quay lại thời điểm 1956, khi chính phủ vẫn còn được lòng dân, thì chính tại hội nghị ấy, chúng tôi đã chứng kiến một ví dụ cay đắng về tình trạng này – thể hiện rõ qua thái độ và hành vi của Chương và Luyện. Bốn năm sau, khi Hội nghị Trưởng Phái bộ lần thứ hai được tổ chức trong bối cảnh khủng hoảng leo thang (Mặt trận Giải phóng đã bắt đầu hoạt động du kích và đạt một số thắng lợi), tôi đã im lặng. "Hãy để Chương và Luyện muốn nói gì thì nói," tôi tự nhủ.

Trong chính quyền Diệm, có lẽ tôi là trường hợp ngoại lệ duy nhất không phải tuân theo quy trình làm việc vốn đòi hỏi mọi người – từ bộ trưởng đến viên chức thấp nhất – đều phải làm việc dưới quyền và theo lệnh của Cố vấn Chính trị cho Tổng thống, ông Ngô Đình Nhu. Tôi chưa từng bước chân vào văn phòng của ông Nhu, ngoại trừ thời điểm gần ngày chế độ Diệm sụp đổ, trong hoàn cảnh vừa bực bội vừa có phần khôi hài. Cho đến lúc ấy, tôi chỉ trực tiếp liên hệ với Tổng thống và Bộ trưởng Ngoại giao về mọi vấn đề liên quan đến Phái bộ ở Hồng Kông.

Tôi cũng chưa từng được gọi về nước để tham khảo chính thức, có lẽ vì tôi luôn tự xoay xở để về nước khi cần thiết. Nhưng cũng vì một thông lệ đã sớm được hình thành: Tổng thống có thể trực tiếp "giải quyết" bất kỳ sai sót nào của tôi – nếu ông thấy cần. Ít nhất là trong những năm đầu nhiệm kỳ, khi ông Diệm còn có thời gian và tinh thần để trò chuyện cùng tôi, điều đó đã phần nào khôi phục bầu không khí thân tình, gần gũi như những ngày lưu vong tại New York – một mối quan hệ cá nhân khá đặc biệt, nhưng về sau bị xuyên tạc thành thiên vị, thậm chí tệ hơn. Những kẻ thù chính trị không đợi lâu để khởi động chiến dịch thì thầm chống lại tôi – dù chính Tổng thống Diệm lại là người nhắc lại cho tôi nghe nhiều lời buộc tội ấy!

TRỞ LẠI HỒNG KÔNG, ngày Quốc khánh đầu tiên của Việt Nam Cộng hòa được tổ chức vào ngày 26 tháng 10 năm 1956 – ngày mà một năm trước đó, kết quả cuộc bầu cử kiêm trưng cầu dân ý đã được công bố, chính thức phế truất Bảo Đại khỏi vai trò Quốc trưởng và đưa ông Ngô Đình Diệm lên làm Tổng thống Cộng hòa. Chúng tôi tổ chức tiệc chiêu đãi tại Khách sạn Repulse Bay. Tại đây, Thống đốc Alexander Grantham đáp lại lời chúc mừng của tôi dành cho "Nữ hoàng Elizabeth II" bằng việc nâng ly sâm banh chúc mừng "Tổng thống Ngô Đình Diệm của Việt Nam Cộng hòa." Gần như toàn bộ giới chức Hồng Kông đều có mặt. Cộng hòa vừa ra đời, mọi triển vọng đều tươi sáng, tương lai tưởng chừng như đã được đảm bảo. Tháng 7 năm 1956 – thời hạn tổ chức Tổng tuyển cử để thống nhất đất nước theo Hiệp định Geneva – đã lặng lẽ trôi qua, không ai nhắc đến nữa, và dường như đã bị lịch sử bỏ quên..[66] Từ thời điểm đó trở đi, ít nhất là với nhiều đảng phái hậu thuẫn Ngô Đình Diệm, không còn lý do gì để nghi ngờ sự tồn tại — thậm chí là sự thịnh vượng — của nền Cộng hòa. Chúng tôi có mọi lý do để tiếp tục tiến bước, lạc quan xây dựng một tương lai rộng mở dựa trên vị thế của một nền lãnh đạo vững chắc.

Cuộc sống gia đình chúng tôi cũng được cải thiện đáng kể. Cả nhà rất hài lòng khi chuyển về Jardine's Hill — tên khu vực mà người Trung Hoa gọi như vậy, nằm trên dãy đồi trải dài từ Diamond Hill đến tận Repulse Bay. Biệt thự mới của chúng tôi kiêu hãnh treo lá cờ vàng ba sọc đỏ, biểu tượng của nền Cộng hòa non trẻ. Vận mệnh của ngôi nhà, trong nhiều năm, dường như lên xuống theo nhịp biến động của chính quyền Diệm ở quê nhà. Dù được xây dựng vội vã với mục đích thương mại hơn là vì một phong cách kiến trúc bền vững như chủ nhà mong muốn, Bố cục ngôi biệt thự lại hiện đại, đơn giản và tiện nghi. Với ba phòng ngủ và một phòng trống trên tầng, biệt thự có một phòng khách rộng rãi, một phòng làm việc tràn ngập ánh nắng, và một phòng ăn nhỏ gọn theo kiểu Trung Hoa. Hiên trước nhà rộng, xe có thể dừng ngay trước cửa dưới phần phòng ngủ của lũ trẻ nhô ra phía trước, như một khối domino màu be được chống đỡ bằng hai cột tròn chạy dọc từ giữa nhà xuống sân.

Hoa cúc, *thược dược* và nhiều loại hoa theo mùa được

---

66 Chính quyền Ngô Đình Diệm đã phản đối vô ích việc chia cắt Việt Nam và từ chối ký vào Hiệp định Geneva, về cơ bản là một thỏa thuận giữa chính quyền cộng sản và chính quyền Pháp.

người làm vườn chăm sóc tỉ mỉ tô điểm cho sân trước, trong khi sân sau là thiên đường nhỏ của vợ tôi, nơi cô trồng xà lách, rau thơm Việt Nam và ớt. Dominic bắt đầu nuôi cá, chim, và cả chuột bạch – chúng sinh sôi nhanh đến nỗi một ngày nọ, cả đàn trốn ra thành từng hàng len lỏi qua các luống rau của mẹ. Chim hoàng yến thì ríu rít suốt ngày, đôi khi tôi còn thu âm tiếng hót của chúng và phát lại để trêu, chúng phản ứng mà không nhận ra chính là tiếng mình.

Muriel khi ấy mới bốn tuổi, còn quá nhỏ để đến trường đều đặn. Tôi thường đưa bé vào trung tâm Hồng Kông, khu Wan Chai, để ăn súp hoành thánh và mì. Bé gọi những chuyến đi như thế là "những cuộc phiêu lưu." Chẳng bao lâu sau, Dominic bắt đầu học tại tiểu học St. Joseph, nơi nổi tiếng với kỷ luật nghiêm ngặt và tiêu chuẩn giáo dục cao. Marie tiếp tục học trung học Maryknoll ở Cửu Long, còn Mỹ Châu theo học tiểu học Maryknoll bên phía Hồng Kông. Những đứa trẻ của chúng tôi trong đồng phục trông như thuộc tầng lớp thượng lưu của thuộc địa, còn bạn học của Dominic thì mang những cái tên như Lobo — hậu duệ của một dòng họ thương gia Bồ Đào Nha giàu có từ Macao.

Phía sau nhà là núi Butler, nơi có một con đường mòn uốn quanh tên là "Sir Cecil's Ride," kéo dài từ biệt thự đến tận Repulse Bay, nhiều dặm về phía bên kia núi. Chúng tôi thường cùng *cả nhà* dắt hai chú chó Lassie và Lucky đi dạo dọc con đường mòn ấy, qua những sườn đồi phủ đầy thông và hoa dại trắng đỏ. Có lúc Lucky lội xuống vũng nước bên suối để bơi hoặc nằm ngâm mình cho mát giữa cái nóng mùa hè. Dominic thường đi chơi với hai người bạn gần nhà là Wai-Yi (biệt danh 'Shrimp') và anh trai Shin – cả hai thường đến biệt thự chơi với các con tôi. Bọn trẻ chưa bao giờ thấy chán việc khám phá Sir Cecil's Ride, "lạc lối" trong mê cung cây cối và bụi rậm, tìm đến những "tàn tích cổ đại" – với chúng, đó là những lâu đài cổ tích ẩn trong khu rừng mù sương.

Đến tháng 12, một bức điện tín từ Phủ Tổng thống hỏi chúng tôi có thể tìm giúp "một người tên Trương Anh Mẫn, nhà xuất bản, có địa chỉ ở đâu đó tại Hồng Kông." Có vẻ như Tổng thống Diệm nhớ lại người bạn cũ từ chín năm trước và muốn liên lạc. Lạ lùng là Bộ Ngoại giao của ông không hay biết – hoặc không muốn nói rõ – rằng ông Mẫn đang làm việc ngay tại Lãnh sự quán Hồng Kông, và chẳng cần tìm đâu xa. Có lẽ họ không chắc ông ấy còn tồn tại, dù tên ông vẫn đều đặn có mặt trong bảng lương hằng tháng gửi về Bộ.

Tôi hồi đáp rằng ông Mẫn hiện là nhân viên của Lãnh sự quán, và Tổng thống liền gửi lời mời ông đến gặp, đồng thời ra lệnh cho tôi tháp tùng ông về nước. Cả hai chúng tôi đều vui vẻ thi hành, và thế là tôi lại lên đường về Sài Gòn – chuyến thứ ba trong vòng chưa đầy một năm nhậm chức. Đối với ông Trương Anh Mẫn, đây là chuyến đi cảm động. Ông chưa từng đặt chân tới Nam Việt Nam, và ngày khởi hành – 28 tháng 12 – lại trùng với đúng ngày mà ba mươi năm trước, ông rời Hà Nội sang Trung Hoa và chưa từng quay lại. Trên chuyến bay về nước, Mẫn nảy ra ý định làm một bài thơ để ghi lại chuyến đi mang ý nghĩa gần như lịch sử với ông – kết tinh gần nửa thế kỷ đấu tranh chống chủ nghĩa thực dân Pháp, nơi ông cũng góp phần nhỏ bé của mình:

"Hôm nay hăm tám tháng Đề-xàm,
Bỏ nước ra đi vẫn nhớ ngày...
Trời Nam mừng nỗi mây mưa tạnh,
Đất Bắc riêng thương gió bụi dầm...
Tri ân ghi tạc tấm lòng này."[67]

Ngay khi máy bay hạ cánh xuống đường băng sân bay Tân Sơn Nhứt, Trương Anh Mẫn xúc động đến mức bật khóc, nước mắt lăn dài trên má. Tôi với tay vỗ nhẹ lên vai ông, và cả hai chúng tôi im lặng cho đến khi máy bay dừng hẳn. Khi cửa mở ra, luồng không khí nóng nồng tràn vào khoang, Mẫn đã kịp trấn tĩnh, mỉm cười và buông một câu nhận xét vui vẻ về thời tiết Sài Gòn. Một viên chức Phủ Tổng thống đã được cử đến đón, bảo chúng tôi đi thẳng đến Dinh Độc Lập vì Tổng thống đang chờ.

Phủ Tổng thống trông thật thân quen! Suốt mười tháng qua, tôi đã ra vào nơi này thường xuyên đến nỗi gần như thuộc lòng từng ngóc ngách—ít nhất là ở tầng hai, nơi ông Diệm lập chỗ ở riêng. Mẫn và tôi được đưa ngay lên tầng, vào phòng riêng của Tổng thống. Ông Diệm đang ngồi đó, mắt sáng rỡ, nhìn thẳng vào mặt Trương Anh Mẫn. Đó là điều ông rất hiếm khi làm—thật ra, tôi chưa bao giờ thấy ông nhìn thẳng vào mặt ai lâu như vậy. Trong suốt những buổi nói chuyện dài với tôi, ông chỉ liếc nhìn thoáng qua, trong chốc lát, rồi lại nhìn đi chỗ khác. Nhưng lần này, ông nhìn người bạn cũ với ánh mắt như muốn dò tìm, đọc lại những đường nét thời gian trên khuôn mặt của người ông

67 Chỉ một phần của bài thơ được đưa ra do trí nhớ kém của tôi. Mẫn nói về việc ra đi 30 năm trước và trở về hôm nay vào cùng ngày 28 tháng 12; niềm vui của ông khi thấy miền Nam hòa bình; nỗi buồn và sự thương hại của ông đối với miền Bắc vẫn đang đau đớn; và cảm ơn (Tổng thống) vì một cử chỉ mà ông sẽ không bao giờ quên. (Au.)

từng gắn bó nhiều năm trước. Ông Diệm vẫn ngồi trên chiếc ghế bành, đưa tay ra bắt tay Mẫn. Câu chào đầu tiên của ông là một lời quen thuộc—cũng chính là câu ông đã thốt ra khi gặp lại gia đình tôi vào tháng Ba năm ngoái sau chuyến trở về từ Hoa Kỳ: "À, vậy là anh vừa về đến nhà!"

Tổng thống rõ ràng đã xúc động khi gặp lại bạn cũ, dù lời nói và nét mặt không biểu lộ điều đó. Đây là một trong nhiều lần ông triệu Mẫn—hoặc tôi—về Sài Gòn chỉ để "nói chuyện". Ít nhất là trong năm 1956, ông vẫn còn có thể cho phép bản thân hành xử theo cảm xúc cá nhân, để thể hiện lòng trung thành và sự tận tụy với bạn bè. Và ông đã làm điều đó theo cách rất Khổng giáo của mình, không bằng lời nói, thậm chí cũng không bằng cử chỉ mà người phương Tây có thể nhận ra là biểu hiện của tình cảm sâu đậm.

Chính Diệm là người chủ động gọi chúng tôi về, yêu cầu được đưa thẳng đến gặp ông tại Dinh, không vì lý do chính thức nào, cũng không vì động cơ chính trị nào rõ ràng—tất cả những điều đó trái ngược hoàn toàn với vẻ lạnh lùng, xa cách thường thấy của ông. Ông hành xử theo đúng khuôn mẫu của một nhà Nho đối với chức trách của mình: như một người cha của quốc dân, người mà, dù thương con cái tha thiết, vẫn để phần biểu hiện tình thương lại cho người mẹ, còn bản thân thì giữ thái độ nghiêm khắc bề ngoài. Ông Diệm cũng vậy đối với những người ông bảo trợ—người dân Việt Nam.

Không cần phải nói, Trương Anh Mẫn—một học giả thuộc trường phái Khổng giáo cũ—thấu hiểu từng lớp ý nghĩa trong hành vi ấy. Có thể nói không ngoa rằng, với ông Mẫn, Ngô Đình Diệm chính là phần thưởng muộn màng cho cả cuộc đời cách mạng mà ông đã sống—một cuộc đời từng mang dấu ấn của tinh thần *Văn Thân*[68] nổi loạn, của những năm tháng đồng hành cùng Phan Bội Châu[69] và sau này là Cường Để. Mặc dù cả thế hệ thứ nhất lẫn thứ hai đều không thành công trong việc đánh đuổi người Pháp ra khỏi Việt Nam, cũng không còn sống để tận mắt chứng kiến một nước Việt Nam độc lập, nhưng chính nhờ truyền thống và tấm gương của họ mà Diệm đã đưa cuộc đấu tranh ấy đến một cái kết có hậu. Mẫn hoàn toàn có lý khi nhìn thấy, trong hành động của Tổng thống, một sự công nhận đối với những người anh hùng của mình và sự hy sinh bản thân ông cho đất nước. Vì thế, chuyến đi lần này không chỉ mang ý nghĩa lịch sử với Mẫn, mà còn là một cử chỉ đầy cảm xúc từ phía Ngô Đình Diệm—người bạn cũ và cũng là Tổng thống của ông.

Tổng thống đã mời tất cả những người còn sống từng theo Phan Bội Châu và Cường Để đến dự một buổi lễ tưởng niệm do chính ông bảo trợ, trong đó Trương Anh Mẫn là người chủ trì chính. Đại diện gia đình tôi có ông Đỗ Văn Ý—chú Tám bên mẹ kế tôi—người từng được Cường Để gửi sang Đức du học, và ông Jean Lambert Cẩn—cha đỡ đầu của vợ tôi—người từng theo Cường Để khi còn trẻ, học ngành kỹ sư tại Anh, và sau này dạy tôi tiếng Anh vào thời điểm mà toàn thể giới thượng lưu ở Sài Gòn vẫn chỉ dùng tiếng Pháp.

---

68 Văn Thân là một phong trào quần chúng diễn ra từ năm 1865 đến 1884 ở miền Trung Việt Nam, do các sĩ phu lãnh đạo nhằm ủng hộ triều đình Việt Nam và chống lại thực dân Pháp.

69 Phan Bội Châu (1867–1940) là một trong những nhà cách mạng chống thực dân nổi bật nhất của Việt Nam vào đầu thế kỷ XX.

Ngô Đình Diệm—người đã chọn tôi làm Trưởng Phái bộ tại Hồng Kông vì biết rằng tôi "sẽ đánh giá được vẻ đẹp phong cảnh" của hòn đảo; người đã đích thân nhắn điện cho tôi để tìm Trương Anh Mẫn, dù Bộ Ngoại giao, nếu được hỏi, có thể dễ dàng cung cấp nơi ở của ông giữa mê cung các nhà xuất bản Hồng Kông—chính khía cạnh ấy của ông Diệm lại thường không được ai biết đến, và cần được ghi lại ở đây. Trong con người ông, vẫn có một Diệm khác: một người bạn tốt, trung thành và đầy tình cảm. Ngay từ đầu, việc bổ nhiệm gia đình tôi không phải là một quyết định do toan tính chính trị hay đánh giá năng lực hành chính. Ngược lại, ông hiểu rõ chúng tôi và chọn cách đưa chúng tôi rời khỏi Việt Nam—nơi mà chính trị và giới chính khách chắc chắn sẽ khiến chúng tôi phẫn nộ, dẫn đến hệ quả là chúng tôi sẽ phải rời bỏ quê hương.

Việc ông triệu hồi chúng tôi về nước, ít nhất trong năm đầu tiên của Phái bộ Hồng Kông, hoàn toàn vì lý do tình cảm, và chúng tôi cũng đã hồi đáp lại ông bằng chính thứ tình cảm ấy. Tôi chẳng cần ai nhắc nhở lần thứ hai để phân biệt giữa Ngô Đình Diệm với tư cách là Tổng thống, và Diệm—người đàn ông bằng xương bằng thịt. Và nếu những năm sau này, tôi nhiều lần muốn từ bỏ chức vụ vì chán ghét môi trường xung quanh, thì chính ký ức cứu rỗi về ông Diệm trong những ngày đầu đã giúp tôi kiên trì tiếp tục công việc.

Sau nhiều buổi tối cùng Tổng thống và ông Mẫn trong căn phòng riêng giản dị đến mức gần như phòng thiền của một nhà sư, tôi bắt đầu thấy bồn chồn, khao khát gặp lại những người bạn thân thiết của mình—Nhuận, Phước và Lương—ở phía bên kia bức tường thành Dinh Độc Lập.

May mắn thay, lần này Mẫn chiếm trọn sự chú ý của ông Diệm, nên mỗi đêm, khi có điện triệu tập từ Tổng thống, tôi được rảnh rỗi trong chuyến về thăm nhà kéo dài này.

Bạn bè tôi, nhất là Nhuận và Phước, sẵn sàng gác lại gia đình để dành trọn thời gian cho tôi trong những ngày tôi ở Sài Gòn. "Gia đình thì ngày nào cũng có mặt," họ nói, "nhưng bạn thì ai biết bao lâu nữa chúng ta mới gặp lại?" Tình bạn giữa chúng tôi, từ lâu, đã trở thành một thứ *Đào Viên Kết Nghĩa* như trong *Tam Quốc Diễn Nghĩa*—ba người bạn thề nguyền kết nghĩa dưới gốc đào—có thể là lạc hậu, có phần không thực tế, nhưng ấm áp và bền chặt chẳng kém gì một mối hôn nhân… hoặc thậm chí còn hơn. Chúng tôi chưa bao giờ chán nhau. Dù là ở nhà riêng hay ở hàng ngàn quán ăn, quán nhậu trong và ngoài thành phố, mỗi lần gặp nhau là một lần vui như Tết.

Lần này, nhờ sự sắp xếp của Phước, Hàng không Việt Nam đã tặng tôi vé máy bay miễn phí đi Đà Lạt. Tất nhiên, Phước kiêm luôn vai trò "hướng dẫn viên" tận tụy. Thay vì lang thang giữa các nhà hàng và tiệm trà Sài Gòn như thường lệ, hai chúng tôi cùng lên đường cho một chuyến đi ba ngày thật đáng nhớ lên vùng cao nguyên. Tôi chưa từng đặt chân đến Đà Lạt trước đó, và được khám phá nơi tuyệt vời ấy cùng một người bạn thân thiết càng nhân đôi niềm vui trong khu nghỉ dưỡng nổi tiếng trên đồi. Chúng tôi thuê phòng ở Langbian Palace[70] —khách sạn sang trọng bậc nhất thời ấy—ghé thăm những con thác, dạo bước theo các con đường mòn men theo sườn đồi, và đắm mình trong bầu không khí mộng mơ, thấm đẫm tinh thần nghệ

70 Được cải tạo và đổi tên vào năm 1995 thành Khách sạn Đà Lạt Palace Heritage. (Au.)

sĩ của thị trấn cao nguyên.

Khi chúng tôi trở lại Sài Gòn, một tin buồn đã chờ sẵn tôi. Trong một lần ghé thăm căn nhà cũ ở Gia Định, tôi được biết bà tôi không được khỏe. Ban đầu, tôi nghĩ tình trạng ấy không nghiêm trọng—cho đến một đêm bà tìm đến nhà tôi sau khi đi khám nha sĩ, nghi ngờ rằng mình không phải bị đau răng mà là mắc bệnh ung thư. Linh cảm chẳng lành, tôi lập tức lo liệu để đưa bà sang Hồng Kông, rút ngắn chuyến về thăm nhà, để ông Trương Anh Mẫn ở lại. Chuyến bay đến Hồng Kông hôm ấy thật đau lòng. Đó là chuyến bay duy nhất chúng tôi từng đi cùng nhau—và cũng là chuyến bay đầu tiên trong đời bà tôi. Khi máy bay cất cánh, tôi hồi hộp dõi theo nét mặt bà, sợ rằng trải nghiệm xa lạ này sẽ làm bà khó chịu theo cách nào đó. Nhưng không—bà vẫn ổn. Tôi siết chặt tay bà, cố gắng im lặng truyền đi tất cả tình yêu và lòng biết ơn mà tôi hằng mang trong lòng. Bà mỉm cười suốt chặng đường—có lẽ chính sự mới mẻ của chuyến bay đã mang lại cho bà cảm giác dễ chịu trong chốc lát. Bà thưởng thức bữa ăn trên máy bay, điều khiến tôi vừa thở phào nhẹ nhõm, vừa xúc động đến mức suýt bật khóc. Đây chính là người bà đã thay thế mẹ tôi từ khi tôi mới sáu tháng tuổi—người phụ nữ đã cho tôi bú bình từ những ngày đầu đời, chỉ vì tiếc thương con gái ruột của mình; người đã nuôi nấng tôi trong căn nhà nhỏ của bà cho đến khi tôi lên sáu tuổi sau đó được cha đưa đi học, để rồi cả hai chúng tôi cùng khóc ròng vì xa cách. Bà là người mà năm nào tôi cũng nhớ đến, trừ khoảng thời gian năm năm tôi sống ở Mỹ. Và giờ đây, chúng tôi lại được bên nhau—nhưng trong bao lâu nữa? Chính bà là người đầu tiên chấp nhận người tôi yêu như con cháu ruột thịt, rất lâu trước khi cô ấy chính thức trở thành cháu dâu. Bà chia sẻ mọi niềm vui nỗi buồn với chúng tôi, nuôi dạy các con của tôi với tình thương sâu đậm như thể chúng là con ruột của bà. Bà là người đã đặt tên Dominic Nghiệp cho con trai tôi—đứa bé mà bà cưng chiều từ ngày chào đời. Bà là người tắm rửa, thay đồ cho cháu mỗi ngày, rồi cõng nó trên lưng đi ra cổng nhà ở Quai Doçueil, Gia Định, đứng đợi tôi đi làm về như một nghi lễ không bao giờ thiếu. Và giờ đây, bà tôi đang ngồi cạnh tôi, trên chuyến bay đầu tiên trong đời, hướng đến một hòn đảo xa lạ, lạ lẫm không kém gì căn bệnh đang dần gặm nhấm cơ thể bà. Tôi không thể nào yêu bà cho đủ. Ấy vậy mà, trong hành trình mải miết đi tìm một thứ gì đó trơn tuột, mơ hồ mà người ta gọi là "tương lai," tôi đã bỏ rơi bà—người đã thay mẹ tôi mà nuôi tôi lớn khôn.

28. TRONG XIỀNG XÍCH THAY VÌ TỰ DO

CUỘC SỐNG VẪN PHẢI TIẾP DIỄN, và quả đúng là như thế. Trở lại biệt thự Jardine's Lookout, niềm vui được đoàn tụ với vợ con tạm thời làm dịu đi nỗi lo lắng trong tôi về tình trạng của bà. Cây thông Noel vẫn đứng ở góc nhà, chim hoàng yến vẫn hót vang, lũ trẻ đang háo hức chuẩn bị đón giao thừa, và cả gia đình tôi tràn ngập tiếng cười rộn rã. Trong một năm, chúng tôi đã có quá nhiều hạnh phúc và quá nhiều đổi thay trong đời sống đến nỗi một vài tai ương bất ngờ, theo đúng truyền thống Nho–Phật–Lão của chúng tôi, cũng phải xem như lẽ tất yếu. Dẫu vậy, tinh thần lạc quan vẫn trỗi dậy trong tôi, và chúng tôi khép lại năm 1956 trong niềm hy vọng hướng về những ngày tươi sáng hơn phía trước. Đêm giao thừa ấy, lần đầu tiên bà tôi được đoàn tụ cùng cả gia đình dưới một mái nhà. Khi cả nhà đang nhắc lại quãng thời gian năm năm xa cách vừa qua, bà gọi Dominic đến bên cạnh và hỏi: "Nghiệp, con có nhớ bài hát con thường hát mỗi lần ba đi công tác nước ngoài về không? Con có nhớ ba hay mang về cho nhà mình những món ngon như táo, nho và đường viên không?" Cậu bé không nhớ nổi bà cố đang nói đến chuyện gì, nên bà gợi lại cho nó bằng đoạn vè ngày xưa:

Bôm, nho, xá-lị, cục đường,
Đem về thắt gióng cho nàng đi buôn!

Dĩ nhiên đây không phải bài hát thật sự—*bôm, nho, xá-lị* là những loại trái cây Dominic rất thích, nhưng cậu đã vô tình trộn câu vè thứ hai với một bài hát ru nào đó.

Chúng tôi đưa bà đến gặp bác sĩ gia đình, Bác sĩ Rodrigues. Sau nhiều lần xét nghiệm, ông buồn bã báo rằng bà bị ung thư miệng. Không có loại thuốc nào có thể chữa khỏi, chỉ còn những biện pháp giảm đau, châm cứu và những phương pháp tương tự. Chúng tôi làm tất cả những gì có thể. Một người hàng xóm tử tế, ông Lư Hòa, đã giới thiệu cho chúng tôi một bác sĩ châm cứu Trung Hoa có tay nghề cao. Nhờ điều trị của ông, phần lớn các cơn đau của bà thuyên giảm nhanh chóng.

TẾT 1957 ĐẾN. Đây là cái Tết đầu tiên chúng tôi thực sự ăn mừng trong một nước Việt Nam độc lập. Nhớ lại những Tết âm lịch trước kia từng bị Sứ quán Việt Nam ở Washington tổ chức một cách máy móc, lồng ghép biểu tượng "Bàn thờ Tổ quốc" nhưng thực chất là vỏ bọc cho chủ nghĩa thực dân Pháp, chúng tôi quyết định tổ chức một buổi lễ đơn giản nhưng chân thành và nhiều ý nghĩa. Trong số những người Việt có mặt trong buổi lễ Ngày Đầu Xuân tại dinh thự Jardine's Lookout của chúng tôi có Đức cha Hoàng Văn Đoàn, một người tị nạn từ Bắc Ninh. Ngài đọc cho chúng tôi nghe những bài thơ, câu ca truyền thống, khiến cả gia đình xúc động. Chúng tôi hân hoan nghĩ rằng đây là mùa xuân đầu tiên nước Việt Nam thực sự được độc lập và lòng chúng tôi tràn đầy biết ơn đối với Ngô Đình Diệm—người đã biến điều ấy thành hiện thực.

Từ vị trí của mình, chúng tôi vẫn đứng ngoài những khó khăn mà Tổng thống Diệm đang phải đối mặt tại quê nhà, và phần nào đã vô tình bỏ qua thực tế mong manh của miền Nam Việt Nam. Giống như người dân California sống vô tư trên đường đứt gãy địa chất San Andreas sâu bên dưới, cả Tổng thống Diệm lẫn dân chúng miền Nam chỉ sẽ được cảnh tỉnh khi các đợt rung chấn chính trị xuất hiện—những tiếng động ngầm báo hiệu một cơn địa chấn sẽ tới.

Một cơn địa chấn như thế đã xảy ra chỉ bốn tháng sau đó. Tháng Tư năm ấy, khi Tổng thống đến Ban Mê Thuột để khai mạc hội chợ nông nghiệp, một kẻ bất mãn đã nổ súng tiểu liên vào đoàn rước ngay khi Diệm dẫn đầu đoàn tiến vào hội chợ. May thay, khẩu súng bị kẹt sau viên đạn đầu tiên bắn trúng vai Bộ trưởng Nông nghiệp. Kẻ ám sát bị bắt, đánh đập tơi tả, suýt nữa thì bị hành hình ngay tại chỗ. Bác sĩ Bùi Kiến Tín, ba của người bạn tôi, lúc ấy là bác sĩ riêng của Tổng thống, cũng có mặt trong đoàn. Nếu khẩu súng không bị trục trặc, không ai trong số họ có thể sống sót. Nhưng như sự việc đã diễn ra, Tổng thống Diệm được xem như "thoát nạn một cách kỳ diệu," củng cố thêm huyền thoại về "sứ mệnh thiêng liêng" của ông mà chính ông cũng tin vào trong nhiều năm.

Đó là rung chấn đầu tiên, trong chuỗi những rung chấn dữ dội của nhiều năm sau, nhưng rồi cũng sớm bị lãng quên. Và ai lúc ấy đủ thân thiết để kéo tay áo Tổng thống rồi thì thầm: "Ngài Tổng thống, ngài có nghe thấy không? Hãy cẩn trọng, hiểm họa đang tới!" Một năm trước đó,

Thành từng cho tôi xem ảnh dân làng bị sát hại bởi Việt Cộng ở tỉnh Bến Tre, định mang cho Diệm xem để cảnh báo rằng tình hình không ổn như ông nghĩ. Nhưng liệu anh ấy có thể làm được không? Và nếu có, thì điều ấy sẽ thay đổi được gì?

Mùa xuân ấy, các "sứ giả" của Cố vấn Chính trị Ngô Đình Nhu bắt đầu tìm đến tôi, cố gắng thuyết phục tôi "hợp tác" với kế hoạch gây quỹ đảng. Họ yêu cầu tôi từ Hồng Kông ký xác nhận mọi hóa đơn nộp lên Lãnh sự quán để xin thị thực thương mại, không cần kiểm tra độ chính xác như tôi vẫn làm kể từ ngày tiếp nhận công việc từ người tiền nhiệm. Cách làm này sẽ giúp các thương nhân thân đảng hưởng lợi và một phần lợi nhuận được chuyển về quỹ của đảng.

Sự xác nhận ấy về "quyền lực phía sau ngai vàng" của phe ông Nhu khiến tôi vừa chán nản, vừa vỡ mộng. Tôi từ chối "chơi bóng," và các sứ giả trở về nước, không bao giờ quay lại nữa. Tôi tiếp tục kiểm tra hóa đơn thương mại như thường lệ, nhưng dần nhận thấy số lượng giảm hẳn. Trong khi đó, các bản kê vận chuyển vẫn ghi nhận khối lượng giao thương không thay đổi, thậm chí tăng đều. Rõ ràng *họ* đã né Lãnh sự quán, và các thương nhân Hồng Kông đã được "nhắc nhở" rằng không cần thị thực nữa. Mọi phản đối chính thức từ phía tôi đều bị phớt lờ.

Thêm một lần nữa, Ngô Trọng Hiếu—khi ấy là đại diện ngoại giao của Việt Nam tại Phnom Penh—trực tiếp đến Hồng Kông, khẩn thiết mời tôi "hợp tác" với một dự án tài chính chính trị do *ông* chủ trì. Hiếu bảo đảm với tôi rằng người chỉ đạo thật sự phía sau là Ngô Đình Nhu. Khi tôi yêu cầu phải có văn bản xác nhận có chữ ký của Nhu,

Hiếu bật cười vào mặt tôi: "Sao anh lại từ chối một mục tiêu cao cả như thế? Anh là người làm chính trị cơ mà!" Rồi anh ta nói chắc nịch rằng chỉ có một kẻ "phi chính trị" như tôi mới nghĩ đến việc đòi giấy xác nhận. Tôi gật đầu, đồng tình rằng mình đúng là như vậy—và một lần nữa, tôi từ chối.

Vài tháng sau, khi cuộc đảo chính nhằm lật đổ Hoàng thân Norodom Sihanouk thất bại và Ngô Trọng Hiếu trở thành *người thất sủng* trong triều đình ông từng gắn bó, mục đích chính trị bí ẩn mà anh từng đại diện nay lộ rõ, để lại trong tôi thêm một vết thương vỡ mộng. Tôi bắt đầu nhìn nhiệm vụ của mình như một sứ mệnh đơn độc chống lại những "doanh nghiệp bẩn thỉu," tự lý luận rằng nếu không thể ngăn chặn chúng từ Hồng Kông, thì ít nhất tôi cũng có thể gián tiếp vạch mặt chúng bằng cách kiên quyết từ chối ký các hóa đơn. Ngây thơ! Nghi ngờ! Một nỗi bất an len lỏi về những gì có thể sẽ ập xuống đầu Tổng thống Ngô Đình Diệm nếu xu hướng này tiếp tục vượt ngoài tầm kiểm soát. Đó là khởi đầu của sự chia cách — một cảm giác bất lực khi mọi cố gắng làm điều đúng đắn đều hóa ra vô vọng, nói gì đến cải cách cái gọi là "cuộc cách mạng quốc gia" đầy hùng hồn kia.

Một khi niềm tin đã sứt mẻ, thì sự hoài nghi lan ra chỉ là chuyện tất yếu. Bề ngoài, tôi vẫn giữ vẻ bình thản, nhưng trong lòng, tôi không ngừng dằn vặt bởi một câu hỏi: liệu tôi có nên trực tiếp vạch mặt "họ" với Tổng thống, trình bày bằng chứng cụ thể và lý lẽ không thể bác bỏ, rồi yêu cầu cải cách — không chỉ trong Phái bộ Hồng Kông của tôi mà là trong toàn bộ guồng máy chính quyền Việt Nam? Hay tôi nên chọn cách rút lui, từ chức — một hành động tôi biết chắc sẽ bị hiểu như một cú đánh trực diện vào gia đình Tổng thống, từ đó làm ông Diệm tổn thương? Nhưng rồi từ chức để làm gì? Có thay đổi được gì không, hay chỉ khiến gia đình tôi lâm vào khốn đốn? Liệu tôi có đủ "quan trọng" — ngoài tình bạn cá nhân phi chính trị với Tổng thống — để đơn từ chức của tôi có thể tạo ra một cú chấn động nào đó khiến người ta phải nhìn lại? Câu trả lời tôi biết rõ là: không.

"Sống trước, triết lý sau" — lẽ sống thực tế kiểu Pháp lại hiện về trong tôi một cách dữ dội. Nếu được tự do, tôi vẫn muốn sống trong cõi mộng của riêng mình, tránh xa chính trị và thực tế trần tục. Với tôi, sống nghĩa là đắm mình trong văn chương, thơ ca, bạn bè, trò chuyện, âm nhạc. Từ trước đến nay, tôi chỉ làm việc vừa đủ để nuôi gia đình, chưa bao giờ nghĩ đến cái gọi là tương lai mơ hồ chất đầy những đòi hỏi vật chất và sinh tồn, như thể con người không thể sống "chỉ bằng bánh mì." Nhưng rồi thực tế đã mở mắt tôi nhanh chóng.

Ba tôi đang rất cần một nơi ở tử tế, bởi số tiền ông dành dụm cả đời cũng không đủ để mua nổi một căn nhà khiêm tốn. Một ngày, vợ tôi đến văn phòng, khẩn thiết xin tôi giúp đỡ ba mình. Cô nói nếu không có sự giúp đỡ của tôi, điều kiện sống của ông sẽ xuống dốc nhanh chóng, đe dọa đến sức khỏe. Tôi biết rõ chúng tôi không còn đồng nào trong ngân hàng, nhưng vẫn không ngần ngại "mượn tạm" một khoản lớn từ quỹ của Lãnh sự quán để gửi cho ba.

Một lần khác, tôi đã có thể — lần đầu tiên sau 18 năm sống chung — mua tặng vợ một món quà. Hôm đó, cô ghé văn phòng tôi trên đường đi mua sắm cùng các bà vợ của những viên chức Sài Gòn đang công tác tại Hồng Kông. Tôi không hề hay biết rằng suốt nhiều tháng trước đó, vợ tôi đã chịu đựng nỗi xấu hổ thầm lặng khi đi cùng các bà vợ nghị sĩ, viên chức cao cấp, thành viên *Phong trào Phụ nữ Liên đới* của bà Nhu — những người khoác lên mình gấm vóc lụa là và trang sức kim cương đá quý — trong khi cô thì mặc giản dị, không một món nữ trang. Trái với các "con bướm Sài Gòn" hào nhoáng kia, bộ cánh "quê mùa" của vợ tôi lại là bằng chứng sống động cho sự liêm khiết của chồng cô. Nhưng than ôi, sự liêm chính đâu phải là món đồ trang sức có giá! Thay vào đó, vẻ ngoài "xoàng xĩnh" của vợ tôi lại bị hiểu nhầm là do sự bất tài về mặt xã giao của chồng. Những người phụ nữ kia lấy làm ngại ngùng khi đi cạnh cô, và điều đó lại khiến cô càng tủi thân hơn.

Khi điều tế nhị ấy được giãi bày với tôi, tôi lập tức rút toàn bộ tiền tiết kiệm của mình để vợ có thể mua ***đôi bông tai kim cương đầu tiên*** mà tôi tặng cô như một món quà. Trong khoảnh khắc đó, tất cả ký ức về quãng đời nghèo túng không một xu dính túi ở New York hiện về — khi chúng tôi phải vay ông già Chẩn từng khoản lặt vặt để mua thức ăn hằng ngày, trong lúc vẫn mang gánh nặng các khoản vay dài hạn để phục vụ mục tiêu của ông Diệm. Khuôn mặt vợ tôi rạng rỡ trong niềm vui khi bước ra khỏi văn phòng khiến tôi suýt khóc. Sau bao tháng năm cam chịu, cuối cùng cô đã được giải thoát khỏi nỗi tủi hổ âm thầm ấy.

Nếu có điều gì buộc tôi phải từ bỏ thế giới phù phiếm của mình, thì chính là vì lợi ích của vợ con — những người tôi yêu quý — và vì vị trí tôi đang giữ, vị trí mà tôi có được nhờ ông Diệm. Có lẽ tôi đã sinh nhầm thời: tôi nên được sinh ra nhiều thế kỷ trước, khi giá trị và ý nghĩa của cuộc sống được đo đếm bằng những chuẩn mực khác — không phải bằng kim cương, đô la hay bảng Anh. Một sự giằng xé không ngừng đang chia cắt tâm hồn tôi. Trong khi tôi vẫn trung thành với quan niệm lỗi thời về một "quý ông," thì hiện thực cứ kéo tôi về phía đối lập. Một bài thơ tôi viết trong thời điểm ấy đã phản ánh rõ nét cái phần nhân cách mà tôi cố gắng giữ vững bên trong mình...

Kỷ Niệm Một Năm Hương Cảng

Ngày này năm ngoái tớ sang đây:
Theo thói thường tình: Bước dặm mây![71]
Gang thép vướng chân mùi tục lụy,[72]
Đá vàng kết cánh nghĩa vơi đầy.[73]

---

71 Thơ Việt Nam, theo phong cách nhà Đường, lấy theo mô hình Trung Quốc và sử dụng rất nhiều câu nói và tham khảo cổ điển. "Bước dặm mây": Ngày xưa, một thí sinh đỗ đạt trong kỳ thi tuyển chọn được phong hàm quan lớn và long trọng. Người đó được ví như "bước lên cầu thang mây". Và thành tích của người đó được chúc mừng bằng những tiếng reo hò "Đại thành công!" (Au.)

72 Câu thành ngữ của người Việt là: *"Miệng nhà quan có gang có thép"* có nghĩa là "lời nói của một viên chức giống như gang và thép" truyền tải ý tưởng về quyền lực áp bức của ông ta đối với dân chúng; tham chiếu đến *"thời gian và thép"* ngụ ý tự chế giễu như thể đang nói: "Ồ, giờ thì anh là một vị quan lại rồi!" Cùng lúc đó, một học giả quý tộc, tự do về bản chất và nghệ sĩ về cảm hứng, thấy nhiệm vụ chính thức của mình bị ràng buộc bởi các sắc lệnh hoàng gia kỳ quặc và phải vật lộn với các thủ đoạn của triều đình khiến nhiều học giả bị xiềng xích khao khát được tự do. (Au.)

73 Đá vàng (Đá vàng) ám chỉ ý tưởng rằng một người khôn ngoan có thể phân biệt được hai loại khoáng sản để biết loại nào có giá trị hay không; ở đây, người khôn ngoan là Ngô Đình Diệm, người đã chọn tôi từ tập hợp những 'tôi tớ của chủ nghĩa thực dân' làm ngơ lời kêu gọi của tổ quốc, và đã lập với tôi một giao ước về tình bạn vĩnh cửu. (Au.)

'Thương nữ tri vong quốc hận,'[74][75]
Anh hùng há để dạ riêng tây?[76]
Tạ lòng người cũ ơn tri ngộ :
Báo đền nợ nước phận râu mày.

Tuy nhiên, tôi vẫn bận tâm đến những khía cạnh thực tế của cuộc sống — và không kém phần quan trọng là khía cạnh được gọi là "ngoại giao" trong công việc của tôi, vốn đòi hỏi vẻ ngoài phải chỉn chu, tươm tất. Người ta thường nói: "Ở La Mã, hãy sống như người La Mã." Tôi đang sống trong thời kỳ hậu Điện Biên Phủ, tiền đô-la của một nửa đất nước, một thời kỳ thiên về sự hưởng thụ vật chất đến mức tôi đã từng ngây thơ nghĩ rằng, dưới cái ô toàn năng của nước Mỹ, sự nghiệp xứng đáng duy nhất là tìm cách làm giàu nhanh chóng. Cả xã hội dường như đang lao vào một cuộc đua không nghỉ để giành lấy vinh quang, như thể ai sở hữu được những tiện nghi mới nhất, chiếc Mercedes đắt nhất, viên kim cương lớn nhất... sẽ giành

---

74 Cả những cô gái bán hoa cũng biết hận mất nước: có một câu chuyện kể về một sứ thần Việt Nam sang Trung Quốc được giao cho những người phụ nữ được giao để tiếp đãi ông nói thẳng vào mặt rằng họ sẽ không hát cho một người đàn ông đã mất nước. Bài học đạo đức: ngay cả gái mại dâm cũng cảm thấy xấu hổ khi đất nước của họ bị mất vào tay nước ngoài. (Au.)

75 Không rõ câu chuyện của ông Bùi Công Văn về vị sứ thần Việt Nam nêu trên xuất phát từ đâu, nhưng *'Thương nữ bất tri vong quốc hận,'* là một câu trong bài thơ của nhà thơ nổi tiếng đời nhà Đường là Đỗ Mục, (803-853). Trái ngược với những "cô gái bán hoa" trong truyện của ông Bùi Công Văn, Đỗ Mục tỏ ra buồn bã khi nghe những cô gái đó hát bài "Hậu Đình Hoa", điều này gợi ý với ông rằng họ có vẻ thờ ơ với việc đất nước đã bị mất.

76 *"Anh hùng"* trong trường hợp này là người sống theo những nguyên tắc Nho giáo vững chắc, một người lịch thiệp, trung thực và một công chức giỏi, trái ngược với "tiểu nhân". (Au.)

phần thắng.

Một nỗi day dứt âm ỉ trong lòng đã biến những tháng ngày ở Hồng Kông của tôi thành một cuộc lưu đày buồn bã. Dù tôi không hoàn toàn bị tách biệt khỏi sự mong manh của nền Cộng hòa phi cộng sản tại miền Nam Việt Nam, tôi vẫn không chắc rằng tình bạn "đặc biệt" của tôi với Tổng thống có đủ sức ảnh hưởng để ông loại bỏ khỏi vòng cương toả của mình những kẻ cơ hội — đặc biệt là những nhân vật quyền lực đằng sau Tổng thống là hai vợ chồng ông Ngô Đình Nhu, cha vợ của ông ta là Đại sứ Trần Văn Chương tại Washington, cùng bầy tôi tay sai của họ. Những nỗ lực có phần ngây ngô của tôi nhằm thực hiện một "cuộc chiến tranh cách mạng" từ Hồng Kông chẳng qua chỉ là những mộng tưởng.

Trong khi đó, bà tôi — người mà tôi đã đưa về sống cùng gia đình ở Hồng Kông — chứng kiến căn bệnh ung thư tiến triển ngày một tồi tệ hơn. Châm cứu giảm đau, thuốc Đông, thuốc Tây — chẳng có gì thực sự hiệu nghiệm. Bà ngày càng gầy guộc, và dường như không còn cảm giác thèm ăn. Cảm nhận được cái chết đang đến gần, bà — dù không muốn nhưng vẫn kiên quyết — yêu cầu được trở về quê hương để chết. Vợ tôi nhận lấy nhiệm vụ đau đớn đó, đưa bà trở lại Việt Nam. Yếu ớt và luôn chịu đựng những cơn đau nơi khoang miệng, bà chia tay cả nhà trong nước mắt.

Bà rời Hồng Kông vào tháng 9. Phải đến ba tháng sau, cái chết mới kết thúc nỗi đau thể xác của bà — nhưng bà đã giấu nhẹm với chúng tôi điều đó. Bà luôn can trường như thế. Bà giấu đi nỗi đau, hiếm khi để lộ cho người thân thấy, khiến chúng tôi cứ ngỡ rằng bà không thực sự đau đớn lắm. Sau khi bà đi, một mình ngồi nhớ đến bà, tôi lại nhớ về thời thơ ấu — những mùa hè tôi được về sống với bà ở Gò Cát, Mỹ Tho, rồi phải theo cha trở lại Cần Thơ đi học, tôi đã khóc suốt đêm vì phải xa bà. Giờ đây, một lần nữa, nước mắt lại trào ra khi bà rời tôi.

Không có vợ tôi, ngôi nhà ở Jardine's Lookout trở nên trống vắng lạ lùng. Một buổi chiều cuối tuần, tôi trở về sau chuyến đi bộ dọc Sir Cecil's Ride, nằm thư giãn với bọn trẻ trong phòng khách. Đâu đó trên sườn đồi, một con chó sủa vọng lại. Gió thổi làm lay động lá chuối dọc lối nhỏ phía sau toà Lãnh sự Indonesia, chỉ cách nhà tôi một cánh cửa. Nghe hai con gái tranh cãi lúc chơi đùa, tôi thầm nghĩ: chẳng bao lâu nữa, các con tôi sẽ không còn là người Việt Nam. Chúng nói tiếng Anh là chính, và nếu tôi không đưa chúng trở về, chúng sẽ quên luôn chút tiếng Việt ít ỏi mà chúng đang biết. Tôi muốn khuyến khích chúng chỉ nói tiếng mẹ đẻ trong nhà, bởi ở trường chúng đã nói quá nhiều tiếng Anh. Tôi lấy máy ghi âm, bí mật ghi lại những cuộc trò chuyện vô tư của chúng, mong một ngày nào đó có thể bật lại cho chúng nghe — để nhớ về một buổi chiều thơ ấu ở Hồng Kông.

Tôi ngày càng rơi vào trạng thái chán nản. Công việc thì vô vị, còn suy nghĩ trong tôi chỉ chất chứa thất vọng. Vợ tôi đã trở về từ Việt Nam được một thời gian, và khi kể lại rằng từng được một thầy bói ở Sài Gòn xem chỉ tay, tôi còn cảm thấy u uất hơn. Người phụ nữ đó đã nói: "Trong tương lai gần, anh ấy sẽ trải qua hai nỗi tang lớn." Vợ tôi khuyên tôi hãy gác mọi chuyện sang một bên, tạm rời công việc. Tôi nghe theo lời ấy, và gửi điện xin Bộ Ngoại giao cho phép tôi nghỉ phép đi Nhật Bản. Câu trả lời đến rất nhanh: "ĐÃ ĐƯỢC PHÉP. THEO LỆNH CỦA TỔNG THỐNG. NHƯNG, ANH PHẢI TRÌNH DIỆN Ở SÀI GÒN TRƯỚC KHI ĐẾN NHẬT BẢN."

Tôi bối rối. Tại sao lại phải "trình diện ở Sài Gòn" trước khi đi nghỉ, thay vì bay thẳng từ Hồng Kông — nơi vốn đã nằm giữa lộ trình đến Nhật Bản? Có chuyện gì khẩn cấp đang diễn ra ở Việt Nam sao? Tôi nhanh chóng nhận ra không phải vậy, mặc dù cuộc gặp với ông Vũ Văn Mẫu, Bộ trưởng Ngoại giao, cũng chẳng làm mọi thứ rõ ràng hơn. Ông Mẫu chỉ nói rằng không có việc gì cụ thể cho tôi cả, và như điện tín đã ghi, chính Tổng thống Diệm là người yêu cầu tôi trở về nước.

Thế là tôi đến Dinh Tổng thống trong tâm trạng thấp thỏm, lo lắng. Trái với mọi dự đoán, Tổng thống không có điều gì đặc biệt muốn hỏi hay bàn bạc với tôi — hoặc ít nhất là ông không nói ra. Câu đầu tiên ông cất lời là: "À, vậy là anh sẽ đi Nhật Bản." Không phải một câu hỏi, cũng không hẳn là một lời nhận xét — chỉ là một phát biểu giản đơn. Nhẹ nhõm, tôi ngồi lại, dành cả buổi tối nghe ông nói chuyện lan man. Tôi hầu như không nói gì, chỉ uống trà và lắng nghe. Tình hình trong nước đang yên ả, ông có vẻ thư thái, nói chuyện thoải mái — khiến tôi không khỏi nhớ lại những buổi tối ở New York với "ông Diệm" thuở nào. Tuy nhiên, khi nhìn lại, tôi ngờ rằng ông có lý do riêng khi gọi tôi về trước chuyến đi nghỉ ấy. Có lẽ ông không muốn tôi đi, nhưng với cách cư xử riêng biệt của mình, ông lại chọn nói điều đó trực tiếp khi gặp mặt — rồi đổi ý khi thấy tôi. Dù lý do thực sự là gì, tôi vẫn nhận ra nơi đó một sự tinh tế của Tổng thống trong cách đối xử với tôi.

Sáng hôm sau, tôi về Gia Định thăm bà. Bà đã yếu đến

mức tôi gần như không nhận ra. Cô Tư tôi đang tận tụy chăm sóc bà, bằng tất cả sự yêu thương. Trong căn nhà âm u, bà nằm trên giường, gầy gò như bộ xương, vết thương ung thư ở hàm dưới đã lan xuống đến cổ họng. Bà hầu như không thể nuốt nổi thức ăn, giọng khàn đặc, mỗi lời nói là một cơn đau hiện rõ trên khuôn mặt. Tôi nghĩ thầm: "Hết rồi. Hết thật rồi." Chẳng còn gì để làm ngoài việc mong điều đó đến nhanh — để bà thoát khỏi cơn đau khủng khiếp ấy. Liệu morphine có làm bà bớt đau không? Tôi muốn ở lại, muốn khóc òa, nhưng tôi biết nỗi buồn của tôi sẽ chỉ làm bà đau hơn. Bà nắm tay tôi, nói lời cuối cùng: "Cháu của bà, con hãy đi Nhật nghỉ ngơi đi. Đừng nán lại đây. Bà sẽ ổn thôi. Cô Tư sẽ lo cho bà mà..." Thế là tôi đi. Dù trong lòng vẫn không tin được, lúc ấy là lần cuối cùng tôi được gặp bà. Đó là đầu tháng 12 năm 1957.

Sáng hôm sau, tôi lên máy bay Super Constellation của Air France đi Nhật Bản. Từ cửa sổ, tôi nhìn xuống vùng rừng xanh thẫm trải dài ngút mắt bên dưới — có lẽ là vùng cao nguyên miền Trung. Trong những khoảng trống giữa các rặng cây, tôi thấy những chú nai nhỏ nhảy nhót tung tăng. Lòng tôi dần dịu lại sau những ngày u ám. Tôi tự thưởng cho mình một ly rượu và rồi ngủ thiếp đi.

Bùi Văn Thinh (không cùng họ hàng), Đại sứ của ta tại Nhật Bản, đón tôi và đưa về dinh thự để dự một bữa tiệc thịnh soạn cùng *gia đình*. Nhưng trước đó, tôi xin phép được về khách sạn nghỉ ngơi đôi chút, và anh ấy vui vẻ chấp thuận. Vài ngày ở Tokyo trôi qua. Sau đó, tôi lên tàu đến Nikko để tìm chút thanh thản giữa núi non và thiên nhiên. Nhưng tối hôm sau, khi đang trong phòng khách sạn, điện thoại reo. Là đại sứ quán gọi — báo tin bà tôi đã mất.

Tôi lập tức lên đường về nước. Nhưng khi máy bay hạ cánh hôm sau, tang lễ đã kết thúc. Bà được an táng tại làng Bình Phong, Mỹ Tho, trên phần đất của chú Hai Ngự. Vì sự chậm trễ trong truyền tin, bức điện đến tay tôi ở Nhật quá muộn. Sau đó, tôi cùng cha và vợ về làng — lần đầu tiên tôi trở lại quê nhà sau biến cố tháng 9 năm 1945, mười hai năm về trước. Xe đưa chúng tôi đến Gò Cát, một thôn nhỏ cách Mỹ Tho chừng hai cây số. Từ đó, chúng tôi phải đi bộ dọc theo những con đê, những lối mòn quanh đồng lúa, qua rặng tre để tới điền trang của chú Hai Ngự, nơi chôn cất bà. Ngôi mộ bà chỉ là một gò đất nhỏ, nằm trước mộ cô Sáu Hương, em gái chú Hai Ngự. Chính tại nơi này, mười hai năm trước, bà và ông, cùng vợ và con tôi, đã lánh nạn quân Pháp vào năm 1945. Cũng tại đây, đứa con bé nhỏ Marie và em trai đã mất tên Tuyên, từng chơi đùa trong chốc lát yên bình giữa thời loạn. Và nơi này, tôi từng chơi đùa với các anh chị em họ — Sáu Nhu, Bảy Khiêm, Tám Ngự — khi còn là một cậu bé. Giờ đây, một phần tuổi thơ, một phần tâm hồn tôi cũng nằm lại dưới gò đất ấy. Tạm biệt bà. Bà hưởng thọ 75 tuổi.

Tin chúng tôi về làng lan ra nhanh chóng. Chẳng mấy chốc, nhà chú Hai Ngự đông nghẹt họ hàng và bạn bè. Ông nội tôi, lúc đó đã 77 tuổi, loạng choạng bước qua con đường tre dẫn đến chỗ chúng tôi. Thấy chúng tôi từ xa, nước mắt ông lặng lẽ trào ra: "Trời ơi, cháu của tôi! Bà của các cháu đâu rồi?!" Chú Hai nhanh chóng đưa chúng tôi vào nhà. Họ hàng vây quanh. Nước mắt. Rượu gạo — thứ rượu dân dã gọi là "chum" — được rót ra để xoa dịu nỗi đau. Trong kho thóc, nơi dùng để giã gạo, dì Sáu đang đứng. Tôi đến bên, tựa vai dì, òa khóc cho nỗi mất mát không gì bù đắp.

Lúc đó đã ba giờ chiều. Chúng tôi phải vội rời làng vì không ai biết điều gì có thể xảy ra nếu bóng tối ập xuống. Ba tôi rất lo, và tôi bị kéo ra khỏi vòng tròn đang vật vã tiếc thương. Trên đường trở lại, lòng tôi còn chao đảo vì xúc động đến mức chẳng mảy may để tâm đến những hiểm họa vẫn rình rập trong lùm bụi. Một cuộc phục kích của Việt Minh có thể xảy đến bất cứ lúc nào. Tôi, một công chức của chế độ Ngô Đình Diệm — chính thể mà họ gọi bằng cái tên khinh miệt là "Mỹ-Diệm" — có thể bị bắt cóc ngay giữa đồng không mông quạnh. Thế mà tôi vẫn dừng lại mỗi khi gặp một người đàn ông trên đường, hỏi: "Bác có còn nhớ tôi không?" Một câu hỏi ngây thơ, có phần liều lĩnh — vì ai cũng biết vùng quê giờ đây đang nằm trong tay Việt Minh, hay nay được gọi là Việt Cộng. Các cuộc đụng độ nhỏ đã xảy ra rải rác, báo hiệu sự trỗi dậy ngày càng rõ của chiến tranh du kích khắp đồng bằng. Nhưng chúng tôi vẫn chưa thức tỉnh. Từ cấp Chủ tịch trở xuống, mọi thứ vẫn vận hành như thường lệ. Đảng Cần Lao phát triển vùn vụt, cũng như quyền lực của ông và bà Ngô Đình Nhu.

Lời tiên đoán của bà thầy bói mà vợ tôi gặp ở Sài Gòn đã sớm ứng nghiệm. Vào đầu tháng 3 năm 1958, ông tôi đã nối bước theo bà. Sau đám tang, chúng tôi nán lại Mỹ Tho, thành phố nơi người chị họ của chúng tôi — chị Ba Kiểu — đang sống. Ít lâu sau, tôi có dịp trở lại Mỹ Tho, lần này là để giới thiệu vùng đất xinh đẹp ấy cho người bạn thân của tôi, Bùi Kiến Thành. Trên đường đi, chúng tôi băng qua cầu Bến Lức và cầu Tân An. Thành và tôi chú ý thấy những chiếc bình gác được gắn kín đáo dọc hai đầu cầu — một dấu hiệu cho thấy tình hình không yên bình như chính quyền vẫn muốn người dân tin tưởng. Muốn hiểu rõ hơn, chúng tôi liều mình rời khỏi nhà chị Ba để men theo những vùng ngoại ô, hướng về chùa Vĩnh Trà, qua cầu Cầu Di, và xa hơn nữa, đến Đền Cao Đài trên đường đi Bến Tranh. Chuyến đi diễn ra suôn sẻ — nhưng tôi biết rõ đó là do may mắn nhiều hơn là nhờ sự ổn định nào đó đã được thiết lập ở địa phương.

Trên đường quay lại Sài Gòn, chúng tôi dừng chân tại Cai Lậy — một cứ điểm nổi danh của Việt Minh vì nằm sát Đồng Tháp Mười. Có một sức hấp dẫn khó tả đối với những kẻ tha hương như chúng tôi khi trở về các làng quê và thị trấn nhỏ miền Nam. Thành vừa mới rời nhiệm sở ở New York — một công việc mà anh vốn chẳng ưa gì — và đang chuẩn bị ổn định cuộc sống trong lĩnh vực tư nhân, tránh xa chính trị và guồng máy công quyền. Chúng tôi ghé vào một quán cà phê ở chợ để giải khát. Khi ngồi xuống, một cảm giác bất an xâm chiếm — những gương mặt hung dữ mà chúng tôi thoáng thấy khiến lòng chúng tôi chùng xuống. Ai trong số đó cũng có thể là Việt Minh. Và nếu họ muốn lôi chúng tôi vào rừng, họ có thể làm điều đó ngay tại chỗ, giữa thanh thiên bạch nhật, mà không ai có thể can thiệp hay giải cứu. Sự cẩn trọng mách bảo chúng tôi rời khỏi quán ngay, nhưng rồi chúng tôi vẫn nán lại một lúc, đi dạo giữa những quầy hàng rong trong chợ. Khi Thành giơ máy ảnh lên định chụp một cô gái bán *bì cuốn*, cô lập tức phản ứng: "Ai cho anh chụp hình tui?" Vừa nói, cô vừa làm cử chỉ quay mặt đi, như để tránh ống kính. Chúng tôi dừng lại. Dù gì đi nữa, Đông và Tây rất khác nhau. Ở New York, một cô gái sẽ cảm thấy được đề cao nếu có người chụp ảnh mình. Nhưng ở Việt Nam — và ở nhiều nước châu Á khác — đó lại có thể là một điều xúc phạm. Hay thật ra không hẳn vậy? Có lẽ, đó chỉ là sự khác biệt trong cách ứng xử. Sâu thẳm bên trong, một người phụ nữ đẹp — dù ở phương Đông hay phương Tây — đều muốn được ngưỡng mộ. Nhưng trong khi một tiếng huýt sáo có thể được xem là lời tán dương ở một xứ sở, thì ở nơi khác, nó lại bị coi là vô lễ. Sự ngưỡng mộ, nếu không đi kèm với sự tinh tế, có thể dễ dàng trở thành xúc phạm.

29. LÀN KHÓI ĐEN

"GIỮA SỰ SỐNG CÓ CÁI CHẾT, VÀ GIỮA CÁI CHẾT CÓ SỰ SỐNG." Tôi đọc được ý tưởng ấy trong một cuốn sách mà cha đỡ đầu của vợ tôi tặng. Cuốn sách kể lại một cảnh tượng: trong khi một trận bóng đá đang diễn ra, một đám tang đi ngang qua. Đội trưởng ra lệnh cho cầu thủ dừng lại để bày tỏ sự tôn trọng với người quá cố. Họ có nên dừng lại không? Hay, nếu sự sống và cái chết chỉ là hai mặt của một đồng xu, họ nên tiếp tục chơi? Chúa Giêsu đã nói: "Nếu hạt lúa không chết đi, nó không thể nảy mầm." Cuốn sách ấy từng nằm trong ngôi nhà ông bà tôi ở Gò Cát, Mỹ Tho — nơi sau này đã bị quân Pháp và lực lượng du kích đốt sạch vào tháng 10 năm 1945.

Ý nghĩ ấy trở lại với tôi trong năm thứ hai của nhiệm kỳ công tác tại Hồng Kông. Tôi từng cố gắng dập tắt ngọn nến cũ — nghĩa bóng cho mọi dấu tích từ những cuộc cách mạng hay cải cách từng được gán cho chính phủ Ngô Đình Diệm trong nước — để thắp lên một ngọn đèn mới cho sứ mệnh đại diện của ông ngoài biên giới. Thế nhưng, ngọn đèn cũ không chịu tắt. Nó vẫn rực cháy, nhưng chỉ phát ra thứ khói đen mù mịt, tự thân phản ánh tình trạng mơ hồ, bế tắc trong lòng Việt Nam lúc ấy. Bởi "sự sống" ở đây không chịu chết, nên "cái chết" đã nảy mầm ngay trong chính nó như một con sâu — ban đầu chỉ là một vết cắn nhỏ, rồi dần mục ruỗng từ bên trong quả táo đỏ bóng bẩy, trông bề ngoài tưởng chừng vẫn còn đầy sức sống, hấp dẫn với mọi người nhìn vào. Cách mạng — hay đúng hơn, cải cách — không phải là một trò chơi đơn phương. Cần có hai người để cùng bước vào cuộc. Chính ngay tại Hội nghị Trưởng phái bộ lần thứ nhất vào tháng 10 năm 1956, Bộ trưởng Ngoại giao Vũ Văn Mẫu đã đưa ra một lời cảnh tỉnh ngầm cho chính quyền trong nước khi ông trích dẫn *Truyện Kiều*: *"Sao cho trong ấm thì ngoài mới êm."* Nếu bên trong không ổn thỏa, thì đừng mong bên ngoài có thể yên ổn.[77]

Đúng vậy, quả thật vô nghĩa khi nói đến việc "hợp lý hóa" — một thuật ngữ được đưa ra tại hội nghị — công việc mà các phái bộ ngoại giao Việt Nam đang thực hiện ở nước ngoài, nếu như tình trạng hỗn loạn trong nước vẫn tiếp diễn không kiểm soát, phần lớn do chính đoàn tùy tùng của Tổng thống Diệm gây ra. Ngoài ra, những phiền toái và nỗi thất vọng đến từ các giao dịch giữa tôi với chính phủ trong nước cũng như với các cơ quan tại Hồng Kông, càng làm tôi thêm bức xúc. Tôi liên tục bị dằn vặt bởi thứ mà tôi gọi là "tinh thần thực dân" của thuộc địa Anh. Dù Trung Quốc Cộng sản đang hiện diện sát bên, hòn đảo này vẫn là một "thuộc địa của Anh" không chỉ về mặt danh nghĩa mà còn trong từng chi tiết của đời sống. Người da trắng — sau cả thế kỷ thống trị của Anh tại Viễn Đông — vẫn là "siêu nhân" trong lãnh địa của họ. Ngoại trừ những vụ bạo động rải rác, như cuộc bạo loạn đầu năm 1956 khi

---

77 Xem Nguyễn Du, Huỳnh Sanh Thông, và Alexander Woodside, *The Tale of Kiều*, 78.

vợ của Lãnh sự Thụy Sĩ bị thiêu chết do một đám đông lật xe bà, người da trắng ở Hồng Kông vẫn sống trong cảnh tự mãn, không khác mấy so với thời trước khi Nhật chiếm đóng năm 1941. Người Trung Quốc vẫn phải cúi đầu, mọi đặc quyền vẫn thuộc về người da trắng, và điều làm tôi tức giận nhất là cái thái độ kỳ thị màu da vẫn tồn tại ngay trong giới lãnh sự.

Một ngày nọ, tại lễ khai mạc mà tôi được mời đến, xe của tôi — có cờ Việt Nam và biển số ngoại giao — bị cảnh sát giao thông Trung Quốc chặn lại ở cổng, trong khi các xe khác chở người da trắng thì được vẫy tay cho vào. Tôi nổi giận, bảo tài xế Chan đạp ga và "tông thẳng vào thằng cảnh sát khốn kiếp" nếu hắn không tránh ra. Nhưng Chan là người Trung Quốc, quá sợ nên chỉ im lặng. Tôi không chịu xuống xe, khiến một hàng dài xe phía sau bị kẹt. Tôi rút thuốc ra hút, cố kìm nén cơn giận. Sau vài hơi, tôi thấy một bóng dáng mặc quân phục kaki tiến đến. Anh ta nói gì đó với Chan, và tôi nghe bằng tiếng Quảng Đông: "Ông Lãnh sự này từ nước nào đến?"

Lúc đó, tôi không kiềm được nữa, bước xuống xe, chỉ thẳng ngón tay run lên mặt hắn mà quát: "Cút đi!" Tôi gào to: "Đồ chó cảnh sát chết tiệt! Sao mày sợ người da trắng đến thế mà lại xử sự với tao, một người Á châu — lại còn là Lãnh sự — theo cách hèn hạ vậy? Chả trách người da trắng nó ỉa vào mặt mày!" Tôi đóng sầm cửa xe, nhưng thay vì đi tiếp, tôi bảo Chan lái xe quay về văn phòng. Tôi đã định khiếu nại lên Thống đốc Hồng Kông, nhưng sau khi bình tĩnh lại, tôi nhận ra mình chẳng được gì ngoài việc trở thành trò cười. Dù vậy, tôi không bao giờ tha thứ hay quên chuyện đó.

Một lần khác, tại Jockey Club, lính gác da trắng ở cổng tưởng tôi là người Trung Quốc, liền buông ra những lời thô lỗ. Tôi nổi giận quát: "Này, nếu anh không xin lỗi, tôi sẽ giết anh tại chỗ!" Viên đội trưởng chạy đến, tưởng tôi là người Trung Quốc nên dọa bằng tiếng Anh: "Dọa giết cảnh sát à? Tôi sẽ bắt anh!" Tôi giơ hai tay ra: "Được, còng tay tôi đi." Khi nghe tôi nói tiếng Anh trôi chảy, anh ta dịu giọng: "Ồ, anh nói tiếng Anh tốt quá." Đó là cách xin lỗi của anh ta, tôi nghĩ vậy. Tôi nhún vai rồi bỏ đi. Cho đến giờ, tôi vẫn tin rằng họ tưởng tôi là một tên cộng sản Trung Quốc. Vì lý do gì, tôi không rõ.

Những chuyện vụn vặt đó, cộng với cái kiểu suy nghĩ kỳ thị cố hữu, khiến tôi liên tục bực bội, buồn nản. Những báo cáo chính trị, kinh tế, hành chính mà tôi gửi về gần như không nhận được phản hồi. Thực tế, Văn phòng Cố vấn Chính trị — do Ngô Đình Nhu lãnh đạo, nhưng Trần Kim Tuyến điều hành — đã nắm toàn bộ thực quyền của Bộ Ngoại giao, vốn chỉ còn là bộ phận xử lý giấy tờ hành chính, làm nhiệm vụ chuyển tiếp các báo cáo từ các phái bộ tới những nơi "có liên quan". Tôi phát hiện ra điều đó một cách tình cờ: Một báo cáo kinh tế mà tôi viết, đóng dấu "Mật", về việc Trung Quốc Cộng sản phá giá hàng tiêu dùng ở Hồng Kông, đã bị đăng nguyên văn lên trang nhất một tờ báo ở Sài Gòn. Hốt hoảng, tôi hỏi Bộ trưởng Vũ Văn Mẫu. Ông cười: "Đừng hỏi tôi, hãy hỏi Văn phòng Cố vấn Chính trị," rồi chỉ tay về phía Dinh Độc Lập.

Lần duy nhất Bộ Ngoại giao có phản ứng sau một báo cáo của tôi là đầu năm 1956 — ngay sau khi tôi nhậm chức. Sau vụ đó, có lẽ họ đã bị "giáo huấn" nghiêm khắc, nên về sau không bao giờ dám đụng vào thẩm quyền của tôi nữa.

Thay vào đó, họ chỉ đóng vai trò cái "hộp thư" chuyển tiếp các báo cáo đến các bộ khác, mà rồi cũng chỉ để nộp cho Văn phòng Cố vấn Chính trị định đoạt.

Một sự kiện điển hình là vụ hàng chục ngàn huy chương in hình Tổng thống Diệm được đặt làm tại Hồng Kông theo lệnh của Bộ trưởng Thông tin Trần Chánh Thành, để phát cho cán bộ thông tin — tức những người làm công tác tuyên truyền ngược lại với Việt Cộng ở nông thôn. Hóa đơn trình tôi lên tới hàng trăm ngàn đô-la Hồng Kông. Tôi viết báo cáo đề xuất làm huy chương trong nước để tiết kiệm ngoại tệ.

Bộ trưởng Mẫu ca ngợi tôi, thậm chí viết thư cảm ơn chính thức: "Đây là lần đầu tiên Bộ nhận được một báo cáo vạch trần thứ vốn từ lâu đã diễn ra như chuyện đương nhiên ở Hồng Kông, với sự thông đồng giữa các phe 'buôn lậu' trong nước." Lập tức, lệnh đặt huy chương bị hủy. Nhưng cũng từ đó, Bộ Ngoại giao mất quyền can thiệp. Các hóa đơn thương mại sau này không bao giờ được trình cho tôi nữa — theo chỉ thị của Văn phòng Cố vấn Chính trị. Đó là cách họ vô hiệu hóa sự hiện diện của tôi.

Tình trạng tiếm quyền đó còn diễn ra cả với Phó Tổng thống kiêm Bộ trưởng Kinh tế Nguyễn Ngọc Thơ. Hải quan thuộc quyền ông, và tôi từng nhiều lần trực tiếp than phiền với ông về việc các lô hàng nhập khẩu được cho phép dù không có xác nhận từ Lãnh sự quán tôi. Mỗi lần như vậy, ông lại chỉ tay về phía Dinh Độc Lập: "Tất cả từ 'Ông già' cả." Ai cũng hiểu rằng 'Ông già' không hẳn là Tổng thống Diệm, mà là ám chỉ người em — có thể là Nhu ở Sài Gòn, Cẩn ở Huế, hay Luyện ở London. Quyền lực thực sự không cần gọi tên.

Lúc ấy, chúng tôi đang chuẩn bị chuyển Lãnh sự quán sang một tòa nhà mới — phải chờ gần hai năm cho đến khi Tòa nhà Chartered Bank hoàn tất, và hợp đồng thuê năm năm đã được ký. Ngày chuyển đã ấn định. Tết đang đến gần. Vợ tôi và tôi đã xin phép và được chấp thuận về nước ăn Tết. Chúng tôi lên đường vài ngày trước khi việc chuyển giao diễn ra, đúng vào dịp nghỉ lễ, khi cả thành phố Hồng Kông, các văn phòng và ngân hàng đều đóng cửa.

ĐÓ LÀ CÁI TẾT ĐẦU TIÊN vợ chồng tôi được ăn Tết tại quê nhà kể từ ngày rời Việt Nam sang Mỹ, chín năm về trước. Lần này, chúng tôi trở về chỉ có hai người — bọn trẻ ở lại Hồng Kông cho Dì Tám chăm sóc. Dì là nhân viên văn phòng trong lãnh sự quán, do tôi sắp xếp để vừa trông nom bọn trẻ, vừa tiện theo dõi những hoạt động mờ ám của Tiến với nhóm người xin thị thực Trung Quốc.

Chuyến đi lần này ngập tràn cảm xúc! Tết vẫn là Tết, và ở Việt Nam, Tết luôn có một hương vị đặc biệt. Được đón xuân với gia đình, bạn bè sau bao năm xa xứ khiến niềm vui như được nhân lên gấp bội. Sau vài ngày cuối năm ở Sài Gòn, sum họp cùng cha và các anh chị em, vợ chồng tôi xuống Cần Thơ ăn Tết với gia đình bên vợ. Dượng Năm — chồng của cô Dì Năm, hành nghề lái taxi — đã dùng xe riêng chở chúng tôi về quê. Chuyến đi thật vui vẻ. Dọc đường từ Sài Gòn qua từng thị trấn, chợ quê, đâu đâu cũng rực rỡ đèn hoa, không khí xuân tràn ngập cả vùng nông thôn.

Ở Cần Thơ, chúng tôi ghé nhà Dì Ba trên đường Trần Thanh Cần trước khi về nhà cha mẹ vợ, gần nhà thờ và sát vách nhà cha tôi — nơi tôi đã lớn lên. Trong ba ngày Tết, đó là cái Tết lớn và rộn ràng nhất mà chúng tôi từng trải qua. Đức ông Nguyễn Văn Bình — nay là Tổng giám mục Sài Gòn — khi ấy là cha xứ Cần Thơ. Chúng tôi dự lễ, nghe ngài giảng đạo, và thật sự tận hưởng mọi niềm vui, mọi món quà mà một cái Tết cổ truyền có thể mang lại. Khi phải rời Cần Thơ, lòng chúng tôi ngậm ngùi luyến tiếc. Cũng trong chuyến về Sài Gòn, chúng tôi gặp lại Long — chàng sinh viên trẻ từng đón tiếp chúng tôi tại Paris năm 1951, nay đang làm việc tại Ngân hàng Quốc gia Việt Nam. Đã lâu không gặp, nên dọc đường về thủ đô, chúng tôi có dịp hàn huyên thỏa thích.

Trở lại Sài Gòn, chúng tôi nghe tin trong kỳ nghỉ Tết, Việt Cộng đã mở một đợt tấn công quy mô vào tỉnh Tây Ninh, miền Đông Nam Bộ. Người ta đổ lỗi cho sự thiếu chuẩn bị của quân đội, do đã cho quá nhiều binh lính nghỉ phép. Đó là khởi đầu cho những đợt tấn công nghiêm trọng hơn sắp tới — nhưng lúc ấy, chúng tôi vẫn còn quá tự tin để cảm thấy lo sợ. "Hòa bình" từ sau Hiệp định Genève tháng 7 năm 1954 chỉ còn là dĩ vãng. Trong lúc miền Nam vẫn mải vui Tết, cuộc nổi dậy đang âm thầm gom sức.

LÃNH SỰ QUÁN MỚI của Việt Nam Cộng hòa, đặt tại tầng 13 của Tòa nhà Chartered Bank trên đảo Hồng Kông, là một văn phòng hoàn toàn mới với cửa sổ nhìn ra Queen's Road Central. Lá cờ vàng ba sọc đỏ của chúng tôi phấp phới trên nóc, có thể nhìn thấy từ tận đỉnh núi Victoria cách đó cả dặm. Vị trí, cách sắp đặt, và bố cục bên trong của tòa nhà này thích hợp hơn nhiều cho một lãnh sự quán thực sự. Văn phòng dành cho tôi, bà King — thư ký của tôi — và ông Tư đều được cải thiện đáng kể.

Về hình thức, nhiệm vụ của tôi tại Hồng Kông đã thay đổi; nhưng về tinh thần, gần như không có gì chuyển biến. Tôi phải bằng lòng với tất cả, dù thích hay không. Lựa chọn khác — từ chức — cũng chẳng thay đổi được gì. Tôi vẫn nghĩ rằng mình phục vụ Tổng thống Ngô Đình Diệm tốt hơn bằng cách tiếp tục công việc. Dù sao, tôi vẫn có thể giúp đỡ những công dân Việt bị Bộ Nội vụ Sài Gòn làm khó dễ. Và nếu tình hình xấu đi, tôi vẫn còn cơ hội, dù mong manh, để vạch trần những điều sai trái từ phe cánh của ông Diệm. Tôi tự nhủ: "Muộn và ít" còn hơn "không bao giờ và không có gì."

Dù vậy, tâm trạng tôi ngày một u ám. Tôi cảm thấy bất lực, thấy mình là một con người vô dụng — và tôi không ngần ngại thừa nhận điều đó với nhân viên của mình. Những lúc có dịp họp mặt, tôi thường nói: "Các anh thấy con khỉ ở các gánh xiếc Sơn Đông biểu diễn trong chợ chưa? Nó đội mũ đỏ, mặc áo choàng vàng sặc sỡ, nhảy nhót theo tiếng trống chỉ vì bị kéo dây nơi cổ. Tôi cũng vậy thôi. Khi Sài Gòn giật dây, tôi xoay mình, làm trò. Cái áo vàng ấy là quốc kỳ, cái mũ đỏ ấy là danh xưng — lãnh sự! Nhưng tôi chẳng thể tự mình nhào lộn. Người giật dây là Tổng thống, tất nhiên rồi. Nhưng có lúc, tôi tự hỏi, liệu ông ấy có thật là người duy nhất cầm dây?"

Trong tinh thần tự chế giễu ấy, tôi viết bài thơ:

TỰ MẮNG

Cũng thừa vai vóc kém chi ai,
Bốn chục tuổi rồi hổ mặt trai.
Tế thế an bang đành chẳng đạt,
Tề gia tu tánh cũng vô tài.

Thạnh-Đốn, Ba-Lê qua đủ cả,
Sài Gòn, Hương Cảng mặt càng chai.
Gan lì thử hỏi thằng tôi nhá:
Phù du kiếp sống ngắn hay dài?

Đức cha Hoàng Văn Đoàn, có lẽ cảm thông với hoàn cảnh của tôi, đã viết một bài thơ để bác bỏ những cảm xúc bi quan và khuyến khích tôi giữ vững tinh thần. Tiếc thay, tôi không còn nhớ được nội dung bài thơ ấy — một điều đáng tiếc vì Ngài đã qua đời từ đầu thập niên 1960. Ngài là một người đầy lòng trắc ẩn, một nhà thơ khoác áo tu hành. Chính Ngài luôn mang lại niềm vui trong *tất cả* những cuộc họp mặt của cộng đồng người Việt tại Hồng Kông: Ngài không bao giờ ngần ngại đứng lên hát hay đọc thơ để góp vui, bất kể dịp nào chúng tôi tụ họp.

Những lời than phiền của tôi về những người thân cận của Tổng thống Diệm không hề vô căn cứ. Vào đầu năm 1959, Bộ Ngoại giao bất ngờ gửi một bức điện tín, không thông qua tôi, thông báo rằng một người tên Nguyễn Đình Hiếu đã được bổ nhiệm làm nhân viên của Bộ tại Lãnh sự quán Hồng Kông. Điện tín còn ghi rõ ngày ông ta sẽ đến. Tôi lập tức phản đối. Tôi cho rằng bất kỳ ai được cử đến làm việc dưới quyền tôi thì trước hết phải được tôi biết đến và đồng thuận. Bộ Ngoại giao hồi đáp bằng một bức điện dài, yêu cầu tôi phải chấp nhận người này — và đó là lời cuối cùng họ gửi.

Chỉ ngay hôm sau, Nguyễn Đình Hiếu đã xuất hiện tại văn phòng tôi. Tôi nhẹ nhàng bảo rằng vì lý do nguyên tắc, tôi không thể tiếp nhận anh ta — không phải vì có thành kiến gì cá nhân. Hiếu nài nỉ, cầu xin, nhưng tôi vẫn kiên quyết. Tôi bảo anh nên ở lại khách sạn, chờ tôi về Sài Gòn làm rõ vụ việc. Trong thời gian tôi vắng mặt, tôi cấm anh ta đến lãnh sự quán.

Tối hôm đó, tôi về đến nhà thì Hiếu lại đến. Anh ta tiếp tục cầu xin, hứa sẽ tuân thủ tuyệt đối và cống hiến hết lòng. Rồi anh ta nói một câu khiến tôi nhớ mãi: "Anh nổi tiếng là người tử tế, hay giúp đỡ 'kẻ yếu', và tôi hy vọng có thể trông cậy vào điều đó. Thay vì tụ tập với những 'kẻ mạnh và quyền lực' hôm nay như bọn tiểu nhân, anh, với tư cách một quân tử, lại chọn đứng về phía những người yếu đuối và bị áp bức."

Lời lẽ của Hiếu nồng nặc mùi nịnh hót, đến mức khiến tôi cảm thấy xấu hổ thay vì giận dữ. Tôi dành thời gian giải thích cho anh ta rằng không một người đứng đầu phái bộ nào có thể chấp nhận một nhân viên mà mình không quen biết cũng không mong muốn có. Tôi không biết — thậm chí không mảy may nghi ngờ — rằng Hiếu được Văn phòng Cố vấn Chính trị cử sang, chính văn phòng đã rò rỉ bản báo cáo "mật" của tôi lên mặt báo Sài Gòn. Nếu là tôi, tôi đã chẳng cần ai nhắc hai lần để quay về Việt Nam. Việc Hiếu khẩn khoản xin nhận công tác khiến tôi tự hỏi: Phải chăng anh ta thực sự quá cần việc? Nhưng thực tế lại không phải vậy. Khi tôi cắt ngang những lời than vãn và bảo anh ta quay về khách sạn, Hiếu nói rõ rằng anh sẽ không trở lại Bộ nếu không có lệnh chính thức.

Tôi cực kỳ phẫn nộ và lập tức bay về Sài Gòn. Tại đó, tôi đối chất với Bộ trưởng Ngoại giao Vũ Văn Mẫu, người rốt cuộc thừa nhận rằng Tiến sĩ Trần Kim Tuyến — Giám đốc Văn phòng Cố vấn Chính trị và là cánh tay phải của ông Ngô Đình Nhu — chính là người ra lệnh điều động Hiếu. Mẫu, với thái độ thông cảm, giải thích thêm rằng

Hiếu không xa lạ với tôi mà chính là anh ruột của Nguyễn Đình Hoà. Ông Mẫu có vẻ coi thường văn bằng Tiến sĩ do Mỹ đào tạo của Hoà, người từng là Trưởng khoa Văn học tại Đại học Sài Gòn, cho đến khi Tổng thống Diệm — nhớ lại những hành động cũ của ông ta ở New York — đã cách chức không thương tiếc. Và giờ đây, người anh trai của ông Hòa, được Trần Kim Tuyến đỡ đầu, lại được đẩy sang tôi!

Dù ai đỡ đầu đi nữa, tôi vẫn không chịu chấp nhận. Tôi xin gặp Tổng thống. Trước đây, bất cứ khi nào tôi từ Hồng Kông về nước, chỉ cần yêu cầu là được gặp ngay. Lần này thì khác. Tôi bị giữ trong phòng chờ hàng giờ, với lý do Tổng thống bận. Sau bao tách trà, cuối cùng tôi cũng được vào. Tôi gặp một Ngô Đình Diệm cau có. Thoạt tiên, ông tránh né câu chuyện của tôi mà thay vào đó nói những lời trách móc chung chung: "mọi người" nói rằng tôi có dính đến tham nhũng, gia đình trị, bất hợp tác. Nhưng ông không chỉ rõ ai là "mọi người", không đưa ví dụ nào cụ thể, cũng chẳng khẳng định có phải ông đang nói đến chuyện Văn phòng Cố vấn Chính trị hay không.

Tôi đi thẳng vào vấn đề: Nguyễn Đình Hiếu, anh của Nguyễn Đình Hoà, là người tôi không quen, không tin, và không chấp nhận làm việc tại Lãnh sự quán. Tổng thống không tỏ vẻ ngạc nhiên gì khi tôi nhắc đến mối quan hệ của Hiếu và Hoà — nghĩa là ông đã biết rõ. Cuối cùng, ông đồng ý với tôi: Nguyễn Đình Hiếu sẽ không được bổ nhiệm ở Hồng Kông. Tôi loại được một cái gai khỏi da thịt mình. Nhưng việc này khiến tôi cảm thấy xa lạ với chính chính quyền của mình, và — một cách âm thầm nhưng rõ rệt — xa lạ với chính Ngô Đình Diệm. Cuộc gặp cuối cùng giữa tôi và người từng là bạn, là cố vấn, bị trì hoãn quá lâu và đầy ẩn ý, chỉ là dấu hiệu đầu tiên trong hàng loạt rạn nứt sẽ xảy đến trong mối quan hệ giữa tôi và ông Diệm. Lúc đó, Tổng thống đã bị bao quanh bởi những người trung thành với Nhu và Tuyến. Chính họ là những kẻ có thể ngăn bất kỳ ai tiếp cận Tổng thống — điều mà tôi sớm phát hiện ra trong những ngày sau đó.

30. ĐIỆP VỤ "CELESTINE"

TRONG LÚC ĐÓ, chúng tôi lại có được niềm vui to lớn: sự hiện diện lâu dài của một người bạn tận tâm – chú Bùi Kiến Thành. Thay vì phải tiếp nhận Nguyễn Đình Hiếu, anh trai của Nguyễn Đình Hoà, thì chú Thành đã ở lại với vợ chồng tôi nhiều tháng trời — quả là một nguồn an ủi tuyệt vời! Chuyến thăm ấy đến thật đúng lúc. Ông K.K. Tse, Giám đốc Chi nhánh Viễn Đông của American International Underwriters (AIU), đã nhờ tôi giới thiệu một người Việt Nam có thể được đào tạo để điều hành chi nhánh Sài Gòn. Tôi không thể nghĩ ra ai xứng đáng hơn chú BK (biệt danh của Thành ở AIU), người thông thạo tiếng Anh Mỹ và có kinh nghiệm, tư cách cũng như sự điềm đạm vốn có của một người từng lăn lộn ở New York.

Thành đến vào cuối mùa hè, sống với chúng tôi tại Jardine's Lookout. Trong suốt nhiều tháng, hai anh em cùng ôn lại những ngày xưa ở New York — và buồn bã nhận ra rằng cả hai đều không còn là những người hết lòng tin tưởng vào Ngô Đình Diệm như trước. Chúng tôi đã bắt đầu hoài nghi. Thành, với sự thận trọng và sáng suốt, là người thấy được rõ hơn ai hết những mâu thuẫn nội tại và điểm yếu cố hữu trong hệ thống của Diệm. Dù từng được Tổng thống và ông Nhu tiếp đón nồng hậu, những lời nói thẳng thắn và chính trực của Thành rốt cuộc khiến anh bị đẩy dần ra ngoài vòng ảnh hưởng.

Với tôi, được gặp lại Thành như một món quà của số phận. Từ ngày đầu anh xuống sân bay Kai Tak cho đến ngày anh rời đi sau những tháng đào tạo vất vả, Thành luôn là chỗ dựa giúp tôi xua tan những mệt mỏi của công việc lãnh sự vừa nhàm chán vừa bực bội. Anh còn giúp tôi tiếp đón các đoàn khách từ Sài Gòn — từ các quan chức chính phủ, đại biểu Quốc hội, đến doanh nhân lớn và cả những người tự cho mình là "nhân vật quan trọng".

Một trong số đó là tướng Dương Văn Minh — "Minh lớn". Khi ấy ông là một tướng lĩnh bất mãn, có tin đồn rằng một ngày nào đó có thể sẽ lật đổ Diệm. Minh hạ cánh xuống Kai Tak vào một buổi chiều mùa hè năm 1959. Tôi ra đón theo nghi lễ, đưa ông đến khách sạn Peninsula. Trước khi tôi rời đi, tôi chào tạm biệt bằng một câu xã giao kiểu Pháp: "À votre service, mon général" [nghĩa đen là "cần gì xin ông cứ gọi tôi"]. Chỉ là một cách khách sáo để nói "Không có chi." Thế nhưng tướng Minh bất ngờ đáp: "Ồ, nhưng chưa phải lúc — chưa phải lúc!"

Việc ông ấy hiểu nhầm lời chào đơn thuần của tôi vô tình để lộ một phần tâm ý của ông ta. Tin đồn không sai. Và quả thật, bốn năm sau, chính ông sẽ làm cuộc đảo chính — với chút ít hậu thuẫn từ CIA. Chiều hôm ấy, tôi vẫn bật cười vì câu nói bất ngờ kia. Dù lúc đó, tôi đã linh cảm rằng Dương Văn Minh không phải là người có thể làm nên điều gì tốt đẹp. Nếu phải lựa chọn giữa ông ta và Ngô Đình Nhu, tôi vẫn cho rằng giữ Nhu thì ít ra còn "đỡ tệ hơn".

Tối hôm đó, tại nhà hàng Tai Tung trên đường Des Voeux, tôi và Thành tiếp đãi tướng Minh và Nguyễn Hữu Hanh, người đi cùng chuyến bay từ Sài Gòn. Trong không gian riêng biệt, sang trọng của nhà hàng Hoa cao cấp, sau vài vòng cạn ly "hoàng tửu" làm mềm lưỡi, tướng Minh bắt đầu cởi mở chia sẻ những lo ngại của ông về tình hình chính trị và quân sự Nam Việt Nam. Khi ông ám chỉ đến bộ máy quyền lực ngày càng ích kỷ, khép kín và tự nuôi sống mình bằng những mối quan hệ dây mơ rễ má, tôi nửa đùa nửa thật đưa tay chỉ ngực và nói: "L'État, c'est moi!" — *Nhà nước là tôi.* Tôi không rõ tướng Minh có hiểu được ý nghĩa hay dụng ý của câu nói ấy không. Ông im lặng. Có thể ông không hiểu, hoặc cố tình không biểu lộ điều gì. Tôi mặc kệ, cho rằng ông ta chậm hiểu. Nhưng hôm sau, khi nhờ tôi mua một món hàng lưu niệm, tướng Minh bất ngờ nhắc lại: "Ông có thể giúp, vì ông đã nói 'L'État, c'est vous'." Lúc đó tôi mới ngộ ra: có thể ông ta không đần như tôi tưởng, mà là gian xảo. Dùng lại câu nói hôm trước như một đòn phản đòn… mà lại cho một việc vặt! Tôi đáp gọn: "Quên đi, thưa ông Tướng. Chỉ là lời khi say thôi mà."

CHÚNG TÔI CŨNG CÓ DỊP HIẾM CÓ: được đón ba tôi và cha mẹ vợ sang thăm Hồng Kông. Họ ở lại với chúng tôi suốt ba tháng. Riêng ba tôi phải về sớm hơn vì công việc tại ngân hàng. Chúng tôi tổ chức tiệc tùng, đi chơi bằng thuyền, tham quan khắp nơi — và có một khoảng thời gian tuyệt vời bên cha mẹ. Với vợ chồng tôi, đây chính là đỉnh cao trong quãng đời ở Hồng Kông — bởi vì lòng hiếu thảo luôn đòi hỏi con cái phải yêu thương và chăm sóc cha mẹ lúc tuổi già. Tôi thậm chí còn nhờ người hàng xóm tốt bụng của mình, ông Lư Hòa, thu xếp một món ăn đặc biệt cho ba vợ — món mà người Việt sành ăn yêu thích nhưng chắc chắn sẽ làm người phương Tây nhăn mặt: thịt chó. Bữa tối ấy được tổ chức tại trang trại của ông Hòa ở một vùng xa xôi trên đường đến Aberdeen. Nếu các hội "Bảo vệ động vật" của người Anh trên đảo biết được, chắc hẳn họ sẽ nổi trận lôi đình.

Chúng tôi đưa ba mẹ đi thăm Vịnh Nước Sâu, Big Wave Bay, Tân Giới, Tai Pak, Sea Palace... tất cả những nơi nổi tiếng nhất ở Hồng Kông và Cửu Long. Vợ chồng tôi mãi mãi biết ơn Tổng thống Ngô Đình Diệm — "Ông Diệm" của chúng tôi — vì cơ hội này để chúng tôi làm tròn bổn phận làm con. Và thật tình cờ, nhờ vậy mà tôi có cơ hội gặp lại bà nội — chỉ ít lâu trước khi bà qua đời.

TRONG KHI ĐÓ, ĐIỀU MÀ BÁC SĨ TUYẾN không thể làm một cách công khai và chính danh, ông ta lại tìm cách thực hiện bằng mọi giá. Vụ Nguyễn Đình Hiếu tạm thời lắng xuống, tôi cũng dần quên đi. Cho đến một ngày, tôi nhận được một bức điện mã hóa báo tin về sự xuất hiện sắp tới của một "điệp viên" — người sẽ làm việc ngay trong văn phòng tôi, dưới danh nghĩa "viên chức lãnh sự". Nhiệm vụ bí mật này mang mật danh: "Chiến dịch Celestine" Cái tên nghe như bước ra từ tiểu thuyết về điệp viên James Bond, và câu chuyện phía sau nó thì cũng ly kỳ không kém.

Trong chuyến thăm trước đến Tổng thống Diệm, tôi đã báo cáo rằng Hà Nội đang thiết lập một văn phòng đại diện thương mại tại Hồng Kông. Văn phòng này đặt trong tòa nhà Ngân hàng Trung Quốc, chỉ cách Lãnh sự quán của tôi hai cửa. Tò mò, Diệm hỏi tôi liệu có thể "thu hút người đó về phe ta—để được tự do" hay không. Giống như hầu hết những người chống cộng, Diệm mặc nhiên cho rằng nếu có cơ hội, các cán bộ Cộng sản ở nước ngoài sẽ đào tẩu. Người đại diện Hà Nội ấy tên là Bùi Khôn. Trớ trêu thay, cái tên của ông ta lại gợi nhắc đến tên tôi tự đặt ra cho mình là *Bùi Dại*, tức "Bùi, thằng ngốc"—như một đối lập với "Bùi, thằng khôn" từ miền Bắc. Tôi thường nhìn thấy Khôn từ xa và chỉ cần bước đến bắt tay là xong, nên đã gửi yêu cầu xin chỉ thị từ Tổng thống. Không lâu sau, tôi nhận được một bức điện từ Bác sĩ Tuyến—rõ ràng có sự đồng thuận của Tổng thống—với mật danh cho kế hoạch này là "Điệp vụ Celestine".

Tôi vốn nghĩ đơn thuần đây sẽ là một cuộc gặp xã giao giữa hai đại diện của hai miền thuộc cùng một nước. Nhưng Sài Gòn lại có một ý tưởng hoàn toàn khác, rất xa lạ với nguyên tắc ngoại giao của tôi. Tôi vốn dị ứng với bất kỳ hoạt động nào mang hơi hướng mật vụ, nhưng cũng không phản đối vì sợ bị quy chụp là "phá hoại điệp vụ bí mật". Tôi tự nhủ: "Thôi được, để anh kiểm soát cũng được, miễn sao đừng lôi tôi vào sâu hơn." Thật lòng, tôi không thích cách Diệm ám chỉ kế hoạch đó với tôi. Tôi không tin vào những kẻ phản trắc—mà Trần Chánh Thành là một trong số đó. Tôi nghi ngờ rằng cả Diệm lẫn Văn phòng Cố vấn Chính trị đều quá tin tưởng mù quáng vào ông ta.

Đỗ Sỹ Kiệm là người Hồng Kông được chọn tham gia "Điệp vụ Celestine". Anh ta là một người Bắc, khoảng ba mươi tuổi, có vẻ ngoài yếu ớt, nước da nhợt nhạt, dáng đi lén lút. Mọi thứ ở anh ta toát lên vẻ non tay của một điệp viên nghiệp dư. Cách anh ta rón rén di chuyển và liếc ngang liếc dọc khiến tôi có cảm giác anh ta là một người đồng tính đang rình tìm bạn tình. Tôi miễn cưỡng cho anh ta làm việc ba tháng; nếu không chịu nổi, tôi sẽ cho anh ta về nước, bất kể Điệp vụ Celestine có còn tiếp tục hay không. Bác sĩ Tuyến còn cung cấp cho Kiệm một bộ máy thu phát vô tuyến hai chiều, được lắp đặt đâu đó trong nhà trọ của anh ta. Tôi nghe kể lại, không ưa gì, nhưng cũng chỉ báo cáo mà không bình luận gì thêm.

Năm 1959 cứ thế trôi qua cho đến một ngày, trong lúc ăn trưa, tôi than vãn với nha sĩ Francois Sun, bạn thân của tôi: "Tôi đã ở Hồng Kông quá lâu rồi." Lúc đó có thêm một luật sư người Hồng Kông cùng dùng bữa với chúng tôi. Khi ông ta nói: "Bốn năm ở thuộc địa này không phải là dài lắm," tôi đáp: "Nhưng đó là một phần mười cuộc đời tôi!" Ông ta chỉ nói: "Vậy thì tôi không còn gì để nói thêm." Quả thực là quá dài với tôi. Tôi khát khao được chuyển đi nơi khác, để thoát khỏi không khí ngột ngạt của mưu mô và những trò bí mật. Tôi thật sự nhẹ nhõm khi biết Tổng thống Diệm không đề xuất nâng cấp Phái bộ thành Tổng lãnh sự quán, vì nếu vậy, tôi sẽ buộc phải nhận chức Tổng lãnh sự—một gánh nặng mới trong chuỗi phiền toái tôi đang chịu đựng.

TRONG KHI ĐÓ, CÁC CON TÔI vẫn học hành tốt. Marie đã tốt nghiệp trung học và chuẩn bị nhập học Cao đẳng Rivier ở Nashua, bang New Hampshire. Dominic học tốt tại trường St. Joseph, còn Lucie và Muriel theo học tại Trường Tiểu học Maryknoll Sister—cả hai đều nằm ở phía Hồng Kông. Tôi thì ngày càng mệt mỏi với công việc, và mỗi lần về Sài Gòn, Tổng thống Diệm lại càng khó tiếp cận hơn. Trên hết là nỗi buồn khi chú Thành rời Hồng Kông, trở về Việt Nam sau khi hoàn thành chương trình huấn luyện tại AIU. Trước khi đi, anh để lại cho chúng tôi con chó Lucky—dự định sẽ mang về cho cậu con trai nhỏ Bùi Kiến Thế, nhưng không thể đưa lên máy bay được.

Rồi Tết cũng qua. Một ngày nọ, khi tôi đi làm về, vợ tôi báo rằng Đỗ Sỹ Kiệm đã đến tìm gặp và thẳng thừng tống tiền với lý do "gây quỹ cho Đảng". Có vẻ như anh ta còn bóng gió đe dọa điều gì đó khiến cô ấy lo lắng. Vậy đây là Điệp vụ Celestine ư? Một Celestine đúng nghĩa! Tôi trở lại văn phòng, ngồi hàng giờ một mình suy nghĩ. Đã đến lúc tôi phải rời Hồng Kông—và rời khỏi Tổng thống Ngô Đình Diệm. Mọi chuyện đã đến điểm không thể quay đầu. Tôi cay đắng trách bản thân vì đã chấp nhận vị trí này. Lẽ ra tôi nên ở lại Mỹ, hoặc nếu đã về Việt Nam thì cũng nên sống đời thường như các bạn tôi: Nhuận, Phước, và Lương. Tôi càng lúc càng tin rằng chính trị không hợp với tôi—và chưa bao giờ dành cho tôi. Tấm ảnh chân dung Tổng thống Diệm trên bàn làm việc—tấm do chủng sinh Đỗ Văn Quý chụp khi đến thăm chúng tôi ở New York—vẫn còn đó, không đổi. Nhưng Diệm đã đổi khác. Ông không còn là người tôi từng yêu mến. Giờ đây, ông là Tổng thống của một Việt Nam với "gia đình riêng" mà tôi tin rằng ông đã đặt lên trên cả quốc gia. Tôi không thể hiểu hay chấp nhận điều đó—và tôi căm giận vì điều đó. Những lời đe dọa tôi nhớ lại không phải từ Diệm ngày xưa, mà từ ông em trai Ngô Đình Cẩn—người được xem là "Phó vương" ở Huế. Khi tôi từ chối hợp tác với một nhóm người tự xưng là làm việc "gây quỹ" của ông, Cẩn nghe nói là đã dọa: "Thằng Văn đó! Đợi nó ra Huế rồi tao sẽ xử lý nó!" Có thật ông ta nói như vậy hay không? Ai mà biết được?

TÔI BAY VỀ Sài Gòn vào tháng 3 năm 1960. Đó là chuyến về buồn nhất trong đời tôi. Tôi biết mình sẽ khó gặp được Tổng thống, nên nhờ chú Thành nói với ba của chú—bác sĩ riêng của Diệm—trình bày giúp. Nhờ có chú, tôi được hẹn vào Dinh sáng hôm sau. Tại đó, tôi cũng phải trải qua những nghi thức quen thuộc: ngồi trong phòng chờ đông đúc với những người mặc quân phục, dân sự đủ loại, uống hết tách trà này đến tách trà khác. Đôi khi thấy Tổng thống đi ngang qua hành lang, tất cả đều đồng loạt đứng dậy cúi đầu. Diệm đi lướt qua như một cơn gió, ánh mắt lướt qua mọi người, dường như không thắc mắc vì sao họ có mặt ở đó.

Vào những lúc khác, bạn ngồi một mình trong phòng chờ, buồn bã quan sát người lính gác trực—người chẳng bao giờ nói chuyện với bạn trừ phi bạn chủ động hỏi điều gì. Bạn cứ thế chờ đợi, chờ đợi hàng giờ liền, mắt dán vào cùng một cảnh tượng lặp đi lặp lại: bãi cỏ rộng, cột cờ hàng hải, cánh cổng sắt im lìm, những cột đèn thưa thớt, và phố Công Lý chạy dọc theo mặt tiền của Dinh Độc Lập. Xa hơn một chút là đường Thống Nhất rộng lớn mà thường xuyên tắc nghẽn xe cộ. Xa hơn nữa, thấp thoáng phía sau những tán cây là Nhà thờ Đức Bà, toàn bộ xây bằng gạch đỏ, như một bóng dáng gợi nhớ thời kỳ thực dân đã qua.

Những ngày đầu tiên ấy—khi vào mùa thu năm 1956, tôi cùng Trương Anh Mẫn được đưa thẳng từ Sân bay Tân Sơn Nhứt vào Dinh để gặp Tổng thống Diệm—giờ đây đã trôi xa. Đúng vậy, thời thế đã đổi thay. Giờ đây, tôi chẳng còn gì đáng báo cáo ngoài những câu chuyện vu vơ: tôi đang làm gì, các con tôi giờ đã lớn ra sao, tôi có bắt đầu "cuốn sách mà ông định viết" hay chưa. Không, giờ đây tôi đến với những vấn đề cần Tổng thống giúp giải quyết. Kiên nhẫn nào, tôi tự nhủ. Đây chỉ là một ngày nữa trong

"Cuộc đời của Ivan Văn."[78] Chỉ còn một ngày nữa thôi. Hôm nay.

Tôi nhớ lại một lần, không lâu trước đây, tôi đã phải ngồi hàng giờ trong chính căn phòng chờ này, chẳng có ai để tranh cãi về quyền ưu tiên, cũng không một lời giải thích nào từ người lính gác về lý do tôi phải đợi lâu như thế. Trong khi đó, bạn bè tôi—Nhuận, Phước, Lương—đang chờ tôi ở nhà. Tôi đã đến Dinh từ bốn giờ chiều. Trời tối dần, năm giờ, sáu giờ, rồi bảy giờ, đến bảy giờ ba mươi thì tôi quyết định là mình đã chờ đủ. Không nói lời nào, tôi đứng dậy và bước ra. Võ Văn Hải, thư ký riêng của Tổng thống, đột ngột xuất hiện—không rõ từ đâu, có lẽ anh ta đã theo dõi tôi từ một chiếc ghế khuất nào đó suốt nhiều tiếng đồng hồ? Anh ta chặn tôi lại và, sau khi biết tôi có hẹn ăn tối với bạn bè, liền thốt lên đầy kinh ngạc: "Anh chắc đang đùa! Anh không thể nói như vậy được! Này, anh đang đợi TỔNG THỐNG! Bạn bè nào của anh mà quan trọng bằng TỔNG THỐNG chứ?!"

Tôi không trả lời. Tôi chỉ im lặng bước đi, xuống cầu thang, ra khỏi Dinh. Tôi nghe Hải nói với viên sĩ quan trực: "Báo cáo với Tổng thống là ông Lãnh sự có việc gấp, không thể đợi được." Tất cả chỉ là giả vờ sao? Diệm thật sự bận đến vậy, hay chỉ muốn thể hiện quyền lực? Có thể ông muốn dằn mặt tôi? Dù sao, đó cũng là lần cuối cùng tôi chờ đợi.

---

78 Bằng cách gợi lên nhân vật Denisovich trong tác phẩm của nhà văn Solzhenitsyn, người là tù nhân trong Gulag của Stalin, tác giả ám chỉ đến sự thất vọng và buồn chán sâu sắc của ông. Xem Alexander Solzhenitsyn,*Một ngày trong cuộc đời của Ivan Denisovich,* dịch bởi Ralph Parker (New York: Dutton, 1963).

CUỐI CÙNG, TỔNG THỐNG DIỆM tiếp tôi. Ban đầu, ông lắng nghe câu chuyện tôi kể với thái độ không biểu lộ gì. Rồi ông chậm rãi nhận xét: "Nhưng Đỗ Sỹ Kiệm—điệp viên chỉ huy Điệp vụ Celestine ở Hồng Kông—chỉ gặp vợ anh trong tư gia. Không có ai chứng kiến cả. Chỉ có lời của bà Văn." Tôi giận run người. Tôi đứng dậy, nghẹn lời vì phẫn uất: "Thưa Tổng thống, ngài cho rằng tôi nói dối sao?" Nước mắt trào ra, tôi nói tiếp: "Nếu ngài không tin tôi, thì sao còn giữ tôi ở vị trí hiện nay?" Tôi đã dâng đơn từ chức trong cơn phẫn uất — thẳng thắn và dõng dạc.

Nhưng Diệm không chấp nhận. Khi ông tiếp lời, tôi hiểu rõ điều ông đang nghĩ: "Họ nói với tôi," ông lại viện dẫn cái "Họ" quen thuộc, "rằng bà Văn đã nhận hối lộ từ người Trung Quốc." Tôi đáp: "Cứ cho là như thế đi. Nhưng đó có phải là lý do để người của em trai ngài đến moi tiền vợ tôi? Việc đó có đúng không?" Mặt Tổng thống tái đi. Ông có vẻ bị xúc phạm, nghiêm giọng: "Ông Văn, hãy nhớ rằng tôi là Tổng thống. Hãy tôn trọng uy tín của tôi." Chính vì ông là Tổng thống nên tôi mới luôn dè dặt mỗi khi muốn báo cáo điều gì liên quan đến... gia đình ông. Lúc nào tôi cũng lo giữ gìn uy tín cho ông, và điều đó khiến tôi im lặng.

Một khoảng lặng khó chịu bao trùm. Nhưng rồi Tổng thống nhượng bộ. Nét mặt ông dịu đi. Sau một hồi im lặng, ông bảo tôi đi gặp "Cố vấn Chính trị." Phản ứng của tôi lập tức: "Tôi không cần gặp ai khác ngoài ngài. Ngài là Tổng thống!"

Diệm bật cười. Rõ ràng, ông chưa từng nghe ai trả lời như vậy. Không ai dám từ chối gặp Ngô Đình Nhu cả. Ngược lại, được gặp Nhu là một ân huệ lớn. Giọng ông trở nên dịu dàng, gần như chiều chuộng: "Tôi chưa bao giờ gặp ai **lạ lùng** như anh. Trong cả chính phủ này, chỉ có anh là không muốn gặp ông Cố vấn Chính trị." Rồi ông nhẹ nhàng: "Cứ đi gặp Nhu đi. Chỉ có ông ấy mới biết chuyện này. Tôi thì không."

Chúng tôi chia tay trong tư cách bạn bè. Dẫu vậy, tôi có cảm giác đây là lần cuối cùng tôi được gặp người bạn và cũng là Tổng thống của tôi. Khi nhìn ông lần cuối, tôi thầm nghĩ: Đây vẫn là Ngô Đình Diệm mà tôi từng biết. *Dù ông có thay đổi, sâu thẳm bên trong, ông vẫn là bạn tôi. Vì ông, tôi sẽ ở lại vị trí này.* Khi tôi mở cửa tiễn Tổng thống ra ngoài, ông đi sát đến mức quần áo ông khẽ chạm vào người tôi. Tôi đâu ngờ rằng đó là lần cuối cùng ông ở gần tôi đến vậy.

Võ Văn Hải đã thu xếp cuộc gặp giữa tôi và ông Ngô Đình Nhu—lần đầu tiên và cũng là duy nhất. Trước đây, vợ chồng tôi từng đãi vợ chồng ông Nhu vài lần khi họ quá cảnh qua Hồng Kông, tại các nhà hàng nổi ở Aberdeen hay chỗ tương tự, nhưng tôi chưa từng có liên hệ chính thức với ông ấy. Tôi cũng chưa từng gặp ông ấy ở Sài Gòn, trong hay ngoài văn phòng. Tôi thậm chí còn không biết văn phòng của ông ấy nằm ở đâu. Võ Văn Hải phải chỉ đường cho tôi.

Trong phòng chờ văn phòng ông Nhu, tôi thấy Bộ trưởng Thông tin Trần Chánh Thành đã ngồi đó từ lâu. Chúng tôi cùng im lặng chờ thêm một lúc. Không có lính gác ở đây, căn phòng nằm cùng tầng với phòng ở của Tổng thống nhưng về phía tay phải, có vẻ tối tăm, yên tĩnh và ảm đạm hơn.

Thỉnh thoảng, một cô gái ló đầu ra mở cửa, nhìn lướt qua những người ngồi chờ rồi lại đóng cửa. Có thể cô ấy là thư ký, hoặc người phục vụ. Bầu không khí nơi đây ít trang trọng hơn phòng chờ của Tổng thống, nhưng lại u uất hơn, mơ hồ gợi cảm giác như một nơi của trò chơi "áo choàng và dao găm"—nhưng có lẽ đó chỉ là trí tưởng tượng của tôi. Cuối cùng, Trần Chánh Thành, vẫn giữ im lặng từ đầu đến giờ, nghiêng người qua và thì thầm với tôi (căn phòng dường như buộc người ta phải nói khẽ và đi nhẹ): "Ông vào trước đi. Tôi không vội." Tôi cảm ơn và chờ thêm một lát.

Rồi cánh cửa văn phòng Nhu mở ra, cô gái mời tôi vào. Tôi bước qua cánh cửa đệm cách âm, bước vào một căn phòng hình chữ nhật, lớn hơn một chút so với phòng Tổng thống, với tường được bọc đệm từ sàn đến trần. Phòng có máy lạnh (phòng Tổng thống thì không), tủ hồ sơ kê sát tường, và một chiếc bàn dài với vài vật dụng rải rác. Ngô Đình Nhu đang ngồi đó. Căn phòng gợi tôi nhớ đến phòng bên trong của CIA, và người đàn ông trong đó, gầy gò, nhỏ bé, khiến tôi liên tưởng đến Allen Dulles. Nhưng có lẽ là do trí tưởng tượng của tôi quá phong phú.

Nhu không đứng dậy, cũng không bắt tay. Ông chỉ nói: "Mời ngồi." Tôi có cảm giác như mình đang bước vào phòng khám của một chuyên gia phân tích tâm lý. Cố phá tan không khí căng thẳng, tôi mở lời trước (gần như đùa khi gọi ông là "Tiến sĩ") và trình bày ngắn gọn những gì Đỗ Sỹ Kiệm đã làm ở Hồng Kông, đỉnh điểm là việc đe dọa vợ tôi. Tôi không nhắc đến Bác sĩ Tuyến hay bất kỳ ai khác. Toàn bộ phần trình bày mất khoảng năm phút. Trong suốt thời gian đó, Nhu không ngắt lời, không đặt câu hỏi. Có lẽ ông đã quá hiểu người của mình. Cuối cùng, ông nói—giọng ông ấm hơn tôi nghĩ: "Xin ông viết lại những gì ông vừa kể… (một thoáng ngập ngừng) … để tôi có thể 'thanh lý' [liquidated] việc này." Tôi gật đầu đồng ý và đứng dậy. Không chuyện trò xã giao, không lời khách sáo. Một cuộc gặp gọn gàng, lạnh lùng, hiệu quả. Giống như gặp một bác sĩ phẫu thuật. Mọi chuyện chỉ kéo dài chưa đến mười lăm phút. Tôi bước ra. Phòng chờ giờ trống không. Trần Chánh Thành đã rời đi từ lúc nào.

Rời Phủ Tổng thống, tôi quay lại dinh thự của Nguyễn Hữu Hanh trên nóc Tòa nhà Ngân hàng Quốc gia—nơi tôi vẫn thường dừng chân mỗi khi đến Sài Gòn. Tôi ngồi vào một trong những chiếc bàn nhỏ trong phòng học của các con ông và bắt đầu đánh máy bản báo cáo. Nhân tiện, bà Hanh vừa tặng tôi một chiếc máy đánh chữ cầm tay hiệu Olivetti có bàn phím tiếng Việt—và tôi "khai trương" nó bằng bản báo cáo đáng nhớ này. Tôi mở đầu bằng tiếng Pháp: Monsieur le Conseiller Politique et Cher Monsieur ("Kính gửi ông Cố vấn Chính trị: Thưa Ngài"), như một cách cố gắng bù đắp—ít nhất là trên giấy tờ—cho sự thiếu lịch thiệp trong cuộc gặp giữa tôi và ông Nhu sáng hôm đó. Khi đánh máy, tôi không khỏi cảm thấy kỳ cục, thậm chí nực cười, vì không ai dám gọi Cố vấn Chính trị bằng chính tên của ông. Không ai từng viết "Kính gửi ông Nhu". Liệu tôi có nên là người đầu tiên? Lời chào mở đầu bằng tiếng Pháp nghe cũng gần như mỉa mai trong tai tôi. Nhưng tôi vẫn giữ nguyên và tiếp tục gõ hết hai trang báo cáo, tóm tắt những gì tôi đã trình bày với ông vào sáng hôm đó, thêm thắt vài tính từ đầy cảm hứng như "toàn năng" hay "kẻ thù số một của công chúng". Tôi không đưa ra kết luận. Người ta đã hiểu rằng ông ta sẽ "thanh lý" vụ việc.

Tôi gọi cho Võ Văn Hải, người đang rất mong được nhận báo cáo. Ông ta lập tức hẹn tôi tại Café La Pagode, cạnh văn phòng Không quân Việt Nam, ở góc đường Lê Thánh Tôn và Tự Do. Hải sẽ đích thân mang báo cáo đến cho ông Nhu. Tôi thì không—xin nhấn mạnh: KHÔNG—muốn gặp lại Ngô Đình Nhu hay bất kỳ ai khác nữa. Tôi đã quá đủ!

Tại La Pagode, Hải bỏ bản báo cáo vào một phong bì chưa dán. Tôi biết ông ta nóng lòng đọc nó, vì ông ta là người chống đối phe của Bác sĩ Tuyến và đây là cơ hội tốt để làm suy yếu ảnh hưởng của nhóm ấy. Hải vội vàng rời đi, còn tôi ở lại quán cà phê, trầm ngâm bên vài tách cà phê, suy nghĩ về mọi thứ. Trong báo cáo, tôi đã yêu cầu được điều chuyển công tác vì cảm thấy mình đã ở Hồng Kông quá lâu. Tôi không yêu cầu xử lý kỷ luật đối với "điệp viên mật"—mặc dù biết rõ anh ta là người của Bác sĩ Tuyến, mà sau này trở thành người của ông Nhu. Một nỗi mệt mỏi đến mức phát ốm bao trùm lấy tôi: mệt vì trở về Việt Nam dưới sự bảo trợ của Mỹ, mệt vì chính quyền và chính trị kiểu Sài Gòn, mệt vì Võ Văn Hải, và cả vì Cố vấn Chính trị Ngô Đình Nhu. Cái bóng cứu rỗi duy nhất, dù mờ nhạt và kiệt sức, là Ngô Đình Diệm—nhưng ông đã bị cô lập sau bức tường thành của Dinh Độc Lập. Tôi không ngờ suy nghĩ của mình lại gần sự thật đến vậy.

Tôi biết mình phải rời xa Sài Gòn. Tôi không còn lòng dạ nào để đi thăm những người bạn như Nhuận, Phước hay Lương—họ còn chưa biết tôi đang có mặt trong thành phố. Đây là một chuyến đi đặc biệt, và tôi không mất thời gian cho ai khác ngoài Tổng thống. Tôi mượn xe của Hanh, lái lên Đà Lạt và ở lại trang trại của ông gần Tùng

Nghĩa, cách Đà Lạt khoảng 25 km. Gần đó là trang trại của Hứa Xiêu, bạn tôi. Tôi thường ghé thăm anh, nhưng lần này, tôi chủ yếu tự nhốt mình trong nhà của Hanh, nghe các chương trình phát thanh sóng ngắn từ mạng lưới Viễn Đông—Tokyo, uống thật nhiều rượu whisky và đi ngủ sớm. Cứ như thể tôi đang hồi phục sau một cú sốc. Đây là chuyến đi thứ hai đến Đà Lạt, nhưng khác hẳn chuyến đầu tiên tôi đi với Phước—lần này là cô đơn, chán chường và tuyệt vọng.

Vài ngày sau, tôi lái xe xuống Nha Trang qua đèo Bellevue. Phong cảnh tuyệt đẹp, tôi chưa từng được thấy. Những di tích Chàm cổ—các tháp bằng đá ong màu nâu sẫm, một số vẫn sừng sững, số khác đổ nát như thể từng bị một thanh kiếm khổng lồ chém đôi từ hàng thế kỷ trước. Dọc theo con đường quanh co là những cánh đồng lúa và đồng cỏ, điểm xuyết một con kênh thủy lợi uốn lượn, nơi những đám cỏ non nhô lên khỏi mặt nước trong vắt. Tôi dừng chân dưới bóng mát của một tháp Chàm—mái hiên phảng phất mùi phân dơi. Tôi nghĩ về những con người Chàm dũng cảm từng trị vì vùng đất này. Họ có gia đình, có vua chúa, có đền đài… trước khi những kẻ xâm lược Việt từ phương Bắc từ từ, không thể cưỡng lại, đẩy họ lùi dần. Chúng tôi đã chiếm đất của họ từng phần, lừa họ bằng cách gả công chúa để đổi lấy hai tỉnh lớn, rồi tấn công họ, cuối cùng tiêu diệt họ.

Tại Nha Trang, tôi nghỉ ở Khách sạn du Beau Rivage do một người Pháp điều hành. Tại đây, tôi tình cờ gặp Trần Lý Thích, người làm việc cho Đài VOA ở Okinawa, cùng với vợ ông—một phụ nữ "người Nga"—và con trai. Thích rời Okinawa chỉ một tuần trước khi gia đình tôi rời sang New York vào năm 1951. Tối hôm đó, Thích và tôi uống whisky tại một quán bar quen thuộc của các cố vấn Mỹ. Họ đến rất đông. Một trong số đó, một thiếu tá, tỏ ra rất vui khi biết cả hai chúng tôi đều nói tiếng Anh. Ông ta than phiền về một "điệp viên bí mật" người Việt, người có thể khiến cuộc sống của ông ta trở nên khó chịu bằng các báo cáo gửi chính phủ. Chúng tôi hỏi: "Khó chịu ra sao?" Vị thiếu tá thừa nhận: "Không đến mức tệ lắm. Tôi thích Nha Trang và sẽ rất tiếc nếu phải rời khỏi đây." Tôi nghĩ thầm: "À, thì ra người của bác sĩ Tuyến cũng có mặt ở đây!" Tôi liếc nhìn người đàn ông mà thiếu tá chỉ—anh ta đang khúc khích cười ở quầy bar, thì thầm điều gì đó vào tai một cô gái phục vụ.

Thật tình cờ, trước khi rời Đà Lạt đến Nha Trang, một thợ mộc ở Tùng Nghĩa đã nhờ tôi chuyển một lá thư tay giới thiệu anh trai mình—một cảnh sát mặc thường phục làm việc ở Nha Trang. Tôi tiện tay bỏ thư vào túi rồi quên mất. Chợt nhớ ra, tôi lấy phong bì đưa cho người đàn ông ở quầy bar và hỏi: "Anh có biết người này không?" Anh ta ngạc nhiên rồi mừng rỡ trả lời: "Biết chứ. Là tôi đây."

Sau đó, không mời mà đến, người đàn ông bước đến bàn chúng tôi, nơi thiếu tá Mỹ vẫn đang ngồi, đọc bức thư của em trai rồi gọi một vòng đồ uống cho mọi người. Tôi thấy viên thiếu tá có vẻ rất vui. Tin rằng người cảnh sát không hiểu tiếng Anh, ông ta cố tình khiêu khích bằng lời lẽ bóng gió, liên tục thể hiện "tình bạn" bằng cách nói chuyện với Thích và tôi—hai "người bạn Mỹ" mới của ông.

31. AI SỢ MÙA ĐÔNG?

TRỞ LẠI HỒNG KÔNG, tôi vẫn mang một tâm trạng chán nản, dù trong lòng có phần nhẹ nhõm vì Đỗ Sỹ Kiệm đã hoàn toàn biến mất. Ngô Đình Nhu rốt cuộc cũng đã "thanh lý" Kiệm, nhưng tôi không hề ảo tưởng rằng sẽ không có một Kiệm khác xuất hiện trong tương lai. Tôi cố tình lánh xa văn phòng, cho người mang giấy tờ đến tận Jardine's Lookout để tôi ký tại nhà. Khi ấy là cuối tháng Ba, thời tiết mát mẻ dễ chịu. Tôi cảm thấy yêu quý gia đình mình hơn bao giờ hết; trong nhà đầy ắp tiếng cá, tiếng chim, tiếng chó, và tôi thường đi dạo trên con đường mòn Sir Cecil's Ride. Trong tâm trạng thư thái, phảng phất chất thơ, tôi đã viết bài thơ dưới đây để đáp lại lời chúc mừng sinh nhật của Trương Anh Mẫn:

Đông Tây chưa gặp bạn bằng ông,
Kể từ thân mật tại Hồng Kông.[79]
Cách mệnh bôn ba, tâm vẫn sĩ,
Phú Cường, lận đận, thủy như chung.
Sớm tối luận bàn cơ đất nước,
Trẻ già kiên quyết mệnh non sông.

---

79 Một "nhà nho" theo nghĩa Khổng giáo là một *quân tử*, tức một người cao quý cả về tinh thần lẫn hành động, bất kể giàu hay nghèo. (Au.)

Năm lần mùng Bảy kim ô mọc:
Xuân tái lai rồi, há sợ Đông?[80]

SỚM HƠN TÔI DỰ ĐOÁN, một hội nghị thứ hai dành cho các Trưởng phái bộ được triệu tập vào tháng 7 năm 1960, và tôi miễn cưỡng quay về nước. Mục đích của hội nghị là nhằm gây ấn tượng với các đại sứ của ta ở nước ngoài về những "thành tựu" mà chính phủ đã đạt được trong nước, để họ có thể truyền đi những tin tốt lành ấy đến nơi họ công tác. Thành công lớn nhất lúc bấy giờ là chương trình "Khu Trù Mật", được đặt tên theo việc lập nên những vùng an toàn để người dân có thể canh tác và sinh sống ổn định.

Khác với hội nghị năm 1958 tổ chức tại Bộ Ngoại giao, lần này hội nghị được tổ chức tại Dinh Độc Lập, với lễ khai mạc long trọng do chính Tổng thống Diệm chủ tọa. Cảnh tượng hết sức trang nghiêm. Các bộ trưởng đều có mặt, cùng với các sĩ quan quân đội trong lễ phục chỉnh tề, tạo thành một buổi trình diễn quy mô.

Hầu hết các Trưởng phái bộ đều có mặt. Ngoại trừ một mình Đỗ Vạn Lý—người cũng đã vắng mặt trong hội nghị trước—mọi người đều hiện diện. Những gương mặt mới

80 Kim Ô: Trong văn học cổ điển, mặt trời thường được ví von ẩn dụ như đại bàng hay chim ưng — loài chim trông như ánh vàng trong tia nắng mặt trời. Chẳng hạn, trong tác phẩm thơ sử thi Truyện Kiều, Nguyễn Du đã miêu tả cảnh hoàng hôn rằng: "Trông ra, ác đã ngậm gương non đoài", nghĩa là mặt trời đã khuất sau núi Tây. Ở đây, mặt trời được ví như kim ô bay về hướng Tây. Nếu là bình minh, người ta sẽ mô tả là: "Kim Ô xuất hiện từ núi phía Đông". Trong đoạn văn, Mẫn nói rằng: "mặt trời của ngày sinh của tôi đã mọc năm lần" có nghĩa là Trương Anh Mẫn đã chúc mừng tôi năm lần vào các dịp kỷ niệm ngày thành lập ngành ngoại giao (hay sinh nhật nghề nghiệp), lần đầu tiên là vào ngày 7 tháng 3 năm 1956.

gồm có Đặng Đức Khôi, Đại biện lâm thời ở Bangkok thay cho Mai Văn Hàm (người đã từ chức từ lâu); Trần Hữu Phương, Đại biện lâm thời tại Bonn, phụ thuộc Tòa đại sứ ở London do Đại sứ Luyện đứng đầu; Nguyễn Văn Hiếu, Tổng Lãnh sự ở Jakarta, đồng thời là em trai của Nguyễn Văn Thiệu—tổng thống tương lai của Việt Nam.

Vũ Văn Mẫu chủ trì các phiên họp kéo dài mười ngày. Nguyễn Hữu Châu lúc này đã rút lui. Các bộ trưởng lần lượt lên bục 'giảng bài' cho các Trưởng phái đoàn về công tác và kế hoạch của mình.

Nhưng tất cả đều vô nghĩa—tinh thần đã cạn kiệt! Toàn bộ hội nghị chỉ là một vở diễn giả tạo, với những người thuyết trình ra sức giải thích, trình bày, biện hộ, thậm chí chỉ trích lẫn nhau như thể để đánh lạc hướng. Tôi ngồi nghe một tràng độc thoại lê thê của Đại sứ Ngô Đình Luyện từ Vương quốc Anh bằng một tai—tai còn lại bị phân tâm bởi tiếng guốc gỗ lạch cạch vọng lại từ sàn bê tông đâu đó ngoài hành lang. Tôi không nhớ, cũng chẳng hiểu, một lời nào trong bài thuyết trình của ông ta. Đại sứ Chương ở Hoa Kỳ thì bóng gió chỉ trích Tổng thống Diệm là quá tự mãn, để rồi bỏ lỡ cơ hội tạo ra thế cân bằng chính trị có lợi. Có lẽ ông đang nuôi mộng trở thành tổng thống? Tôi vẫn im lặng cho đến ngày thứ tư, khi Vũ Văn Mẫu từ bục phát biểu gọi tôi: "Còn ông Hồng Kông, ông không có gì để nói sao?" Tôi dứt khoát đáp: "Không có gì cả."

Thật nhẹ nhõm khi được thoát khỏi không khí ngột ngạt của hội trường để lên đường tham quan các "Khu Trù Mật" tại Đồng bằng sông Cửu Long. Chúng tôi bay đến Sóc Trăng, rồi lên trực thăng đến Vị Thanh, nơi Kiến trúc sư Ngô Viết Thụ dựng sẵn một mô hình Làng Thịnh

Vượng kích thước thật để đón tiếp. Nhưng đó chỉ là một sân khấu dựng vội, sơ sài và chưa hoàn tất, như một mô hình trình diễn cẩu thả. Các công trình và một, hai cây cầu cong kiểu Á Đông còn dang dở, vết xi măng vẫn còn tươi. Một phần bệnh viện lợp mái tranh gồm hai phòng: một phòng có cô gái trẻ nằm trên giường, đắp chăn ngang bụng, giả làm "bệnh nhân"—đến mức chính cô cũng phải quay mặt vào vách mà cười. Phòng kia thì trống trơn. Những dãy nhà nhỏ lợp mái lá cọ được xây dựng cấp tốc cho chúng tôi, với "dân cư" chỉ là người được huy động đến để giả vờ sinh sống, giống như bệnh nhân kia được đưa vào bệnh viện làm cảnh. Cả khu đất quanh đó vẫn còn bốc hơi dưới nắng ban mai—dấu vết cho thấy tất cả vừa được hoàn tất vội vã theo lệnh cấp trên. Đây chính là tiền thân của những chương trình trình diễn kiểu Potemkin như "Ấp Chiến lược" và "Ấp Tân Sinh" sau này, được dựng lên cấp tốc để Tổng thống và đoàn tùy tùng có cái mà xem.

Các đại sứ được dẫn đi qua một vài khu như thế—không khu nào thực sự hoàn chỉnh. Có thể gọi đó là "dự án đang tiến hành". Chúng là những mảnh vá ghép vào các làng hiện có, và đây đó, chúng tôi thấy vài bụi ớt đỏ và xanh. Tôi bứt vài trái, nếm thử—đúng là ớt thật và cay! Ấn tượng của tôi là, sau khi các đại sứ rời đi, người dân được huy động đến sẽ lại quay về nơi họ vốn ở, và những dãy nhà kia sẽ chỉ còn lại một nửa số "cư dân".

Sau khi chuyến tham quan do chúng tôi hướng dẫn kết thúc, trở về khu sinh hoạt chung, tôi bất ngờ gặp lại một người bạn cũ thời trung học — Lương Vinh Hiển — nay là giáo viên. Anh bị đánh thức giữa đêm, vội vã lái xe từ Cần

Thơ đến Vị Thanh, nhập vào nhóm các giáo viên cũng bị dựng dậy để "gây ấn tượng" với đoàn khách từ Sài Gòn. Hiển đi từ phía sau, vỗ vai tôi — nhờ vậy tôi biết anh đang có mặt. Mừng rỡ gặp lại nhau, chúng tôi ngồi xuống, rì rầm trò chuyện trong lúc người đứng đầu Khu Thịnh Vượng đang đọc diễn văn từ một bục phát biểu dựng tạm. Một cuộc hội ngộ tuyệt vời với bạn cũ!

Một phần khác của hội nghị đưa chúng tôi ra Huế, rồi lên Tây Nguyên — Pleiku và Ban Mê Thuột. Tối trước hôm tôi lên đường ra Huế, ba tôi ghé qua, tỏ vẻ băn khoăn khi nhớ lại chuyện tôi từng kể ông nghe về lời đe dọa của Ngô Đình Cẩn nếu tôi dám đặt chân lên "lãnh địa" của ông ta. Ông hỏi liệu tôi có nên đi không, và chỉ miễn cưỡng rời đi sau khi tôi trấn an rằng sẽ không có chuyện gì xảy ra.

Tại Huế, chúng tôi được mời đến thăm chính thức quê nhà bên nội của Tổng thống Diệm, nơi ông Ngô Đình Cẩn sống cùng người mẹ già của mình. Phạm Khắc Hy, khi đó là Đại sứ tại Pháp, dẫn đoàn vào tận giường của cụ bà. Bà nói vài lời yếu ớt, còn Hy thay mặt đoàn bày tỏ sự kính trọng và lời chúc lành. Ngô Đình Cẩn thì hoàn toàn không thấy đâu. Sau đó là một loạt tiệc tùng tại tư dinh tỉnh trưởng; một nhóm nhỏ được Tướng Trần Văn Đôn, chỉ huy quân sự khu vực, mời dự tiệc tối bán riêng tư trên những chiếc thuyền hoa trôi dọc theo sông Hương; thêm vào đó là một hai chuyến tham quan vùng đất nông nghiệp đang được khai phá.

Lên đến vùng cao nguyên Ban Mê Thuột và Pleiku, trời mưa tầm tã, đường xá ở vài nơi trở nên trơn trượt như thể có ai đổ mỡ lên mặt đường. Vẫn là những chương trình cũ, vẫn là những "mô hình" quen thuộc: những lớp học có trẻ em người Thượng do giáo viên người Kinh giảng dạy; những khoảnh đất đỏ bazan vừa bị cày xới, loang lổ bùn non vì cơn mưa xối xả; những chủ đất cưỡi xe máy hay xe jeep phóng vút qua, đưa các Trưởng phái bộ đáng kính từ điểm trình diễn này đến điểm trình diễn khác.

Thật nhẹ nhõm biết bao khi cuối cùng cả đoàn được đưa đến một con đường nhỏ dẫn ra đường băng quân sự, nơi một chiếc máy bay đã chờ sẵn để đưa chúng tôi về lại Sài Gòn. Băng qua một cánh rừng rậm, chúng tôi dừng lại ở một quán nhỏ ven đường để nghỉ chân. Bất ngờ thay, chủ quán ấy lại chính là Cáp Văn Trang — một người đồng hương Cần Thơ. Ông cũng ngạc nhiên không kém khi thấy tôi giữa chốn hoang vu này. Sau cả đời hoạt động trong các ngành thương mại và công nghiệp, Trang đã lui về nghỉ hưu ở vùng hẻo lánh này, nơi chỉ có thợ săn và lữ khách lạc đường mới ghé lại ăn uống.

Hội nghị bắt đầu rầm rộ nhưng kết thúc trong sự thất vọng. Tổng thống Diệm nghĩ rằng việc cho các đại sứ của mình xem những "thành tựu" này sẽ củng cố thêm sự lạc quan đang giảm dần của họ đối với những nỗ lực của chính phủ ông, nhưng điều ngược lại hẳn đã xảy ra. Không một người đứng đầu phái bộ nào bị đánh lừa bởi những gì họ thấy, và tất cả khi trở về nơi công tác của mình có lẽ hy vọng rằng sẽ không bao giờ bị gọi trở lại nữa.

Vào ngày cuối cùng của hội nghị, Tổng thống Diệm có bài phát biểu trước toàn thể Đoàn ngoại giao. Các thành viên lắng nghe (hoặc giả vờ lắng nghe) trong hơn một giờ khi ông ta nói lan man như thường lệ. Khi nói xong, Diệm nhanh chóng rời đi. Khi đi ngang cử toạ, ông ta đột ngột dừng lại và ra hiệu cho Trần Văn Dĩnh: "Ông Dĩnh, đi theo tôi!" Đi thêm vài bước nữa, ông ta lại ra hiệu cho Hà Vĩnh Phương. Người này lập tức tách khỏi đám đông và nhanh chân đi theo Tổng thống, lưng hơi khom xuống, như thể quá kính sợ nên không dám đi thẳng, hoặc quá sợ bị xem là hỗn nếu dám làm vậy. Đó là một cảnh tượng buồn. Tôi không bao giờ quên được màn trình diễn vô tình ấy của Hà Vĩnh Phương và Trần Văn Dĩnh—những điển hình cho kiểu cận thần xu nịnh trong triều đình Ngô Đình Diệm.

NGÀY 11 THÁNG 11 NĂM 1960—một ngày như bao ngày khác trong năm. Cuối buổi sáng, một bức điện tín từ Bộ gửi đến, tóm lược về một cuộc đảo chính do một số thành phần trong quân đội tiến hành. Việc bức điện được gửi đi đã là một dấu hiệu tích cực, bởi nếu tình hình quá nghiêm trọng, có lẽ chúng tôi đã không nhận được tin gì. Chúng tôi chờ đợi thêm tin tức thì đến chiều, tôi nhận được một cuộc gọi từ Tokyo. Đó là Đại sứ Bùi Văn Thinh, hỏi liệu cuộc đảo chính đã thành công chưa. Giọng điệu của ông ấy là của một người nôn nóng chờ tin đảo chính thành công, chứ không phải thất bại. Có lẽ ông xem tôi là người cùng chí hướng nên nói rằng ở Nhật Bản ông nghe nói Ngô Đình Diệm đã bị lật đổ và quân đội đang kiểm soát tình hình — điều đó có đúng không? Ông có vẻ thất vọng khi tôi nói rằng ở Hồng Kông chúng tôi chưa có thông tin gì như vậy. Đêm trôi qua mà không có tin tức gì thêm cho đến sáng hôm sau, ngày 12 tháng 11, khi Bộ gửi một bức điện dài, cung cấp chi tiết: Một cuộc nổi dậy nhỏ do một số thành phần bất mãn trong Lực lượng Nhảy Dù đã bị dập tắt, và Tổng thống Ngô Đình Diệm vẫn kiểm soát tình hình. Xin nhấn mạnh rằng đó chỉ là hành động của một số cá nhân riêng lẻ, không phải của Quân đội Việt

Nam nói chung. Tôi đang đọc bức điện trong tâm trạng nhẹ nhõm thì được báo rằng Đại biện lâm thời Anh tại Sài Gòn muốn gặp tôi. Khi được đưa vào, ông nói rằng thật đáng tiếc vì đúng lúc "đảo chính" xảy ra ở Sài Gòn thì ông lại đang đi nghỉ ở Hồng Kông, và giờ rất nóng lòng muốn biết những diễn biến mới nhất. Tôi chia sẻ nội dung bức điện vừa nhận, đồng thời mời ông ở lại văn phòng nếu muốn theo dõi thêm tin tức. Ông ở lại. Sau vài giờ mà không có thêm thông tin, tôi mời ông lên Đồi Jardine uống một ly với tôi để ăn mừng. Ông tỏ ra nhẹ nhõm vì không có tin xấu nào và vui vẻ nhận lời.

Đó là một cuộc đảo chính thất bại. Tuy vậy, những gì xảy ra cho thấy có một trạng thái bất mãn nghiêm trọng, không chỉ giới hạn ở một vài thành phần trong Quân đội. Vài tuần trước đó, đã có Bản tuyên ngôn Caravelle do một nhóm trí thức công bố—trong đó có Trần Văn Đỗ, cựu Bộ trưởng Ngoại giao, người từng đại diện chính phủ Diệm tại Geneva—cảnh báo ông Diệm về tình hình đang xấu đi ở Việt Nam.

Chúng tôi từng hy vọng chính phủ sẽ đưa ra chính sách mới để cải thiện tình hình. Nguyễn Đình Thuần, khi ấy là một ngôi sao đang lên trong chính phủ, làm Thư ký Phủ Tổng thống, từng tuyên bố rằng "Sẽ có một sự thay đổi toàn diện của chính phủ." Nhưng kết quả là chỉ một vài cái gọi là "siêu bộ" được lập ra, với những vị trí đứng đầu chẳng mấy gì gây được niềm tin: Ngô Trọng Hiếu làm Bộ trưởng Hành động Công dân; Đặng Đức Khôi—người trước đó hoàn toàn vô danh, chỉ núp bóng dưới váy Bác sĩ Tuyến—cũng được đưa lên. Sự thất vọng lan rộng. Không ai còn có thể nuôi hy vọng vào bất kỳ cải thiện nào nếu những thay đổi vẫn cứ hời hợt và thiếu tầm nhìn như vậy. Bác sĩ Tuyến và Ngô Đình Nhu vẫn nắm quyền lực trung tâm như trước. Đó là ấn tượng chúng tôi có được từ Hồng Kông.

Giống như phần lớn những người từng ủng hộ Ngô Đình Diệm, chúng tôi từ lâu đã thất vọng với gia đình ông Nhu, những người mà chúng tôi cho rằng đang tiếm quyền của Tổng thống. Chúng tôi cũng mong muốn có một vài thay đổi thực sự—ít nhất là để loại bỏ ảnh hưởng độc hại từ những người như Bác sĩ Tuyến. Chúng tôi không mong Diệm bị thay thế, vì nghĩ rằng không ai có thể thay ông. Sự ủng hộ còn lại của chúng tôi đối với Tổng thống là hời hợt, chỉ còn tồn tại nếu có hy vọng thay đổi mà thực ra chúng tôi không còn tin là có thể.

Nguyễn Thái là một người đã rời Sài Gòn và quay lưng lại với Diệm. Từ Hoa Kỳ, ông viết cuốn sách *Is South Vietnam Viable? (Liệu miền Nam Việt Nam có tồn tại bền vững không?)* — một bản sao cuốn sách này được Stanley Karnow, khi ấy là phóng viên tại Hồng Kông, mượn từ *The Saturday Evening Post*.[81] Và Thái liên tục gửi cho tôi những tờ rơi và tờ bướm tố cáo chính quyền Diệm.

81 Nguyễn Thái, *Is South Vietnam Viable?* (Manila: Carmelo & Bauermann, 1962).

32. MỘT NGƯỜI BỊ SỐT RÉT VẬT VÃ TRONG CƠN MÊ SẢNG

NĂM 1961 BẮT ĐẦU với tin tức về dự án "Ấp Chiến lược" mới của Việt Nam tràn ngập trên các mặt báo. Từng chồng tài liệu in liên quan đến dự án này được gửi về qua mọi túi ngoại giao. Lãnh sự quán được yêu cầu tuyên truyền về "Ấp Chiến lược" trên các phương tiện truyền thông ở Hồng Kông. Nhận thấy đề tài này hoàn toàn không gây hứng thú gì cho công chúng, tôi chỉ lưu các tài liệu đó lại.

Chúng tôi đang trải qua một giai đoạn tồi tệ hơn bao giờ hết, khi niềm tin vào khả năng thành công của chính quyền Diệm giảm sút theo từng ngày, đến mức trong suốt nhiều tháng liền, ngay cả sự tồn tại của chính quyền cũng bị nghi ngờ. Đời sống của chúng tôi, những người sống ở thuộc địa, dường như bị thu hẹp lại thành một trò chơi chờ đợi. Chúng tôi chờ những diễn biến tiếp theo mà ai nấy đều cảm thấy chắc chắn sẽ xảy ra—nếu không phải là diễn biến do chính quyền tạo ra thì cũng là diễn biến chống lại chính quyền.

Về mặt chính trị, tôi như một người mắc bệnh sốt rét, bị kẹt trong cơn mê sảng, chỉ nhìn và cảm nhận được mọi thứ qua một màn sương mờ mịt. Hy vọng không còn nữa—khác hẳn với những ngày cuối đời của bà tôi khi bệnh, thời điểm mà tình cảm tôi dành cho Ngô Đình Diệm đã bị tôi luyện và pha loãng bởi những trò hề nguy hiểm và đầy bực dọc của các anh em ông. Điều đó đã gây ra một cuộc chiến ngay trong lòng tôi, xé nát nó, gặm nhấm nó, đẩy lòng trung thành của tôi nghiêng về bên này một ngày, rồi lại nghiêng về phía bên kia vào ngày hôm sau.

Về mặt nghề nghiệp, tôi không còn tha thiết gì nữa. Những lời mời và sự kiện chính thức của chính quyền Hồng Kông—những hoạt động mà giới lãnh sự buộc phải có mặt—đều bị tôi thờ ơ từ chối hoặc bỏ qua. Ai còn bận tâm đến việc trau chuốt cái nhà vệ sinh ngoài trời, khi mà cả phòng ngủ của mình đang bị hỏa hoạn đe dọa? Cá nhân tôi, với thói quen nghệ sĩ của mình, tìm cách ẩn náu trong những vòng tròn nhỏ bé của đời sống riêng tư hàng ngày, và chính trong đó, tôi tìm thấy nguồn cảm hứng sáng tạo mà tôi dự định sẽ khai thác vào một ngày nào đó trong tương lai. Tôi quan sát ngôi nhà trên đồi Jardine's Lookout và khu vực xung quanh một cách kỹ lưỡng hơn, ghi nhớ mọi chi tiết và màu sắc vào trí nhớ. Tôi lưu giữ chúng: những buổi tiệc sinh nhật của con cái chúng tôi với bạn bè nhỏ của chúng—những đứa trẻ như cô bé búp bê con của Ủy viên Thương mại Pakistan Abdul Rab, ông đại tá Shoemaker người Mỹ—hàng xóm của chúng tôi tại Hồng Kông, cô bé tóc vàng cột đuôi gà tên 'Blondie', và hai anh em Shin và 'Shrimp' Wai Yee Lin.

Buổi trưa mỗi ngày chờ Dominic ở chân trạm cáp treo

trước siêu thị Trung Quốc cũng là một điểm nhấn trong ngày. Tôi ngồi trong xe, quan sát đám đông đầy sắc màu đang lên toa cáp treo đưa họ lên đồi cao đến đỉnh Peak. Hoặc, nếu Mỹ Châu và Mỹ Nga cùng đi với tôi—sau khi được tài xế đón trước—chúng tôi sẽ bước ra mua một hoặc hai cây kem từ cửa hàng gần đó. Cuối cùng, Dominic, trong bộ đồng phục trắng của Trường St. Joseph, sẽ tách ra từ nhóm con trai đang trò chuyện và chơi trò "cưỡi ngựa" chạy dốc xuống, để nhập vào nhóm chúng tôi. Chiếc xe lại tiếp tục chạy, leo dốc theo Đường Peak, rồi xuống Đường Queen's Road East, rẽ phải đi dọc theo một doanh trại dài, dừng lại ở một vòng xoay có cảnh sát Trung Quốc biểu diễn điệu múa ba lê và ra dấu bằng tay như thường lệ. Rẽ phải lần nữa vào Đường King's Road East, nơi đám đông đông đúc đến nỗi tôi luôn tưởng tượng đó là một biển người—phiên bản thu nhỏ của một Trung Quốc quá tải. Rẽ phải lần cuối vào Đường Tai Hang, bên tay phải là Bệnh viện St. Paul—nơi cha tôi từng nằm điều trị trong một cơn bệnh nhẹ, và nơi Dominic từng được phẫu thuật để lấy nhiều mảnh thủy tinh ra khỏi chân sau một tai nạn khi nó đổ đầy thuốc pháo vào một lọ thủy tinh—cho đến khi rẽ trái vào Đường Perkins về nhà.

Trong tâm trạng "Tôi-chẳng-quan-tâm" ấy, tôi đọc tin Phó Tổng thống Lyndon B. Johnson ghé qua Hồng Kông trên đường trở về Mỹ sau chuyến thăm chính thức Việt Nam thay mặt Tổng thống John F. Kennedy. Một hoặc hai năm trước, tôi từng liên lạc với Tổng Lãnh sự quán Hoa Kỳ và có gặp Phó Tổng thống. Tôi luôn cảm thấy đó là bổn phận của mình khi tiếp xúc với đại diện chính thức của các chính phủ nước ngoài trên đường họ đến hoặc rời Việt Nam, dù không bắt buộc, tôi vẫn luôn thu xếp thời gian để thực hiện. Còn có lý do khác nữa: tôi muốn kết bạn với các đại diện của Mỹ. Sự giúp đỡ của Mỹ dành cho Việt Nam từng được đánh giá cao—cho đến khi nó trở thành sự can thiệp quá trắng trợn và nặng nề.

Tuy nhiên, với sự xuất hiện của Johnson, nguyên tắc "tránh xa" của tôi đã được duy trì. Tôi thấy buồn cười khi đọc trên tờ *Hong Kong Tiger Standard* rằng Phó Tổng thống đã đi mua sắm khắp thị trấn và mua không dưới ba tá áo sơ mi đặt may riêng. Thuộc địa Anh này rõ ràng xứng đáng với danh tiếng là "thiên đường mua sắm phương Đông."

Tuy nhiên, sự kiện đáng nhớ đối với tôi chính là chuyến thăm bất ngờ của "Ngài Tiến sĩ" Đỗ Vạn Lý. Steve Markbreiter, một kiến trúc sư người Anh làm việc ở Hồng Kông cưới Tuyết Nguyệt, chị vợ của Lý. Steve và tôi là bạn thân, và anh báo trước chuyện Lý sắp đến như thể điều đó là chuyện hiển nhiên. Cả Steve lẫn vợ anh đều không biết về mối thù xưa giữa tôi và Lý—một mối thù mà ngay cả tôi cũng cảm thấy như thể là tàn dư cổ xưa của một quá khứ xa lắc ở Washington. Tôi đã chuẩn bị để quên tất cả và tiếp đón Lý bằng thái độ thân thiện.

Lúc ấy là cuối tháng Chín năm 1961, mà cũng có thể là giữa tháng Tám—ở Hồng Kông thì thời tiết như nhau cả. Đỗ Vạn Lý được Steve và Tuyết Nguyệt đưa đến nhà tôi ở Jardine's Lookout. Lý bước vào với thái độ thận trọng, quan sát kỹ phản ứng của tôi, và chỉ thư giãn khi thấy tôi đón tiếp một cách nồng hậu và chân thành. Chúng tôi đi hai xe đến bữa tối. Sau khi chia tay Lý với gia đình Markbreiter, vợ tôi và tôi đưa ông ấy đến Aberdeen để cùng dùng tiệc tối hội ngộ tại nhà hàng nổi Sea Palace.

Không có sự cố nào xảy ra, cũng không có dấu hiệu gì về mối thù cũ trong những ngày tiếp theo. Chỉ cần thêm vài buổi gặp nữa—tại nhà nghỉ ở vùng quê của Steve hay ở những nơi ăn uống khác—thì vết thương xưa chắc hẳn cũng đã được xóa nhòa.

Cho đến một ngày, trong cơn tức giận vì điều tôi cho là một cử chỉ tốt đẹp lại dẫn đến hậu quả tồi tệ, tình bạn chắp vá giữa chúng tôi đã bị thổi bay lên trời. Tôi vẫn nhớ món nợ tôi mang ơn Đỗ Vạn Lý — sự giúp đỡ tài chính của ông vào năm 1954, trước khi tôi trở lại Việt Nam, trong việc thu xếp hành lý của Ngô Đình Diệm chuyển sang Pháp. Bây giờ là cơ hội để tôi trả lại cho Lý, vì tôi thực sự trân trọng sự giúp đỡ ấy và muốn bày tỏ lòng biết ơn một cách chân thành. Tôi gọi điện cho anh ta, tha thiết mời đến gặp riêng tôi. Tôi không hề biết rằng việc yêu cầu anh ta đến một mình đã khiến anh ta lo lắng. Lý miễn cưỡng đến, nhưng lại đi cùng vợ và Tuyết Nguyệt.

Lý bước vào văn phòng tôi tại Lãnh sự quán. Tôi không nhớ rõ sự hiểu lầm bắt đầu từ đâu. Tôi mở đầu bằng cách nhắc đến khoản nợ tài chính mà tôi nợ anh ta — một con số mà cả hai chúng tôi đều không nhớ rõ — nhưng tôi nói tôi sẽ hoàn trả một cách rộng rãi, gấp nhiều lần số tiền ấy. Trong phần mở lời của tôi, có điều gì đó đã xảy ra — có thể là do giọng điệu vô tình thô lỗ khi tôi nhắc lại quá khứ không mấy dễ chịu, hoặc có thể là do biểu cảm khó chịu trên gương mặt anh ta — khiến thiện chí tan vỡ, và sự thù địch cũ bỗng trỗi dậy, làm cả hai chúng tôi đều bất ngờ. Một cuộc cãi vã nổ ra: từ những lời nói nhẹ nhàng, rồi nhanh chóng leo thang thành một cuộc đấu khẩu, đến mức người bên ngoài cũng nghe thấy qua vách tường mỏng của văn phòng tôi. Cánh cửa bật mở, và như một dải lụa nhiều màu bung ra, Tuyết Nguyệt cùng vợ của Lý lao vào, người vợ đặc biệt trong trạng thái cuồng loạn. Bà đứng chắn giữa Lý và tôi, vung cánh tay gầy guộc như thể đang bảo vệ chồng khỏi sự tấn công của tôi, miệng lớn tiếng lăng mạ tôi. Tội nghiệp Lý — sợ hãi, nhưng cũng phần nào được trấn an bởi sự hiện diện của vợ — chỉ đứng đó nhìn chằm chằm vào bà ta. Vừa phẫn nộ vừa ghê tởm, tôi bật ra bằng tiếng Pháp: *"C'est dègoûtant! C'est dègoûtant!" ("Thật kinh tởm! Thật kinh tởm!")* Câu đó khiến vợ Lý nhảy dựng lên như một con chó điên, tru tréo những lời tục tĩu vào mặt tôi rồi quay sang kéo chồng đi.

Trước khi rời đi, bà ta liếc nhanh vào cuốn séc đang mở sẵn trên bàn làm việc của tôi, nơi tôi đã chuẩn bị sẵn tấm séc để trả món nợ cho Lý. Bà ta đưa tay ra, lòng bàn tay mở rộng, nói: "Thế còn tấm séc thì sao!" Tôi mỉm cười khinh bỉ, đóng sổ séc lại, lờ bà ta đi. Chỉ khi đó, "Madame Lý" mới kéo chồng rời khỏi văn phòng trong vội vã. Thật là một người đàn bà chua ngoa! Tôi nghĩ bụng: chắc được nuôi dạy theo kiểu hàng cá — cũng khá xứng đôi với Đỗ Vạn Lý! Tuyết Nguyệt ở lại sau khi Lý và vợ rút lui. Bà cố gắng xoa dịu tôi bằng cách đặt tay lên ngực tôi và nói: "Thôi, thôi... bình tĩnh lại," như thể tôi là một đứa con trai nhỏ của bà vậy.

Tất nhiên rồi, từ đó về sau Lý và vợ anh ta không bao giờ xuất hiện nữa. Và như thể cố ý sắp đặt, đúng vào ngày tôi rời khỏi Sài Gòn, buổi chiều xảy ra vụ nổ ấy, tôi có mặt tại buổi tiệc chiêu đãi mừng Ngày Độc lập của Indonesia. Tâm trí tôi vẫn bị ám ảnh bởi sự việc không vui giữa tôi và Lý. Trong đám đông chen chúc của buổi tiếp tân, tôi chẳng tìm được chút khuây khỏa nào, nên tôi quyết định rời Hồng Kông đi Việt Nam chẳng vì lý do gì.

TÔI ĐÃ DÀNH BA TUẦN cho chuyến đi này — một chuyến thăm hoàn toàn riêng tư. Tôi có ghé gặp Tổng thống Diệm, thăm hỏi về sức khỏe và sự an toàn của ông sau cuộc đảo chính hồi tháng Mười Một năm trước, đồng thời phó thác cả phúc lợi cá nhân — cũng như Phúc lợi Quốc gia — cho sự chăm sóc của Thiên Chúa. Tổng thống trông mệt mỏi và xa cách. Có thể vì công việc, nhưng ông cũng có vẻ khép kín, như một cuốn sách đã đóng lại mà tôi không sao đọc được cả chính trị của Diệm lẫn những suy nghĩ riêng của ông. Khi ấy tôi không nhận ra, nhưng đó là lần cuối cùng tôi gặp ông. Chúng tôi chia tay nhau một cách gần như lạnh nhạt: ông thì đắm chìm trong suy nghĩ nội tâm; còn tôi thì cũng không đủ nhiệt tình để một lần nữa trải qua cỗ máy lễ nghi của Phủ Tổng thống chỉ để gặp ông trong quãng thời gian còn lại tôi lưu lại Sài Gòn.

Đó cũng là lần cuối cùng tôi đặt chân vào Dinh Độc Lập, vì chỉ chưa đầy sáu tháng sau, nơi đó đã bị oanh tạc. Trong thời gian tái thiết, Ngô Đình Diệm cùng em trai Nhu và gia đình dọn sang Dinh Gia Long. Nhưng tôi chẳng cảm thấy đó là trở về nhà. Nhìn lại, có vẻ như số phận của Diệm gắn liền với Dinh này (tên cũ là Dinh Đô đốc) — biểu tượng của sự thống trị của Pháp đối với một Việt Nam cổ xưa mà Diệm là người lãnh đạo duy nhất từng có thể giành lại từ tay người Pháp. Với một chút tưởng tượng, người ta có thể ví nơi này như "Cột đồng Mã Viện" — cột mốc lịch sử do viên tướng Trung Hoa nổi tiếng dựng ở Giao Chỉ vào năm 47 sau Công nguyên. Đó là vùng đất miền Bắc Việt Nam, nơi các triều đại phong kiến Trung Hoa đã từng đánh bại Hai Bà Trưng và đặt dấu chấm hết cho nền độc lập của nước Việt: *"Đồng trụ chiết, Giao Chỉ diệt."*

Quyết định rời Hồng Kông một thời gian, tôi nói ba tôi nghỉ phép và hai cha con cùng lên Đà Lạt nghỉ mát. Ba tôi mượn biệt thự của Hứa Phùng Chân — một nhà buôn gạo giàu có mà ông quen biết — để chúng tôi trú tại khu nghỉ dưỡng miền núi. Tại đây, trong mười ngày, hai cha con đã có kỳ nghỉ tuyệt vời nhất từ trước đến nay. Căn biệt thự thật đẹp, nằm ngay bên dưới dinh thị trưởng Trần Văn Phước. Ông Phước thường đi chơi cùng chúng tôi trên những ngọn đồi yên tĩnh, hoặc lang thang trong thị trấn. Không khí rất thanh bình, nhưng về đêm, mỗi khi bật radio, các chương trình phát thanh của Việt Cộng lại vang lên rõ ràng như thể phòng thu đặt ngay tại Đà Lạt.

Trong thời gian ở cao nguyên, tôi gặp lại hai trong số nhiều sinh viên từng đến căn hộ của tôi tại khu thượng lưu Manhattan: Lê Tuấn Anh — người từng tham gia cùng Biện vào đêm chúng tôi mừng một bài thơ mới viết (Biện đã tự sát sau khi về lại Việt Nam); và Nguyễn Tư Bân — "cậu bé nhỏ con" từng hôn bạn gái của một thủy thủ tại Quảng trường Thời đại vào đêm giao thừa 1952 "vì phong tục cho phép và các cô gái không phản đối." Bân đã kết hôn với thư ký riêng của Huỳnh Văn Lang — người từng chỉ đường cho tôi khi tôi làm thủ tục chuyển tiền về Hồng Kông năm 1958.

Không mấy bận tâm đến thực tại, tôi lười biếng quanh quẩn ở Đà Lạt cho đến khi hai cha con phải trở lại Sài Gòn vào giữa tháng Mười để nghe tin về Phái bộ Taylor, về tình trạng khẩn cấp được chính quyền Việt Nam tuyên bố, và về các cuộc tấn công ngày càng tăng của Việt Cộng ở nông thôn. Tuy nhiên, "tình trạng khẩn cấp" ấy chỉ tồn tại trên giấy tờ. Người dân Sài Gòn vẫn sống bình thản như thường lệ, và ngay cả chính quyền cũng không mấy bận tâm đến mức độ nghiêm trọng của vấn đề — việc họ phụ họa theo cảnh báo của Hoa Kỳ chỉ là một cử chỉ ngoại giao, chứ không phải phản ánh ý thức thực sự. Cũng chẳng quan tâm hơn, tôi đưa hai cô gái trẻ người Việt sang Hồng Kông — họ là đại diện tham gia Chương trình Trình diễn Thời trang Quốc tế sắp diễn ra: một tiếp viên của Hàng không Việt Nam và ca sĩ Bích Chiêu.

Trở lại thuộc địa, tôi biết được rằng Đỗ Vạn Lý đã nói với Steve và Tuyết Nguyệt Markbreiter rằng ông lo sợ tôi đang âm mưu hãm hại ông, và rằng chuyến đi đột ngột của tôi đến Sài Gòn là để báo cáo về Lý với Tổng thống Diệm. Lý quả là một người thiểu năng trí tuệ!

VỢ TÔI VÀ TÔI đang dự tiệc tối tại nhà của Ủy viên Ấn Độ tại Hồng Kông, ông B. P. Adarkar, thì nghe tin một phi công Không quân đã oanh tạc và ném bom Dinh Độc Lập vào sáng hôm đó. Đó là một đêm tháng Hai oi bức và ngột ngạt. Bữa tiệc lập tức kết thúc. Vợ chồng tôi xin lỗi chủ nhà rồi đi bộ về nhà — vì nhà ông ấy chỉ cách nhà chúng tôi một quãng ngắn. Về đến nơi, chúng tôi bật đài sóng ngắn, cố gắng thu bắt mọi bản tin về tình hình ở Sài Gòn. Sáng hôm sau, chúng tôi nhận được điện tín từ Bộ cho biết Tổng thống Ngô Đình Diệm vẫn an toàn. Chỉ có bà Ngô Đình Nhu bị thương, và vụ tấn công là hành động của một phi công đơn độc. Tôi nghĩ: lại bắt đầu nữa rồi — lúc nào cũng là một phần tử bất mãn đơn độc trong một quân đội hoàn toàn trung thành.

Năm 1962 đã khởi đầu đủ tồi tệ rồi, nhưng như thể từng

ấy vẫn chưa đủ đau đầu với chúng tôi ở Hồng Kông, thì ngay sau vụ đánh bom Dinh Độc Lập, đoàn biểu diễn của các ca sĩ và vũ công Hoàng Thi Thơ lại kéo đến.[82] Đầu tiên là Võ Văn Hải, rồi đến Huỳnh Văn Lang gửi cho tôi những lá thư mật khẩn, yêu cầu theo dõi Hoàng Thi Thơ. Chuyến đi sắp tới của Thơ đến Hồng Kông chỉ là một chuyến đi "nghệ thuật" trá hình; mục đích thực sự là chuyển đô la ra khỏi Việt Nam, và tôi phải nộp một báo cáo đầy đủ về chuyến đi này.

Trong lúc đó, trước khi Thơ cần đến sự hỗ trợ, thì Bà Ngô Đình Nhu đã đến. Một buổi chiều, bà đáp xuống sân bay Kai Tak, hoàn toàn khác xưa. Không còn là Đệ nhất Phu nhân kiêu ngạo mà tôi từng ghét cay ghét đắng, giờ đây bà là một "nạn nhân đáng thương" của vụ ám sát, được Chúa ban cho một lần sống sót. "Họ nhắm vào chúng tôi," bà kêu lên, "Họ muốn giết tôi và chồng tôi!" Bà ngừng lại để lấy hơi rồi vội vã nói tiếp: "Họ biết rõ chúng tôi sống ở cánh phải của Dinh. Họ cố tình ném bom để chúng tôi bị tiêu diệt!"

Người ta kể rằng, may mắn thay, bà Nhu chỉ bị bầm nhẹ do ngã xuống một cái hố bom phá sập sàn trệt. Chồng bà thoát chết không hề hấn gì. Nhưng người thực sự thiệt mạng là bà bảo mẫu chăm sóc con của ông bà. Bà Nhu cho rằng, người hầu ấy mới là mục tiêu giết hại thực sự mà "họ" nhắm đến, để gieo rắc sợ hãi cho gia đình bà. Khi chúng tôi hỏi thăm tình trạng của Tổng thống Diệm, giọng bà trở nên cay đắng: "Ồ, ông ấy! Không, ông ấy vẫn ổn, thậm chí không bị trầy xước! Chỉ có chúng tôi—rốt cuộc, chúng tôi mới là những người họ đang truy sát, không

82 Hoàng Thi Thơ (1928-2001) là một nhạc sĩ nổi tiếng.

phải ông ấy."

Chúng tôi đưa bà Nhu đến khách sạn Repulse Bay. Tại đó, sau khi cánh cửa phòng khép lại, bà Cố vấn Chính trị kéo ống quần lên cho chúng tôi xem những vết bầm tím. Trông cũng khá nặng. Bà đến Hồng Kông để sắm lại tủ quần áo mới, vì toàn bộ quần áo của bà đã cháy rụi. Cả quần áo của chồng bà cũng vậy, bà nói thêm. Tuy nhiên, bà từ chối mua đồ cho Tổng thống, vì "quần áo ông ấy không hề hấn gì trong vụ nổ." Chi tiết tưởng chừng nhỏ nhặt, nhưng nói lên rất nhiều về mức độ bà cân nhắc—cao hay thấp—đối với Ngô Đình Diệm.

HOÀNG THI THƠ đến ngay sau đó. Đoàn ca vũ nhạc kịch của ông gồm cả chục cô gái và chàng trai chuyên nhảy twist, biểu diễn liên tục tại Nhà hát thành phố mới xây trong khu phức hợp Town Hall. Với màu sắc dân tộc mà họ mang đến cho chương trình, Lãnh sự quán không còn lựa chọn nào khác ngoài việc hỗ trợ bằng mọi cách có thể. Và chúng tôi đã làm như vậy, điều đó góp phần vào thành công của họ tại Hồng Kông—cho đến khi một vụ bê bối nổ ra.

Bởi vì, mặt trái của chuyến lưu diễn này không phải là biểu diễn nghệ thuật, mà là vỏ bọc để Hoàng Thi Thơ chuyển đô la ra nước ngoài—40.000 đô la! Tôi nghe tin này qua các lời đồn ở Hồng Kông, nhưng không thể tìm ra bất kỳ bằng chứng cụ thể nào; hòn đảo này là một cảng tự do, không kiểm soát ngoại tệ. Dù sao thì, con số bốn mươi nghìn đô—bất chấp doanh thu bán vé—Thơ vẫn nói rằng mình không có khả năng thanh toán cho khách sạn Shamrock, nơi đoàn ông chiếm hơn chục phòng!

Lúc đầu, Thơ tưởng có thể qua mặt Lãnh sự quán để xin tiền trả khách sạn. Ông ta nói với tôi rằng đoàn của ông không chỉ được Cố vấn Chính trị cho phép mà còn được khuyến khích biểu diễn ở Hồng Kông và Nhật Bản như một biện pháp tuyên truyền chính trị ra nước ngoài. Vì vậy, theo ông, nhiệm vụ của Lãnh sự quán là phải giải cứu Thơ. Tôi gửi điện cho Võ Văn Hải để xác nhận, và điều này khiến Hải lo lắng. Tôi không hề biết lúc ấy đang có một cuộc chiến ngầm giữa phe của Tổng thống và phe của Cố vấn Chính trị.

Cảnh tượng này rất giống thời Lê–Trịnh: vua Lê chỉ là biểu tượng, còn quyền lực thực sự nằm trong tay chúa Trịnh. Mỗi phe phục vụ cho chủ của mình, mà phe của Nhu thì được ưu ái như các chúa Trịnh xưa kia. Võ Văn Hải muốn tôi xử lý vấn đề một cách kín đáo nhất, và khi có đủ bằng chứng, hãy gửi báo cáo cho ông để "tiêu diệt bọn tay chân xấu xa của phe Nhu." Hải hẳn đã chửi thầm tôi từ văn phòng ông ta trong cái "lồng sắt" của Dinh Độc Lập. Không có phản hồi nào cho bức điện của tôi, mà tôi cũng chẳng tìm ra bằng chứng xác thực nào để tống Hoàng Thi Thơ xuống địa ngục. Tôi phớt lờ những lời năn nỉ và hứa hẹn của ông ta, thẳng thừng nói rằng chẳng có Cố vấn Chính trị nào ép được tôi giải ngân công quỹ mà không qua phán đoán riêng. Và ông ta là một kẻ nói dối: chưa ai từng hăm dọa tôi bằng mấy cái gọi là "lệnh" từ Ngô Đình Nhu—người, nói thêm cho rõ, chưa bao giờ cử Thơ làm bất kỳ việc vặt nào như ông ta tuyên bố.

Mười ngày sau, quản lý khách sạn Shamrock tìm đến tôi, vì Thơ vẫn chưa thanh toán. Tôi bảo ông cứ yên tâm: nếu tệ quá, tôi sẽ tự bỏ tiền túi trả rồi kiện Thơ sau. Người quản lý dịu lại, trở về khách sạn để chờ thêm. Trò chơi chờ đợi kéo dài thêm một tuần. Trong thời gian đó, tôi cho triệu tập từng cộng sự người Trung Quốc của Thơ tại Hồng Kông đến văn phòng để phỏng vấn riêng. Ai nấy đều xác nhận rằng Thơ đến để chuyển tiền đô la, nhưng không cần họ giúp; họ chỉ hỗ trợ trong mảng kinh doanh nhạc kịch vì lý do thương mại. Được sự cho phép của họ, tôi ghi âm lại các cuộc trò chuyện để gửi về Sài Gòn, nhưng sau đó đổi ý, vì nhận ra chẳng có gì thực sự chắc chắn. Cuối cùng tôi nhún vai: bắt một tên trộm lẻ tẻ có ích gì khi cả căn nhà đang cháy?

Cuối cùng, Thơ cũng thanh toán tiền khách sạn. Võ Văn Hải viết thư giục tôi nộp báo cáo, và với sự chán ghét toàn bộ sự việc, tôi đã ghi lại những chuyện nhỏ nhặt nhất mà Hải có thể tận dụng được trong báo cáo của ông ta. Tôi giao bản báo cáo cho vợ tôi mang về nước—vì nếu gửi theo đường ngoại giao thì cũng như mất khi Bác sĩ Tuyến dễ dàng kiểm soát. Sau đó, tôi bay sang Thái Lan để nghỉ ngơi ở Bangkok. Toàn bộ vụ việc tưởng như trẻ con vô hại, nhưng về sau chúng tôi nhận ra: cuộc tranh giành quyền lực giữa hai phe anh em ấy, và sự trỗi dậy của phe Nhu kể từ thời điểm đó cho đến hồi kết bi thảm, đã khiến phe Tổng thống Diệm mất dần vị thế—Huỳnh Văn Lang bị mất chức Tổng giám đốc Văn phòng Ngoại hối, còn Võ Văn Hải vẫn là thư ký riêng cho một vị tổng thống đang dần mất quyền lực. Kết cục cuối cùng là một âm mưu—với một cú hích nhẹ từ CIA—đã vứt đứa bé ra ngoài cùng với cả chậu nước bẩn.

HỒNG KÔNG VÀO THỜI ĐIỂM ĐÓ đang trải qua một đợt hạn hán nghiêm trọng. Nước được phân phối hạn chế đến mức người ta phải dùng can đựng nước biển để giặt giũ và hứng nước từ máy điều hòa để uống cũng như tưới vườn. Gia đình tôi đã chuyển từ Đường Perkins — sau khi hợp đồng thuê nhà kết thúc — đến một biệt thự nhỏ tại số 89 Đường Repulse Bay, nằm trên một sườn đồi nhìn xuống Bãi biển Repulse Bay. Ở đó, gió thổi dữ dội suốt ngày đêm, và tôi gọi nơi chúng tôi ở là "Đồi gió hú". Về mặt tâm lý, căn biệt thự ấy là nơi ở phù hợp cho chặng cuối đầy giông bão trong sự nghiệp của chúng tôi tại Hồng Kông, như một hình ảnh phản chiếu nhợt nhạt của những gì đang phát triển với tốc độ phi mã ở Sài Gòn.

Ngôi nhà cũng thật sự bị bão. Cơn bão đầu tiên "chào đón" chúng tôi lên đỉnh đồi là cơn bão Mary — như một cô gái giận dữ — đã xé nát cây cối, nhổ bật gốc nhiều thân cây, và ném những cục đá mạnh đến mức làm vỡ cả kính cửa trước dày hai inch của chúng tôi. Các "chị em" của Mary gần như nối nhau kéo đến thường xuyên, và nếu họ mang nước đến cho một Hồng Kông khát khô và mất nước, thì họ cũng để lại sự tàn phá cho không gian ngoài trời của toàn bộ hòn đảo và cư dân của nó.

Tình hình chính trị điên rồ ở Sài Gòn tiếp tục vượt ngoài tầm kiểm soát. Với sự can thiệp ngày càng tăng của Mỹ dưới danh nghĩa "hỗ trợ", những báo cáo lố bịch về tình hình đổ về Hồng Kông: nào là các hoạt động du kích do người Mỹ huấn luyện, nào là các nhóm cố vấn Mỹ được cài cắm vào đủ mọi cấp chính quyền, quân đội và các hoạt động dân sự. Tất cả những điều này khiến chúng tôi choáng váng. Hợp lý ra, những người phù hợp nhất để chống lại cộng sản Việt Nam phải là chính những người Việt Nam theo chủ nghĩa dân tộc, và không có dân tộc nào khác — ít nhất là không phải người da trắng — có thể dạy người Việt Nam những điều mà lẽ ra chính chúng tôi phải dạy người Mỹ từ đầu.

Không muốn bị vượt mặt bởi những người Mỹ mới toe, Vương quốc Anh cũng cử sang "Đội Thompson" để cố vấn cho Ngô Đình Diệm cách chống du kích và giành được lòng dân! Người Việt có một câu: *"Nhiều thầy rã đám thối ma"* — nghĩa đen là: "Quá nhiều ông thầy chỉ khiến đám tang rối loạn và xác chết bốc mùi." Đây là một bản dịch Việt đầy rùng rợn nhưng sát nghĩa với câu tục ngữ phương Tây: "Too many cooks spoil the broth" (Nhiều đầu bếp làm hỏng nồi súp). Chúng tôi ở Hồng Kông không thực sự hy vọng gì vào một kết cục tươi sáng cho cuộc chiến đang ngày càng dữ dội này.

Tôi vừa có một chuyến đi vui vẻ đến Đài Loan, trở về kịp dịp Quốc khánh Việt Nam vào ngày 26 tháng 10 năm 1962. Từ trước đó, Lãnh sự quán đã duy trì thông lệ tổ chức lễ này bằng một buổi tiệc chiêu đãi tại Khách sạn Repulse Bay, tiếp theo là một buổi tiệc lớn buổi tối tại nơi cư trú của cộng đồng người Việt. Lễ kỷ niệm năm nay đặc biệt hơn mọi năm vì có sự hiện diện của chú Bùi Kiến Thành, người vừa dừng chân tại Hồng Kông sau một số công việc ở Nhật Bản, cùng với một kỹ sư lập dị — Nguyễn Văn Diên — người đã đóng góp những biểu ngữ lớn và đầy màu sắc mang những khẩu hiệu và lời chúc tốt đẹp đến mức có thể nhìn thấy từ rất xa, thậm chí từ tận bãi biển Repulse Bay.

Cộng đồng người Việt tham dự cũng đông đảo và nhiệt tình hơn mọi năm. Một phần là nhờ không khí lễ hội hấp dẫn hơn với tài nghệ mỹ thuật của Diên. Một phần nữa là vì tôi lần đầu tiên diện áo dài truyền thống và khăn đóng, đi lại giữa đám đông bên cạnh chú Thành và người bạn lập dị Diên. Món quà đặc biệt thứ ba cho buổi lễ là sự hỗ trợ của hãng Hàng không Việt Nam. Hôm đó, họ bay sang mang theo hương vị Việt Nam tươi ngon và thơm lừng: một bữa tiệc thực sự với các món đặc sản như *chả giò* (trứng cuộn), *bì cuốn* (nem rán), *bánh hỏi, nem chua, chả lụa, bánh bò* và nhiều món khác, tất cả đi kèm với *nước mắm ớt, đọt mọt, đọt sộp, lá cách* và đủ đầy các món ăn kèm khác. Không gì đúng hơn cho ngày hôm đó khi mà trái tim và khối óc con người được chinh phục qua khẩu vị của họ — hiệu quả hơn ngàn bài diễn văn hoa mỹ!

33. CUỘC ĐUA ĐIÊN RỒ DẪN ĐẾN DIỆT VONG

MỘT NĂM NỮA TRÔI QUA, và năm 1963 bắt đầu. Đây là năm thứ tám gia đình tôi sống ở Hồng Kông. Ngay sau Tết, trận Ấp Bắc xảy ra — một cuộc giao tranh dữ dội mà kết quả không phải là chiến thắng cho nền cộng hòa, và cũng là dấu hiệu cho nhiều trận chiến đẫm máu hơn đang đến. Tuy nhiên, vào thời điểm đó, điều khiến chúng tôi bận tâm lại là khía cạnh chính trị của vấn đề, chứ không phải quân sự.

Giống như một bệnh nhân trọng bệnh nằm chờ phẫu thuật lớn, Việt Nam lúc đó bất động trên giường bệnh, gần như thờ ơ, tự bằng lòng với vài liều thuốc giảm đau như dầu cao hay cồn. Không còn chút hy vọng nào cho một cuộc cải cách thực sự. Tất cả những gì cuộc đảo chính ngày 11 tháng 11 để lại là việc thành lập các "siêu bộ," đưa những gương mặt cũ quay lại dưới một danh nghĩa mới, và trên hết, là củng cố thêm cỗ máy vận hành mờ ám của Bác sĩ Tuyến. Vụ đánh bom Dinh Độc Lập giờ cũng như bị quên lãng — một vết muỗi cắn, thế thôi.

Tôi quyết định tiếp tục ở lại Hồng Kông một thời gian, vì trong chuyến về Sài Gòn gần đây nhất, bạn bè và người thân đều khuyên tôi nên hạn chế xuất hiện công khai ở thủ đô, nơi mà những tay chân của Bác sĩ Tuyến đang hành xử như thể nắm quyền sinh sát và 'tai nạn' có thể xảy ra bất cứ lúc nào. Sau vụ Hoàng Thi Thơ, tôi càng có thêm lý do để thận trọng. Hơn nữa, tôi cũng đã mỏi mệt với viễn cảnh phải trở lại Sài Gòn: cảnh chờ đợi dài dòng và mệt mỏi để được gặp Tổng thống, cái thái độ "không có gì mới, mọi thứ đều ổn, hỏi Phủ Tổng thống ấy, không phải tôi" từ Phó Tổng thống, và cả từ các bộ ngành bên dưới.

Vợ chồng tôi quyết định đưa ba mẹ sang thăm Hồng Kông lần thứ hai. ba tôi và ba mẹ vợ đến vào tháng Ba. Ba tôi ở lại lâu hơn dự định vì phải phẫu thuật u nang. Ba mẹ vợ tôi thì ở lại rất lâu, đến tận tháng Bảy mới về. Dì Tám đã quay về Sài Gòn sau một thời gian sống cùng chúng tôi, còn chị gái tôi — Cô Bảy — đã sống với gia đình tôi từ tháng 7 năm 1960. Khi ấy, chúng tôi nào ngờ được rằng chuyến đi lần này là lần đoàn tụ cuối cùng giữa chúng tôi và ba mẹ.

Vào giữa tháng Tư, khi ba tôi vẫn còn ở cùng chúng tôi, vụ việc Phật giáo đầu tiên đã xảy ra ở Huế. Lúc đó, chúng tôi không mấy để tâm, trong khi các cuộc thương lượng và đổ lỗi vẫn đang diễn ra, thậm chí tin tức về những nạn nhân bị bắn cũng được giảm nhẹ. Tuy nhiên, sau khi ba tôi trở về Sài Gòn, vấn đề Phật giáo đã trở thành "vấn đề của thời cuộc" – chuyện được bàn tán và chú ý nhất lúc bấy giờ.

Những cuộc thương thuyết giữa Phó Tổng thống Thơ và Giáo hội Phật giáo đưa đến một thông cáo hòa giải. Ba tôi vui mừng viết thư báo rằng sự việc đã được giải quyết. Nhưng thực tế thì không thể xa rời sự thật hơn nữa: tháng Sáu, vụ tự thiêu của Thượng toạ Thích Quảng Đức nổ ra, biến một vấn đề nội bộ thành một biến cố quốc tế. Các quốc gia Nam và Đông Nam Á đồng loạt phản đối. Ngay cả ở Hồng Kông — một nơi có tinh thần thương mại hơn tôn giáo — một số tu sĩ và hội Phật giáo cũng gửi văn bản phản đối, đe dọa sẽ có thêm những hành động đối đầu.

Tôi nhớ lại chiến dịch 'gây quỹ' dài dằng dặc và mang tính cưỡng ép cho lễ kỷ niệm 25 năm thụ phong của Đức Cha Ngô Đình Thục — anh trai Tổng thống Diệm. Chiến dịch kéo dài gần một năm, trong đó mọi tầng lớp xã hội tại Việt Nam đều bị "kêu gọi" (có khi là bị đe dọa) bởi cán bộ và những kẻ lắm chuyện trong mọi tổ chức có thể nghĩ ra, để đóng góp tài chính. Các thương nhân giàu có thì gần như bị tống tiền để "quyên góp" những khoản tiền lớn. Còn những ai giữ các chức vụ ngon ăn trong bộ máy nhà nước thì cạnh tranh nhau xem ai đóng góp nhiều hơn — có lẽ vì nghĩ rằng đó là cơ hội thăng tiến, nhưng thực tế là để giữ vững chiếc ghế của mình.

Đi đôi với sự sốt sắng tài chính đó là một thứ cuồng tín tôn giáo chẳng kém phần tai hại: vào dịp lễ, cả thành phố Huế được phủ kín bằng cờ trắng-vàng của Vatican. Tuy nhiên, đến lễ Phật Đản vào tháng Năm, chính quyền Huế lại cho rằng việc treo cờ Phật giáo là không hợp lệ. Và thế là, Sự cố Cờ đầu tiên xảy ra.

Chỉ đến lúc đó tôi mới nhận ra toàn bộ sự hỗn loạn này bắt nguồn từ lễ mừng 25 năm của Đức Cha Thục. Nếu sự kiện đó được thu gọn lại cho phù hợp, cả về mặt vật chất lẫn đạo đức, thì đã không dẫn đến những hành vi thái quá. Thật không may, và gần như không thể tránh khỏi, mọi việc cứ thế mà trượt dài, như một cỗ xe lao nhanh xuống vực.

TRONG KHI ĐÓ, MARIE TRỞ VỀ từ Mỹ sau khi tốt nghiệp cử nhân tại Rivier College ở New Hampshire. Ngày con bé về, cả nhà kéo nhau ra đón tại sân bay Kai Tak. Các phóng viên đã đánh hơi được sự hiện diện của tôi nhưng không tin rằng tôi chỉ ra đó để đón con gái. Họ bám theo tôi để tìm xem vị khách VIP bí mật của tôi là ai — chắc chắn phải có liên quan đến vụ Phật giáo tại Việt Nam. Cuối cùng, tất cả đều thất vọng khi thấy chỉ có Marie, nhưng suốt thời gian ấy, họ vẫn liên tục ném vào tôi vô số câu hỏi, trong khi tôi chẳng có gì để cung cấp cho họ về vụ việc đau lòng ấy.

Từ tháng Bảy trở đi, Việt Nam lao vào một cuộc chạy đua điên cuồng đến bờ vực diệt vong, mở màn bằng một tập hướng dẫn được sao y từ Văn phòng Cố vấn Chính trị và vội vã gửi đến các cơ quan ngoại giao ở nước ngoài. Người ta phát hiện ra rằng Ngô Đình Nhu chính là quyền lực tối cao mới của toàn bộ chính phủ. Ông ta bác bỏ thẳng thừng mọi nhượng bộ mà Tổng thống Diệm từng thực hiện đối với giới Phật giáo, thậm chí còn gián tiếp trách cứ Tổng thống vì những động thái đó. Nhu hàm ý một chính sách mới, rất rõ ràng: phải đối đầu với Phật giáo và "đặt họ về đúng chỗ." Lực lượng Thanh niên Cộng hòa sẽ là quân đoàn cận vệ kiểu kiêu binh La Mã (Praetorian) của ông. Là lãnh đạo của họ, Nhu sẽ nắm toàn quyền kiểm soát. Mọi nỗ lực hòa giải trước đó với Phật tử đều bị xóa sổ.

Một giọt mồ hôi lạnh chảy dọc lưng tôi khi tôi tiêu hóa hết tất cả những điều này. Rõ ràng đến không thể nhầm lẫn: Gia đình họ Ngô đã đến "điểm không thể quay đầu". Họ hoặc là chiến thắng bất chấp mọi khó khăn, hoặc sẽ bị đập tan, nhục nhã. Cùng với việc hoàn toàn không có chỉ đạo nào từ phía Tổng thống, những chỉ thị mới phát đi từ văn phòng Nhu chẳng khác gì một cuộc đảo chính cung đình. Ngô Đình Diệm đã bị chính em trai mình phế truất. Và chuyện đó diễn ra không phải bằng súng, mà bằng một cái tát vào mặt!

Những chỉ thị mới liên tục được gửi tới qua đường ngoại giao, nhưng tất cả chỉ là xác nhận cho một điều đã quá rõ: chúng tôi đang chờ một "triều đại mới" — triều đại của Nhu. Ở Hồng Kông, chúng tôi chỉ đợi sự chính thức hóa việc Nhu tiếp quản để có thể từ chức trong sự thanh thản của lương tâm. Chúng tôi không biết rằng lúc đó đã có nhiều người — không ít trong số đó từ chính Văn phòng Cố vấn Chính trị của Nhu — đang chuẩn bị phế truất *ông*, ngay trong lúc ông ta đang âm thầm hạ bệ anh trai mình.

Ngay sau những hành động của Nhu là sự xuất hiện của Đại sứ Mỹ Henry Cabot Lodge, Jr., kéo theo một loạt chính sách mới của Hoa Kỳ dành cho Sài Gòn. Đài Tiếng nói Hoa Kỳ bắt đầu phát sóng những chương trình lên án chế độ của Ngô Đình Diệm. Không muốn bị bỏ lại phía sau, Trần Văn Chương cũng góp phần vào cuộc hỗn loạn khi tuyên bố từ chức — và sau đó, chính con gái ông, bà Nhu, đã lên tiếng công kích cha mình không một chút khoan nhượng.

Có thể nói chắc chắn rằng vào thời điểm ấy, cả thế giới dõi mắt về Việt Nam. Liên Hiệp Quốc cử một phái đoàn điều tra đến Việt Nam do Bửu Hội đứng đầu. Trong khi đó, các vụ tự thiêu tiếp tục diễn ra, và bà Nhu vô tình đổ thêm dầu vào lửa khi gọi các vụ ấy là "bữa tiệc BBQ của nhà sư." Quả đúng như chúng tôi lo ngại: Tổng thống Diệm không còn kiểm soát được tình hình nữa — cả trên danh nghĩa lẫn thực tế. Từ đây, tất cả đã trở thành vở diễn riêng của Ngô Đình Nhu.

Chính sự oán giận đối với gia đình Nhu đã khiến phần lớn người Việt Nam mong muốn sớm chấm dứt chế độ cai trị của gia đình họ Ngô. Chúng tôi đã ngây thơ nghĩ rằng nếu Diệm không còn kiểm soát được em trai mình nữa, thì tốt hơn hết ông nên từ chức và để cho đám đông — nếu không phải là Quân đội — xử lý ông bà Nhu, đặc biệt là bà Nhu đáng ghét. Ví dụ, con gái tôi, Marie, đã thốt lên: "Đã đến lúc rồi!" khi nghe một chương trình của VOA liệt kê những hành vi thái quá của ông bà Nhu và công khai lên án họ.

Sự kiện bất ngờ đối với chúng tôi ở Hồng Kông là sự xuất hiện của Bác sĩ Trần Kim Tuyến. Ông đến vào cuối tháng Tám và ở lại cho đến khi cuộc đảo chính ở Sài Gòn gần kết thúc, trước khi vội vã bay về nước — để rồi bị bắt giam, hoàn toàn trái ngược với những gì ông tưởng tượng sẽ xảy ra với mình. Khi ông lần đầu xuất hiện trên đảo, tôi đã không khỏi sửng sốt: chẳng lẽ Nhu đang chuẩn bị đảo chính từ Hồng Kông? Nhưng chẳng bao lâu sau, người ta phát hiện rằng Bác sĩ Tuyến không còn là "người trong cuộc" nữa. Ông đã bị đày ra làm Tổng Lãnh sự tại Cairo, nhưng rồi từ chức và chạy trốn để "tị nạn" ở Hồng Kông. Một kẻ lưu vong và là người tị nạn! Chính trị quả thật có những kẻ đồng hành kỳ lạ.

Vào tháng Chín, một người bất ngờ đến Lãnh sự quán

là ông Võ Văn Lang, anh trai ông Võ Văn Hải. Lang nói với tôi rằng ông lo sợ Tổng thống Ngô Đình Diệm sẽ không thoát khỏi những sự kiện gần đây mà không bị tổn hại. Những gì ông ám chỉ khiến tôi sợ hãi, nhưng tôi không tin rằng "Ông Già Tốt Bụng" của chúng ta sẽ bị giết. Đúng là nhiều năm qua Diệm đã thay đổi đến mức không còn là người đàn ông mà chúng tôi từng biết và quý mến ở New York nữa. Nhưng công bằng mà nói, ai có thể vẫn là chính mình sau tám năm làm Tổng thống và gần như chín năm điều hành một chính quyền gần như tuyệt đối?

Chúng tôi không thể tiếp cận ông nữa, và về sau, cũng không còn muốn gặp ông — không phải vì chúng tôi ghét ông, dù đã nếm trải đủ sự phiền hà mỗi lần cố liên lạc. Mà là vì mọi chuyện — và việc gặp ông cũng là một phần trong đó — đã trở nên vô nghĩa, vô vọng và mất hết tinh thần ngay từ khi mới bắt đầu. Nếu như các em của Diệm là Cẩn và Nhu, và nhất là đám tay chân của họ, đã để lại trong chúng tôi một ấn tượng sâu sắc rằng chính quyền của ông cần phải chấm dứt — chỉ để xóa sổ cái bộ sậu vây quanh ông — thì bản thân ông vẫn là người không thể thay thế.

Chúng tôi dần nhận ra rằng không thực tế khi hy vọng có thể tách riêng ông ra khỏi các em mình. Thay vì mong muốn, chẳng hạn, thấy Nhu được bổ nhiệm làm đại sứ tại Washington D.C. thay cha vợ, chúng tôi lại hy vọng vào một cuộc ra đi trong danh dự, để rồi Tổng thống sẽ sống lưu vong cùng chúng tôi ở Mỹ một lần nữa. Thật vậy, đó là điều mà vợ tôi và tôi đã thầm mong suốt nhiều tháng, thậm chí trước cả khi các sự cố Phật giáo bùng nổ. Khi khủng hoảng phát triển, chúng tôi vẫn ngây thơ giữ niềm tin rằng giấc mơ ấy có thể trở thành hiện thực. Bản thân chúng tôi cũng cần một cuộc sống mới, và điều đó có thể tiếp tục từ nơi chúng tôi dừng lại năm 1953, nhưng với một Ngô Đình Diệm hiền hòa hơn, đã được trui rèn, và mãi mãi là ông nội Maryknoll của con gái chúng tôi.

Mười năm sống trong chính trị hỗn loạn và đau đớn (khi tận mắt chứng kiến chính em trai mình phản bội) sẽ khiến ông trở lại là con người trước kia, và chúng tôi có thể báo đáp ân tình bằng cách giữ ông ở lại với chúng tôi đến cuối đời. Một lần nữa, đó là giấc mơ ngây thơ của chúng tôi. Chúng tôi chưa từng nghĩ sẽ có ai cố ý giết ông — không phải Quân đội, càng không phải người Mỹ — kể cả khi tất cả họ đều tên là Cabot Lodge!

TRONG NHỮNG ĐIỀU KIỆN RỐI LOẠN ĐÓ, ngày Quốc khánh Việt Nam lại đến, và chúng tôi chỉ tổ chức một cách chiếu lệ tại dinh thự của mình ở Repulse Bay. Không biết chuyện gì đang diễn ra — dù linh cảm đã đầy ắp — chúng tôi đơn giản hóa Ngày Độc lập lần cuối này đến mức tối thiểu. Chúng tôi bỏ qua tiệc chiêu đãi thường lệ tại Khách sạn Repulse Bay. Không gửi thư mời đến Thống đốc Hồng Kông hay Đoàn Lãnh sự. Thay vào đó, chúng tôi chỉ gửi thiệp thông báo chính thức về dịp lễ mà không có bất kỳ nghi lễ nào đi kèm.

Tối ngày 26 tháng 10 năm 1963, cộng đồng người Việt ở Hồng Kông tụ họp tại dinh thự. Không giống những năm trước, ai nấy đều bận tâm chuyện riêng, chỉ lơ đãng tham gia những nghi thức ăn mừng, và ai cũng cảm thấy năm nay có điều gì đó khác biệt rõ rệt. Như một điềm báo cuối cùng, khu vực bày biện giống như bục lễ, với các chậu hoa và quốc kỳ vây quanh chân dung Tổng thống

Ngô Đình Diệm, vô tình được trang trí theo kiểu khiến tôi liên tưởng đến lễ Mùa Chay trong nhà thờ. Một sự phối màu không vui mắt, có lẽ vậy, hoặc là cách sắp xếp nến và hoa đã thể hiện một phản chiếu từ bên ngoài về trạng thái tiềm thức bên trong chúng tôi. Một tiềm thức tập thể — vì đó không phải là tác phẩm của riêng ai, mà là kết quả của sự chung tay từ những người chuẩn bị bữa tiệc và toàn thể người tham dự.

Những màn ăn uống, uống rượu, phát biểu và chiếu phim thông thường lần này diễn ra một cách nhạt nhẽo. Chúng tôi bực bội khi thấy bà Nhu xuất hiện trên phim, khoe khoang nhóm Thanh nữ Cộng hòa của bà — đầy vẻ ngạo mạn và phù phiếm. Buổi tối khép lại, chúng tôi bắt tay chia tay những vị khách Việt Nam mà không hay rằng đó là lần cuối cùng gặp họ.

Tại phòng ngủ, vợ chồng tôi dán tai vào chiếc radio, dò sóng Sài Gòn, cố nghe xem lễ kỷ niệm Ngày Quốc khánh ở quê nhà diễn ra như thế nào. Có thật là lễ vẫn được tổ chức khi mà Nhu đang kiểm soát mọi thứ không? Chúng tôi nghe được bản tin về cuộc diễu hành quân sự trong lễ Quốc khánh, với Tổng thống Diệm đứng trên lễ đài duyệt binh, nhận chào từ các đoàn quân diễu hành qua lễ đài. Việc dán chặt tai vào radio đã trở thành thói quen định kỳ của chúng tôi kể từ sau cuộc đảo chính ngày 11 tháng 11 năm 1960. Và chúng tôi tiếp tục như thế mỗi ngày, kể từ sau sự cố Phật giáo và những hệ lụy của nó. Chúng tôi không thể trông cậy vào các bản tin chính thức từ Bộ — vốn thường là một hình thức che đậy hơn là sự thật, lại đến quá trễ để hữu ích. Kinh nghiệm dạy chúng tôi rằng, nếu có đảo chính, đài phát thanh sẽ là nơi đầu tiên bị chiếm, và bản tin đầu tiên sẽ phát từ phía kẻ kiểm soát được nó.

Mãi đến 10 giờ sáng hôm sau tôi mới quyết định rút lui khỏi mọi thứ. Một đoàn đại diện các nhà sư Phật giáo đã gửi lời đến Lãnh sự quán, muốn gặp tôi khi tiện để "giải thích" về chính sách "chống tôn giáo" của chính phủ tôi. Tôi lặng lẽ rút lui qua một cánh cửa phụ mà tôi đã bố trí sẵn khi Lãnh sự quán chuyển sang trụ sở mới. Khi về đến Repulse Bay, tôi gọi cho văn phòng, báo rằng mình đang trên đường đi Manila, Philippines, nghỉ ngơi một thời gian. Tôi chỉ mất vài phút để thu xếp đồ đạc và lên đường.

Tại sân bay Kai Tak, ánh nắng rực rỡ, nhưng trong lòng tôi là một cơn bão. Tôi đang chạy trốn điều gì? Và tôi đang chạy về đâu? Giờ đây tôi không còn gì phải xử lý nữa, khi Việt Nam đã bị thu gọn thành một đề mục duy nhất: Vấn đề Phật giáo. Ngay cả Việt Cộng cũng đã lùi vào hậu trường. Có phải theo bản năng, tôi đã tìm đến Philippines — quốc gia Công giáo duy nhất ở Đông Nam Á — vì ở đó tôi có thể được yên thân?

Tình cờ, Đại sứ tại Manila lúc ấy là ông Trần Hữu Thế, một học trò của Tổng Giám mục Ngô Đình Thục. Trước khi được bổ nhiệm, ông từng thay thế Cha Cao Văn Luận làm Viện trưởng Đại học Huế, sau khi Cha Luận từ chức để phản đối chính sách của chính phủ (tức là của Nhu) đối với Phật tử. Tôi giận dữ vì sự ngạo mạn của Tổng Giám mục và cho rằng ông là căn nguyên của toàn bộ sự hỗn loạn này. Tôi cũng giận cách Ngô Đình Nhu và vợ ông đối xử với Phật tử, đặc biệt là cuộc đàn áp gần đây nhất nhằm vào chùa Xá Lợi. Tôi chỉ muốn tránh xa tất cả những gì gợi nhắc đến **họ**. Vậy mà cuối cùng, tôi lại va phải kẻ nịnh bợ số một của họ.

Ông bà Bùi Công Văn tại Hồng Kông
trong Ngày Quốc khánh, tháng 10 năm 1963

Tư dinh tại Repulse Bay được trang trí nhân Ngày Quốc khánh, tháng 10 năm 1963

34. VỤ ÁN MẠNG TRONG XE TĂNG

Manila, Philippines, ngày 27 tháng 10 năm 1963

Thật trớ trêu khi tôi muốn thoát khỏi mọi thứ, vội vã rời Hồng Kông, để rồi lại đáp xuống ngay giữa lãnh địa của một trong những kẻ nịnh hót hèn hạ nhất của Nhà Ngô đang trị vì. Có rất nhiều kẻ nịnh hót, nhưng Thế đứng đầu, vượt xa tất cả bọn họ. Được Tổng Giám mục Ngô Đình Thục đặc biệt bảo trợ, Thế được nâng lên làm Bộ trưởng Bộ Giáo dục Quốc gia mà không nhờ chút công trạng cá nhân nào. Ông ta đáng lẽ nên ở lại đó, bởi ai cũng nghĩ rằng ông chẳng còn chỗ nào để đi — trừ đi xuống. Thế đã chạm đáy về đạo đức và nhân cách, nhưng ông ta tin — nếu chúng ta không tin — rằng bất cứ nơi nào được phái đến thì ông chỉ có thể được nâng lên cao hơn!

Trong lúc khủng hoảng Phật giáo đang diễn ra, khi Linh mục Cao Văn Luận từ chức Viện trưởng Đại học Huế để phản đối chính sách đàn áp của Ngô Đình Nhu, Trần Hữu Thế được lệnh đến thay thế và lập tức tuân theo. Người ta chưa từng thấy chuyện bất thường nào như vậy ở bất kỳ nơi nào trên thế giới: một Bộ trưởng Giáo dục kiêm nhiệm chức Viện trưởng một đại học ở cách xa thủ đô hàng trăm cây số.

Và đây không chỉ là một sự lố bịch về hành chính. Huế là 'thủ đô' của Phật giáo, nơi vừa xảy ra một vụ đàn áp đẫm máu mà theo mọi biểu hiện bên ngoài, đã hoàn toàn chính đáng hóa sự phẫn nộ của cả giới tăng lữ lẫn Phật tử. Phải có sự kiêu ngạo tột bậc từ phía Tổng Giám mục Công giáo thì mới có thể thay thế một Hiệu trưởng dễ mến — lại cũng là linh mục — bằng một tín hữu Công giáo mới cải đạo và hoàn toàn vô dụng. Và cũng phải có sự trơ trẽn hạng nhất từ một kẻ nịnh hót siêu đẳng mới có thể dám nhảy vào vị trí ấy.

Tuy nhiên, sau vài tuần chao đảo giữa cơn phẫn nộ sôi sục của dân chúng, lòng can đảm của Thế cũng cạn kiệt, và ông ta bỏ trốn để bảo toàn mạng sống. Cảnh tượng ông ta đối mặt với Tổng Giám mục hẳn sẽ thật buồn cười, nếu chúng tôi có dịp chứng kiến! Nhưng rồi cũng phải có lối thoát — không phải để cứu lấy bộ mặt của ông ta, mà là bộ mặt của Đức Tổng Giám mục. Việc đưa Thế trở lại Bộ Giáo dục rõ ràng không phải là giải pháp mà chỉ là việc chứng tỏ quyền hạn! Thế được đội thêm chiếc mũ thứ ba: chỉ với một cái búng tay của Đức Tổng Giám mục, ông ta trở thành Đại sứ Toàn quyền tại Cộng hòa Philippines!

Vậy là chúng tôi gặp lại nhau ở đó. Thế vừa bắt đầu sự nghiệp ngoại giao mới và có lẽ đang vô cùng sung sướng vì vừa thoát khỏi miệng sư tử. Còn tôi thì rầu rĩ và tuyệt vọng hơn bao giờ hết khi thấy Thế tại sân bay Manila. Vì không thể khơi mào một cuộc tranh cãi tử tế, tôi buộc phải nuốt cơn giận đang dâng lên trong lòng — thật khó khăn. Điều đó hẳn đã thể hiện rõ, và Thế cảm nhận được. Chắc chắn ông ta cũng hiểu điều đó, vì ông đâu phải kẻ ngốc. Với sự kiên nhẫn lạ thường, ông đích thân cùng tôi làm thủ tục nhập cảnh và hải quan, tự tay xử lý giấy tờ của tôi, luôn nở nụ cười tươi rói. Liệu tất cả những điều này có phải là cố ý? Ông ta không thể cử một nhân viên Đại sứ quán làm thay sao? Hay đây là một phần của màn chuộc lỗi? Một trò tâm lý?

Dù thế nào đi nữa, tôi cũng không thể thoát khỏi ảnh hưởng của nó. Tôi biết mình đang vô lý, và sự tự cao đi đôi với lòng kiêu hãnh luôn là điều đáng trách. Tôi không có quyền tự cho mình là người phán xét kẻ khác. Nếu tôi cho rằng Thế là kẻ đáng khinh, thì sự khiêm nhường (ít ra là bề ngoài) của ông ta hẳn phải khiến tôi xấu hổ về chính bản thân mình. Nhưng tôi không thể kiểm soát mình. Và tôi có lý do — một điềm gở đang treo lơ lửng trên đầu khiến tôi cảm thấy như nó sắp giáng xuống tôi, và Thế trở thành vật tế thần tiện lợi.

Từ sân bay, Đại sứ lái xe đưa tôi đến khách sạn mà ông đã đặt trước. Tôi được mời đến dự tiệc chiêu đãi của Đại sứ quán vào tối hôm đó, để mừng Ngày Quốc khánh. Ở đây, lễ được tổ chức trễ một ngày để phù hợp với lịch trình giới thượng lưu Manila.

Đúng 7 giờ tối, tôi có mặt tại khuôn viên Đại sứ quán, được trang hoàng bằng đèn lồng Nhật Bản và nhiều đèn màu quanh bãi cỏ phía trước, nơi những chiếc bàn tròn đã được bày sẵn đợi khách. Nhân viên phục vụ tất bật di chuyển. Đại sứ Thế đưa tôi đi dạo một vòng, và tôi có dịp chào hỏi phu nhân của ông.

Chẳng bao lâu sau, khách khứa đến đông đủ, và tôi đứng ở hàng tiếp tân cùng họ. Bữa tối bắt đầu, và tôi nhận thấy hầu như không có người Việt Nam nào. Theo như tôi thấy, đây gần như là một bữa tiệc dành cho người Philippines và giới ngoại giao ở Manila. Không có lời chúc mừng hay nghi thức nào cả: có thể xem như một buổi tối bình thường trong giới ngoại giao. Càng tốt, tôi nghĩ vậy. Nếu Tổng thống Philippines không có mặt để nhận lời chúc mừng, thì nếu có ai chúc Tổng thống Việt Nam Cộng hòa, điều đó chỉ làm tăng thêm nỗi bức bối trong lòng nhiều người.

Trong bữa ăn sau đó, có lẽ do ảnh hưởng của vài ly rượu, tôi đã mất kiềm chế và nói khá to với vài vị khách Đại sứ quán Pháp cùng bàn khi họ chỉ trích và hạ thấp chính quyền Sài Gòn. Thế bước tới, ngượng nghịu ghé vào tai tôi lẩm bẩm điều gì đó đại loại như: "Của anh cũng là của tôi mà." Tôi nổi giận, định đáp lại một trận nữa, nhưng người Pháp tinh ý khen ngợi tiếng Pháp của tôi, khiến bầu không khí dịu đi.

Sau khi vị khách cuối cùng rời đi, Thế và vợ giữ tôi ở lại chơi bài 'tứ sắc' — trò mà họ biết tôi rất thích. Chúng tôi ngồi xuống chơi liền tay cho tới sáng. Hoà, một thư ký Đại sứ quán, là người chơi thứ tư và sẽ là người hướng dẫn tôi trong thời gian ở Manila. Trong nhiều giờ chơi bài đó, tôi chắc chắn đã vô tình hoặc cố ý nói ra nhiều điều khiến họ tổn thương. Sau đêm đó, Đại sứ tránh mặt tôi suốt hai ngày.

Manila, Philippines, ngày 30 tháng 10 năm 1963

Hôm nay, khi đang ngồi trong nhà hàng khách sạn Shell Born — nơi tôi đã chuyển sang ở — một nhân viên gọi lớn sau tiếng chuông điện thoại: "Lãnh sự Việt Nam, có điện thoại!" Tôi bước ra quầy, nhấc ống nghe, vừa xấu hổ vừa khó chịu khi nhiều lính Mỹ trong nhà hàng dõi mắt nhìn tôi đầy ác cảm. Có lẽ là vì "Lãnh sự" hay "Việt Nam" — hoặc cả hai. Tôi cảm thấy vô cùng tự ti và nghĩ thầm: "Tất cả là do Ngô Đình Diệm và tôi đều sống nhờ vào Hoa Kỳ."

Đại sứ gọi để mời tôi cùng ông tham gia chuyến đi bằng ô tô đến Pak Snag Hang — một khu nghỉ mát tuyệt đẹp ở vùng cao nguyên phía bắc Manila — nhân dịp Ngày Lễ Các Thánh, 1 tháng 11. Tôi cảm ơn ông và đồng ý.

Trong hai ngày qua, tôi đã cân nhắc việc quay trở lại Sài Gòn, nghĩ rằng nếu tận mắt chứng kiến sự việc, tôi có thể nhẹ lòng hơn. Tôi đến phòng vé của Air France để hỏi thông tin các chuyến bay, nhưng sau khi biết rằng không có chuyến nào đến Sài Gòn cho đến tuần sau, tôi bỏ cuộc.

Trong khi đó, Hoà đã chiếm một chiếc giường trong phòng khách sạn của tôi và ở lại bầu bạn. Khi tôi lên phòng, bà Cao Thái Bảo — vợ của Đại biện lâm thời tại Bangkok, Thái Lan — đến gặp tôi để giải quyết việc tiền nong. Bà đã chôn cất con trai mình tại Manila, và sau Lễ Các Linh Hồn, khi đến thăm mộ con, bà sẽ qua Hồng Kông nên cần một tấm séc để đổi tiền.

Manila, Philippines, ngày 31 tháng 10 năm 1963

Hoà và tôi mượn xe của Đại sứ quán, lái lên phía bắc Philippines để thăm Los Banos. Chúng tôi đến Viện Nghiên cứu Lúa gạo Rockefeller và tình cờ gặp lại Trương Đình Phú — người đang làm việc tại đây, với học vị Tiến sĩ Nông nghiệp. Phú từng là sinh viên ở Illinois và là bạn cùng phòng với tôi khi tôi tham dự hội nghị đầu tiên của Hội Sinh viên Công giáo Việt Nam tại Hoa Kỳ vào năm

1952. Chúng tôi mừng rỡ khi được gặp lại nhau sau ngần ấy năm — lại là ở Philippines! Có hai sinh viên Việt Nam khác cũng đang ở đó. Vào cuối ngày, hai cô gái ấy — Diễm và Dung — cùng Hoà và tôi về lại Manila.

Chúng tôi đưa hai cô gái đến một nhà trọ dành cho nữ sinh, rồi lái xe đưa Phú về khách sạn Shell Born để — như thuở trước — chia sẻ phòng với tôi. Những ký ức xưa tràn về làm tôi vui lên khi tôi và Phú chuyện trò tới khuya, bên cạnh Hoà đang say ngủ, cuộn tròn trong giường.

Manila, Philippines, ngày 1 tháng 11 năm 1963

Sáng sớm, Đại sứ đến đón tôi cùng hai vị khách khác đi vùng đồi núi: bác sĩ Nguyễn Phước Đại, vợ ông là một nữ nghị sĩ, và bác sĩ Tôn Thất Niệm — con trai của ông Tôn Thất Hội, Đại sứ Việt Nam tại Lào — người đang có mặt ở Manila để dự hội nghị y khoa. Đường đi xa, nên chúng tôi chỉ tới nơi vào giữa trưa.

Thế thuê một căn nhà trên cây, xây giữa thân một cây xoài khổng lồ. Kiến trúc mộc mạc hòa vào khung cảnh đồi núi xanh tươi xung quanh. Người lái xe mang theo bữa trưa picnic xa hoa do bà Thế chuẩn bị sẵn, và chúng tôi thay đồ thể thao để đi "chèo thuyền ngược dòng".

Từ nhà trên cây, chúng tôi đi bộ xuống bờ con sông nhỏ gần đó — dòng nước nông, nơi chúng tôi thuê một chiếc xuồng với hai người chèo thuyền ngồi hai đầu. Cả bốn chúng tôi ngồi ở giữa và bắt đầu chuyến đi. Dòng nước lúc đầu chảy xiết, mạnh mẽ, và hai người chèo thuyền phải chèo hết sức. Hai vách đá dựng đứng hai bên sông phủ đầy rêu và dương xỉ, thỉnh thoảng có những dòng suối nhỏ phun sương mờ ảo, làm ướt cả những cây thông mảnh mai đang như "liếm" từng giọt nước.

Càng lên thượng nguồn, sông càng cạn. Có đoạn, người chèo phải vác cả xuồng và khách vượt qua các khối đá, để đến đoạn nước mới chỉ vừa đủ sâu để chiếc xuồng trôi nổi. Việc đẩy kéo xuồng ngược dòng diễn ra chậm chạp, nhọc nhằn.

Ở nơi được xem là đầu nguồn, dòng sông khô cạn hẳn. Sau một hồi nghỉ ngơi, chúng tôi bắt đầu hành trình quay về gian nan không kém. Chúng tôi so sánh cảnh quan nơi đây với những khung cảnh quen thuộc ở Việt Nam: các hẻm núi, hang động, đảo đá dẫn tới Chùa Hương ở Hà Tây. Tất nhiên, cảnh đẹp Việt Nam vẫn thắng thế.

Trên đường đi và về, chủ đề trò chuyện vẫn xoay quanh cuộc khủng hoảng Phật giáo và những hậu quả có thể xảy ra. Ai nấy đều mang cảm giác lo âu mơ hồ, nhưng chưa ai thấy thực sự hoảng hốt. Trời hôm ấy tuyệt đẹp: nắng vàng phủ trên nền trời xanh thẳm, viền mây trắng chuyển động nhanh như lụa satin. Khoảng 1 giờ 30 chiều, chúng tôi leo trở lại nhà trên cây và hăng hái thưởng thức bữa trưa — ăn theo kiểu dân dã, mỗi người để phần ăn của mình trong một tấm lá chuối lớn.

Đường về Manila xa và nóng, ai nấy đều mệt rũ, gật gù suốt dọc đường. Về tới nơi, chúng tôi chia tay, ai về khách sạn nấy để nghỉ ngơi. Tôi thức dậy lúc trời đã tối, đèn đường đã bật sáng. Vẫn còn uể oải, tôi tắm qua loa rồi rủ Phú đi sang khách sạn nơi hai bác sĩ ở. Bọn tôi ăn tối món Tàu ở Nhà hàng Bắc Kinh, rồi ghé Câu lạc bộ đêm Bay Side giết thời gian vài tiếng trước khi trở lại Shell Born lúc nửa đêm.

Một nỗi bất an đột ngột ập đến, như thể tôi vừa tỉnh dậy sau một cơn ác mộng mơ hồ nhưng khó chịu. Tôi nhìn đồng hồ: 2 giờ sáng. Rón rén bước ra khỏi phòng, tôi xuống tầng hầm đến quán bar mở suốt đêm. Một mình tôi ngồi trong góc tối, vai khom xuống, ly cocktail Manhattan đặt ở khuỷu tay. Tôi cố gắng tua lại trong đầu chuỗi sự kiện những ngày gần đây: bản tin của đài Sài Gòn về Tổng thống Diệm chào theo nghi thức quân đội, tiếng kèn hiệu trận còn vang bên tai… vụ đoàn Phật tử phục kích tôi ở Lãnh sự quán, nơi tôi phải lẩn đi qua cửa bí mật… cuộc đụng chạm ngắn ngủi giữa tôi và Đại sứ Thế… những người chèo xuồng ở Pak Sang Hang, áo Hawaii ướt đẫm mồ hôi… và giờ này… một Sài Gòn có lẽ đang sôi sục, một cái vạc hận thù đang bốc hơi trong chính chất lỏng của nó. Chìm trong nỗi buồn không thể gọi thành lời, tôi gạt những hình ảnh u ám ấy sang một bên và lảo đảo trở về phòng.

Manila, Philippines, Ngày lễ Các Linh Hồn, 2 tháng 11 năm 1963

Sáng hôm sau, tôi vẫn đang ngủ thì cửa phòng bật mở — bác sĩ Đại và bác sĩ Niệm hớt hải xông vào, hai tay giơ cao hai tờ báo *Manila Morning*, tiêu đề in đỏ như máu: "ĐẢO CHÍNH Ở SÀI GÒN!"

Cả phòng như bị sét đánh. Phú, đầu tóc bù xù và hoảng hốt, hét lên: "Trời ơi! Trời ơi!" Hoà thì kinh hoàng đứng sững trên giường như thể hóa đá. Hai bác sĩ vẫn cầm tờ *Manila Morning*, trong tư thế "giơ tay lên", mắt dán chặt vào những cột tin ít ỏi dưới dòng tít tám cột: Manila vẫn chưa có thông tin chi tiết, chỉ lặp lại những đoạn trích được theo dõi từ radio cùng vài bản tóm tắt ngắn gọn về "một cuộc đảo chính đang diễn ra ở thủ đô Nam Việt Nam." Chúng tôi vội bật chiếc radio bán dẫn cầm tay, chỉ để nghe lại những mẩu tin sơ sài tương tự từ đài phát thanh Manila.

Chúng tôi quyết định cần một máy thu sóng ngắn mạnh hơn để bắt được Radio Sài Gòn. Vì thế, cả nhóm vội vã ra ngoài, chen nhau lên xe của Đại sứ quán và lái đi theo chỉ dẫn của Hoà đến nhà Đại úy Phi — liên lạc quân sự của ta ở Manila. Không ai trong chúng tôi nghĩ đến việc gọi đến Đại sứ quán Việt Nam.

Khi xe chúng tôi đến gần nhà Đại úy Phi, tôi nghe thấy những tiếng ngân nga rời rạc nhưng rõ ràng, từng nốt lên xuống theo một gam nhạc piano cao vút. Âm nhạc vang lên từ trong nhà đại úy, trôi đi lững lờ, như thể phát ra từ một đôi tay học trò đang tập dượt vào buổi sáng tinh sương, khi sương đêm còn đọng thành giọt long lanh nhiều màu trên những tán cây xanh quanh nhà. Tiếng chuông cổng cũng không làm âm nhạc dừng lại, nên trong khi cổng đang được mở cho chúng tôi, những âm giai vẫn tiếp tục ngân vang lên xuống, vang lên những nốt rời rạc và vui tươi. Âm nhạc trong ngôi nhà của một sĩ quan Quân đội Việt Nam — ngay trong buổi sáng đặc biệt này!

Trong đầu tôi chợt hiện lên hình ảnh Quân đội đang hân hoan vì cuộc đảo chính đã thành công. Rồi một hình ảnh khác hiện về: cuộc đảo chính lật đổ Syngman Rhee ở Hàn Quốc, và cảnh một nhà ngoại giao Mỹ trẻ tuổi vui mừng đập mạnh vào đàn piano trong Đại sứ quán để ăn mừng chiến thắng.

Đại úy Phi chào chúng tôi một cách rất bình thản. Khi

chúng tôi bắt tay nhau, vợ ông ta đứng dậy khỏi cây đàn, nét mặt rạng rỡ, nửa cười như đang nói chuyện với chính mình, rồi từ từ khép nắp đàn lại và rút lui sau tấm rèm hạt cườm. Nhìn lướt qua chiếc radio, tôi thấy nó đang tắt — chắc đã bị tắt đi trong lúc bà chủ nhà tập đàn. Phi vui vẻ bật radio lên và chỉnh núm dò sóng để tìm Đài Sài Gòn. Tiếng nhiễu lách tách vang lên xen kẽ với nhạc quân hành — đúng là Radio Sài Gòn đang phát.

CHÚNG TÔI LẮNG NGHE trong khoảng nửa giờ những bản tin được Quân đội Việt Nam Cộng hòa phát lặp đi lặp lại, xen kẽ với nhạc quân hành và các bài hát yêu nước được phát theo chu kỳ đều đặn. Bản tin tuyên bố nhiều lần rằng cuộc đảo chính — bắt đầu lúc 1 giờ chiều ngày 1 tháng 11 — sắp kết thúc trong thắng lợi. Những danh sách dài tên các sĩ quan trong Quân đội tham gia cuộc "Cách mạng" được lần lượt xướng lên, dường như không bao giờ dứt. Rồi bỗng một giọng nói vang lên: "Chú ý! Chú ý! Chúng tôi có một thông báo quan trọng." Tất cả chúng tôi giật bắn người, như thể có lò xo dưới ghế. Đại úy Phi vặn âm lượng lên tối đa. Lúc đó là 11 giờ 15 phút sáng, theo đồng hồ tôi.

Giọng nói bắt đầu: "CHÚNG TÔI VỪA ĐƯỢC BIẾT," giọng nói tiếp, "RẰNG NGÔ ĐÌNH DIỆM VÀ NGÔ ĐÌNH NHU VỪA MỚI TỰ TỬ." Một khoảng ngừng ngắn. "CHÚNG TÔI XIN LẶP LẠI, NGÔ ĐÌNH DIỆM VÀ NGÔ ĐÌNH NHU VỪA TỰ TỬ." Chúng tôi đứng sững, đông cứng trong im lặng, mỗi người rơi vào dòng suy nghĩ riêng. Tiếng thở gấp gáp của nhau nghe rõ mồn một. Tim tôi đập thình thịch. Ngoài tiếng tĩnh điện lách tách kéo dài và vài tràng mã Morse đơn độc vang lên rồi tan biến như mưa rào nơi xa, căn nhà rơi vào một khoảng lặng chết người.

Cuối cùng, một giọng nói cất lên phá tan bầu không khí ngột ngạt ấy. Bác sĩ Đại nói: "Với tin này, mọi thứ đã thay đổi." Chúng tôi đều gật đầu. Ngay cả Đại úy Phi cũng xúc động, vẻ dửng dưng ban nãy đã biến mất. Tôi vẫn im lặng, đầu óc tê dại. Tôi không biết phải nói gì — và thật ra, tôi cũng không muốn nói gì cả. Rồi tấm rèm hạt cườm chuyển động. Một khuôn mặt phụ nữ rụt rè hé ra — bà chủ nhà cũng không giấu được vẻ bàng hoàng.

Tôi quay lại xe trong trạng thái bàng hoàng. Trong đầu tôi hiện lên hình ảnh thi thể đầy máu của Tổng thống Ngô Đình Diệm và người em trai Nhu. Bất kể radio nói gì, bất kể người trong phòng nghĩ gì, tôi biết — họ **không** tự sát. Họ đã bị giết. Bị ám sát. Bị xử tử. Một cách tàn nhẫn.

Chúng tôi nhanh chóng chia tay, mỗi người một ngả, không bao giờ gặp lại nhau nữa — không phải ở Manila, không phải ở Sài Gòn, không ở đâu cả. Hai giờ sau, tôi đã ngồi trên máy bay quay về với gia đình ở Hồng Kông.

Hồng Kông, ngày 5 tháng 11 năm 1963

Giáo sư Bửu Hội, người dẫn đầu Đội điều tra của Liên Hợp Quốc đến Sài Gòn, một mình ghé qua Hồng Kông trên đường trở về Pháp. Tôi đã gặp ông tại sân bay Kai Tak, đưa ông về dinh thự của chúng tôi trên Đường Repulse Bay. Sau vài ly rượu mạnh và một ít rượu Mai Quế Lộ (Mui Kwei Lo), ông xác nhận với tôi điều tôi vốn đã biết: Tổng thống Diệm và em trai ông, Nhu, đã bị bắn và đâm chết trong một xe bọc thép chở quân—một chiếc xe tăng. Câu chuyện tự sát do chính quyền quân phiệt dựng lên không đánh lừa được ai. Cuộc "cách mạng" của chính quyền quân đội đã khiến giáo sư sợ đến phát điên, và ông cầu xin được thoát khỏi Việt Nam càng sớm càng tốt.

"Các vị tướng sẽ mời **anh** về nước," Bửu Hội nói, "và tất cả các Trưởng phái đoàn nữa. Anh sẽ nhận được điện tín của họ trong vài ngày tới."

"Còn anh thì sao, Giáo sư?" tôi hỏi. "Anh cũng là đại sứ mà."

"À," ông đáp, "nhưng tôi đang thi hành một nhiệm vụ của họ—đó là lý do tôi được ra ngoài."

Tôi đã nén lại, không nói thẳng với ông rằng tôi biết cái "nhiệm vụ" ấy thực chất là nỗ lực thuyết phục càng nhiều đại diện ngoại giao ở nước ngoài trở về nước càng nhanh càng tốt. Có thể ông đã ngỏ lời đảm nhận "nhiệm vụ" đó để đổi lấy cơ hội rời khỏi Việt Nam trong tình thế khẩn cấp. Và dù các tướng lĩnh không hề tin tưởng ông, cũng không cần đến "nhiệm vụ" ấy, thì mẹ già bệnh tật của ông—một vị sư đáng kính—và cả sự hèn nhát của chính ông, đã khiến họ nhượng bộ cho ông ra đi. Vậy là ông vội vã sang Hồng Kông để "thi hành nhiệm vụ" của mình với nạn nhân duy nhất mà ông có thể nghĩ ra—là tôi! Chặng dừng tiếp theo của ông sẽ là Paris, Pháp—và sự an toàn.

Hồng Kông, ngày 6 tháng 11 năm 1963

Không còn phái đoàn Phật giáo nào đến thăm tôi tại Lãnh sự quán nữa. Họ đã được "trả thù", và có thể nói rằng: "Công lý đã được thực thi." Giống như một con sư tử sau bữa ăn thịnh soạn, họ giờ nằm nghỉ để tiêu hóa chiến thắng. Tuy nhiên, một cuộc gọi hoàn toàn bất ngờ đã đến văn phòng tôi: Giáo sư Augustin Choy, một người Hàn Quốc, tự giới thiệu là từng giảng dạy tại một trường đại học ở Tokyo, Nhật Bản. Ông đang trên đường từ Sài Gòn về lại Nhật, nơi ông đến thăm người thân đang làm việc trong Đại sứ quán Hàn Quốc. Ông dừng lại ở Hồng Kông chỉ để tìm tôi—một người hoàn toàn xa lạ với ông—và nói rõ lý do:

"Tôi tận mắt nhìn thấy thi thể của Tổng thống Ngô Đình Diệm và ông Nhu, đẫm máu và bị biến dạng—ở phía sau xe tăng đậu tại Bộ Tổng tham mưu. Thật kinh tởm! Và lời khuyên của tôi dành cho ông, ông Lãnh sự, là: Đừng quay lại. Tôi biết họ đang gọi tất cả các đại sứ về nước. Đừng về nhà!"

Vì tôi không biết phải nói gì—cuộc gặp quá bất ngờ và kịch tính—nên Giáo sư Choy nói tiếp:

"Vì tôi là bạn thân của Đại sứ Hàn Quốc, tôi được phép tận mắt nhìn thấy thi thể. Rất ít người được thấy chúng. Và tin tôi đi, chính quyền quân sự đang làm đúng những gì mà chính quyền quân sự ở đất nước nghèo khổ của tôi đã làm cách đây không lâu: họ đang xé nát đất nước. Đừng tin tưởng họ với mạng sống của ông. Tôi nhắc lại: **Đừng về nhà!**"

Tôi đưa Choy đến Khách sạn Repulse Bay để dùng bữa trưa riêng tư, nơi tôi có thể kéo dài thời gian *gặp mặt trực tiếp* giữa hai người để tìm hiểu thêm về những gì đã xảy ra trước, trong và sau cuộc tấn công mà chính quyền quân sự gọi là "cách mạng". Tôi cảm ơn Choy, rồi chúng tôi chia tay. Phải chăng đó là ân huệ cuối cùng mà Tổng thống Ngô Đình Diệm, khi đã nằm xuống, ban cho tôi? Dù sao, đó cũng là một món quà từ Chúa—một cú hích ngược, đánh bại hoàn toàn nỗ lực của Giáo sư Bửu Hội. "Con người tính toán," người ta nói, "nhưng Chúa định đoạt."

Tokyo, Nhật Bản – ngày 15 tháng 11 năm 1963

Gia đình tôi và tôi rời Hồng Kông hôm nay và hạ cánh xuống Tokyo vào buổi chiều. Tại sân bay, gia đình bị giữ lại vì người Nhật phát hiện lỗi trong giấy chứng nhận tiêm chủng của tôi. Tôi gọi điện cho Đại sứ quán Việt Nam, nhưng không ai đến giúp. Cuối cùng, tôi đành chấp nhận để họ tiêm vắc-xin đậu mùa lại với hy vọng không bị cách ly. Ngay sau đó, chúng tôi được thông quan và gặp vợ chồng ông Nguyễn Văn Lộc—hai nhân viên "mồ côi" của Đại sứ quán, không thuộc phe của Đại sứ Nguyễn Huy Nghĩa, một học trò của Bác sĩ Tuyến, nên không được cấp thẻ thông hành dù là nhân viên ngoại giao. Chúng tôi cùng nhau thương tiếc Tổng thống Diệm trong nỗi buồn, rồi nhanh chóng chuyển đến khách sạn Tokyo Hilton, nơi Japan Airlines đã đặt sẵn phòng cho gia đình tôi.

Chúng tôi ngồi tụ họp lại trong phòng khách sạn—một gia đình tuyệt vọng: tôi, vợ tôi, chị Sáu, Marie (22), Dominic (15), Mỹ Châu (13), và Muriel (11). Bảy con người, dầm tàu về tinh thần, bắt đầu chặng đường đầu tiên đến Paris, nơi chúng tôi sẽ là những người tị nạn không biết bao giờ mới có thể hồi hương.

Đêm đó, chúng tôi gặp lại Giáo sư Augustine Choy, vị ân nhân đã cảnh báo chúng tôi không nên về nước, không nên bước vào hang sư tử. Ông và vợ chồng Nguyễn Văn Lộc ở lại bên cạnh chúng tôi—những người bạn Việt Nam cuối cùng còn sót lại, chính họ cũng đang bám víu vào một địa vị "hạng hai" bấp bênh trong một đại sứ quán mà chủ mới có thể loại bỏ họ bất kỳ lúc nào!

Sân bay Haneda, Nhật Bản, ngày 16 tháng 11 năm 1963

Giáo sư Choy tốt bụng lái xe đưa cả nhà chúng tôi ra sân bay bằng xe của ông và xe của cô thư ký Sato. Họ cùng vợ chồng Nguyễn Văn Lộc tiễn chúng tôi từ ngoài khu vực cấm. Chúng tôi đi bộ một đoạn dài đến cổng lên máy bay, nhưng rồi phát hiện một thông báo mơ hồ khiến chúng tôi đến quá sớm. Thế là cả đoàn quay ngược lại, lê bước một cách mỏi mệt, chán nản.

Tôi đi đầu, tay xách một chiếc cặp cồng kềnh. Tiếp theo là mẹ tôi, *áo dài* của bà trông lạc lõng với gương mặt buồn bã và mệt mỏi. Dominic mang theo chiếc radio sóng ngắn cũ nặng trịch. Marie, Mỹ Châu và Muriel lẽo đẽo theo sau, mỗi đứa xách một ít hành lý cá nhân. Sau cùng là chị Sáu, bối rối và mất phương hướng.

Tại một giao lộ trên đường đi bộ dài bất tận, chúng tôi gặp ông bà Ando—đồng nghiệp cũ người Nhật của tôi ở Hồng Kông—cũng đang lê bước với hành lý như mọi người. Họ dừng lại, chào hỏi. Sự cảm thông của ông Ando làm tôi cảm động đến khó chịu, nhất là khi ông nhắc tôi rằng vị lãnh sự Nhật tại Hồng Kông từng thay đổi quyết định phút chót để cấp thị thực cho gia đình tôi. Tổng lãnh sự Mỹ cũng đã làm vậy. Chỉ có lãnh sự Pháp là chủ động và cấp thị thực tạm trú miễn phí cho "các đồng nghiệp châu Á của chúng tôi!"

Trên vùng biển Hoa Kỳ, cách New York hai giờ – tàu Rotterdam, ngày 2 tháng 11 năm 1964

Hôm nay là giỗ đầu tiên của Tổng thống Ngô Đình Diệm. Chúng tôi nhờ cha tuyên úy trên tàu, Cha McCarthy, dâng một Thánh lễ cầu hồn cho cố Tổng thống và người em trai của ông. Đây là Lễ Các Linh Hồn đầu tiên sau khi họ mất. Sau buổi lễ, chúng tôi cảm ơn cha, và ông nói: "Không điều gì trên đời là đủ tốt cho vị Tổng thống tốt lành ấy. Tôi thật mừng vì đã có cơ hội cầu nguyện cho ông."

Con tàu tiến dần đến New York. Mẹ tôi và ngay cả Marie vẫn còn mong thăm lại thành phố cũ, nhưng bọn trẻ chẳng còn ký ức gì về "New York xưa thân quen", và háo hức như thể sắp đặt chân đến một thành phố hoàn toàn mới. Riêng chị Sáu, người từng chỉ mới đi xa đến Hồng Kông, có lẽ đang cảm giác như mình sắp đặt chân xuống... mặt trăng!

Tàu Rotterdam cập bến West Side Quay lúc 11 giờ sáng. Chúng tôi đã đi một vòng trọn vẹn, trở lại nơi mà câu chuyện "Ngô Đình Diệm và tôi" bắt đầu mười hai năm trước. Đi bộ dọc Broadway hướng lên phía bắc đến căn hộ thuê ở đường West 86, tôi nhận ra những địa điểm cũ: nhà hát Nemo, những lối vào tàu điện ngầm vẫn y nguyên giữa một thành phố nay đã đông đúc hơn. Và tôi nghĩ rằng Ngô Đình Diệm từng bước đi trên những con phố này, khi ông đến gõ cửa nhà chúng tôi rồi từ đó, một mối quan hệ thân thiết đã bắt đầu.

Vài đêm sau, tôi quay lại căn hộ cũ trên đường 111, tìm lại hình ảnh, thậm chí chỉ là tiếng vọng giọng nói của "ông nội Maryknoll"—người mà tôi tin thời gian và lịch sử không thể xóa khỏi thế giới này.

Đối với tôi, New York—thành phố và khu phố này—

vẫn đầy ắp hình ảnh Ngô Đình Diệm, dáng đi lạch bạch như vịt, chiếc cặp phồng chứa đầy đồ chơi mang đến cho lũ nhỏ. Dù ông đã khuất với thế giới, với tôi, ông chưa bao giờ biến mất.

Kauai, Hawaii – ngày 7 tháng 2 năm 1965

Giống như nhân vật trong *Alexandria Quartet* của Lawrence Durrell, tôi cũng tìm đến nơi đây để lánh nạn khỏi thế giới, trên một hòn đảo xa nền văn minh hàng ngàn dặm. Nhưng không như Durrell, tôi không đến để "liếm vết thương" sau một tháng, dù tôi quả thật đã bị thương.

Tôi đến đây sau năm giờ làm việc với Marshall Green—"nhà ngoại giao trẻ người Mỹ" từng vui vẻ đập đàn piano ăn mừng cuộc đảo chính lật đổ Syngman Rhee ở Hàn Quốc. Giờ đây, Green đã trưởng thành, làm Tổng lãnh sự tại Hồng Kông, rồi trở thành Phó Trợ lý Ngoại trưởng Hoa Kỳ phụ trách Đông Á. Khi ông đến thăm xã giao tôi lần đầu năm 1961, tôi đã nói thật cho ông nghe mặt trái của chính quyền do Hoa Kỳ hậu thuẫn: chính quyền Ngô Đình Diệm.

Ban đầu, Green ngạc nhiên, không tin. Nhưng sau khi "ông già Ngô Đình Diệm" của tôi bị lật đổ một cách đẫm máu và tàn nhẫn hơn cả Syngman Rhee, ông đã mời tôi đến Washington để nghe đánh giá trung thực của tôi về con người và tương lai Việt Nam.

Cuộc trao đổi diễn ra ngày đầu năm mới 1965, trong một tòa nhà Bộ Ngoại giao trống vắng vì nghỉ lễ. Tôi ra về với niềm tin rằng, cùng với bài phân tích 70 trang tôi gửi ông, Hoa Kỳ sẽ không lặp lại sai lầm của thực dân Pháp và không đưa quân đội đến Việt Nam.

Tôi bay thẳng đến Honolulu, chuyển sang một thủy

phi cơ nhỏ đến đảo Kauai—hòn đảo xa xôi, hoang vắng, nơi tôi tìm kiếm sự yên tĩnh để tự vấn mình.

Trong suốt một tháng, tôi ngồi nhìn sóng dữ dội vỗ vào đá, cố gắng đặt mình vào vị trí của Ngô Đình Diệm. Tôi tự hỏi: Tôi có thể làm gì tốt nhất cho đất nước? Tôi nên cư xử ra sao? Ai thật sự có lỗi trong cơn hỗn loạn này? Giải pháp nào cho cuộc khủng hoảng Phật giáo?

Thiếu kinh nghiệm, tôi vẫn tìm ra một câu trả lời đơn giản—và viết nó trong bản báo cáo gửi Green. Tôi chưa từng nghe đến CIA, chưa hề biết đến hành vi của nó, như chính gia đình họ Ngô. Cả ông và tôi đều đã tin tưởng mù quáng vào Hoa Kỳ. Kẻ thù của chúng tôi là thực dân Pháp. Chúng tôi ngây thơ đặt vận mệnh đất nước vào tay người Mỹ, hy vọng họ sẽ giúp chúng tôi giành lại độc lập. Và chính người đầu tiên làm được điều đó—chiếm Dinh Độc Lập và tái lập chủ quyền Việt Nam—Ngô Đình Diệm—lại là người cuối cùng thấy nó còn nguyên vẹn.

Trái với hy vọng của tôi, hôm nay Hoa Kỳ đã thực hiện hành động chiến tranh đầu tiên tại Việt Nam—ném bom chính đất nước tôi. Dù họ có thừa nhận hay không, Hoa Kỳ vừa bước vào đôi giày cũ mà người Pháp đã để lại. Tiếng bom Pháp năm xưa từng dội xuống Cổ Am, Yên Bái, Rạch Gầm... giờ đây lại vang vọng trong tâm trí tôi. Bóng ma Toàn quyền Pierre Pasquier—kẻ từng ra lệnh bỏ bom—giờ như đang lang thang giữa thung lũng Hawaii, tìm kiếm người đồng nhiệm Hoa Kỳ của ông.

Cái chết của Ngô Đình Diệm—bị sát hại trong xe bọc thép—không phải là kết thúc của khổ nạn Việt Nam. Trái lại, đó là khởi đầu cho một thử thách còn lớn hơn, khắc nghiệt hơn. Và cả Việt Nam lẫn Hoa Kỳ sẽ phải đối mặt với một tương lai đen tối hơn nhiều.

35. LỜI KẾT

Viên sỏi có hình dáng giống khuôn mặt người mà tôi nhặt được từ ngôi mộ của Ngô Đình Diệm trong chuyến viếng thăm Sài Gòn năm 1974 và mang về Mỹ, hôm nọ bỗng nhiên bị thất lạc! Vợ tôi và tôi đoán rằng Mỹ-Nga đã vô tình ném đi khi dọn dẹp nhà cửa. Nhưng kìa! Tôi thấy nó nằm gọn gàng trong đám cỏ. Chúng tôi liền đặt lại viên sỏi ấy dưới bức chân dung của Ngô Đình Diệm—bức ảnh chụp ông với chúng tôi tại New York—và từ đó, chúng tôi mang ông theo bên mình, ở mọi nơi, mọi lúc.

Với chúng tôi, viên sỏi ấy là biểu tượng của Ông Già mà chúng tôi từng biết—người mà các con tôi vẫn gọi là Ông nội Maryknoll. Giờ đây, ngay cả đứa con út của chúng tôi, Mỹ-Nga, cũng đã khôn lớn; vậy mà chính trong lễ đầy tháng của con bé, Diệm và tôi đã bắt đầu mối quan hệ thân thiết—một mối quan hệ mà ông vẫn duy trì cho đến tận cuối đời. Có lẽ Mỹ-Nga vẫn còn nhớ đôi chút về ông Diệm. Còn hai chị gái và anh trai của nó thì chắc chắn vẫn còn ký ức.

Ngô Đình Diệm đã qua đời. Và Nam Việt Nam—miền đất mà ông đã giành lại từ tay người Pháp—cũng đã không còn. Một Nam Việt Nam tiếc thương ông, nhớ đến ông một cách muộn màng—nhưng vô ích.

Cuộc sống vẫn tiếp diễn. Biết đâu, một ngày nào đó, lịch sử sẽ viết lại về Ngô Đình Diệm một cách công bằng và tử tế, như chính Hồ Chí Minh từng công nhận ông là "một người yêu nước theo cách riêng của mình". Và trong khi lịch sử đã ghi nhận Hồ Chí Minh là người chiến thắng ở miền Bắc, thì cũng có thể ghi nhận Diệm là người chinh phục miền Nam—hai người yêu nước, suốt đời chiến đấu vì cùng một lý tưởng: một nước Việt Nam tự do và độc lập.

Còn truyện kể của tôi, đơn giản chỉ là câu chuyện nhỏ về NGÔ ĐÌNH DIỆM VÀ TÔI.

www.ingramcontent.com/pod-product-compliance
Lightning Source LLC
LaVergne TN
LVHW090212051026
849517LV00001B/44